கலங்கிய நதி

கலங்கிய நதி

பி.ஏ. கிருஷ்ணன் (பி. 1946)

பி. அனந்தகிருஷ்ணன் மத்திய அரசுப் பணியிலும் தனியார், பன்னாட்டு நிறுவனங்களிலும் பல உயர் பதவிகள் வகித்து ஓய்வுபெற்றவர். தமிழ், ஆங்கிலத்தில் திறமையாக எழுதும் படைப்பாளிகளில் குறிப்பிடத்தக்கவர். மனைவி ரேவதி கிருஷ்ணன், தில்லித் தமிழ்ப் பள்ளி ஒன்றில் ஆசிரியையாகப் பணியாற்றி ஓய்வுபெற்றவர். இருவரும் தில்லியில் வசிக்கிறார்கள்.

மின்னஞ்சல்: tigerclaw@gmail.com

ஆசிரியரின் பிற நூல்கள்

தமிழ்

- புலிநகக் கொன்றை
- அக்கிரகாரத்தில் பெரியார்
- திரும்பிச் சென்ற தருணம்
- மேற்கத்திய ஓவியங்கள்
  குகை ஓவியங்களிலிருந்து பிரெஞ்சுப் புரட்சிக்கு முந்தைய ஆண்டுகள்வரை
- மேற்கத்திய ஓவியங்கள்
  பிரெஞ்சுப் புரட்சி ஆண்டுகளிலிருந்து இருபத்தொன்றாம் நூற்றாண்டுவரை

ஆங்கிலம்

- The Tiger Claw Tree
- The Muddy River

மொழிப்பெயர்ப்பு

- டப்ளின் எழுச்சி (The Insurrection In Dublin)

பி.ஏ. கிருஷ்ணன்

கலங்கிய நதி

காலச்சுவடு பதிப்பகம்

கலங்கிய நதி ♦ நாவல் ♦ ஆசிரியர்: பி.ஏ. கிருஷ்ணன் ♦ © பி.ஏ. கிருஷ்ணன் ♦ முதல் பதிப்பு: டிசம்பர் 2011, இரண்டாம் பதிப்பு: ஆகஸ்ட் 2012, நான்காம் (குறும்) பதிப்பு: ஏப்ரல் 2021 ♦ வெளியீடு: காலச்சுவடு பப்ளிகேஷன்ஸ் (பி) லிட். 669 கே.பி. சாலை, நாகர்கோவில் 629001

kalankiya nati ♦ Novel ♦ Author: P.A.Krishnan ♦ © P.A.Krishnan ♦ Language: Tamil ♦ First Edition: December 2011, Second Edition: August 2012, Fourth (Short) Edition: April 2021 ♦ Size: Demy 1 x 8 ♦ Paper: 18.6 kg maplitho ♦ Pages: 336

Published by Kalachuvadu Publications Pvt.Ltd., 669 K.P. Road, Nagercoil 629001, India ♦ Phone: 91-4652-278525 ♦ e-mail: publications @kalachuvadu.com ♦ Printed at Adyar Students xerox Pvt. Ltd., No.9, Sunkuraman Street, Parrys, Chennai 600001

ISBN: 978-93-80240-97-8

04/2021/S.No. 442, kcp 2992, 18.6 (4) uss

தங்கள் அடையாளத்தைப் பாதுகாத்துக்கொள்ளத்
தொடர்ந்து போராடும்
இலங்கைத் தமிழ்ச் சகோதரர், சகோதரியருக்கு

இந்த நாவல் ஆங்கிலத்திற்கு முன்பே தமிழில் வந்திருக்க வேண்டும்.

தவிர்த்திருக்கக்கூடிய சில காரணங்களால் அது நடை பெறவில்லை. தமிழ் வாசகர்களின் மன்னிப்பை நாடுகிறேன்.

நாவலின் களம் தமிழகத்துக்கு வெளியே. அஸ்ஸாம். கதை மாந்தர்களில் பெரும்பாலோர் தமிழர் அல்லாதவர்கள். அவர்கள் பேச்சைத் தமிழில் வடிப்பது கடினமாக இருந்தது. ஆங்கிலத்தில் சொல்வதைவிடக் கடினம். தொழில் சார்ந்த தகவல்களைத் தமிழ்ச் சொற்களில், ஒரு நாவலின் வரம்பிற்கு உட்பட்டு, எழுவது உயிர்ப் பொதி அவிழ்வதுபோல இருந்தது. இதற்கு என் தமிழ் அறிவின் குறைபாடு காரணமாக இருக்க வேண்டும்.

என் மொழியின் சுளுக்குகளை எடுத்து அது நிமிர்ந்து நிற்கப் பெரிதும் உதவியவர் நண்பர் நஞ்சுண்டன். செம்மை யாக்கத்தில் உதவியவர்கள் சக்திவேலும் பாலசுப்ரமணி யனும். இவர்களுக்கு நான் நன்றிக்கடன்பட்டிருக்கிறேன்.

தமிழ் வடிவத்தின் முதல் வாசகராக இருந்து சில திருத்தங்களைப் பரிந்துரைத்தவர் தம்பி இரா. முருகன். அவருக்கும் என் நன்றி.

இதுவரை தமிழில் வந்துள்ள என் எல்லாப் புத்தகங் களையும் வெளியிட்டுள்ள காலச்சுவடு பதிப்பகத்தாருக்கும் கண்ணனுக்கும் நன்றி.

உலகம் இதுவரை கண்டுள்ள அறிஞர்களில் தலையாய வரான ஐசக் நியூட்டன் சொன்னது இது: "ப்ளாடோ என் தோழர். அரிஸ்டாடில் என் தோழர். ஆனால் என் மிகச் சிறந்த தோழர் உண்மை."

உலகத்தின் மிக மோசமான முட்டாள்களின் வரிசையில் நான் நிறுத்தப்படலாம். ஆனால் நான் சொல்ல விரும்புவதைச் சொல்லித்தான் ஆக வேண்டும்.

"மார்க்ஸ் என் ஆசான். காந்தி என் ஆசான். உண்மை எனக்கு மிகச் சிறந்த ஆசானாக இருந்திருக்கலாம் – நான் தேடியபோது அகப்பட்டிருந்தால்."

19 நவம்பர் 2011   பி.ஏ. கிருஷ்ணன்
புது தில்லி

அது மலட்டு உறுமல்.

மழையின் உதிரி முட்கள் முகத்தில் தைக்கும் என்று எதிர்பார்த்துப் படுக்கை அறை ஜன்னலைத் திறந்த சுகன்யா வுக்கு ஏமாற்றமாக இருந்தது. வானம் சாம்பல் பூத்திருந் தாலும், தரையில் ஈரத்தைக் காணவில்லை. புற்கள் வெளிச்சத்தை உள்வாங்கிக்கொண்டு மெலிதாக மின்னின. திறந்த ஜன்னலை மூட அவளுக்கு விருப்பம் இல்லை. அவள் ஜன்னலைத் திறந்துவைத்துக்கொண்டுதான் தூங்கு வாள். வெளிச்சம் எப்போதுமே அவளை உறுத்தியதில்லை. சந்திரனுக்கு இருட்டில்தான் தூக்கம் வரும். ஆனால் இப்போது அவன் அயர்ந்து தூங்கிக்கொண்டிருந்தான்.

பக்கத்து வீட்டு மரங்கள் இன்னும் பசுமையாக இருந்தாலும் வரப்போகும் செப்டம்பர், பலாமரத்தின் மெழுகுப்பச்சையில் பழுப்பைத் தெளிக்கத் தொடங்கி யிருந்தது. முருங்கைமரம் விடாமல் இலைகளை உதிர்த்துக் கொண்டிருந்தது. வீட்டின் உள்வாசற்கதவுவரை பாதை முழுவதும் இலைக்கம்பளம். மஞ்சள்கம்பளம். தான் இருந்த இடத்திலிருந்து சுகன்யாவால் உள்வாசற்கதவைப் பார்க்க முடியவில்லை, ஆனால் கதவு நிச்சயமாகத் திறந்திருக்க வேண்டும். பக்கத்து வீட்டுக்காரி அதில் சாய்ந்து நின்றுகொண்டிருப்பாள். பழைய எம்ஜிஆர் பாணியில் வண்ண வண்ண உடைகள் அணிந்திருந்த விற்பனை இளைஞன் ஒருவன் கதவுக்கு வெளியே நின்று கொண்டிருந்தான். மெதுவான குரலில், பொய்ப் பணிவுடன் பக்கத்து வீட்டுக்காரியிடம் மன்றாடிக் கொண்டிருந்தான். அவள் என்ன பதில் சொன்னாள் என்பது காதில் விழவில்லை. ஆனால் எதை விற்க வந்தானோ அதை அவனால் விற்க முடியவில்லை. கதவு சாத்தப்படும் சத்தம் கேட்டது. இளைஞன் கதவருகே, சவரம் செய்யாத முகவாயைத் தேய்த்துக்கொண்டு சில நொடிகள் நின்றான். பின், தலைகுனிந்து, தனக்கு தானே பேசியபடி வெளிக்கதவை நோக்கி மெதுவாக நடந்தான்.

பக்கத்து வீட்டில் சில நாட்களுக்கு முன்னால்தான் ஒரு துக்கம் நிகழ்ந்திருக்கிறது என்பது அவனுக்குத் தெரிந்திருக்க முடியாது.

அந்தப் பெண்ணின் முகம் மிகவும் வெளுத்திருந்தது. சிவப்பு படராத வெண்மை. பிரசவம் நடந்து சில நாட்களே ஆகியிருந்ததால் அவள் நிறம் அவ்வாறிருந்ததாக சுகன்யா நினைத்தாள். அந்தப் பெண்ணின் பெயர்கூட இவளுக்குத் தெரியாது. ஆனால் அவளோடு ஒரு நெருக்கம் தானாக வந்து ஒட்டிக்கொண்டுவிட்டது. ப்ராம் வண்டி இல்லாமல் இவள் அவளைப் பார்த்ததில்லை. வண்டியைத் தள்ளிக் கொண்டு வெளியே வரும்போதெல்லாம் அந்தப் பெண் தலையை நிமிர்த்தி, சுகன்யாவைப் பார்த்து முறுவலித்து, "குட் மார்னிங், ஆன்டி" என்பாள். சுகன்யாவிடமிருந்து எந்தப் பதிலையும் எதிர்பாராமல் தலையைக் குனிந்து, ப்ராமில் கால்களை உதைத்துக்கொண்டிருக்கும் அழகு மூட்டைமீது அதற்குப் புரியாத கொஞ்சல் வார்த்தைகளை உதிர்த்துக் கொண்டே இவள் பார்வையிலிருந்து மறைவாள்.

சுகன்யா வீட்டில் வேலைசெய்பவள்தான் செய்தியைக் கொண்டுவந்தாள். 'சாபம்னு சொல்றாங்கம்மா. ரத்தத்தில சிவப்பு குறைஞ்சிக்கிட்டே வருதாம். ஒரு நாள் அது முழுக்க வெள்ளையாயிடுமோன்னு அவங்க பயப்படறாங்க.'

அந்த நாள் வந்துவிட்டது என்பதைப் பக்கத்து வீட்டு முன்னால் நின்றிருந்த கார்கள் சுகன்யாவிற்குத் தெரிவித்தன. பக்கத்து வீட்டார் அதிர்ந்து பேசாதவர்கள். துக்கம்கூட அவர்கள் குரல்களை உயர்த்தவில்லை. அந்த வீட்டின் அமைதி அசாதாரணமாக இருந்தது. ஆனால் ப்ராம் வண்டிப் பெண்ணை, முகம் முழுவதும் குங்குமத்தால் குளிப்பாட்டி எடுத்துச் சென்ற போது, துக்கம் அவள் பெற்றோர்கள் முகங்களில் குறுக்கும் நெடுக்குமாக வரிகள் இட்டதை சுகன்யாவால் பார்க்க முடிந்தது.

அந்தப் பெண்ணின் கணவன் சில நாட்கள் ப்ராம் வண்டி யைத் தள்ளிக்கொண்டு சென்றதை சுகன்யா பார்த்திருந்தாள். வீட்டில் வேலைசெய்பவள்தான் திரும்பவும் செய்தியைக் கொண்டுவந்தாள் – குழந்தையை எடுத்துக்கொண்டு அவன் அமெரிக்கா சென்றுவிட்டதாக.

நாம் சந்திக்கும் எந்த இழப்பும், அது நம்மை நேரடியாகப் பாதிக்காவிட்டாலும், வாழ்வுடன் நாம் கொண்டுள்ள தொடர்பு களையும் அதன் தினசரி ஒழுங்குகளையும் மாற்றுகிறது. சுகன்யா எப்போது இந்த ஜன்னலைத் திறந்தாலும் அந்தப் பெண்ணின் நினைவு வருகிறது. தான் இப்போது பார்ப்பதை

யெல்லாம் அவளால் பார்க்க முடியாது என்பதும் நினைவை உறுத்துகிறது. இந்த நினைப்புதான் இதற்கு முன்னால் ஜன்னலைத் திறந்தபோதெல்லாம் உயிர்த்துக்கொண்டிருந்த எதிர்பார்ப்பின் குரல்வளையை நெரித்துவிட்டது.

பிரியா ஆரவாரத்தின் குழந்தை. அமைதியும் ஒழுங்கும் அவளுக்கு என்றுமே பிடித்ததில்லை.

சுகன்யா நினைத்துக்கொண்டாள்.

அவளது அறைக்குள் நுழையும்போதெல்லாம் கலைத்துப் போட்டிருப்பதால் ஏற்படப்போகும் குழப்பத்தை எதிர்பார்த்து என் நெஞ்சம் குறுகுறுக்கும். இப்போது அவள் அறை அமைதி யாக, குழப்பமின்றி இருக்கிறது. அவளுடைய பொருள்கள் அவற்றிற்கு உரிய இடங்களில் இருக்கின்றன – மகிழ்விழந்து, வெறுமையுடன், காலத்திற்குப் பணிந்துகொண்டு.

சுகன்யா தலையைத் திருப்பித் தன் கணவன் தூங்கிக் கொண்டிருந்ததைப் பார்த்தாள். மெதுவாகப் புத்தக அறையை நோக்கி நடந்தாள்.

அன்புள்ள சுபிர்,

உன் கடிதம் கிடைத்தது. கூடவே உன் அனுதாபங்களும் கிடைத்தன. ரமேஷைப் பார்த்துக்கொள்ள வேண்டியிருந்த தால் உனக்கு உடனடியாகப் பதில் எழுத நேரமில்லை. பிர்லா மாளிகையைக் காக்கும் காவல் துறையினர் தங்கள் பணியைச் சிறப்பாகச் செய்துள்ளனர். ரமேஷின் கைகள் இன்னும் செயலிழந்திருக்கின்றன. அவனது வலது முட்டியின் சில்லுகள் ஒன்றாக இணைய இன்னும் பல நாட்கள் ஆகும் என்று டாக்டர்கள் கூறுகிறார்கள். பற்களில் பலவற்றைக் காணோம். பேசினால் பாம்பிற்கு வருவதுபோல மூச்சுதான் முதலில் வருகிறது. அவன் உயிரோடு இருக்கிறான் என்பதில் எனக்கு மிக்க மகிழ்ச்சி. அவன் முற்றிலும் குணமாகிவிடுவான் என்பதில் எனக்கு முழுநம்பிக்கை இருக்கிறது. குணமாகிக்கொண்டிருக் கிறான். அவனுக்கு நல்ல உதவியாளர் கிடைத்திருக்கிறார். அவன் சொல்லச் சொல்ல, அவனது நாவலை அவர்தான் பதிவுசெய்கிறார். நல்லவேளையாக, அவனது பாம்புக்குரல் அவருக்கு நன்றாக விளங்குகிறது.

நாவலின் முதல் நான்கு அத்தியாயங்களை நான் இணைத்திருக்கிறேன். நாம் எல்லோரும் அதன் பாத்திரங் கள். நேரமிருக்கும்போது படித்து நீ என்ன நினைக்கிறாய்

என்பதை எழுது. நானும் நாவலை முழுவதுமாகப் படிக்க வில்லை. உன்னுடனும் ஹெர்பர்ட்டுடனும் இணைந்து படிக்கலாம் என எண்ணுகிறேன். நாவல் உயிருடன் இருப்பதும் இருக்காததும் நாம் என்ன நினைக்கிறோம் என்பதைப் பொறுத்துதான் இருக்கிறது என்று ரமேஷ் சொல்கிறான்.

ஓரிரு சொடுக்குகளில் கணினி அதன் உயிரை எடுத்து விடும்.

இந்தக் கடிதத்தின் பிரதியை ஹெர்பர்ட்டுக்கு அனுப்புகிறேன்.

மிக்க அன்புடன்,
சுகன்யா.

பிரியா உனக்கு நிறையக் கடிதங்கள் எழுதியிருக்கிறாள். அவற்றில் எவையாவது உன்னிடம் இருக்கின்றனவா? இந்தக் கேள்வியை நான் தாமதமாகக் கேட்கிறேன் என்று எனக்குத் தெரியும். காலம் என்னை அவளிடமிருந்து வெகுதூரம் கொண்டுசென்றுவிட்டது. அவள் எழுதியதைப் படிக்க எனக்கு இப்போது வலிமை இருக்கும் என்று நம்புகிறேன். அவள் எனக்குக் கடிதம் எழுதியதே இல்லை.

அன்புள்ள ஹெர்பர்ட்,

நான் சுபிருக்கு எழுதிய கடிதத்தின் நகலை உனக்குப் பதினைந்து நிமிடங்களுக்கு முன்பு அனுப்பியிருந்தேன். கிடைத்திருக்கும் என நம்புகிறேன். உன்னுடைய கருத்துகளை அறிய ரமேஷ் ஆவலாக இருக்கிறான்.

நான் நன்கு குணமடைந்துவிட்டேன். என்னுடைய டாக்டர் எனக்குக் குழந்தை பிறக்க நிச்சயம் வாய்ப்பு இருப்பதாகக் கூறுகிறார். இந்தமுறையாவது அதிர்ஷ்டம் எனக்குத் துணைபுரியும் என நம்புகிறேன்.

அன்புடன்,
சுகன்யா.

இந்தத் தெருவிற்கு மறுவரிசை இல்லை

ரமேஷ் சந்திரன்

இந்தத் தலைப்பு போர்ஹெஸ் எழுதிய கவிதையின் சற்று மாற்றப்பட்ட துண்டு.

அன்புள்ள ஆசிரியருக்கு,

நான் காந்தி பைத்தியம் அல்ல. வேதாளத்தைப் பிடிக்க முயலும் விக்கிரமாதித்தனைப் போல, மனம் தளராமல் உங்களுக்கு அடிக்கடிக் கடிதங்கள் எழுதும் வாசகனும் அல்ல. இந்தக் கடிதத்தை எழுதுவதற்குக் காரணம் எனக்கு அண்மையில் நடந்த ஒரு அனுபவத்தை உங்கள் வாசகர்களுடன் பகிர்ந்துகொள்ள விரும்புவதுதான். இந்த அனுபவம் காந்தியிடமிருந்து நாம் எவ்வளவு தூரம் வந்துவிட்டோம் என்பதை நினைவுறுத்துவதாக இருந்தது.

20 ஜனவரி 1948 அன்று காந்தி பிர்லா மாளிகையில் தன்னுடைய பிரார்த்தனைக் கூட்டத்தில் உரையாற்றிக் கொண்டிருந்தபோது அவருக்குச் சில அடிகள் தள்ளி ஒரு குண்டு வெடித்தது. காந்தி அதிராமல் இருந்தார். அது அவரைக் கொல்வதற்காக வைக்கப்பட்டது என்பது குண்டு வெடித்தபோது தெரியவில்லை என்று அவரே பின்னால் குறிப்பிட்டார். பிரார்த்தனைக் கூட்டத்திற்கு வருபவர்கள் சோதனையிடப்பட வேண்டும் என அவரிடம் பலர் கேட்டுக்கொண்டனர். கூட்டத்தினர் சோதனையிடப் படக் கூடாது என்பதில் காந்தி பிடிவாதமாக இருந்தார். இந்தப் பிடிவாதம்தான் அவரது மரணத்திற்குக் காரணமாக இருந்தது.

30 ஜனவரி 1948 அன்று காந்தி கொலைசெய்யப் பட்டுச் சில மணிநேரமே ஆகியிருந்த தருவாயில் ஜவகர்லால் நேரு பிர்லா மாளிகையின் முன்சுவர்மீது ஏறி நின்றுகொண்டு – அங்குக் கூடியிருந்த, மிகக் கொதிப் பிலிருந்த – மக்களிடம் பேசினார். ஹென்றி கார்டியே ப்ரேஸான் எடுத்த மகத்தான புகைப்படம் இந்த நிகழ்வுக்குச் சாட்சி. தன்னுடைய உயிரும் குறிவைக்கப் படக்கூடும் என்ற நினைப்புக்கூட நேருவிற்கு வந்திருக்கச் சாத்தியம் இல்லை.

இந்த வருடத்தின் 30 ஜனவரி அழகான காலை யாக விடிந்தது.

பிர்லா மாளிகைவரையிலும் நடந்தே செல்ல வேண்டும் என்று எனக்குத் தோன்றியது. அருமையான நடை – மாளிகை யின் வாசல்வரையில். வாசலில் பீடி பிடித்துக்கொண்டிருந்த இரண்டு காவலர்கள் என்னை உள்ளே செல்ல அனுமதிக்க வில்லை.

'அனுமதிச்சீட்டு இருக்கிறதா?'

'இல்லை.'

'உன்னைப் பாத்தாலே தெரியுதே. உள்ள போக முடியாது.'

முப்பது நிமிடங்கள் அவர்களுடன் வாதிட்டேன். பலன் ஏதும் இல்லாமல். குடியரசுத் தலைவர் அன்று மாலை காந்தி இறந்த இடத்தில் மரியாதை செலுத்த வரவிருந்ததால், பொது மக்கள் அங்கே நுழைய அனுமதி இல்லையாம். நான் மிகத் தொலைவிலிருந்து, நடந்தே வந்திருந்ததாகச் சொன்னேன். 'நடந்தே திரும்பிப் போ' என்று காவல் துறை நண்பர் ஒருவர் பதிலளித்தார்.

காந்தியைச் சாதாரண மக்களிடமிருந்து அந்நியப் படுத்துவதில் ஆட்சியாளர்கள் வெற்றி அடைந்துவிட்டார்கள் என்று எனக்கு வீட்டிற்குத் திரும்பச் சென்றுகொண்டிருந்த போது தோன்றியது. முக்கியமான நினைவுநாள் ஒன்றில், அந்த நாளுக்காகவே நிறுவப்பட்டிருக்கும் நினைவுச் சின்னத்தின் அருகே செல்வதற்குக்கூட மக்களுக்கு அனுமதி அளிக்க மறுக்கும் ஒரே ஜனநாயக நாடு நம்முடையதாகத் தான் இருக்க முடியும். தலைவர்கள் அழகிய, அமைதியான மாலையைக் கழிப்பதற்காக மக்கள் விரட்டி அடிக்கப்படுகிறார் கள். புல்வெளிகளின் பச்சையைச் சாதாரண மனிதர்களின் அழுக்குப் பழுப்புகள் விகாரப்படுத்தக் கூடாது என்பதில் ஆட்சியாளர்கள் உறுதியாக இருக்கிறார்கள். கலை நிகழ்ச்சி ஒன்று அந்த மாலையில் நடைபெறவிருந்ததாகச் சொன்னார் கள். கலைஞர்கள் சாதாரண மனிதர்களின் வகையில் வருவார் களா? அவர்களது உடை அழுக்குப் பழுப்புநிறத்தில் நிச்சயம் இருக்காது.

நூற்றைம்பது ஆண்டுகளுக்கு முன்னால் பிரான்ஸில் பெருஞ்சாலைகள் அமைக்கப்பட்டபோது, 'இந்தச் சாலைகள் நேராக அமைக்கப்படுவதன் காரணம் போராடும் மக்கள்மீது வெகுதொலைவில் இருந்தும் பீரங்கிகள் குறிவைக்க முடியும் என்பதால்தான்' என்று விக்டர் ஹ்யூகோ சொன்னார். அன்றி லிருந்து இன்றுவரை பெருஞ்சாலைகளும் நெடுஞ்சாலை

களும் கட்டப்படுவது சாதாரண மக்களின் சௌகரியத்துக்காக அல்ல என்ற எண்ணம் பல தலைவர்களை – மனச்சாட்சியுள்ள தலைவர்களை – துன்புறுத்திவந்திருக்கிறது. சில நாட்களுக்கு முன்னால் தான் ஆற்றிய உரை ஒன்றில் நம்முடைய தலைவர் ஒருவர் 'தாராளமய சுவர்க்கத்தின் பூங்காக்களில் இளைப்பாறச் செல்பவர்களுக்கு மூவழி வேகச்சாலைகளை அமைக்கும் அரசு நடந்து செல்பவர்களை மறந்துவிடக் கூடாது' என்று சொன்னார். இந்தத் தலைவர் சமீபத்தில் தில்லியில் தெருக்களில் நடக்க முயன்றிருக்கவில்லை என நான் எண்ணுகிறேன். அவ்வாறு முயன்றிருந்தால் அவர் இவ்வாறு பேசியிருக்கமாட்டார். தில்லியில் ஒவ்வொரு நாளும் பல்லாயிரக்கணக்கான மக்கள் சொர்க்கம் நோக்கிச் செல்லும் இந்தச் சாலைகளைத் தங்கள் உயிர்களைக் கைகளில் பிடித்துக்கொண்டு கடக்க முயல்கிறார்கள். சிலர் உயிர்கள் கைதவறி விழுந்து சொர்க்கம் நோக்கிச் செல்பவர்களின் வாகனங்களால் நசுக்கப்படுகின்றன. அரசுக்கு அவை நசுங்குவது தெரியும். மக்கள் நசுங்குவதால் சாலைகளை மூட முடியுமா?

பிர்லா மாளிகைக்குச் செல்லும் சாலையை என்னால் கடக்க முடியவில்லை. நான் நசுங்க விரும்பவில்லை. எந்த மக்களை நாம் நடத்திச்செல்கிறோமோ அவர்களின் அருகாமையை நாம் அஞ்சக் கூடாது என்பதில் அசையாத நம்பிக்கை கொண்டிருந்த தலைவரின் நினைவுச் சின்னம் மக்களிடமிருந்து, அவரது நினைவு நாளான 30 ஜனவரி அன்று, பிரிக்கப்பட்டுவிட்டது. இந்த மகத்தான முரண் எனக்குத் தெரிகிறது. நமது தலைவர்களுக்குத் தெரிந்திருக்கும் என நான் நம்பவில்லை.

மிக்க அன்புடன்,
ரமேஷ் சந்திரன்.

பத்திரிகையின் துணை ஆசிரியருக்குக் கடிதம் மிகவும் பிடித்திருந்ததாக எனக்குப் பின்னால் தெரியவந்தது. ஆனால் பிரதான ஆசிரியருக்குப் பிடிக்கவில்லையாம்.

'இந்த ஆள் என்ன சொல்லவருகிறான்? நமது குடியரசுத் தலைவரும் காந்தி மாதிரி மரணமடைய வேண்டும் என்கிறானா?' என்றாராம் அவர்.

கடிதம் பதிப்பிக்கப்படவில்லை.

கலங்கிய நதி

ஒன்று

1

பார்க்கத் தகுந்த மாதிரி எங்கள் வீட்டைச் சுற்றி நான்கே மரங்கள் இருந்தன. அடிபெருத்த ஒரு சரக் கொன்றை. ஏப்ரல், மே மாதங்களில் அதில் பூக்கொத்து களின் மஞ்சள் அடர்வு. சூரிய ஒளியில் தங்கமாகும் அடர்வு. தொங்கட்டான்களைப் போல இருக்கும் இந்தக் கொத்துகளைத் தொடர்வன மரத்தின் காய் நெற்றுகள். நீளமாக, விரைத்த குறிகள்போலத் தொங்கிக்கொண் டிருக்கும் கறுப்பு நெற்றுகள். சரக்கொன்றைக்கு அருகில் மாமரம். வயதான மரம். வருடந்தோறும் தவறாமல் பூக்கும். காய்ப்பது குறைவு. காய்த்ததில் பழுப்பவை துப்பவைக்கும் புளிப்பு. எங்கள் படுக்கையறை ஜன்னலைத் தொட்டுக்கொண்டு நின்றது முருங்கைமரம். கையை நீட்டினால் கொத்துக் கொத்தாகப் பூக்கள் அகப்படும். முருங்கைக்காய் உரசும். இந்த மரத்திற்குச் சற்றுத் தொலைவில் பலாமரம். கழலைகள் விழுந்த மரம். பழம் மிகவும் சுவையாக இருக்கும் என்று சுகன்யா சொல்லி யிருக்கிறாள். எனக்கு ஒரு சுளைகூடக் கிடைத்த தில்லை. சுகன்யாவிற்கும் கிடைத்ததாகத் தெரியவில்லை. வேலைக்காரி சொன்னாளாம். பக்கத்து வீட்டுக்காரரிடம் கேட்க எங்களுக்கு வெட்கம். தானாகத் தருவதில் அவருக்கு வெட்கம் என நினைக்கிறேன்.

இந்த மரங்களுக்குத் தினமும் வருகை தருபவை நூற்றுக்கணக்கான பறவைகள். அவற்றில் சில மிகுந்த பண்புடன் நடந்துகொண்டன. சிறு பூணியல்களும் வாலாட்டிச்சிட்டுகளும் தங்கள் வேலையுண்டு தாங்கள் உண்டு என்று இருந்தன. மைனாக்கள், கிளிகள், மரங் கொத்திகள், குலாத்திகள், தவிட்டுக்குருவிகள், மஞ்சள்

பலா போன்ற பறவைகளை எனக்கு மிகவும் பிடிக்கும். அவை நான் இருக்கும் இடத்திலிருந்து சிறிது எட்டியே இருந்தன. ஆனால் இந்த மரங்களில் கூடும் பெரும்பாலான பறவைகள் குண்டர் சட்டத்தின் கீழ்க் கைதுசெய்யப்பட வேண்டியவை. ஜன்னல் விளிம்பில் உட்கார்ந்துகொண்டு, ஓரக்கண்களால் என்னைப் பார்த்துக்கொண்டே குரல் எழுப்பி, என் தூக்கம் கலைந்ததை உறுதிசெய்துவிட்டுப் பறந்து செல்பவை. காற்றுப் புகாத இடங்களில்கூட எச்சம் இடுவதில் வல்லவை. நம்மால் நினைத்துக்கூடப் பார்க்க முடியாத இடங்களில் இவற்றின் எச்சம் இருக்கும். ஒரு நாள் என் சவர பிரஷ்ஷில் எச்சம் ஒட்டிக்கொண்டிருந்தது. காலையில் இட்லியைக் கடித் தால் வாயில் அகப்படுபவை இவற்றின் இறகுத் துணுக்குகள்.

இந்தப் பறவைகளில், அறிவு என்ற திசைப் பக்கமே செல்ல விரும்பாதவை குருவிகள். கூடுவதும் கூடுகட்டுவதுமே தங்கள் தொழில் என்பதில் உறுதிகொண்டவை. கூடிய பிறகு, குளியலறையின் ஹீட்டர்மீது தங்கள் கூடுகளைக் கட்ட முயன்று, விடாமல் தோற்றுக்கொண்டிருந்தன. காலையில் குளியலறைக்குள் நுழைந்தால் காலில் இடறுபவை, சுள்ளிகள், இறகுகள், சருகுகள் மற்றும் பெயர் கூற முடியாத பல.

பறவைகள் மிகவும் ஆபத்தானவை என்று என் நண்பன் சொன்னான். குறிப்பாகப் புறாக்கள்.

‘Fibrosis. புறாக்களை அண்டவிட்டேன்னா, உனக்குப் ஃபைப்ராஸிஸ் நிச்சயம் வரும். நுரையீரல் மரக்கட்டையா ஆயிரும். ரயில் எஞ்ஜின் மாதிரி மூச்சுவிட்டுக்கிட்டே சாக வேண்டியதுதான். மாசக் கணக்கா அப்படி மூச்சுவிட வேண்டி யிருக்கும். என் அத்தை அப்படித்தான் போனா.’

வரப்போகும் இந்தப் பேரழிவைப் பற்றி என் மனைவிக்கு எந்தக் கவலையும் இருக்கவில்லை. எங்கள் வீட்டின் காலைக் குழப்பங்கள் சுகன்யாவால் மிகக் கவனமாகத் திட்டமிடப் பட்டவை. அவற்றைச் செயல்படுத்துவதில் பறவைகள் பெரும் பங்கு வகித்தன. அவளுக்குப் பறவைகளை மிகவும் பிடிக்கும். நான் அவற்றை வெறுத்தேன். எனக்கு என் மனைவியை மிகவும் பிடிக்கும்.

நான் முதன்முதலாக சுகன்யாவைப் பார்த்தது கோபர்நிகஸ் சாலையில். சுகமான பச்சை நிற சல்வார் கமீஸ் அணிந்து கொண்டு பஸ்ஸுக்காகக் காத்திருந்தாள். ஒடிந்து விழுவது போல இருந்த அவளைச் சுற்றி ஒலிம்பிக் எடை தூக்கும்

போட்டியில் பங்கு பெறத் தகுதியுடைய சர்தார்கள். அவர்களை முந்திக்கொண்டு இவளால் பஸ்ஸைப் பிடிக்க முடியுமா என்று நான் நினைத்துக்கொண்டிருந்தபோதே பஸ் வந்துவிட்டது. சர்தார்கள் அவளுக்கு வழிவிட்டு அமைதியாக நின்றுகொண் டிருந்தார்கள். அவள் நுழைந்த பின்னரே அவர்களுக்குள் பஸ் ஏறுவதில் அடிதடி. நானும் சுகன்யாவும் நண்பர்கள் ஆக ஒரு வருடம் பிடித்தது. இரண்டாம் வருட இறுதியில் இருவருக் கும் திருமணம் நடந்தது. இன்றைக்கும் சுகன்யாவிற்காகச் சர்தார்கள் வழிவிடுவார்கள். அவள் ஒல்லியாக இல்லாமல் இருந்து பல வருடங்கள் ஆகிவிட்டன. அவள் அழகு அப்படியே இருக்கிறது. உயிர்ப்பும் மாறாமல் இருக்கிறது.

அவள் பிரியா பற்றிப் பேசுவதேயில்லை. எங்கள் வீட்டில் பிரியாவின் சுவடுகள் சுத்தமாகத் துடைக்கப்பட்டுவிட்டன. அவளது துணிகள், பொம்மைகள், புத்தகங்கள், புகைப்படங்கள் போன்றவை எங்கே போயின என்பதே தெரியவில்லை. மிஞ்சி யது என் பர்ஸில் உள்ள புகைப்படம். பிரியா பள்ளிச் சீருடையில். அது எடுக்கப்பட்டபோது அவளைச் சிரிக்காமல் இருக்கச் செய்ய எவ்வளவோ முயன்றேன். முடியவில்லை. குழந்தைகள் சிரிப்பதற்குக் காரணமா வேண்டும்? அவளுக்குக் காரணம் இருந்தது. புகைப்படம் எடுப்பவனின் தொந்தி அவன் இறுக்க மாகக் கட்டியிருந்த பெல்டையும் மீறி வழிந்து முழங்கால் வரையும் தொங்கிக்கொண்டிருந்தது. ஒவ்வொரு வாக்கியம் பேசி முடித்ததும் பெருமூச்சுவிட வேண்டிய கட்டாயம் அவ னுக்கு. பிரியாவுக்குச் சிரிப்பு அடங்கவேயில்லை. வீட்டுக்குத் திரும்பி வரும்வரையிலும் சிரித்துக்கொண்டே இருந்தாள். புகைப்படத்தில் அவள் ஒளிர்ந்தாள்.

'ஹெபாடைடிஸ் ஏ. ஓடக் கூடாது. விளையாடக் கூடாது. படுக்கையைவிட்டு நகரக் கூடாது. அம்மா சாப்பாட இங்கயே கொண்டுவந்துருவாங்க, சரியா?' பல வருடங்கள் தில்லியில் இருக்கும் சுகன்யாவின் குடும்ப டாக்டர், தமிழ் டாக்டர், சொன்னார்.

'சரி.'

'அந்தக் குச்சி ஐஸ்தான் காரணம்' என்று சுகன்யா சொன்னாள்.

'கவலைப்படறத்துக்கு ஒண்ணுமில்லையே?'

'இல்லவே இல்லை. குழந்தைகளுக்கு ஜான்டைஸ் வரது ஒண்ணும் அதிசயம் அல்ல. சீக்கிரம் குணமாயிடும்'. ஆனால் சிலர் அதன் மீளாப்பிடியில் அகப்பட்டுக்கொள்வார்கள் என்று அவர் சொல்லவில்லை. பிரியா அகப்பட்டுக்கொண்டாள்.

என்ன ஆயிற்று என்பது எங்களுக்குப் புரிவதற்குள் அவள் மறைந்துபோனாள். நான் புதைக்க வேண்டும் என்றேன். சுகன்யா எரிப்பதில் பிடிவாதமாக இருந்தாள். எந்த ஆற்றின் தண்ணீர் அவள் சாவிற்குக் காரணமாக இருந்ததோ, அந்த யமுனை ஆற்றின் தண்ணீரிலேயே அவளது சாம்பல் கரைக்கப் பட்டது. சில நாட்களுக்கு சுகன்யா அழுதாள். ஆனால் நான் எதிர்பார்த்ததற்கு முன்னரே கண்ணீர் உலர்ந்துவிட்டது.

எங்களது மணவாழ்வின் ஆரம்ப நாட்களில், கலவி முடிந்து களைத்த வேளைகளில், மகன் பிறந்தால் நன்றாக இருக்கும் என்று சுகன்யா சொல்வாள். மகன் பிறக்கவில்லை. பிரியாவின் மறைவுடன் கலவியும் மறைந்துவிட்டது. அவள் மறைவிற்குப் பிறகு சுகன்யா என்னிடம் அதிகம் பேச ஆரம்பித்தாள். என்ன பேசுவது என்பது கிடையாது – அவளது கல்லூரியில் வேலை செய்த ஆசிரியர்களின் புலம்பல்கள், மத்திய வயதைக் கடந்திருந்த கல்லூரி முதல்வருக்கு இளமை திரும்பியிருப்ப தனால் ஏற்பட்ட சிக்கல்கள், இயற்பியல்மீது சிறிதும் அக்கறை இல்லாத மாணவர்கள், இன்ன பிற. இந்த வாயாடல்களின் மையத்தில் மௌனத்தின் விதை ஒன்று முளைவிட்டிருந்ததாக நான் நினைத்தேன். அந்த நினைப்பு ஒருவேளை தவறாகக்கூட இருக்கலாம். என்னுள்ளே எரிந்துகொண்டிருந்த நெருப்பைப் பிரியாவின் இறப்பு அணைத்துவிட்டது. முன்னர் அந்த நெருப்பு வெளிச்சத்தில் மின்னிய பிம்பங்கள் இப்போது மங்கலான, தெளிவற்ற நிழல்களாக மாறிவிட்டன.

2

என் அலுவலக அறை எட்டாம் தளத்தில் இருந்தது. உண்மை யில் அது பதினெட்டுத் தளங்கள் கொண்ட ராட்சதக் கட்டடத்தில் பதிமூன்றாம் தளம். அந்தக் கட்டடத்தில், முதல் அடித்தளம், இரண்டாம் அடித்தளம், தரைத் தளம், இடைத் தளம் என்ற நான்கு தளங்களைக் கடந்த பிறகு முதல் தளம் வருகிறது. கட்டடத்தை வடிவமைத்தவர் மிகுந்த கற்பனைத் திறன் கொண்டவராக இருந்திருக்க வேண்டும். மாநகராட்சி ஆவணங் களில் எங்கள் கட்டடத்திற்குப் பதிமூன்று தளங்களே இருந்தன.

எனது அறையில் இருப்பவற்றில் பாதிப் பொருள்கள் தீயைப் பார்த்தாலே எரியக்கூடியவை. எரியும் தீக்குச்சி எங்கா வது தவறி விழுந்தால் போதும். அறை முழுவதும் புகை மூடிக் கொள்ளும். ஆனால் நான் மூச்சுமுட்டிச் சாக விரும்பவில்லை. கரிக்கட்டையான மனித உடல் பார்ப்பவர்களைக் குமட்ட வைக்கும். இதயங்களை நிறுத்தாது. பதிமூன்றாம் தளத்தி

லிருந்து நான் கீழே குதிப்பதைப் பார்த்தால், பார்ப்பவர்களின் இதயங்கள் ஓரிரு மணித்துளிகள் நின்றுவிட வாய்ப்பு உண்டு.

ஆங்கிலத்தில் A room with a view என்று சொல்வார்கள். என் அறை அந்த வகையைச் சார்ந்தது. என் இருக்கையிலிருந்து பார்த்தால் தில்லியின் புகழ்பெற்ற வழிபாட்டுத் தலம் ஒன்று தெரியும். உலகக் கட்டடக் கலை வரலாற்றில் இடம் பெற்ற தலம் என்று தில்லிவாசிகள் சொல்லிக்கொள்கிறார்கள். எனக்குப் பிடிக்காத கட்டடம் அது. ஆண் குழந்தையின் குறியை நீலத் தாமரை இதழ்களால் மூடியதுபோலத் தோற்றம் தரும் அந்த வழிபாட்டுத் தலத்தைப் பார்த்துக்கொண்டே நான் குதிக்க விரும்பவில்லை.

அறையின் மறுபுறம் சென்று ஜன்னல் கதவைத் திறந்தேன். அன்று ஞாயிற்றுக்கிழமை. வாகனங்கள் நிறுத்துமிடம் காலியாக இருந்தது. ஜன்னல் விளிம்பில் நின்றுகொண்டு குனிந்து பார்த்தேன். யாரும் நிமிர்ந்து பார்க்கவில்லை. கண்ணை மூடிக்கொண்டு குதித்தேன்.

துருத்திக்கொண்டிருந்த குளிர்சாதனப் பெட்டி ஒன்று என் இடுப்பில் இடித்து நான் விழுந்த பாதையைச் சிறிது வளைத்தது. கான்கிரீட் தரையில் விழுந்திருக்க வேண்டிய நான் நாற்றம் பிடித்த சாக்கடையில் விழுந்தேன். தலைதான் முதலில் தரையில் மோதியது. ஒரு சர்க்கஸ் கலைஞனைப் போல நான் வளைந்துகிடந்தேன். என் குதிகால்கள் தலையைக் கிட்டத்தட்டத் தொட்டுவிட்டன. சிவப்பு கலந்த வெள்ளைத் திரவம் தலையிலிருந்து சிறிய ஓடையாகத் தொடங்கிக் குதிகால் களை நனைத்துக்கொண்டிருந்தது. மூளை கூழாக வெளியில் வந்துவிட்டாலும் என்னால் சிந்திக்க முடிந்தது. என்னிடமிருந்து நான் வெளியில் வந்துவிட்டேன். எனது சிதைந்த உடலை நான் காண முடிந்தது. கூட்டம் கூடத் தொடங்கிவிட்டதால், நான் மிதந்துகொண்டே சற்று நேரத்திற்கு முன்னால் நானாக இருந்ததைப் பார்த்தேன். இதுவா பழைய நான்? தாடை முழுவதுமாக உடைந்திருந்தது. தலையைச் சூழ்ந்து நனைத்துக் கொண்டிருந்த ரத்தச் சகதியில் பரல் பரல்களாகப் பற்கள்.

'நீங்கள் இங்கு என்ன செய்துகொண்டிருக்கிறீர்கள்? ஏற்கனவே நேரமாகிவிட்டது.' குரல் தெளிவாக இருந்தது. மானுடம் கலந்ததாக இல்லை. திரும்பிப் பார்த்தேன். அந்த உருவம் இயற்பியல் விதிகளை மீறி இயங்கிக்கொண்டிருந்தது. பரிமாணங்களே இல்லாமல் நுரைத்திருந்த அது தன் கையை நீட்ட, நாங்கள் கைகுலுக்கிக்கொண்டோம். கை திடமாகத் தான் இருந்தது. அழுத்திப் பிடித்துக் குலுக்கியதால் என்

கை வலித்தது. நிமிர்ந்து பார்த்தேன். வெண்மையும் பாசியும் வழிந்த ஒரு சூட்டை அது அணிந்துகொண்டிருந்தது.

'நேரமாகிவிட்டதா? நாம் எங்கே போகப்போகிறோம்?'

'போகும்போது சொல்கிறேன். ஓடினால்தான் போய்ச் சேர முடியும் எனத் தோன்றுகிறது.'

'நான் என் உடலைவிட்டு எந்த வழியாக வெளியே வந்தேன்?'

'எந்த வழியாக வந்தால் என்ன? சீக்கிரம் புறப்படுங்கள். நான் இங்கே அதிக நேரம் இருக்கக் கூடாது.'

'நீங்கள் யார்?'

'உங்களுடைய வழிகாட்டி என்று வைத்துக்கொள்ளுங்கள். சீக்கிரம்.'

'என் மற்ற கேள்விக்கு நீங்கள் பதில் சொல்லவில்லை.'

'காது வழியாக வந்தீர்கள். நிம்மதிதானா?'

'ஆனால் என் தலை உடைந்திருந்ததே?'

'இவ்வளவு உயரத்திலிருந்து கீழே விழுந்தால் தலை உடையாமலா இருக்கும்? நண்பரே, ஆத்மா பிரம்மரந்திரம் மூலமாக வந்திருந்தால், நான் தனியாகவா வந்திருப்பேன்? உங்களை நேராகக் கடவுளிடம் அழைத்துப் போக ஒரு படையே வந்திருக்கும்.'

நான் எப்போதோ படித்திருந்தேன், நல்லவன் இறந்தால் அவன் ஆத்மா பிரம்மரந்திரம் எனப்படும் உச்சி மண்டையை உடைத்துக்கொண்டு வெளிவரும் என்று. அயோக்கியன் மரணம் அடைந்தால் ஆத்மா வெளியே செல்வதற்கு ஆசன வாயைத் தேடும். இரண்டும் கெட்டான்களின் ஆத்மாக்கள் காதுகளின் வழியேதான் வெளியே வர வேண்டும்.

நான் இரண்டும் கெட்டான் என்பது எனக்கு நன்றாகத் தெரியும். இருந்தாலும் ஏமாற்றமாக இருந்தது.

'அவ்வளவுதானா?' சுகன்யா இந்தக் கனவை நம்பத் தயாராக இல்லை.

'அவ்வளவுதான். நீ எழுப்பிட்ட.'

'இந்தக் கனவு தொடர்ச்சியா வந்திருக்கே? உண்மையச் சொல்லறயா அல்லது வராதது ஒண்ணு இரண்டச் சேத்துச் சொல்லறயா?'

‘இல்ல சுகன்யா நான் ஏன் சேக்கணும். கண்டதத்தான் சொன்னேன்.’

சுகன்யா சற்று நேரம் பேசாமல் இருந்தாள். முகத்தின் இறுக்கம் அவள் சாயலையே மாற்றிவிட்டது. நான் திரும்பிப் படுத்துக்கொண்டேன். அவள் எழுந்து சென்றதைப் படுக்கையின் தளர்வும் கட்டிலின் முனகலும் அறிவித்தன.

கண்கள் மறுபடியும் தூக்கத்தைத் தேடியபோது சுகன்யா என் தோளைத் தொட்டாள்.

‘இதைப் படி.’

ஃப்ராய்டின் *The Interpretation of Dreams*. புத்தகத்தின் நுழைவிலேயே இந்த வாக்கியம் தென்பட்டது.

‘If I cannot move the heaven I would stir up the underworld.’

(‘சொர்க்கத்தை அசைக்க முடியாவிட்டால் நரகத்தையாவது கலக்குவேன்.’)

‘எனக்குத் தெரியும் ரமேஷ், சொர்க்கம் பக்கத்தில இல்லைன்னு. சாக்கடை பக்கத்தில இருக்குங்கறத்துக்காக அதைக் கலக்கணுமா? நாத்தம் தாங்க முடியாது.’ அவள் கண்களில் கண்ணீரைக் கண்டு பல நாட்களாகிவிட்டன. கன்னங்களில் வடிந்ததைப் பார்த்தேன். தொட்டால் சூடாக இருக்கும்.

‘எதுக்கு? எதுக்குக் கனவோட பொணத்தைக் கொண்டு வந்து காட்டற?’

‘இது முதத்தரமா, சுகன்யா? நீயும் சொல்லிருக்கே. நானும் சொல்லிருக்கேன்.’

‘ஆமா. அப்போ அதோட நாத்தம் நமக்குத் தெரியல்ல. ஒருவேளை அப்போ வாசனையா இருந்திருக்குமோ என்னவோ?’

‘நாத்தமா? எனக்கு அப்படித் தோனல, சுகன்யா. அளவு கோலுக்கு வாசனையேது நாத்தமேது?’

அவள் என்னை முறைத்துப் பார்த்தாள்.

இரண்டு

1

எழுபதுகளில் தில்லிக்கு, குறிப்பாக வீடுகளை வாடகைக்குவிடும் பஞ்சாபிகளுக்கு, மதராஸிகள்மீது தணியாத காதல் இருந்தது. ஏனென்றால் மதராஸிகள் அதிர்ந்து பேசமாட்டார்கள். தவறாமல் கோவிலுக்குப் போவார்கள். வீட்டுக்காரர்களுக்கும் சேர்த்து பிரார்த்தனை செய்வார்கள். மாதம் தவறாமல் வாடகை கொடுப்பார்கள். வீட்டைக் காலிசெய்யும்போது வீட்டுக்காரர்களுடைய மின்விசிறிகளைக் கழற்றிக்கொண்டு செல்லமாட்டார்கள். எல்லாவற்றிற்கும் மேலாக, வீட்டுக்காரர்களின் பெண்களை நிமிர்ந்துகூடப் பார்க்கமாட்டார்கள்.

நான் ராஜேந்திர நகரில் ஒரு வீட்டின் முதல் மாடியில் நண்பர்களுடன் தங்கியிருந்தேன். அவர்களில் ஒருவன் ராமன். அவன் எங்கள் வீட்டுக்காரர் பெண்ணை நிமிர்ந்துகூடப் பார்க்கமாட்டான். அவன் பார்த்ததெல்லாம் அவருடைய மனைவியைத்தான். எங்கள் வீட்டுக்காரர் காலில் மிதிபட்ட கரும்புச் சக்கைபோலக் கோணல் மாணலாக இருப்பார். அவர் கடை சாந்தினி சௌக்கில். வீடு திரும்ப இரவு பத்து மணி ஆகிவிடும். அவர் மனைவி எல்லாப் பக்கங்களிலும் விரிந்து படர்ந்து இருந்தாள். வீட்டினுள் ஜாக்கட் உள்பாவாடையுடன் நடமாடுவாள். மாடிக்கும் அதே உடையில்தான் வருவாள். ராமன் பாதி நாட்கள் அறையிலேயே தங்கிவிடுவான். கூடவே வீட்டுக்காரரின் மனைவியும் தங்குவதாக எங்களிடம் பெருமை அடித்துக்கொள்வான். நாங்கள் முதலில் நம்பவில்லை. வெறிபிடித்த நாயைக்கூடக் குலைக்கும் போட்டியில் அவள் வெல்லக்கூடியவள். எங்களோடு பேசும்

போது பெங்களூர் ரமணி அம்மாள் குரலில்தான் பேசுவாள். ஆனால் அவள் ராமனைப் பார்த்தால் அமைதியாக 'நில னோக்கி மெல்ல நகும்' காரியத்தைச் செய்தாள். எங்களிடம் ஒரு நாள்கூட அவள் மரியாதையாகப் பேசியது கிடையாது. அவள் பார்வையில் நாங்கள் எல்லோரும் கேட்கும்போதெல் லாம் வாடகை கொடுக்கும் எந்திரங்கள் – அதிகம் இரைச்சல் போடாத எந்திரங்கள். நாங்கள் பேசும் ஹிந்தி அவளுக்குப் பலத்த சிரிப்பை வரவழைக்கும். எங்களைப் போலவே பேசிக் காட்டுவாள். ராமன் இயல்பாகவே நன்றாக ஹிந்தி பேசக்கூடிய வன். ஆனால் அது மட்டுமே அவள் அவனுடன் குரலைத் தாழ்த்திப் பேசுவதற்குக் காரணமல்ல என்பது எங்களுக்கு நன்றாகத் தெரிந்திருந்தது.

அப்போதெல்லாம் தில்லியில் கரோல்பாக்கிலிருந்து சரோஜினி நகர்வரை மாடி பஸ் ஒன்று ஓடிக்கொண்டிருந்தது. மெதுவாக யாரைப் பற்றியும் கவலை இல்லாமல் செல்லும். வீட்டுக்காரியும் அந்தப் பஸ்ஸைப் போலத்தான். அவள் யாருக்கும் வழிவிடமாட்டாள். வழியில் எதிர்கொண்டால் நாங்கள்தான் ஒதுங்கி நிற்க வேண்டும். ராமனுக்கு மட்டும் அவள் வழிவிடுவாள்.

வீட்டுக்காரியின் கை என் தொடைப் பருமன். கருகருவென ரோமங்கள் மினுங்கும் கரங்கள். செல்லுமிடமெல்லாம் கற்றாழை வாசனையைக் காற்றில் விட்டுச் செல்பவள். ராமன் தினமும் தவறாமல் குளிப்பான். உடலில் கண்ட கண்ட செண்டு களை அடித்துக்கொள்வான். ஆனால் அவற்றின் வாசனை களையும் மீறி அவனுடைய அறையில் உள்ளே நுழையும் போதெல்லாம் எங்களால் கற்றாழை வாசனையை நுகர முடிந்தது.

ஆறு மாதம் இந்தக் கதை தொடர்ந்தது.

ஒரு நாள் படி இறங்கியபோது கீழே விழுந்து வீட்டுக்காரி இரண்டு கால்களையும் உடைத்துக்கொண்டாள். படுக்கையை விட்டு எழுந்திருக்கக் கூடாது என்று டாக்டர் சொல்லிவிட்டார். ராமனுடைய அறையில் இப்போது செண்டு வாசனை மட்டுமே. அவன் வற்புறுத்தலால் நாங்கள் அந்த வீட்டைக் காலிசெய்து மற்றொரு வீட்டிற்குச் சென்றோம். பெஷாவரிலிருந்து குடி யேறிய ஒரு கிழவரைத் தவிர வேறு யாரும் அங்கு இல்லை.

இன்று ராமனுக்கு மிக அழகான மனைவியும் புத்திசாலி களான இரண்டு பையன்களும் இருக்கிறார்கள். ஆனால் இன்றும் எந்தப் பெண்ணையும் தன்னுடன் படுக்கச்செய்ய முடியும் என்று அவன் எண்ணிக்கொண்டிருக்கிறான்.

2

இந்த நூலகக் கழிப்பறையின் வாடை வேறுபட்டிருக்கிறது. மனிதக் கழிவின் வாடை எவ்வளவோ தேவலாம். வயிற்றைக் குமட்டிக்கொண்டு வந்ததில் வெளியே ஓடிவருகிறேன். வெளியில் மூச்சுவிட முடிகிறது. ஆனால் இந்தக் காற்றும் கலப்பட வகைதான். காற்றுப் பதனத்தில் ஏதோ கோளாறு இருக்கலாம். ஒருவேளை மனிதர்கள் ஒரே இடத்தில் குழுமியிருப்பதால் காற்று நச்சாக மாறுகிறதோ என்னவோ?

புத்தகங்களின் அருகில் செல்கிறேன். சிறிது ஆறுதலாக இருக்கிறது. புத்தகங்களின் வாசனை சொர்க்கத்தின் வாசனை. தில்லி புத்தகப் பிரியர்களின் சொர்க்கம். இங்குப் படிப்பவர்களின் எண்ணிக்கையைவிட நூலகங்களின் எண்ணிக்கை அதிகம். என் கண்களில் *The Fire Box* தென்படுகிறது. நெருப்புப் பெட்டகம். 1945க்குப் பின் எழுதப்பட்ட பிரிட்டன், அயர்லாந்துக் கவிதைகளின் தொகை நூல். லார்கின் எழுதிய நான்கு கவிதைகள் இருக்கின்றன. சாவு விடிந்துகொண்டேயிருப்பதை நினைவுறுத்துவதனாலோ என்னவோ அவனது புகழ்பெற்ற கவிதையான *Aubade* இந்தத் தொகுப்பில் இல்லை. எனக்கு லார்கினைச் சுத்தமாகப் பிடிக்காது. அவன் மனம் வெறுப்புகளின் ஆழம் காண முடியாத கிணறுகள் நிறைந்தது. அவன் தன்னுடைய நண்பர் ஒருவருக்கு எழுதிய கடிதம் ஒன்றில் இவ்வாறு குறிப்பிடுகிறான்: இலக்கியம் சார்ந்த ஒரு செய்தியும் இல்லை – இந்தியர் ஒருவரின் கடிதத்தைத் தவிர. ரவீந்திரநாத் தாகூரைப் பற்றி என்ன நினைக்கிறீர்கள் என்று கேட்டு எழுதியிருந்தார். Fuck All (நினைக்கத் தகுந்த மாதிரி அவர் ஏதும் எழுதவில்லை) என்று தந்தி கொடுக்கத் தோன்றியது.

சுகன்யாவிற்கு ஒருகாலத்தில் லார்கின் கவிதைகளைப் பிடித்திருந்தது. இப்போது எப்படியோ தெரியாது. பிரியாவின் மறைவுக்குப் பின் அவளிடம் பேசுவதே அதிகம் கிடையாது. அப்போது குறிப்பாக அவனுடைய *Born Yesterday* என்னும் கவிதை அவளுக்கு மிகவும் பிடிக்கும். ஒரு பெண் குழந்தை பிறந்ததைக் கொண்டாடுவதற்காக எழுதப்பட்ட கவிதை அது. பிரியாவும் *Born Yesterday* குழந்தையைப் போல மிகச் சாதாரணமான குழந்தை. சாதாரணமான திறமைகள் கொண்டவள். மற்ற குழந்தைகளைப் போல மகிழ்ச்சியைக் கையில் பிடிக்க நினைத்தவள்.

நான் முதன்முதலாக சுகன்யாவிடம் இந்த நூலகத்தில் தான் பேசினேன். அப்போது நூலகம் மந்திரவாதியின் பெட்டியைப் போல இருக்கும் இந்தக் கட்டடத்தில் இருக்க

வில்லை. நாடாளுமன்றத்திற்கு அருகில் உள்ள அழகான தொரு கட்டடத்தில் இருந்தது. அன்று அவள் நீலநிறப் புடவை உடுத்திருந்தாள். கருநீலம். வைரங்கள் பதிக்காதது. அவள் முகம் சிவந்திருந்தது. முகத்தில் பொட்டுப் பொட்டாக வியர்வை வைரங்கள். வெயிலில் நடந்து வந்திருக்க வேண்டும். மிக மிக அழகாகத் தெரிந்தாள். நான் அவளுக்கு அழுக்குப் பிடித்தவனாகத் தெரிந்திருக்க வேண்டும். மூன்று நாள் தாடி. கசங்கிய பழுப்புச் சட்டை. ராமனை மனத்திற்குள் சபித்துக் கொண்டேன். நான் நூலகத்திற்கு வந்தது அவனைச் சந்திக்கத் தான். அவனுடைய மாமா பெண்ணைச் சந்திப்பதற்காக அல்ல. அவளையும் கூட்டிக்கொண்டு வருவேன் என்று அவன் என்னிடம் சொல்லவேயில்லை.

சுகன்யா கோபர்நிகஸ் சாலையில் நின்றுகொண்டிருந்த போது அவளை எனக்குக் காட்டியவன் ராமன். அவள் ஏறிய பஸ்ஸின் பின்னால் வந்துகொண்டிருந்த பஸ்ஸில் நாங்கள் இருந்தோம்.

‘அந்தப் பச்சைப் பொடவையைப் பாரு. எவ்வளவு அழகா இருக்கா பாரு. அவள் எனக்கு மாமா மகள்.’

‘எனக்கும் ஊர் பூரா இந்த மாதிரி மாமா மகள்க இருக் காங்க.’

‘இல்லடா. உண்மையாச் சொல்லறேன்.’

அவன் உண்மைதான் சொன்னான் என்று என்னை நம்பச் செய்ய அவனுக்குச் சற்று நேரம் பிடித்தது.

‘ஏண்டா, இவ்வளவு அழகான முறைப்பொண்ணு இருக் கறப்போ ஏன் இப்படி அலையறே?’

‘முட்டாள். நாங்க இப்படி ஒண்ணுக்குள்ள ஒண்ணு சம்பந்தம் வைச்சுக்கப் பிரியப்படல்ல. என்னக் கல்யாணம் பண்ணிக்க சுகன்யாவுக்கு என்ன பைத்தியமா?’

அன்று நான் மிகவும் அதிர்ஷ்டம் செய்திருந்தேன். நூலகத்திலிருந்து எடுத்த நான்கு புத்தகங்களில் அவள் கண்ணில் பட்டது ப்ராட்மன் பற்றிய புத்தகம். ரோஸன் வாட்டர் எழுதிய வாழ்க்கை வரலாறு.

‘ரொம்ப நல்ல புஸ்தகம். நீங்க வாக்லியோட புத்தகம் படிச்சிருக்கேளா? *ப்ராட்மன் தெ க்ரேட்?*’

‘E.J. வாக்லி? எங்கிட்ட இருக்கே. மூர் மார்க்கெட்ல வாங்கினது.’

'இவன் ப்ராட்மன் பைத்தியம். ஃபிங்கில்டனோட *Quietly Fades the Don*கூட இருக்கு. பைண்ட் பண்ணினது.'

'ஹிந்துல வந்ததுதான?'

'ஆமா. நாப்பத்தொன்பதில வந்தது.'

நாங்கள் ட்ரம்பரைப் பற்றிப் பேசினோம். பின்னர் ஹாப்ஸ், ஸட்க்லிஃப், ஜார்டைன், லார்வுட். இரண்டாம் உலகப் போருக்கு முந்தைய கிரிக்கெட் வீரர்களை இருவருக்கும் பிடித்திருந்தது. அப்போது ராமனை வாழ்த்தினேன். எங்கள் இருவருக்கும் பிடித்தது என்ன என்பது தெரிந்திருந்ததால் அவன் இந்தச் சந்திப்புக்கு ஏற்பாடு செய்திருந்தான். நான் அன்றே சுகன்யாவைக் காதலிக்கத் தொடங்கிவிட்டேன். ஆனால் அவளைத் திருமணம் செய்துகொள்வேன் என்று யாராவது அன்று என்னிடம் சொல்லியிருந்தால் நான் நம்பியிருக்கமாட்டேன். அவள் தில்லிப் பெண். வெளிநாட்டு வாசனை. பின்னால்தான் தெரிந்தது அது Christian Dior என்று. நான் திருநெல்வேலிப் பையன். பக்கத்தில் வந்தால் ஒருவேளை என் வியர்வை வாசனையை நுகர முடியும். செருப்புப் பிரியன். ஷூக்களையும் புதுத்துணிகளையும் வெறுப்பவனாக இருந்தேன்.

நூலகத்தில் சுபிரின் புத்தகம் இருப்பது மகிழ்ச்சியாக இருக்கிறது. விற்பனை சுமாராக இருப்பதாக சுபிர் சொன்னான். அமெரிக்காவில் அடுத்த ஆண்டு வரப்போகிறதாம். அவனது நாவல் பதினெட்டாம் நூற்றாண்டு ஏசு சபைப் பாதிரி ஒருவரைப் பற்றியது. தென்னிந்தியாவில் வாழ்ந்தவர். ஏழைகளின் மத்தியில் சேவையாற்றியவர். எனக்கு ஒரு புரியாத புதிர் – எப்படிப் பெங்காலி ஒருவன் தென்னிந்தியாவைப் பற்றி இவ்வளவு தெளிவாகத் தெரிந்துவைத்திருக்க முடியும் என்று. சுபிரிடம் பல புதிர்கள் இருக்கின்றன. இந்தப் புத்தகத்திற்கு நல்ல மதிப்புரைகள் சில கிடைத்திருக்கின்றன. ஆனால் வெகுஜனப் பத்திரிகைகளில் வந்த மதிப்புரைகள் மேம்போக்கானவை. தாங்கள் எட்ட முடியா உயரத்திலிருக்கிறோம் என்ற நினைப்பில் எழுதப்பட்டவை. ஒரு மதிப்புரை சொல்கிறது : நன்றாக இருக்கிறது. ஆனால் ஒரிஜினல் மாதிரித் தோன்றவில்லை. இது நிச்சயம் பள்ளி ஆசிரியை ஒருவரால்தான் எழுதப்பட்டிருக்க வேண்டும். பல குழந்தைகளுக்கு இரண்டும் கெட்டான் மதிப்பீடுகளை வருடக்கணக்காகச் செய்துகொண்டிருப்பதால் வந்த விளைவு. எப்படி ஒரிஜினல் அல்ல என்று சொல்கிறார் என்று தெரியவில்லை. ஒருவேளை, இரவில் தூக்கம் வராவிட்டால், படிப்பதற்குப் பக்கத்தில் பதினெட்டாம் நூற்றாண்டில் இயங்கிக் கொண்டிருந்த பாதிரிகளைப் பற்றிய பல புத்தகங்களை வைத்துக்கொண்டிருப்பாரோ?

சுபிரிடம் இவர்கள் போன்றவர்களைப் பற்றிப் பல கதைகள் இருக்கின்றன. எனக்குப் பிடித்தது இது. புகழ்பெற்ற ஆசிரியர் ஒருவருக்கு அவன் கடிதம் எழுதினான். அதில் அவன் அந்த ஆசிரியரை, மட்டமான விலைபோகாத ஆபாச எழுத்தாளர் என்று திட்டியிருந்தான். அதற்கு அந்த ஆசிரியர் உடனடியாகப் பதில் எழுதினார், அந்தப் பதில்: 'நான் விலைபோகாத ஆபாச எழுத்தாளர் என்று கூறுவது முழுப்பொய்'.

சுபிர் ஒரு நெட்டைப் பிரம்மச்சாரி. தலை வழுக்கை விழத் தொடங்கி நெடுநாட்கள் ஆகிவிட்டன. வழுக்கைக்கு ஈடு கொடுக்கக் குறுந்தாடி. அவன் பேசும் ஆங்கிலம் வங்காள நெடி அடிக்கும். நான் பேசுவது தமிழ் நெடி அடிப்பதாக அவன் கூறுவான். கல்கத்தாக் கல்லூரி ஒன்றில் ஆங்கில ஆசிரியராக இருக்கிறான். கல்கத்தா முழுவதும் விரவிக் கிடக்கும் சகலகலா வல்லுநர்களில் அவனும் ஒருவன். அவனுக்குத் தெரியாத செய்தி நமக்குத் தெரிய வேண்டிய அவசியம் இல்லை என்று கருதுபவன். தெரிந்ததைச் சொல்லி எல்லோரையும் வியப்பில் ஆழ்த்த விரும்புபவன்.

நான் அவனை முதல்முதலில் கல்கத்தாப் புத்தகக் கண் காட்சியில்தான் பார்த்தேன். பழைய புத்தகங்கள் விற்ற கடை ஒன்றில் இருவரும் ஒரே புத்தகத்தை எடுக்க முயன்றபோது அறிமுகம் ஏற்பட்டது.

'எந்தப் புத்தகத்தைத் தேடிக்கொண்டிருக்கிறீர்கள்?'

'ஜ்யோதிந்திரநாத் தாகூரின் புத்தகங்கள். ரவீந்திரரின் அண்ணா. அவருடைய etchings அடங்கிய புத்தகம் ஒன்றைத் தேடிக்கொண்டிருக்கிறேன்.'

'ஆமாம். ஹாமர் ஸ்மித் பதிப்பித்தது. ஆயிரத்துத் தொள்ளாயிரத்துப் பதினாலோ பதினைந்தோ. அவருடைய இருபத்து ஐந்து வரைவுகளின் கோலோடைப்.'

'அந்தப் புத்தகம் கிடைத்தால் நன்றாக இருக்கும்.'

'அது கடினம். என்னிடம் ஒரு பிரதி இருக்கிறது. என் வீட்டிற்கு வந்தால் பார்க்கலாம்.'

அவனை எனக்கு மிகவும் பிடித்திருந்தது.

ஜ்யோந்திரநாத் தாகூரின் படைப்புகளைப் பார்த்துக் கொண்டிருந்தபோது சுபிர் ஹிந்தியில் கேட்டான்.

'நீங்கள் ரவீந்திரர் சம்பந்தப்பட்ட பொருள்களைச் சேகரிக்கிறீர்களோ?'

‘நீ என்றே சொல்லலாம். அது பொழுதுபோகாத பெங்காலிகள் மட்டுமே செய்யும் வேலை.’

‘You are right. என்னுடைய மாமா ஒருவரின் வரவேற்பறையில் ரவீந்திரரின் கணுக்கால் எலும்பு வெல்வெட் பெட்டி ஒன்றில் வைக்கப்பட்டிருந்தது.’

‘நீ பொய் சொல்கிறாய்.’

‘இல்லை. ரவீந்திரர் எரிக்கப்பட்டபோது அவர் முழுவதும் எரிவதற்கு முன்னாலேயே பலர் பாய்ந்து கையில் அகப்பட்ட எலும்புத்துண்டுகளை அள்ளிக்கொண்டு சென்றுவிட்டார்களாம்.’

‘தமிழில் ஒரு பழமொழி உண்டு. எரிகிற கொள்ளியில் பிடுங்கியவரை லாபம் என்று. அது அசலாக நடந்ததை நான் இப்போதுதான் கேள்விப்படுகிறேன்.’

‘நல்லவேளை சுபாஸ் சந்திர போஸ் தைவானில் காலமானார்.’

‘அவர் காலமானார் என்று யார் சொன்னது?’

இருவருக்கும் சிரிப்பு வந்துவிட்டது. எங்கள் இருவருக்கும் உடனே தெரிந்துவிட்டது நாங்கள் நல்ல நண்பர்களாக இருப்போம் என்று.

சுபிரும் பிரியாவும் நண்பர்களாக இருந்தார்கள். அவன் அவளுக்கு நீண்ட கடிதங்கள் எழுதியிருக்கிறான். அவற்றை எனக்குக் காட்டியிருக்கிறாள். தான் எழுதிய பதில்களைக் காட்டவில்லை.

இறந்த குழந்தையின் கடிதங்கள் பொக்கிஷங்கள் அல்லவா? நிச்சயம் பொக்கிஷங்கள்தாம். பிரியா எழுதிய கடிதங்கள் சுபிரிடம் இருக்குமா?

மூன்று

1

பிரியாவின் இழப்பு சுகன்யாவைச் சர்வாதிகாரி யாக்கிவிட்டது. வெளியில் என்னவோ என்னிடம் தாழ்ந்த குரலில் அமைதியாகப் பேசிக்கொண்டிருந்தாள். ஆனால் அந்த அமைதிக்கு அடியில் நெருப்பு ஒன்று எரியக் காத்திருந்தது எனக்குத் தெரியும். நான்தான் இந்த நெருப்பை எரியச் செய்வேன் என்பதில் அவள் திடமாக இருந்தாள். அதற்குத் தேவையான எல்லாவற்றையும் செய்யத் தொடங்கினாள். எல்லா விரல்களிலும் மோதிரம் அணிந்த, தலையைச் சாய்த்துச் சுத்த ஹிந்தி பேசும் ஜோசியர்களை வீட்டிற்கு அழைத்துவந்தாள். வீட்டின் ஓர் அறையைப் பஜனைமடம் ஆக்கி முப்பத்து முக்கோடித் தேவர்கள்மீதும் இருக்கும் பாட்டுகளை உரக்கப் பாடினாள். அல்லது பாடுபவர்களைக் கூப்பிட்டுப் பாடவைத்தாள். எல்லா விடுமுறை நாட்களிலும் விரதம் இருந்தாள். எனக்குக் கொஞ்சம்கூடப் பிடிக்காத ஹிந்தி கஜல்களை உரத்த ஒலியில் வைத்தாள். தமிழ் சீரியல்களைத் தவறாமல் பார்த்தாள். ஒரு நாள் எய்ட்ஸ் வந்திருப்பது போன்ற தோற்றம் கொண்ட பூனையைக் கொண்டுவந்து வீட்டில் உலாவவிட்டாள் – அது இருப்பது அவளது அருமைப் பறவைகளுக்குப் பிடிக்கவில்லை என்பது தெரியும்வரை. எனக்குக் கோபம் வருமா வராதா என்பதை அளவிட என்னவெல்லாம் செய்ய முடியுமோ அவை எல்லாவற்றை யும் செய்தாள். ஒன்றன் பின் ஒன்றாகப் பிரியா தொடர்பான அனைத்துப் பொருள்களும் வீட்டைவிட்டு மறைய ஆரம் பித்தன. முதலில் மறைந்தது நாங்கள் மூவரும் சேர்ந்து எடுத்துக்கொண்ட புகைப்படம் – அமைதியாக, எங்கள் படுக்கையறையின் சுவரில் நின்று தவம் செய்துகொண்

டிருந்த படம். பிறகு பிரியாவின் குழந்தைக் கட்டில். பின்னர் புத்தகங்கள், ஆல்பங்கள், துணிகள், பொம்மைகள். குழந்தையின் நினைவில் எனக்கும் பங்கு இருக்கிறது என்பது அவளுக்குப் புரியவில்லை என்பது எனக்கு வியப்பைத் தந்தது. அந்தப் பங்கை அவளிடம் வெளிப்படையாகக் கேட்க எனக்கு மனம் வரவில்லை. எங்களுக்கு இடையில் மௌனம் ஏற்பட்டுவிட்டது. அந்த மௌனத்தைக் கலைத்தால் நான் அவளை இழந்துவிடுவேன் என்ற பயம் எனக்கு இருந்தது. நான் அவளை இழக்கத் தயாராக இல்லை.

என் மனத்தில் பிரியாவின் அழிக்க முடியாத உருவம் ஒன்று பதிந்திருந்தது – ஒல்லியான, மஞ்சளடித்த, மூத்திர நாற்றம் அடிக்கும் உருவம். அந்த உருவத்திற்கும் என்னுடைய பர்ஸில் இருக்கும் குழந்தைக்கும் எந்தத் தொடர்பும் இல்லை. இந்தக் குழந்தையையா நான் முதுகில் சுமந்துகொண்டு பேதினி பூக்யால்வரையில் நடந்தேன்? கங்கா சிங் என்னுடைய மனத்தில் பதிந்த உருவத்தைக் காண முடிந்தால் அவள் பிரியா என்று புரிந்துகொள்வானா?

பல அஞ்சல் அட்டைகள் அவனிடமிருந்து வந்தன. பதில் வராது என்ற ஏமாற்றத்தில் அவை நின்றுபோயின.

தில்லியிலிருந்து கல்கத்தாவிற்கு விமானம் மூலம் சென்றால் இடது பக்க ஜன்னல்களுக்கு அருகில் உள்ள இருக்கைகளில் ஒன்றைப் பிடிக்க வேண்டும். வானம் நீலமாக இருந்தால் வெளியே தெரியும் இமயமலையின் சிகரங்களும் உங்களைத் தொடர்ந்து வரும். இந்தச் சிகரங்களில் பல புகழ் பெற்ற சிகரங்கள். மலை ஏறுபவர்களின் கனவுச் சிகரங்கள். எனக்கோ சுகன்யாவிற்கோ மலை ஏறத் தெரியாது. ஆனால் ஜன்னல் வழியாகத் தெரியும் சிகரங்களில் ஒன்றையாவது, அல்லது அவற்றின் சகோதரிகளில் ஒருத்தியையாவது பார்த்து விட வேண்டும் என்று எங்களுக்கு ஆசை இருந்தது.

காலரா ஊசி போட்டுக்கொள்வதிலிருந்து, ஹரித்துவாருக்கு டிக்கட் வாங்குவதுவரை சுகன்யா எல்லா ஏற்பாடுகளையும் மிகத் துல்லியமாகச் செய்தாள். தன் சிநேகிதி ஒருத்தியிடம் பேசி ஸ்ரீநகரிலிருந்து ரூப்குண்ட் ஏரிக்குச் செல்வதற்கு ஒரு வழிகாட்டியையும் தேர்ந்தெடுத்துவிட்டாள்.

நாங்கள் புறப்பட்டது வெயில் சுட்டெரித்த ஓர் ஆகஸ்ட் மாலையில். ரயில் நிலையத்தில் முதல் அதிர்ச்சி காத்திருந்தது. நாங்கள் பதிவுசெய்திருந்த ரயில் இருபது மணிநேரம் தாமதமாகச் செல்லும் என அறிவிப்புப் பலகை தெரிவித்தது.

‘அதனால் என்ன. பஸ்ஸில் போகலாம்’ என்றாள் சுகன்யா. அப்போதெல்லாம் தில்லி ஹரித்துவார் செல்லும் பஸ்களில் பயங்கரவாதிகளின் பயத்தோடு பல வீடுகளோடு சேர்ந்து பயணம் செய்கிறோமோ என்ற பிரமை வந்துவிடும். பஸ்ஸில் ஏறுபவர்கள் அனைவரும் குறைந்தது இருபது சாமான்களை வைத்துக்கொண்டு இருபதையும் பஸ்ஸில் ஏற்றித் தங்கள் பக்கத்தில் வைத்துக்கொள்ள முயல்வார்கள். பஸ் பிறந்ததி லிருந்து சரியாகக் கழுவப்படவில்லை என்பது அதன் தோற்றத் தைப் பார்த்தாலே தெரிந்துவிடும். பிறந்ததற்குப் பிறகு அது மழைத் தண்ணீரைத் தவிர வேறு தண்ணீரையே பார்த்திருக்க முடியாது. பஸ்ஸில் பயணம் செய்பவர்களும் குளியலை விரும்பாதவர்கள். உங்கள்மீது விழுந்து, இடித்து உங்கள் கால்களை நசுக்க முயல்பவர்கள். அவர்களை ஒவ்வொருவராக எண்ணிப்பார்த்து அவர்கள் கொண்டுவந்திருக்கும் சாமான் களையும் எண்ணிப் பயணச்சீட்டுகள் கொடுக்க மிகுந்த திறமை வேண்டும். எனவே பல நடத்துநர்கள் பயணச்சீட்டுகளே கொடுக்கமாட்டார்கள். பயணிகள் கொடுக்கும் பணத்தை வாங்கித் தங்கள் பைகளில் போட்டுக்கொள்வார்கள். கிடைத்தது போதும் என்ற நல்ல எண்ணத்தில்.

ஹரித்துவார் செல்லும் முன்னர் அந்த விபத்து நடந்தது.

சுகன்யாவும் பிரியாவும் எனக்கு முன்னால் உள்ள இருக்கையில் அமர்ந்திருந்தார்கள். என் பக்கத்தில் ஒரு கிழவர். மீரட்வரையும் அவர் உயிரைக் கையில் பிடித்துக்கொண்டு வந்ததே ஆச்சரியம். இருமலோடு மூச்சும் போய்விடுமோ என்று எனக்குப் பயமாக இருந்தது. அவர் இறங்கியதும் ஓர் ஆபத்து ஏறியது. சுகன்யா சிரிக்கச் சிரிக்க, மீசை வைத்த பெண்மணி ஒருத்தி என் அருகில் அமர்ந்துகொண்டார். கால் களுக்கு இடையில் ஓர் இரும்பு வாளி. அதனுள் சமையலுக்குத் தேவையான ஆயுதப் பொருட்கள். பஸ் ஓட்டத்தில் வாளி நகர்ந்து என் காலை இடிக்கத் தொடங்கியது. நான் மெதுவாக அவரிடம் வாளியை அவர் பக்கம் இழுத்துக்கொள்ளச் சொன்னபோதெல்லாம் அந்தப் பெண் ‘கோயி கல் நஹி’ என்று முணுமுணுத்துக்கொண்டு குறட்டைவிடத் தொடங்கினார். அவர் வாயைத் திறந்து வைத்துக்கொண்டு தூங்குவது என் கனவில் வந்துகொண்டிருந்ததால் என்னால் சரியாகத் தூங்க முடியவில்லை. இருந்தாலும் ஹரித்துவார் வருவதற்கு முன்னால் சிறிது கண் அசந்தேன். கண்விழித்தபோது இடது காலை வாளி அழுத்திக்கொண்டிருந்தது. தாங்க முடியாத வலி. திடீர் பிரேக் போட்டதால் வாளி நகர்ந்துவிட்டது என்று பெண்மணி கூறினார். இறங்கியதும் காலணியை அகற்றிப்

பார்த்தேன். பாதம் வீங்கி இருந்தது. அந்தப் பாதத்துடன் தெருக்களில் நடப்பதே கடினம். மலைப்பாதைகளில் எப்படி நடப்பது?

சுகன்யா வீக்கத்தைப் பார்த்துப் பரிதாபப்படவில்லை. 'இது என்ன சுண்டைகாய் வீக்கம்' என்று சொல்லிவிட்டுத் தனது கைப்பையிலிருந்து 'ஸ்லோன்ஸ் பாம்' களிம்பு பாட்டில் ஒன்றை எடுத்துக்கொடுத்தாள். பாட்டிலைச் சுற்றியிருந்த தகவல்தாளை வானத்தை நோக்கிய மீசை வைத்துக்கொண்டிருந்த டாக்டர் ஸ்லோன்ஸ் ஆக்கிரமித்திருந்தார். களிம்பால் எந்தப் பயனும் தெரியவில்லை. நான் கற்பூரத் தயாரிப் பாலையைப் போல மணக்கத் தொடங்கிவிட்டேன். என் பக்கத் தில் வந்தவர்களெல்லாம் ஒரு மாதிரி மூக்கை உறிஞ்சிக் கொண்டது தெரிந்தது. பிரியா என் கையை உதறிவிட்டு அம்மாவின் கையைப் பிடித்துக்கொண்டாள்.

சுகன்யா தன்னுடைய தோழியிடம் பேசினாள். அவள் அமைத்துக் கொடுத்திருந்த வழிகாட்டி ரயில் நிலையத்தில் காத்திருந்துவிட்டுத் திரும்பிச் சென்றுவிட்டானாம்.

'நாம் நிச்சயம் ரூப்குண்ட் போகிறோம்' என்று சுகன்யா சொன்னாள்.

நாங்கள் செல்ல நினைத்த இடம் கடுவால். இமாலயத்தில் ஐந்தாயிரம் மீட்டர் உயரத்தில் இருக்கும் ஏரி. அந்த ஏரிக் கரையிலும் அதன் அடியிலும் நூற்றுக்கணக்கான மனித எலும்புக்கூடுகள் இருக்கின்றன. குழந்தைகள், பெண்கள் ஆண்கள். எல்லோரும் எலும்புக் கூடுகளாக இருக்கிறார்கள். இத்தனை உயரத்தில் இவர்கள் மரணமடைந்ததற்குப் பல காரணங்கள் சொல்லப்படுகின்றன. எனக்கும் சுகன்யாவிற்கும் இந்த எலும்புக்கூடுகளைப் பார்க்க ஆசை. பேதினி பூக்யால் வழியில் இருப்பது ஒரு போனஸ்.

2

தேபால் என்ற அந்தக் கிராமத்தில்தான் அன்றைய இந்தியா வின் மிக மோசமான உணவு விடுதி இருந்தது. எனக்குக் கால் வலியோடு வயிற்று வலியும் சேர்ந்துவிடும்போலத் தோன்றியது. எல்லாம் கடுகு எண்ணெய் சமாச்சாரங்கள். வாணலியில் பல வருடங்களாகக் காய்ந்துகொண்டிருந்த எண்ணெய். ஆனால் அந்த விடுதி உரிமையாளர் எங்களுக்கு நல்ல காரியம் ஒன்றைச் செய்தார்.

‘அதோ அந்தப் பெங்காலிப் பெண்களுடன் பேசிக் கொண்டிருக்கிறாரே அவர்தான் கங்கா சிங். அவரைப் போல வழிகாட்டி இந்தக் கடுவால் முழுவதும் தேடினாலும் கிடைக்க மாட்டார்.’

‘உங்கள் ஓட்டல் உணவைப் போலவா?’

‘ஆமாம்.’

‘சரிதான். நாம திரும்பிப் போயிடலாம்’ என்று சுகன்யா விடம் தமிழில் சொன்னேன். பிரியா எனது மடியில் அயர்ந்து தூங்கிக்கொண்டிருந்தாள்.

‘அவசரப்படாதே’ என்ற சுகன்யா அவனிடம் பேசச் சென்றாள். சிறிது நேரத்திலேயே திரும்பி வந்துவிட்டாள். ‘அவன் நம்மகூட வரான். நீ அவன்கிட்டப் பேசிட்டிரு. நான் பிரியாவை எழுப்பிப் பாத் ரூமுக்குக் கூட்டிண்டு போறேன்.’

என்னைப் பார்த்ததும் கங்கா சிங் உரத்த குரலில் வர வேற்றான்.

‘நீங்க மதராஸிதானே?’

‘ஆமாம். உனக்கு எப்படித் தெரியும்?’

‘நீங்க ‘குடும் குடும்’ என்று பேசிக்கொண்டிருந்தபோதே கண்டுபிடித்துவிட்டேன்.’

கங்கா சிங் ஐந்தடிக்குக் குறைவான உயரத்தில்தான் இருந்தான். உடலில் ஒவ்வொரு பாகமும் அவனுக்காகவே செய்யப்பட்டதுபோலக் கச்சிதமாக இருந்தது. வளர மறுக்கும் மீசை. திராட்சைப்பழக் கண்கள். சிரித்தால் மறையும் கண்கள். எனக்கு அவனை உடனே பிடித்துவிட்டது.

‘அந்தப் பெங்காலிப் பெண்களுடன் என்ன பேசிக் கொண்டிருந்தாய்?’

‘அவர்களும் ரூப்குண்ட் போக விரும்புகிறார்கள். என்னைக் கூப்பிட்டார்கள். நான் மறுத்துவிட்டேன்.”

‘என்ன காரணம்?’

கங்கா சிங் அவர்களில் ஒருத்தியின் கைப்பையைச் சுட்டிக் காட்டினான். பையின் வெளியே புகழ்பெற்ற நிறுவனம் தயாரிக்கும் சானிடரி நாப்கின்களின் பாக்கெட் துறுத்திக் கொண்டிருந்தது.

‘என்ன கங்கா சிங், உங்களூரில் பெண்கள் இல்லையா?’

'இருக்கிறார்கள். ஆனால் அவர்கள் இந்த நாட்களில் மலை ஏறமாட்டார்கள். வழியில் விநாயகர் இருக்கிறார். அவர் மேலே செல்லவிடமாட்டார்.'

'என் மனைவியும் பெண்தான் கங்கா சிங்.'

'சார் மதராஸிப் பெண்கள் தேவி மாதாவிற்குச் சமமான வர்கள். அவர்களைப் பற்றித் தவறாகப் பேசினால் என் நாக்கு அழுகிக் கீழே விழுந்துவிடும். அவர்களுக்கு எப்போது வெளியில் கிளம்புவது என்பது தெரியும். கூடவே ரோஜாப்பூ மாதிரி குழந்தை இருக்கிறது. குழந்தைகள் என்றால் மலைகளுக்கு மிகவும் பிடிக்கும்.'

சுகன்யாவிடம் அவன் சொன்னதைக் கூறவில்லை. அவள் உடனே பயணத்தை ரத்துசெய்திருப்பாள்.

கங்கா சிங்குடன் இரண்டு பேர் எங்கள் பொருட்களைத் தூக்கிச் செல்ல வந்தார்கள். ஐந்து நாட்கள் எங்களுடன் இருந்தார்கள். ஆனால் மொத்தமாக ஐந்து ஆறு வார்த்தைகள் தான் பேசியிருப்பார்கள். பேசியதெல்லாம் கங்கா சிங். அற்புத மான வழிகாட்டி அவன். காட்டில் உள்ள எல்லா மரம் செடி கொடிகளின் பெயர்களும் அவனுக்குத் தெரிந்திருந்தது – சகலகலாவல்லியான சுகன்யாவே ஆச்சரியப்படும் வகையில். ஆனால் தொலைவைச் சரியாகக் கணக்கிடும் விதம் அவனுக்குத் தெரியாது என்பது எங்களுக்குச் சற்று நேரத்திலேயே விளங்கிவிட்டது. 'அதோ அந்தத் திருப்பம்தான். இரண்டு நிமிடங்களில் லோஹார்ஜங் விடுதி வந்துவிடும்' என்பான். இருபது நிமிடங்கள் ஆகியும் விடுதியின் சுவடே தென்படாது. கேட்டால், 'அது எங்க வரும்? காலா இருக்கு அதற்கு? நாம்தான் நடந்து செல்ல வேண்டும். இதோ வந்து விடும்' என்பான். முதலில் ஏறுவது அவ்வளவு கடினமாக இல்லை. ஆனால் நேரம் செல்லச் செல்ல சிர்மரங்களும் ஓக்மரங்களும் குறையத் தொடங்கின. வானைத் தொடும் தேவதாரு மரங்களுக்கிடையே வளைந்து செல்லும் பாதை ஏற்றமடையத் தொடங்கியது. பேச்சு குறைந்துபோனது. எண்ண மெல்லாம் இலக்குமீதுதான். பல திருப்பங்களுக்குப் பிறகும் விடுதியைக் காணோம். காணவேபோவதில்லை என்ற முடிவுக்கு வந்தபோது விடுதி கண்ணில்பட்டது.

விடுதியில் காவலாளர் இருந்தார். எங்களைச் சமைத்துக் கொள்ள அனுமதித்தார். கங்கா சிங் அருமையாகச் சமைத் திருந்தான். சப்பாத்தி, கத்திரிக்காய், பருப்பு, சாதம். தொட்டுக் கொள்ள ஊறுகாய். விடுதிக்குக் கீழே கூட்டமாகச் சேர்ந்து பாடிய குரல்கள் கேட்டன. 'தேவி மாதாவிற்கு இன்று பூஜை.

நான் சாப்பிட்டவுடன் கீழே சென்றுவிடுவேன்' என்றான். கீழே சென்றால் மேலே திரும்ப ஏற வேண்டும் என்ற எண்ணமே அவனுக்கு இருந்ததாகத் தெரியவில்லை.

இரவில் திரும்ப வந்தான்.

நான் கண் விழித்தபோது, கங்கா சிங் என் குதிகாலில் ஏதோ மூலிகைத் தைலத்தைத் தடவிக்கொண்டிருந்தான். வலி தெரியவில்லை. சுகம் கண்களை இறுக்கியது. காலையில் எழுந்து பார்த்தால் வீக்கம் முற்றிலும் வடிந்திருந்தது. கங்கா சிங் செய்த மாயம்.

'எனக்கு இந்தப் பாட்டில் வேண்டும்.' ஸ்லோன்ஸ் களிம்புப் பாட்டில் அவனுக்குப் பிடித்திருந்தது.

'எடுத்துக்கொள். வாசனை போகக் கழுவ வேண்டும். வேற பாட்டில் தரட்டுமா?'

'வேண்டாம். இந்தப் பாட்டில்தான் வேண்டும். இந்த ஆளுடைய மீசை எனக்குப் பிடித்திருக்கிறது. ஊறுகாய் வைத்துக்கொள்வேன்.'

'கங்கா சிங், இவர் வெள்ளைக்காரர். காரம் பிடிக்காது. அடிக்கடித் தும்முவார்' என்றாள் சுகன்யா.

கங்கா சிங்கிற்கு அவள் சொன்னது முதலில் புரிய வில்லை. புரிந்ததும் விழுந்து விழுந்து சிரித்தான். நாங்கள் அவனுடன் இருந்த நாட்களில் ஒரு நாளைக்குக் குறைந்தது மூன்றுதடவையாவது சுகன்யா சொன்னதைத் திரும்பச் சொல்லிச் சிரித்துக்கொள்வான். பாட்டிலைத் தடவிக் கொடுப்பான்.

போகும்போது சுகன்யா பறவைகளை அடையாளம் காட்டுவாள். 'அதோ பாரு. அந்தப் பறவையோட கலரப் பாரு. ஆரஞ்சு, சிவப்பு, கருப்பு, சரிதானா? அது ஸ்கார்லெட் மினிவெட். ஆண் பறவை. பெண் பறவையின் கலர் பச்சையும் சாம்பலும் கலந்தது. இது இமாலய விசிலடிச்சான். மஞ்ச மூக்கு. நம்ம மலபார் விசிலடிச்சானுக்குக் கறுப்பு மூக்கு.'

எனக்கு எல்லாப் பறவைகளும் ஒரேவிதமாகத்தான் தெரிந்தன. சுகன்யாவிடம் சொன்னால் கோபித்துக்கொண்டு என்னிடம் பேசுவதையே நிறுத்திவிடுவாள்.

கங்கா சிங்கிடம் கேட்டேன்.

'உனக்கு ஏதாவது வித்தியாசம் தெரிகிறதா?'

கலங்கிய நதி 41

‘தெரியும் சார். ஆனால் பெயர் தெரியாது. குழம்பி விடுவேன். அதுக்கெல்லாம் தேவி மாதா தனிக் கண் கொடுக்க வேண்டும். உங்கள் மனைவிக்குக் கொடுத்திருக்கிறார்.’

‘அவளுக்கா? அவள் கண்ணாடி சைஸைப் பாத்தயா?’

சுகன்யா கண்ணில் எந்தக் கோளாறும் இல்லை. சூரிய வெளிச்சத்திலிருந்து காப்பாற்றிக்கொள்வதற்காகக் கறுப்புக் கண்ணாடி அணிந்திருந்தாள். கங்கா சிங்கின் பதில் என்ன என்பதை அறிவதற்காகச் சொன்னேன்.

‘கண்ணாடி என்ன சார், கண்ணாடி? மனசால் பார்க் கிறார்கள்.’

இதற்கு என்ன பதில் சொல்வது என்பது எனக்குத் தெரிய வில்லை. இது மாதிரி பதில் சொல்ல முடியாதபடி பல செய்தி களைச் சொல்வதில் வல்லவன்.

‘இந்த லட்டு சாப்பிடுங்க. ராம்தானா லட்டு. நான் மூணு லட்டு சாப்பிட்டேன். இன்னிக்குப் பகல் சாப்பாடு இதுதான். ராத்திரிவரைக்கும் தாங்கும்.’

அவன் பத்துச் சப்பாத்திகளையும் அதற்குத் தொட்டுக் கொள்ள உருளைக்கிழங்குக் கறியும் சாப்பிட்டதை நான் என் கண்ணால் பார்த்தேன். இந்தச் சிறிய செய்தியை அவனிடம் சொன்னால் பதில் இப்படி வரும்.

‘என்ன சார் சப்பாத்தி. வயிற்றை அடைப்பதற்குச் சாப்பிடு வது. உயிர்சக்தி லட்டில்தான் இருக்கிறது. ராம்தானா லட்டில்.’

இந்திரா காந்தியைச் சுட்டுக்கொன்றவர்கள் பாகிஸ்தானி லிருந்து வந்தவர்கள் என்பதில் அவன் உறுதியாக இருந்தான். நாங்கள் என்ன சொல்லியும் அவனை மாற்ற முடியவில்லை.

‘தாடி அவங்களுக்கு இருக்கவே இருக்கு. தலை முடி வளர்றதுக்கு ஆறு மாசத்துக்கு மேல ஆகாது’ என்பது அவனுடைய அசைக்க முடியாத வாதம்.

பிரியா எல்லாரையும்விட உயரம். அவள் கங்கா சிங்கின் தோள்மேல் அமர்ந்திருந்தாள்.

‘அப்பா, இவர் நான் உலகத்திலே உயரமான அஞ்சு வயசுப் பொண்ணுன்னு சொல்றார்.’

‘அவர் சொல்றது சரிதான் பிரியா.’

கங்கா சிங் சொன்னதை நான் ஆமோதித்ததில் அவளுக்கு மிகவும் சந்தோஷம். சுற்றி வட்டமிட்டுக்கொண் டிருந்த வண்ணத்துப் பூச்சிகளை எண்ணத் தொடங்கிவிட்டாள்.

'கங்கா சிங், நீ எத்தனைதடவை ரூப்குண்ட் வந்திருப்பே?'

அவன் உடனே பதில் சொன்னான். 'ஆயிரம்தடவை.'

'உனக்கு வயசு என்ன?'

'இருபத்து ஐந்து.'

'அப்போ, நீ பிறந்ததிலிருந்து வருஷத்துக்கு நாப்பது தடவையாவது ரூப்குண்ட் வந்திருக்கணும். என்ன கங்கா சிங், உண்மையே உன் வாயில வராதா?'

கங்கா சிங்கிற்கு உடனே பதில் சொல்ல முடியவில்லை. ஆனாலும் சமாளித்துக்கொண்டான்.

'ஆயிரமோ நூறோ, சார். கங்கா சிங் ஸன் ஆப் ராம் சிங்போல ஒரு கைட் இந்தக் கடுவாலில் எங்கேயும் கிடைக்க மாட்டான்.'

அவன் சொன்ன சில உண்மைகளில் இதுவும் ஒன்று.

அந்த இரவு நாங்கள் வான் என்ற இடத்தில் தங்கினோம். அங்குதான் கங்கா சிங் தன் மற்றொரு திறமையை வெளிப்படுத்தினான்.

'நான் கிராமத்துக்குப் போய்விட்டு வருகிறேன் சார். என் குருநாதரைப் பார்க்க வேண்டும்.'

வான் விடுதி அருமையாக இருந்தது. உயரமான சிப்ரஸ் மரங்களால் சூழப்பட்டிருந்தது.

'குருநாதரா? மலை ஏறச் சொல்லிக்கொடுத்தவரா?'

கங்கா சிங் இரண்டு உள்ளங்கைகளையும் விரித்துக் காட்டினான்.

'என்னது கைரேகையா? நீ கைரேகை பார்ப்பாயா?'

கைரேகை, ஜோசியம், ந்யூமராலஜி, நேமாலஜி போன்ற அசலான அறிவியற் பிரிவுகளின் மீது சுகன்யாவுக்குத் தணியாத ஈர்ப்பு.

'இந்தா என் கையைப் பாரு. வலதா இடதா?'

'நீங்கள் வலதுகைப் பழக்கம் உள்ளவர்கள். அதனால் வலதுகையைத்தான் பார்க்க வேண்டும். பழசைச் சொல்ல வேண்டுமா அல்லது வரப்போவதையா?'

'இரண்டையும் சொல்லேன்.'

கலங்கிய நதி

‘உங்க உள்ளங்கை கெட்டியாவும் அதே சமயம் வழுவழுப்பாவும் இருக்கிறது. நீங்க எந்தக் காரியத்தை எடுத்தாலும் கடைசிவரை உறுதியாக இருந்து நடத்தி முடிப்பீர்கள் என்பதை அது காட்டுகிறது. உங்களுக்குக் கோபமே வராது. சோர்ந்தே போகமாட்டீர்கள். உங்கள் செவ்வாய் மேடு என்ன சொல்கிற தென்றால் . . .’

‘சுகன்யா, என்னை விட்டுடு. நான் கொஞ்சம் வெளில போயிட்டு வரேன்.’

வானம் தெளிவாக இருந்தது. கணக்கிட முடியாத நட்சத்திரங்கள். தில்லியில் இந்த வானம் எங்கிருக்கிறது? சிப்ரஸ் மரங்கள் தூரத்தில் கருமையாக அடர்ந்திருந்தன. எங்கள் பின்னால் உலகம் முடிகிறது என்று சொல்லும் அடர்த்தி. வாசலிலேயே நின்றுகொண்டிருந்தேன். எனக்கும் சுகன்யாவுக்கும் இடையே பிளவு ஏதாவது ஏற்பட்டுவிடுமோ என்று நெஞ்சு அடித்துக்கொண்டது.

கங்கா சிங் அரை மணிநேரம் எடுத்துக்கொண்டான். ‘சலாம் சாப்’ என்று கூறி அவன் வெளியே போனதும், நான் உள்ளே சென்று என்னுடைய துயிற்பையில் நுழைந்து கொண்டேன். சுகன்யா தனக்குள் சிரித்துக்கொண்டது எனக்குக் கேட்டது.

3

பேதினி பூக்யால் செல்லும் பாதை கிட்டத்தட்டச் செங்குத்தாக இருந்தது. சிப்ரஸும் ஸ்ப்ரூஸும் மறைந்து குட்டையான ரோடோடென்ரான்கள் வரத் தொடங்கின. பச்சை மறைந்து பாறைகளில் பாசி தென்படத் தொடங்கியபோது காற்றிற்குப் பேய் பிடித்துக்கொண்டது. சுழன்று சுழன்று சாமியாடி எங்களைப் பயமுறுத்தியது. போகும்போது தொடங்கிய தூரல் மழையாக மாறியது. மழை உறைந்து பனிக் கூழாங்கற்களாக மாறி எங்களைச் சாடின. பிராண வாயு முற்றிலுமாகக் களவாடப் பட்டுவிட்டதோ என்ற பிரமை. பனிக் குடிலை அடைவதற்குள் உயிர் இருக்குமா என்ற ஐயம். பிரியா பயத்தில் அழக்கூட முடியாமல் உறைந்துபோனாள்.

கங்கா சிங் பேதினி பூக்யாலைப் பற்றி மிக அழகான சித்திரத்தை எங்கள் மனங்களில் வரைந்திருந்தான்.

‘பச்சை என்றால் பச்சை அப்படிப்பட்ட பச்சை. நீங்கள் பாத்திருக்க முடியாத பச்சை. பச்சைக்கு மேல லட்சக்கணக்கான பூக்கள். பார்த்திராத வண்ணங்களையெல்லாம் அங்கே பாக்கலாம்.’

நாங்கள் பார்த்தது இறந்த புல்வெளியை. பனிச் சாம்பல் போர்வையிட்டு மூடியிருந்த புல்வெளியை. பனிக் குடிலிலிருந்து பூக்யாலைப் பார்த்தபோது சுகன்யாவிற்கு அழுகை பீறிட்டு வந்தது.

கங்கா சிங் மௌனமாக இருந்தான். சிறிது நேரம் கழித்துச் சொன்னான். 'கொஞ்ச நேரத்தில் மழை நின்று, மேகங்கள் கலைந்து போய்விடும். தூங்குங்கள். நானே உங்களை எழுப்பி இதுவரை பார்த்திராத அதிசயத்தைக் காட்டுகிறேன்.'

அவனை நாங்கள் நம்பத் தயாராக இல்லை.

களைப்பில் எவ்வளவு நேரம் தூங்கியிருப்போம் என்று தெரியாது. கங்கா சிங் எழுப்பியபோது மழை விட்டிருந்தது. ஆனால் வெளியில் செல்ல மனம் இல்லை. கங்கா சிங் கொடுத் ததை வேண்டா வெறுப்பாகச் சாப்பிட்டுவிட்டுக் குடிசைக்கு வெளியில் வந்தோம். வானம் பூத்திருந்தது. பூக்யால் நில வொளியில் குளித்திருந்தது. பனிக் குடிலுக்குக் கீழே பூக்யால் ஏரி பளபளத்தது. வலது பக்கம் பார்த்தோம். திரிசூல் சிகரமும் நந்தகுந்தி சிகரமும் அருகே கைக்கெட்டும் தூரத்தில் இருந்தது போல ஒரு பிரமை. சிகரங்கள் மஞ்சள் கலந்து நிலவொளியில் மின்னின. கடவுளர்களின் சிகரங்கள். பார்த்துக்கொண்டே இருந்தோம். திகட்டாத அழகு வாழ்வில் சிலமுறைகள்தான் கிட்டும். அன்று எங்களுக்கு அந்த அழகு கிட்டியது. கங்கா சிங் உபயத்தால்.

குடிலுக்குள் வந்ததும் சேர வேண்டும் என்ற உந்துதல். இருவருக்கும்.

ஆனால் குளிரைத் தடுத்த ஆடைகள் எங்களையும் தடுத்தன.

'என்னுடைய ஸ்லீப்பிங் பேக்கிற்கு வா' என்று சுகன்யாவை அழைத்தேன்.

'அப்பா, நான் தனியாத் தூங்கமாட்டேன்' என்று பிரியா பதில் சொன்னாள்.

மறுநாள் காலை மறுபடியும் மழை தொடங்கிவிட்டது.

'ரூப்குண்ட் போக முடியுமா என்று நான் பாதி வழி போய்ப் பார்த்துவிட்டு வருகிறேன்' என்றான் கங்கா சிங்.

'கங்கா சிங், உன்கூட வந்தவர்களையும் அழைத்துக் கொண்டு போ' என்றாள் சுகன்யா.

கலங்கிய நதி   45

அன்று மதியம் பிரியா அயர்ந்து தூங்கிக்கொண்டிருந்த போது சுகன்யா என்னுடைய துயிற்பைக்குள் வந்தாள். பிசுபிசுப்பான, உடல் வாசம் தூக்கலான கலவி.

'கங்கா சிங் என்ன சொன்னாங்கறதக் கேட்க வேண்டாமா?'

'வேண்டாம்.'

'எனக்குப் பத்து லட்ச ரூபாய் பேங்கல இருக்கும்னான். மெட்ராஸில வீடு கட்டுவோமாம்.'

'ரொம்ப நல்லது. தூங்கலாமா?'

'உனக்கும் நல்லதுதான் நடக்கும்னான். நீ செக்ரடரியா தான் ரிடைர் ஆவியாம்.'

'பிரியாவுக்கு என்ன சொன்னான்?'

'என் கையில பிரியாவைப் பத்தி ஒண்ணும் கண்டுபிடிக்க முடியல்லைன்னு சொன்னான். அவ கையைப் பாத்தான். ஆனா முத்தாத கை ஒண்ணும் சொல்ல முடியாதுன்னுட்டான்.'

கங்கா சிங் நாங்கள் எதிர்பாத்துக்கொண்டிருந்த செய்தியைக் கொண்டுவந்தான். ரூப்குண்ட் பாதை முழுவது மாகப் பனியால் மூடப்பட்டுவிட்டதாம். இரண்டு நாட்கள் காத்திருக்க வேண்டும் என்றான். பிரியாவை வைத்துக்கொண்டு இரண்டு நாட்கள் இங்கு இருப்பது முடியாத காரியம். 'சரி, அடுத்த வருஷம் வரலாம்' என்றாள் சுகன்யா. அடுத்த வருஷம் வரவேயில்லை. அதுதான் நாங்கள் மூவரும் சேர்ந்து சென்ற கடைசிப் பயணம்.

தில்லி வரும் வழியில் பிரியா குச்சி ஐஸ்க்ரீம் கேட்டுப் பிடிவாதம் பிடித்தாள். சுகன்யா வேண்டாம் என்று முனகி னாள். குழந்தையை இதை எல்லாம் சாப்பிடவைக்க வேண்டும், அப்போதுதான் அவளது எதிர்ப்புச் சக்தி வளரும் என்றேன். நாங்கள் மூவரும் வானவில்லின் எல்லா வண்ணங்களையும் கொண்டிருந்த குச்சி ஐஸ்க்ரீம் சாப்பிட்டோம். சுகன்யா மூன்று குச்சிகள் கேட்டாள்.

நான்கு

எனக்கு நடக்கக் கற்றுக்கொடுத்தது தில்லிதான். வாழ்க்கையின் வலியுறுத்தலால் தினமும் நம்மை அறியாமலே நடக்கும் சிறு நடையல்ல பெருநடை. நகரம் முழுவதும் இருக்கும் பூங்காக்களைத் தேடிக் கைகளை வீசி வீசி வேகமாக நடக்கும் நடை.

நான் பிறந்த ஊரில் இருந்த பூங்காக்கள் செடி கொடிகளின் கல்லறைகள். உடைந்த, உட்கார முடியாத பெஞ்சுகளின் அருங்காட்சியகங்கள். ஒலிபெருக்கிகளின் வலிமையைப் பரிசீலிக்கும் சோதனைச்சாலைகள். காதுகளின் நரகங்கள். தில்லியின் பூங்காக்கள் வித்தியாச மானவை. ஆட்கள் நடமாட்டம் அதிகம் இல்லாவிட்டா லும் நன்றாகப் பராமரிக்கப்படுபவை. மௌனம் மட்டும் உயிர்த்து இருக்கும் இவற்றின் புல்தரைகள் முதலில் கால்களைக் குண்டூசிகள்போலக் குத்தும். பின்னால் கால்களைக் குத்தலையே நாடவைக்கும். பல பூங்காக்களின் நடுவில் கல்லறைகள். மனிதர்களு டையவை. முதலில் அவை பயமுறுத்தின. பிறகு யாரு டையவை என்பதை அறியத் தூண்டின. கடைசியில் ஈர்த்தன.

நடக்கத் தொடங்கிய நாட்களில் சுகன்யாவும் என் கூட நடப்பாள். நான் கல்லறைகளைத் தேடி அலையத் தொடங்கியதும் பின்தங்கிவிட்டாள். அவளுக்கு இறந்தவர்களைப் புதைத்த இடங்களிலிருந்து தீட்டுக் கதிர்கள் பரவுவதாக நினைப்பு. வீட்டிற்குத் திரும்பி வந்ததும் உடனே குளிக்கச் சொல்வாள். என்னை ஊடுருவியிருக்கும் தீட்டு தண்ணீருக்குப் பயப்படாது என்ற முடிவுக்கு வந்ததும் குளிக்கச் சொல்வதை நிறுத்திக்கொண்டாள். 'இந்தக் கல்லறைப் பூஜையை

எப்போ நிறுத்தப்போறேளோ!' என்று அலுத்துக்கொள்வதோடு சரி.

நான் ஹெர்பர்ட்டைப் பார்த்தது ஒரு கல்லறைத் தேடலின் போதுதான்.

ரசியா சுல்தானாவின் கல்லறைக்குப் பல நாட்களாக நினைத்துக்கொண்டிருந்தும் போக முடியவில்லை. இது சென்னையில் இருக்கும் சிவபக்தர் கபாலீஸ்வரர் கோவிலையே பார்க்காமல் இருப்பது போன்றது. பெரிய குற்றம். ஒரு சனிக் கிழமை நிவர்த்திக்கத் தீர்மானித்தேன். என் நடை துர்க்மான் நுழைவில் தொடங்கியது. அந்த நுழைவைச் சுற்றி இருந்த இடம் ஒரு காலத்தில் அமைதியாக மரங்கள் சூழ்ந்து இருந்த தாம். துறவி துர்க்மான் அங்கு வந்ததே இடத்தின் அமைதியை விரும்பித்தானாம். இப்போது அந்த இடத்தின் குரல்வளையை நாகரிகம் நெரித்துக்கொண்டிருக்கிறது. மனிதர்கள் மனிதர்களை ஏறி மிதிக்காமல் இருக்கச் சிறிதே இடம்விட்டு மற்ற இடங்களை யெல்லாம் அடைத்துக்கொண்டிருந்த மனிதக் குடியிருப்புகள், மனிதக் கழிவுகள், மனிதர்கள் செல்லும் வாகனங்கள். அங்கு நின்றாலே பக்கத்தில் இருப்பவனைக் கொல்லலாமா என்ற ஆத்திரம் வரும். பல மனிதர்கள், நாம் பார்க்க விரும்பாத மனிதர்கள், கூடி நெருக்குவதால் ஏற்படும் ஆத்திரம்.

நுழைவிலிருந்து பஜார் வழியாக நடந்தால் ஒரு ஆள் மட்டுமே செல்லக்கூடிய குறுகிய சந்துகளின் குழப்பம். அந்தச் சந்துகளில் ஒன்று ரசியாவின் கல்லறை வளாகத்தில் முடிந்தது. கல்லறை அருகில் புறாக் கூடு வீடுகள். இங்குப் பூங்கா இல்லை. மூன்று பக்கங்களிலும் வீடுகளால் அடைக்கப்பட்டிருந்த கல்லறைகளைச் சுற்றிச் சிறிது திறந்த வெளி. வானம் முழுவது மாகத் தெரியும் வெளி. ரசியாவின் கல்லறை விளிம்புகள் உடைந்திருந்தன. பக்கத்தில் அவளுடைய சகோதரி. மரணத் திலும் இவர்கள் வாழ்க்கையால் நெருக்கப்பட்டு இருந்தார்கள். அரச குமாரிகளின் வாழ்க்கை அல்ல. சாதாரணத் தில்லி ஏழை களின் வாழ்க்கை. சகோதரிகளின் புதைக்கப்பட்ட கால்களைத் தொட்டு வருடும் வாழ்க்கை. இவ்வளவு வருடங்கள் சகோதரி களின் மரணப் படுக்கை கலைக்கப்படாமல் இருந்தது ஆச்சரியம்தான்.

அந்த இடத்தில் வாழ்க்கையை உணர முடிந்தது. பார்க்க முடியவில்லை. கோழி வறுபடும் வாசம். கோழை துப்பப்படும் ஓசை. புது மூத்திரத்தின் நெடி. லேத்துகள் இயங்கும் சப்தம். என்னைத் தவிர உயிருள்ள வேறு எவரையும் காணோம். சகோதரிகளின் தனிமையைக் கலைக்கிறோமே என்ற குற்ற

உணர்ச்சியோடு கல்லறைகளைப் பார்த்துக்கொண்டிருந்தேன். கிளம்பியபோதுதான் அவர் வந்தார். கையில் புத்தகம். *Ten Easy Walks in Delhi.* நல்ல உயரம். நீலக் கண்கள். பின்னடையும் தலை முடி. கவனித்த விதத்திலேயே அவர் கல்லறையைப் பற்றிப் படித்தவர் என்று தெரிந்தது.

‘அதிக வேலைப்பாடு இல்லாத கல்லறை என்று தெரியும். ஆனாலும் இவ்வளவு ஏமாற்றம் அளிக்கும் என்று எதிர்பார்க்க வில்லை.’

‘ரசியா சுல்தானா அதிர்ஷ்டசாலி. இதற்குள் இந்தக் கல்லறைகள் இடிக்கப்பட்டிருக்க வேண்டும். இங்கு ஒரு சதுர அடியின் விலையைக் கேட்டால் தலையைச் சுற்றும்.’

‘எல்லா நகரங்களிலும் இது நடந்திருக்கிறது. லண்டனின் சத்தெர்க் கதீட்ரல் தெரியுமா? அதைப் பத்தொன்பதாம் நூற்றாண்டிலேயே இடிக்க நினைத்தார்கள். இடிபடாமல் தப்பி விட்டது. அந்தக் கதீட்ரலில் பதிமூன்றாம் நூற்றாண்டுப் போர் வீரனின் மரப் படிவம் ஒன்று இருக்கிறது. அவனும் ரசியாவும் ஒரே சமயத்தில் வாழ்ந்திருக்கலாம். இருவரும் நாகரிகத்தின் தாக்குதல்களிலிருந்து தப்பி இன்றுவரை இருந்துகொண் டிருக்கிறார்கள். நான் இங்கு நின்று இருவரையும் இணைப்பது ஆச்சரியத்திலும் ஆச்சரியம்தான்.’

‘Live in fragments no longer. Only connect, and the beast and the monk, robbed of the isolation that is life to either will die.’

(‘துண்டுகளில் வாழாதே. இணை. மிருகமும் துறவியும் தனிமை பறிக்கப்பட்டு – அவர்களின் உயிரே அதுதான் – இறந்துவிடுவார்கள்.’)

‘இறந்துவிடுவார்களா? எனக்குச் சந்தேகம்தான். நான் துறவிகள் இறப்பதை விரும்பவில்லை. எனக்குச் சாப்பாடு போடுபவர்களே அவர்கள்தாம். உங்களைப் பார்த்ததில் மகிழ்ச்சி. அதும் பார்ஸ்டரைப் படித்திருக்கும் ஒருவரை. என் பெயர் ஹெர்பர்ட். ஹெர்பர்ட் மாத்யூஸ்.’

‘என் பெயர் ரமேஷ். ரமேஷ் சந்திரன்.’

சற்று நேரம் மௌனம் நிலவியது. இருவரும் விரும்பாதது. உடைத்தது அவர்.

‘I am English. வடக்கு யார்க்ஷையர். நான் துறவிகளின் கிராமம் ஒன்றிலிருந்து வருகிறேன். பெனெடிக்டைன் துறவிகள். ஆம்பில்ஃபோர்த் கிராமம். கேள்விப்பட்டிருக்கிறீர்களா?’

'Oh, yes. ரைட் ரெவெரெண்ட் டோம். பாட்ரிக் பாரி எப்படி இருக்கிறார்?'

ஆச்சரியத்தில் அவரது கண்கள் பிதுங்கி வெளியில் வந்து விடும்போல இருந்தது. 'பாட்ரிக் பாரி? அவர் ஓய்வுபெற்று விட்டார். என்னால் நம்பவே முடியவில்லை. ஒரு ஹிந்து ஒரு முஸ்லிம் அரசியின் கல்லறை முன்னால் நின்றுகொண்டு ஒரு கிறிஸ்தவத் துறவியைப் பற்றி விசாரிப்பது!'

'ஆம்பில்ஃபோர்த் கிராமம்தான் நான் பார்த்த ஒரே ஆங்கிலக் கிராமம். என்னை அழைத்திருந்தவர் அபேயைச் சுற்றிக்காட்டி இந்தப் பெரியவரிடம் அறிமுகம் செய்துவைத்தார்.'

நாங்கள் இருவரும் பல நாட்கள் நண்பர்களாக இருந்தது போல உணர்ந்தோம். ஹெர்பர்ட் ஆம்பில்ஃபோர்த் கல்லூரியில் ஆசிரியர். இஸ்லாமியக் கட்டடக் கலையில் அவருக்கிருந்த தணியாத ஈடுபாடு அவரைத் தில்லிக்கு இழுத்தது.

'கறுப்பு மசூதியைப் பார்த்துவிட்டீர்களா?'

'இன்னும் இல்லை. நீங்களும் என்கூட வாருங்களேன்.'

சந்திலிருந்து சாலைக்கு வர அதிக நேரம் பிடிக்கவில்லை. ஆங்கிலேயர்கள் அதிகம் பேசாதவர்கள். ஆனால் ஹெர்பர்ட் பேச்சை நிறுத்துவதாகவே தெரியவில்லை. அவருக்கு வயதான பாட்டி ஒருவர் (Can you beat it? She will be one hundred and five this Christmas.) ரேடிங்கில் இருந்தார். அவருடைய தங்கை டாக்டர். சிலியில். தாயும் தந்தையும் லிங்கன்னில் அழகான, சிறிய B&B விடுதி ஒன்றை நடத்திக்கொண்டிருந்தார்கள்.

'லிங்கன் கதீட்ரலிலிருந்து ஐந்து நிமிட நடைதான். பணத்திற்காக அவர்கள் அதை நடத்தவில்லை. ஏதோ ஒரு ஆசையால்தான். இங்கே ஏன் அதுபோல B&Bக்கள் இல்லை?'

'ஜும்மா மசூதியைப் பார்த்திருக்கிறீர்களா?'

'பார்த்திருக்கிறேன்.'

'அதன் அருகில் ஒரு B&Bயை யோசித்தாவது பார்க்க முடியுமா? எங்கள் வழிபாட்டுத் தலங்களைச் சுற்றி வறுமையும் நோயும் குப்பைகளும் சூழ்ந்திருக்கின்றன. அழகுக்கும் அமைதிக்கும் இங்கு இடம் இல்லை.'

கறுப்பு மசூதி போகும் வழியில்தான் நாங்கள் மாதுளம் பழம் விற்றுக்கொண்டிருந்தவனைப் பார்த்தோம். சிவப்பு ஊறிய மஞ்சள் பழங்கள். பெரிய பழங்கள். பழங்களை அவன் தள்ளு

வண்டியில் அடுக்கிவைத்திருந்த விதம் அவற்றை இன்னும் பெரிதாகக் காட்டியது. இரண்டு மூன்று பழங்கள் கச்சிதமாக அறுக்கப்பட்டிருந்தன. வரிசையான முத்துகள். ரத்தச் சிவப்பு முத்துகள். தள்ளுவண்டியின் ஒருபுறம் இந்திப் படப் போஸ்டரால் மறைக்கப்பட்டிருந்தது. மூன்று கான்களில் ஒரு கான் போஸ்டரை வியாபித்துக்கொண்டிருந்தார். எரியும், மை படர்ந்த கண்கள் கொண்ட கான்.

'பார்த்தாலே வாங்கத் தோன்றுகிறது. தித்திப்பாக இருக்குமா?'

தள்ளுவண்டிக்காரனுக்கு ஒரு வாடிக்கையாளர் கிடைத்து விட்டார் என்பது நிச்சயமாகத் தெரிந்துவிட்டது.

'வெள்ளைக்காரன்கிட்ட சொல்லுங்க சாப். நல்ல பழம். நேத்துதான் காபூல்லேருந்து வந்தது.'

'நீயே சொல்லலாம். அவருக்கு என்னைவிட நல்லாவே இந்தி தெரியும். ஆமா காபூலா? உனக்காக ஸ்பெஷலா வருதோ?'

அவன் உதடுகள் வெற்றிலைக் காவியால் சிவந்திருந்தன. சிரித்தான். பற்களின் வெள்ளை சிவப்பிடம் தோல்வியுற்றிருந்தது. வரிசையான பற்கள். அவன் மாதுளையின் முத்துகள் போல.

'உங்களுக்குத் தெரியாதா? காபூலில் இருந்து ஜும்மா மஸ்ஜிதுக்கு ஒரு சுரங்கப்பாதை இருக்கு. அங்கிருந்து தினமும் பாதாமும் மாதுளையும் வருது. காபூலுக்கு இங்கிருந்து வாழைப் பழமும் டபுள் ரொட்டியும் போகுது.'

'Double roti is bread. Unleavened bread.'

'காபூல் மாதுளைங்கறதெல்லாம் சரிதான். நல்லா இருக்குமா?'

'நல்லாவா? பூரா ரத்தம் சாப். ரத்தம் முத்தா இருக்கு. சாப்ட உடனே எழுந்திருக்கிறது எப்போதுமே விரைச்சிட்டு நிக்கும். தொங்கற பேச்சே கிடையாது. பொண்டாட்டி என்னிக்கும் குத்தம் சொல்லமாட்டா.'

'உங்க பெயர் என்ன? அஹமத்? அஹமத் என் பெயர் ஹெர்பர்ட். இவர் ரமேஷ். இவருடைய மனைவி இங்க இருக்காங்க. நான் எங்க போவேன்? என்னுடைய கேர்ல் பிரண்ட் இங்க இல்லை.'

'கவலைப்படாதீங்க சாப். GB ரோடு பக்கத்திலதான். ஏழாம் நம்பர் வீடு. நிம்மிபாய் வீடு. அஹமத் அனுப்பிச்சான்னு சொல்லுங்க. நல்ல நேபாளிப் பொம்பிள்ளைங்க. குறைஞ்சது ஆறு ரவுண்டாவது வருவாங்க.'

'இவன் பேச்சைப் போலவே பழமும் இருந்தால் நமக்குக் கவலை இல்லை.'

பேச்சைப் போலவே பழமும் இருந்தது. ஆனால் விரைப் பதற்கான அறிகுறிகள் ஏதும் தென்படவில்லை.

'உன் பழத்தை நீ சாப்பிடறதில்லையா, அஹமத்?'

'கேக்காதீங்க சாப். ரெண்டு பொண்டாட்டி இங்க. ஒண்ணு கிராமத்தில. நிம்மிபாயும் கவனிச்சிக்கிடறா. ஆனாலும் அடங்கலை. எல்லாம் இந்தப் பழம் செய்யற வேலை.'

அஹமத் முகத்தில் வாலிபம் இன்னும் துள்ளிக்கொண் டிருந்தது. தாடியின் கரு வளையங்கள் மிடறு வழியாக நெஞ்சில் இறங்கின. வயது இருபத்து ஐந்திற்கு மேல் இருக்காது. இவனுக்கு மூன்று மனைவிகளா?

'பிள்ளைகள் எத்தனை?'

'அஞ்சு. ஆறாவது வயித்துல.'

'கடவுள் உனக்குத் துணை நிற்கட்டும்' ஹெர்பர்ட் அவனை வாழ்த்தினார். 'உனக்கு அவர் துணை நிச்சயம் தேவை.'

நான் ஒரு கிலோ மாதுளை வாங்கினேன். சுகன்யாவுக்கு மாதுளை பிடிக்கும்.

'இதை நீயே இங்க வச்சிரு. கறுப்பு மசூதிக்குப் போறேன். திரும்பி வந்து வாங்கிக்கறேன்.'

'நான் எங்கயும் போகமாட்டேன், சாப். மெதுவா வாங்க.'

செங்குத்தான படிகளின் இறுதியில் கறுப்பு மசூதி இருந்தது. கறுப்பே கண்களுக்குத் தென்படவில்லை. எங்கும் வெள்ளை. நடுவில் முற்றம். முற்றத்தில் சிறிய நீர்ச்சதுரம். அதன் நடுவில் அழகிய பளிங்கு நீரூற்று. தொழும் இடம் ஐந்து பகுதிகளாகப் பிரிக்கப்பட்டிருந்தது. ஒவ்வொரு பகுதிக்கும் மேல் அரைக் கோளம். வயதானவர் ஒருவரைத் தவிர மசூதியில் ஆளே இல்லை. எங்களைப் பார்த்ததும் எழுந்து வந்தார்.

பி.ஏ. கிருஷ்ணன்

‘ரமேஷ் சந்திரன். இவர் ஹெர்பர்ட் மாத்யூஸ்.’

‘தமிழ் பிராமின்?’

‘ஆமாம். அது அவ்வளவு தெளிவாகத் தெரிகிறதா?’

‘உங்கள் பெயர் சந்திரன். நீங்கள் கறுப்பாக இல்லை.’

ஆயிரக்கணக்கான பார்ப்பனரல்லாத சிவப்பு மலையாளச் சந்திரன்கள் நிச்சயம் இந்த உலகத்தில் இருக்கிறார்கள் என்பதில் எனக்குச் சந்தேகம் இல்லை. ஆனாலும் கிழவரை மறுக்க மனம் வரவில்லை.

‘என் பெயர் அஸ்கர். ரஃபீக் அஸ்கர். நான் இங்கே டிபியா கல்லூரியில் ஆங்கில விரிவுரையாளனாக இருந்தேன். இருபது வருஷங்களுக்கு முன்னால். இரண்டு பையன்கள். மூத்தவன் அமெரிக்காவில்.’

கிழவர் குலமுறை கிளத்துவதற்கு அரை மணிநேரம் ஆயிற்று. அவரது மௌனத்தை முதலில் கலைத்தவர்கள் நாங்கள் என்பதால் அவரது பேச்சில் குறுக்கிட விரும்பவில்லை. எங்கள் முறை வந்ததும் அஸ்கர் மூன்று தலைமுறைச் செய்தி களைக் கேட்டார். கடைசியில்தான் மசூதிக்கு வந்தார்.

‘கிழக்கு நுழைவாயிலில் இந்த மசூதி கட்டப்பட்டது 1387இல் என்று எழுதியிருக்கிறது. கட்டியது ஜுனன் ஷா மக்பூல். கான் – இ – ஜஹானின் மகன். கான் பிரோஸ் ஷா துக்ளக்கின் முதன்மந்திரி. அப்பா பையன் இருவரின் கல்லறை களும் இங்கேதான் இந்த முற்றத்தில் இருந்தன. 1857இல் எடுத்துவிட்டார்கள்.’

திடீரென்று காற்று விபரீத ஓசைகளைக் கொண்டுவந்தது. மக்கள் அங்கும் இங்கும் ஓடிய ஓசை. கடைகளின் கதவுகள் மூடப்பட்ட ஓசை. வாகனங்கள் அவசரமாக நிறுத்தப்பட்ட ஓசை. துப்பாக்கிகள் சுடப்பட்ட ஓசை. சில நிமிடங்களிலேயே மசூதி பயந்த மனிதர்களால் நிறைந்துவிட்டது. அவர்கள் பேசவே இல்லை. எங்களைக் கவனித்ததாகவும் தெரியவில்லை. ஆனாலும் எனக்கு உள்ளுக்குள் வெலவெலப்பு. அஸ்கர் என் தோளை அணைத்துக்கொண்டு சொன்னார்.

‘இது எப்போதும் நடக்கக்கூடியதுதான். பதினைந்து நிமிடங்களில் எல்லாம் சரியாகிவிடும். சர்பத் கொண்டு வரட்டுமா?’

நான் வேண்டாம் என்றேன். ஹெர்பர்ட் ஓரமாக நின்று கொண்டு நடந்ததைக் கவனித்துக்கொண்டிருந்தார். கண்களின்

பளபளப்பு மங்கவேயில்லை. நேரம் ஆக ஆக மசூதியில் கூடி யிருந்தவர்கள் தங்களுக்குள் தாழ்ந்த குரலில் பேசிக்கொள்ளத் தொடங்கினார்கள். எதிரொலிக்கும் உருது நல்ல தூக்க மருந்து. எனக்குத் தூக்கம் வரவில்லை.

இரண்டே மணிகள் ஒரு முழுவாழ்க்கையின் நேரமாகத் தோன்றலாம் என்பதை என்னிடம் அன்றைக்கு முன்னால் யார் சொல்லியிருந்தாலும் நம்பியிருக்கமாட்டேன். மசூதியை விட்டுக் கடைசியாக வெளியேறியது நாங்கள். படிகளில் இறங்கியபோதே தெருவில் நின்ற போலீஸ் ஜீப்பைப் பார்த்து விட்டோம்.

‘நீங்கள் இங்கு என்ன செய்துகொண்டிருக்கிறீர்கள்? இங்கே பார்க்க என்ன இருக்கிறது?’ என் அடையாள அட்டையை அதிகாரியிடம் காட்டினேன். விரைத்து சல்யூட் அடித்தார்.

‘இவர்களைக் கமலா மார்க்கெட்டில் விடுங்கள்.’

நான் வண்டியில் ஏறியபோது ஹெர்பர்ட் என் தோளைத் தொட்டு தெரு ஓரத்தில் கவிழ்ந்துகிடந்த தள்ளுவண்டியைக் காட்டினார். ஜீப் ஓட்டுபவரிடம் என்ன நடந்தது என்பதை அறிய முயன்றோம். அவர் வாயையே திறக்க மறுத்துவிட்டார்.

மறுநாள் எல்லாத் தினசரிகளையும் வாங்கினோம். ஒரு பத்திரிகையின் மூன்றாம் பக்கத்தின் ஓரத்தில் பழைய தில்லி யில் நடந்த சிறிய கலவரத்தைப் பற்றிச் செய்தி வெளியாகி யிருந்தது. யாரும் இறந்ததாகக் குறிப்பிடப்படவில்லை.

‘எனக்கு இன்றுதான் இந்தியாவில் கடைசி நாள். அந்தக் கலவரம் எனக்காகவே அரங்கேற்றப்பட்டது என்று நினைக் கிறேன்.’

‘அரங்கேற்றம் எல்லாம் சரிதான். ரத்தம் ஏதும் சிந்தாத வரை.’

‘ரத்தம் ஏதும் சிந்தாதவரை.’ ஹெர்பர்ட் நான் சொன்னதை ஆமோதித்தார்.

‘என் காதில் என்னவோ நேற்று மரணத்தின் ஓசை விடாமல் கேட்டுக்கொண்டிருந்தது.’

‘அந்த ஓசையைப் பொறுத்தவரை நான் செவிடு என நினைக்கிறேன். ரமேஷ், don't be so morbid.’

ஆம்பில்ஃபோர்த் சென்றதும் ஹெர்பெர்ட் எனக்கு அழகிய மின்னஞ்சல் அனுப்பினார்.

அன்புள்ள ரமேஷ்,

நான் மிகவும் நன்றாக இருக்கிறேன். கொஞ்சம் வேலை அதிகம், அவ்வளவுதான். வாரக் கடைசியில் விரிவாக எழுதுகிறேன். வார நடுவில் மாணவர்கள் மின்னஞ்சல்கள் அனுப்புவதற்குக் கணினியை மொய்க்கிறார்கள். நம் முடைய மாதுளம் பழ நண்பரைச் சந்தித்தாயா? அவர் நலமாக இருக்கிறாரா? அஸ்கர் எப்படி இருக்கிறார்?

அன்புடன்,
ஹெர்பர்ட்.

பஜார் எப்போதும்போல இரைச்சலும் கூட்டமுமாக இருந்தது. இரைச்சலும் கூட்டமுமே அதற்கு உயிர் என்று எனக்குத் தோன்றியது. அன்று வெளியே வந்தபோது இருந்த அமைதியும் ஆளில்லாமையும் அதன் உயிரை உறிஞ்சுபவை.

அஸ்கர் தொழுகைக் கூடத்தில் இருந்தார். என்னைப் பார்த்ததும் எழுந்து ஓடிவந்தார்.

'நான் உங்களைப் பற்றித்தான் நினைத்துக்கொண்டிருந்தேன். அந்த ஆங்கிலேய நண்பர் எப்படியிருக்கிறார்?'

'இங்கிலாந்து சென்றுவிட்டார். உங்களை மிகவும் கேட்டுக் கடிதம் எழுதியிருக்கிறார்.'

அஸ்கர் பேசிக்கொண்டே இருந்தார். அந்தத் தினத்திற்கு வருவார் என்று பார்த்தேன். வர வழியைக் காணோம். அஹமத் பெயரை நான்தான் எடுக்க வேண்டியிருந்தது.

'அஹமத் எங்கே? தெருக்கோடியில் காணவில்லையே?'

'எந்த அஹமத்?'

'மாதுளம் பழம் விற்பானே, அந்த அஹமத்.'

'ஓ, குலாம் அஹமதா? அவனைப் புதைத்து ஒரு வாரத்திற்கும் மேல் இருக்கும். அவனைத்தான் அன்றைக்குக் குத்தி விட்டார்கள்.'

'அது பற்றிச் செய்தி ஒன்றும் வரவில்லையே?'

'ஏழை முஸ்லிம் ஒருவன் குத்தப்படுவது, அதுவும் தில்லியில், என்றைக்குச் செய்தியாக வந்திருக்கிறது? அவன் அன்றைக்குச் சாகவில்லை. ஒரு வாரம் கழித்துத்தான் செத்தான். அவனை நினைவுவைத்திருந்ததற்கு நன்றி.

கலங்கிய நதி 55

நாங்களே மறந்துவிட்டோம். போனவர்களைப் பற்றியே நினைத்துக்கொண்டிருந்தால் இருப்பவர்களைக் கவனிக்க முடியாது.'

'அவன் குடும்பம்? அவன் மனைவிமார்கள்?'

'மனைவிமார்களா? அவனுக்குக் கல்யாணம் எப்போது நடந்தது? மாதுளம் பழம் விற்றுத் தார்பங்காவில் இருக்கும் அப்பா அம்மாவிற்குப் பணம் அனுப்புகிறவன் கல்யாணம் செய்துகொள்ள முடியுமா? யார் அவனுக்குப் பெண் கொடுப்பார்கள்? நல்ல காலம், அவனுடைய வண்டிக்கு அதிக சேதம் இல்லை. அவன் தம்பி வந்திருக்கிறான், பழம் விற்க.'

'தெருவில் பழம் விற்பவர் யாரையும் பார்க்கவில்லையே?'

'அவன் இங்க விற்கப் பிரியப்படவில்லை. துர்க்மான் கேட் பக்கம் விற்கிறான்.'

பழ வியாபாரிகளுக்கு மத்தியில் அவனை எளிதாக அடையாளம் கண்டுகொள்ள முடிந்தது. தாடியில்லாத, கொஞ்சம் குட்டையான அஹமத். வண்டிக்கு அதிகம் சேதம் இல்லை. கான் அப்படியே இருந்தார். எரியும், மை படர்ந்த கண்களுடன்.

அஹமதின் மரணத்தைப் பற்றி ஹெர்பர்ட்டுக்குக் கடிதம் எழுதினேன். அவர் அதற்குச் சுருக்கமாகப் பதில் எழுதினார்.

அன்புள்ள ரமேஷ்,

நான் செவிடுதான் என்பது இப்போது தெரிகிறது.

அன்புடன்,
ஹெர்பர்ட்.

அடுப்பில் வைத்திருந்த சூப் கொதித்து இறுகிக் கொண்டிருந்தது. அதன் வாசனை சமையலறையிலிருந்து வரவேற்பறைக்குப் பரவி ரமேஷை எழுப்புமா? மூன்று நான்கு தாடைகள் அவனுக்கு. அவை அனைத்தும் மார்பில் படர்ந்து விரிய அவன் டெலிவிஷன் முன்னால் தூங்கிக்கொண்டிருப்பான். மருந்துகளை நிறுத்தியதும் தாடைகள் மறைந்துவிடுமாம். டாக்டர் உறுதியளித்திருக் கிறார். இப்போது ரமேஷைச் சதைக்குவியல்களுக்குள் தேடுவது கடினமாக இருக்கிறது.

நான் முதன்முதலில் அவனைப் பார்த்தபோது எனக்குப் பிடித்திருந்தது அவனுடைய இறுக்கமான உடற்கட்டுதான். என்னுடைய தந்தையின் வரவேற்பறை யில் அவருக்குப் பிடித்தமான நாற்காலியில் அவன் அமர்ந்திருந்தான். சட்டை பேண்டிற்குள் செருகப்பட்டு, அவன் இடுப்பு ஒடுக்கமாகத் தெரிந்தது. அவன் பெல்ட் அணிந்திருக்கவில்லை. ஆனாலும் பேண்டின் விளிம்பு மடிந்து வயிற்றின் மீது படியவில்லை. என்னைவிட அவன் அதிகம் வெட்கப்பட்டான். என்னை நிமிர்ந்து கூடப் பார்க்கவில்லை. ஆனாலும் நான் காப்பி தம்ளரை அவன் கையில் கொடுத்தபோது மூச்சைப் பிடித்து வயிறை இறுக்கிக்கொண்டேன். என் புடவையை மீறி வழிந்த வயிற்று மடிப்புகளை அவன் பார்த்துவிடக் கூடாது என்று வேண்டிக்கொண்டேன். அவனுக்குக் கொடிபோல இருக்கும் பெண்களைப் பிடிக்காது என்று பிறகுதான் தெரிந்தது. நான் இருந்ததைப் போலச் சிறிது பூசினால்போல் இருந்தால்தான் அவனுக்குப் பிடிக்குமாம்.

ரமேஷுக்கு சூப் பிடித்திருந்தது. விழுங்கியபோது இன்னும் வலித்ததாகச் சொன்னான். ஆனால் வலி குறைந்துகொண்டு வந்தது என்பது சுகன்யாவிற்குத் தெரிந்தது. இல்லையென்றால் ஒரு கோப்பை சூப் குடிப்பதற்கு ஒரு மணிநேரம் எடுத்துக்கொள்வான்.

‘பதில் ஏதாவது வந்துதா?’

‘வந்துடுத்து. படிக்கறேன் கேளு.’

அன்புள்ள சுகன்யா,

மிஷின்கூடப் போக முடியாதபடி என் முடி அடர்த்தியாக இருப்பதாக என்னுடைய தலைமுடியைக் கவனித்துக் கொள்பவன் என்னிடம் எப்போதும் சொல்வான். ரமேஷ் என்னை வழுக்கை ஆக்கிவிட்டான். எனக்கு ஆபாச எழுத்தாளர் ஒருவரைத் தெரியும். அவருக்கு நான் கடிதம் எழுத வேண்டிய அவசியமே இல்லை. எனது பக்கத்து வீட்டில் அவர் இருக்கிறார். என்னுடைய புத்தகம் ஹிந்துஸ்தானி பாடகர் ஒருவரைப் பற்றி. அவர் இந்துத்வா மீது சிறிது மையல் கொண்டவர். ரமேஷ் அவரைப் பாதிரியாக மாற்றியது தெரியவந்தால் அவர் என்னை மன்னிக்கவேமாட்டார்.

நான்கு அத்தியாயங்களையும் படித்துவிட்டேன். படித்தது பிடித்திருக்கிறது.

பிரியாவின் கடிதங்களில் ஒன்றுகூட என்னிடம் இல்லை. அவளை ஞாபகம் வைத்துக்கொள்வதற்காக அவை தேவைப்படும் என்று நான் எதிர்பார்க்கவில்லை.

அன்புள்ள,
சுபிர்.

அன்புள்ள சுகன்யா,

ஆம்பில்ஃபோர்த் லண்டனிலிருந்து வெகுதொலைவில் இருக்கிறது. நான் அசல் லண்டன் வாசி.

நானும் சந்திரனும் ரசியா சுல்தானா கல்லறைக்குப் போனது எனக்கு நன்றாக நினைவிலிருக்கிறது. அன்று திரும்பி வந்து காலை உணவு அனைத்தையும் உன்னுடைய வரவேற்பறைக் கம்பளத்தில் வாந்தியெடுத்ததும் நினைவிலிருக்கிறது. மற்றபடி அன்று வேறு ஏதும் நடக்கவில்லை.

பார்ஸ்டர் ஒரு போலி. அவர் பக்கத்திலேயே போக நான் விரும்பவில்லை. சந்திரனையும் அவரிடமிருந்து தள்ளி நிற்கச் சொல்.

சந்திரன் போன நூற்றாண்டு ஹ்யூகோவை இழுத்திருக்கிறான். நான் எங்கள் பெட்ஜமனை, இந்த நூற்றாண்டுக் கவிஞனை மேற்கோள்காட்டியிருப்பேன்.

The roads are all widened and the lanes are all straight
So that the rising executive won't have to wait
For who would use a footpath to Quainton or Brill
When the jet can convey him as far as Brazil?

(தெருக்கள் அகலமாகின்றன சந்துகள் நேராகின்றன. நம்முடைய வளரும் செயலர் காத்திருக்கக் கூடாதென் பதற்காக.

க்வைன்டனுக்கும் ப்ரிலுக்கும் அவர் நடைபாதையில் ஏன் செல்ல வேண்டும்.

ஜெட் விமானம் அவரைப் பிரேசிலுக்கே கூட்டிச் செல்லும்போது?)

ரமேஷ் கொஞ்சம் show-off இல்லையா?

பிரியா இந்தப் பக்கங்களைச் சுற்றிச் சுற்றி வருகிறாள். அவள் வார்த்தைகளில் வரக் கூடாது என்று நான் எண்ணுகிறேன்.

அன்புடன்,
ஹெர்பர்ட்.

அவள் ஹெர்பர்டின் கடிதத்தின் கடைசி வரிகளைப் படித்த போதே ரமேஷ் குறட்டைவிடும் சத்தம் கேட்கத் தொடங்கி விட்டது. அவனை மெதுவாக சோபாவில் சாய்த்துத் தலைக்குக் கீழ் ஒரு தலையணையை வைத்தாள். உருண்டு கீழே விழுந்து விடுவானோ? மாட்டான். வலது காலைச் சிறிது அசைத்தாலே வலி அவனை எழுப்பிவிடும்.

இந்த ராமன் யார் என்று அவனிடம் கேட்க வேண்டும். சரியான போக்கிரி. இவன் மாதிரி ஒரு நண்பன் ரமேஷுக்கு இருந்திருப்பானா?

அன்புள்ள சுபிர், ஹெர்பர்ட்,

ரமேஷ் நன்றாக எழுதுகிறான். ஆனால் அவன் என்னைப் பற்றி எழுதியிருப்பது நியாயமானதாகத் தெரியவில்லை. என்னுடைய கருத்துகளைப் பிறகு சொல்லலாமென இருக்கிறேன். இன்னும் சில அத்தியாயங்களை இணைத் துள்ளேன்.

அன்புடன்,
சுகன்யா.

ஐந்து

1

என்னுடைய நெகிழ்வட்டுகள் இப்போது வண்ண மயமான பிணங்கள். நான் எழுதியனவெல்லாம் அவற்றில் இருந்தன. ஆனால் ஏதோ பார்க்க முடியாத ஒரு கை அவற்றை முற்றிலும் அழித்துவிட்டது. இந்த அற்பாயுசுகளை நம்பி நான் நிலைவட்டில் இருந்த வற்றையும் முழுவதுமாக அழித்துவிட்டேன். என் பழைய நோட்டுப்புத்தகங்கள் மனத்தில் நிற்கின்றன. ஓரங்கள் கிழிந்து பழுப்படைந்தாலும், அவை உயிரை விடாமல் பிடித்துக்கொண்டிருக்கும்.

சுகன்யாவின் அழித்தொழிப்பிலிருந்து தப்பிய சில அச்சு நகல்களைக் குடைகிறேன். சுகன்யாவிற்கு அச்சிடப் பட்ட எதையும் அழிப்பதற்கு மனம் வராது. ஆனால் கணினி அச்சிட்டதை அவள் பொருட்டாகவே மதிப்ப தில்லை. படித்துவிட்டுக் குப்பைக்கூடையில் போட்டு விடுவாள். என்னுடைய ஒரே நம்பிக்கை நான் முதல் முதலாக எழுதியதை அவள் அழித்திருக்கமாட்டாள் என்பது. உதடுகளை இறுக்கிக்கொண்டு நான் எழுதியதை அவள் படித்தது நினைவிருக்கிறது. படித்தது பிடித்திருக்க வேண்டும். ஏனென்றால் பிரியா பக்கத்தில் வந்தபோது 'தொந்தரவு பண்ணாதே' என்று கடிந்துகொண்டாள். The Screwtape Letters என்ற சாய்ந்த எழுத்துகள் என் கண்ணில்படுகின்றன.

2

C.S. Lewis எழுதிய The Screwtape Letters புத்தகத்தில் பெரிய பிசாசு குட்டிப் பிசாசிற்கு எழுதிய கடிதத்தில்

இவ்வாறு குறிப்பிடுகிறது: இரண்டு மனிதப் பிறவிகள் வெகுகாலம் ஒன்றாக வாழ்ந்தால் ஒருவருடைய பேச்சும் முக அசைவுகளும் மற்றவருக்குச் சிறிதுகூடச் சகிக்க முடியாதபடி இருக்கும்.

லூயிஸின் புத்தகத்தில் இந்தச் சாத்தானின் தூதுவர்கள் சொல்வது அனேகமாகச் சரியாக இருக்கும். ஆனால் இந்த முறை அவர்கள் தவறிவிட்டார்கள் என்று எண்ணுகிறேன். இரண்டு மனித உயிர்கள் சேர்ந்து வாழும்போது அவர்கள் சகிப்புத்தன்மையை வளர்த்துக்கொள்வதற்கு நிறைய வாய்ப்பு கள் இருக்கின்றன. ஒரு பேயால் தாங்கிக்கொள்ள முடியாத மனிதச் செயல்பாடுகளைக் கூடவே வாழ்ந்துகொண்டிருக்கும் மனிதப் பிறவியால் தாங்கிக்கொள்ள முடியும்.

நான் சுகன்யாவுடன் இத்தனை ஆண்டுகள் கழித்து விட்டேன். அவள் உணர்ச்சி வசப்படும்போது சுண்டுவிரலால் வலது புருவத்தைக் கலைத்துக்கொள்ள முயலுவாள். ஒரு கேள்விக்குத் தீர்மானமான பதிலைச் சொல்லும்போது, கன்னங் களை உள்ளிழுத்து உதடுகளைக் குவித்துக்கொள்வாள். அவள் இவ்வாறு செய்வதைப் பார்ப்பதற்கென்றே நான் காத்துக் கொண்டிருப்பேன். நான் தலைவாரிக்கொள்ளும்போதெல்லாம் எனது வலது கண் மூடிக்கொள்ளும். நான் ஏதாவது யோசித்துக் கொண்டிருக்கும்போது வலது கை விரல்களால் இடது முட்டியில் தாளம் போடுவேன். சுகன்யா சில சமயம் என்னை நகல்செய்து காட்டுவாள். ஆனால் இந்தச் செயல்பாடுகள் அவளை என்றும் கோபப்படுத்தியதில்லை.

இப்போதெல்லாம் அவள் என்மீது கோபமாக இருக்கிறாள்.

படுக்கையில் அவள்மீது கைபடும்போதெல்லாம் கையை வேகமாக விலக்குகிறாள். அவள் கணினியில் வேலைசெய்து கொண்டிருக்கும்போது அருகில் வந்தால் சிறிதாக்கும் பொத் தானை உடனே அழுத்துகிறாள். படுக்கையை என்னைச் சீராக்கச் சொல்லிவிட்டு, நான் சீராக்கியதும் அவள் மறுசீராக்க முனைகிறாள்.

அவளுடைய கோபத்திற்குக் காரணம் இருக்கிறது. என்னை அவள் தன் தந்தையிடம் பேசச் சொல்கிறாள். நான் பேசுவதற்குத் தயங்குகிறேன்.

சுகன்யாவின் தந்தையின் பெயர் பாலகிருஷ்ணன். குட்டையான, விரிந்த மார்பு கொண்ட மனிதர். பாகவதர் பாணித் தலை முடி. வளைந்த மூக்கு. முப்பது வருடங்கள் இந்திய சரித்திரக் கழகத்தில் கழித்தவர். முப்பது வருடங்களும் சீனச் சர்வாதிகாரி சியாங்ஜ ஷேக்கிற்கும் இந்தியத் தேசியக்

காங்கிரசுக்கும் இருந்த உறவைப் பற்றி ஆராய்ந்தவர். இந்தியாவிலிருந்து சியாங்கிற்கு இறுதி மரியாதை செலுத்து வதற்கு அழைக்கப்பட்டவர்களில் அரசாங்கம் சாராதவர் அவர் ஒருவர் மட்டும். அவர் எழுதிய The Congress and the Great Chiang என்ற புத்தகம் இரண்டாயிரம் பிரதிகள் அச்சிடப் பட்டன. இந்தியாவில் ஐம்பது பிரதிகள் விற்றன. பதினைந்து பிரதிகளை அவருடைய உறவினர்கள் வாங்கிக்கொண்டார்கள். முப்பத்தைந்து பிரதிகள் அவருக்குத் தெரிந்த நூலகங்களுக்குச் சென்றன. மீதிப் பிரதிகள் அனைத்தையும் தைவான் அரசாங்கம் வாங்கிக்கொண்டது. இந்திய சரித்திரக் கழகத்தில் இருந்த முப்பது வருடங்களில் எந்த மாணவனும் அவரிடம் பயில வில்லை. அதனால் அவர் கவலைப்பட்டதாகத் தெரியவில்லை. ஓய்வுநாள் வரும்வரை தனது அறையில் உட்கார்ந்துகொண்டு சியாங் பற்றிச் சிந்தித்துக்கொண்டிருந்தார்.

ஓய்வுநாள் வந்தபோது வரலாற்றுக் கழகம் அவருக்கு நல்ல ஓய்வூதியம் கொடுத்தது. பல பட்டங்களைப் பல பல்கலைக்கழகங்களிடமிருந்து வாங்கித் தந்தது.

பாலகிருஷ்ணன் அதிகம் பேசாத, எதிலும் ஒரு முறையை எதிர்பார்க்கும் மனிதர். நான் சுகன்யாவைத் திருமணம் செய்து கொள்ளப்போகிறேன் என்பதைக் கேள்விப்பட்டபோது என் இரு கைகளையும் பிடித்துக் குலுக்கினார். ஒரு வார்த்தை பேசவில்லை.

திருமணத்திற்குப் பிறகுகூட, என்னை மிஸ்டர் சந்திரன் என்று அழைத்துக்கொண்டிருந்தார். சுகன்யா போட்ட சத்தத்தால் இப்போது ரமேஷ் என்று கூப்பிடுகிறார்.

ஓய்வெடுத்த மறுநாளே வரலாற்றையும் சியாங்கையும் விவாகரத்து செய்துவிட்டு, வேதக் கணிதத்தை அவர் மணந்து கொண்டார். இப்போது சியாங் பற்றி எழுதிய புத்தகங்கள்மீது எவ்வளவு அக்கறைகாட்டினாரோ அதைவிட அதிகமான அக்கறை வேதக் கணிதப் புத்தகங்கள்மீது காட்டுகிறார். நான் பணியாற்றும் துறையின் செயலர் உலகத்தில் இன்று விடை காண முடியாத புதிர்களுக்கு வேதக் கணிதத்தில் விடைகள் இருக்கின்றன என்று நம்புகிறவர். ஃபெர்மாவின் கடைசித் தேற்றம் நிரூபிக்கப்பட்டபோது, அவர் வேதக் கணிதக் கழகத்தின் காலாண்டு இதழில் அந்தத் தேற்றத்தின் நிரூபணம் அன்றே அதர்வண வேதத்தில் எழுதப்பட்டுவிட்டது என்பதைப் பல ஆதாரங்களுடன் நிரூபித்து ஒரு கட்டுரை எழுதினார்.

அவரும் என்னுடைய மாமனாரும் நெருங்கிய நண்பர் களாக இருப்பதில் எந்த வியப்பும் இல்லை.

3

எனக்கும் என் துறையின் செக்ரடரிக்கும் பனிப்போர் அவர் என்னிடம் தொலைபேசியில் பேசிய அன்றே தொடங்கிவிட்டது.

'யார், சந்திரனா?'

'யெஸ் சார்.'

'உடனே என் ஆபிசுக்கு வா. On the double.'

நான் வேலைசெய்யும் இடத்திலிருந்து அவருடைய அலுவலகம் ஒரு மைல் தொலைவாவது இருக்கும். நான் அவருடைய காரியதரிசியின் அறையில் பதினைந்து நிமிடங்களில் இருந்தேன்.

'உடனே வா என்று கூப்பிட்டார்.'

'எல்லோரையும் அப்படித்தான் கூப்பிடுவார். பதறாமல் உட்காருங்கள். புது இந்தியா டுடே. படியுங்கள். பக்கம் விடாமல். படித்து முடிப்பதற்கு முன்னால் கூப்பிட்டுவிடுவார்.'

ஒரு மணிநேரம் கழித்து எனதுமுறை வந்தது.

'யார் நீ?'

'சந்திரன், சார்.'

'சந்திரன்னா? தேவலோகத்திலிருந்தா? ஓ, வெளியுறவுத் துறைச் சந்திரனா?'

'இல்லை, சார். உங்கள் துறையில் இயக்குநராக வேலை செய்கிறேன்.'

'நீ அந்தச் சந்திரனா? வருவதற்கு இத்தனை நேரமா?'

'அப்போதே வந்துவிட்டேன். வெளியில் காத்துக் கொண்டு . . .'

'சரி, சரி. என்ன பிரச்சினை?'

'எனக்கு ஒன்றுமில்லை. நீங்கள்தான் வரச் சொன்னீர்கள்.'

'நான் வரச் சொன்னேனா? ஏன் வரச் சொன்னேன்? Yes. இவ்வளவு மோசமான சோம்பேறித்தனமான உதவாக்கரைக் கூட்டத்தை நான் இதுவரை பார்த்ததில்லை. முப்பத்தைந்து வருடங்களாக நானும் வேலைபார்க்கிறேன். உன் கூட்டம்தானே அவர்கள்?'

'என் கூட்டமா?'

'சரிதான். இந்தத் துறையினுடைய காண்டீனுக்கு நீதானே பொறுப்பு?'

காண்டீன்மீது அவருக்கு ஏதோ புகார் என்பது புரிந்தது. காண்டீன் என் பொறுப்பில் இருக்கிறது என்பது ஓரளவு உண்மை. அதன் வருடாந்தர மேலாண்மைக் குழுக் கூட்டத்திற்குத் தலைமை தாங்கும் பொறுப்பு எனக்கு. அந்த ஒரு நாள் மட்டும் நான் காண்டீனில் காலடி எடுத்துவைப்பேன்.

'அவன் கொடுக்கிற டீ கழுநீரைவிடக் கேவலம். மாட்டிற்கு வைத்தால் அதுகூடக் குடிக்காது.'

மாட்டிற்குத் தேநீர் குடிக்கும் பழக்கம் கிடையாது என்று சொல்லத் தோன்றியது.

'என்ன செய்யப்போகிறாயோ அதைச் சீக்கிரம் செய்.'

'சரி, சார்.'

வெளியில் வந்து அவருடைய காரியதரிசியிடம் என்ன பிரச்சினை என்று கேட்டேன். அவர் தன்னிடம் சொல்லவில்லை என்றார். அவர் குடிக்கும் தேநீரில் ஏதாவது குறையா என்று கேட்டேன். இல்லை என்றார்.

'ஆனால் நான் பால் நிறைய விட்டு மூன்று ஸ்பூன் சீனி போட்டுக் குடிப்பேன். அவருக்கு ட்ரேயில் செல்கிறது. பாலில்லாமல் எலுமிச்சைத் துண்டுகளுடன்.'

அவருக்குத் தேநீர் கொண்டு செல்பவரை அழைத்து என்ன பிரச்சினை எனக் கேட்டேன்.

'சார் அவருக்கு டீ சூடாக இருக்க வேண்டும்.'

'சூடாகக் கொடுக்க வேண்டியதுதானே?'

'நல்ல சூடாகத்தான் கொண்டுவரேன், சார். ஆனால் அவர் நிற்கவிடமாட்டார். நானே கலந்துகொள்கிறேன் நீ போகலாம் என்று விடுவார்.'

எனக்குப் பிரச்சினை புரிந்துவிட்டது. சூடாக இருக்கும் போது தேநீரைக் குடிக்க செக்ரடரி மறந்துவிடுகிறார். அவருக்கு ஞாபகம் வரும்போது சூடு குறைந்துவிடுகிறது.

'சூடாக இருக்கும்போதே தேநீரைக் குடிக்கச் சொல்ல வேண்டியதுதானே?' என்று அவருடைய காரியதரிசியிடம் கேட்டேன்.

'என்னால முடியாது, சார். என் டீயை எப்படிக் குடிக்க வேண்டும் என்று எனக்குச் சொல்லிக்கொடுக்க வேண்டாம் என்பார்.'

‘இங்கயே டீ போடுகிற மாதிரி ஏற்பாடு செய்யலாமே?’

‘அவருக்குப் பிடிக்காது. எல்லோரும் டீ குடிக்க இங்கே வந்துவிடுவார்கள் என்ற பயம்.’

இந்தத் துறையில் மூளை கலங்காத ஒரே மனிதர் கூடுதல் செயலர். அவரிடம் சென்றேன். தமிழர். செயலரும் தமிழர் தான். ஆனால் தமிழில் பேச விரும்பாதவர்.

‘உன்னை அவருக்கு நல்லாத் தெரியுமா?’

‘இல்ல சார். இன்னிக்குதான் முதல்தடவை பாக்கறேன்.’

‘அப்பப் பாத்தேங்கறதயே மறந்துரு. அவருக்கு ஞாபகம் இருக்காது.’

‘சார், அவர் தினமும் டீ குடிக்கறதை மறக்கமாட்டார். குடிக்கும்போது என் நினைவு வரும்.’

கூடுதல் செயலர் சிறிது நேரம் யோசித்தார்.

‘நீ சொல்றது சரிதான். இரண்டு மூணு நாள் பொறுத்துப் பாக்கலாம்.’

மறுநாளே செயலரிடமிருந்து ஒரு குறிப்பு வந்தது.

‘நமது துறையில் இயங்கும் காண்டீன் இத்துறைக்கே ஓர் அவமானம். அதன் பொறுப்பை வைத்திருக்கும் அதிகாரியிடம் நேற்றுப் பேசினேன். ஆனால் அவர் கைகளைப் பிசைந்து கொண்டு தலைகுனிந்துகொள்வதைத் தவிர வேறு ஏதும் செய்யத் தயாராக இல்லை. அவரால் உடனடியாக ஏதாவது செய்ய முடியும் என்று எனக்குத் தோன்றவில்லை. ஒரு வாரம் அவகாசம் தருகிறேன். அதற்குள் நிலைமை சீராகவில்லை யென்றால் தலைகள் உருளும்.’

குறிப்பை நான் கூடுதல் செயலரிடம் எடுத்துச் சென்றேன்.

‘பைத்தியக்காரன். இவன் என்ன ராபெஸ்பியரா? என்ன வேணுங்கறான்?’

‘அதைத் தெரிஞ்சுக்கறத்துக்குத்தான் உங்ககிட்ட வந்தேன், சார்.’

சிறிது நேரம் யோசித்தார்.

‘அவனுக்குச் சூடா டீ வேணும், அவ்வளவுதானே? சூடா குறிப்பு எழுது. எப்படிச் சூடா டீ கிடைக்கும்னு சொல்லு. ஐஞ்சாறு வழிகளக் கொடு. ஏதாவது ஒண்ண அவனையே தேர்ந்தெடுக்கச் சொல்லு. அவன் தொடங்கின விளையாட்ட அவனே முடிக்கட்டும்.’

அடுத்த இரண்டு நாட்கள் தேநீரில் மூழ்கியிருந்தேன். மூன்றாம் நாள் இந்தக் குறிப்பைச் செயலருக்கு எழுதினேன்.

1. தங்களது குறிப்பைத் தயவுசெய்து பாருங்கள்.

2. நமது காண்டீனிலிருந்து தயாராகிவரும் தேநீர் செயலர் விரும்பத்தக்க விதத்தில் இல்லை என்பது மிகுந்த வருத் தத்தைத் தருகிறது. அவர் விரும்பும் விதத்திலும் அவர் விரும்பும் நேரத்திலும் அவருக்குத் தேநீர் வழங்க எல்லா முயற்சிகளும் எடுக்கப்படும் என்பதை நான் இந்தக் குறிப்பு மூலம் முதலில் தெரிவித்துக்கொள்ள விரும்புகிறேன்.

3. தில்லியிலுள்ள முக்கியமான மொத்த அளவில் தேநீர் விற்கும் நிறுவனங்களில் கணிப்பு நடத்திச் சேகரிக்கப்பட்ட தகவல் இது.

   இந்தியாவில் நான்கு அடிப்படை வகைத் தேநீர் இலைகள் இருக்கின்றன. அவற்றின் பெயர்கள் பச்சைத் தேநீர், கறுப்புத் தேநீர், ஊலாங் தேநீர் மற்றும் அரிய வெள்ளைத் தேநீர். இவற்றைத் தவிர பல கூட்டுத் தேநீர் வகைகள் இருக்கின்றன – வாசனையூட்டப்பட்டவை, மூலிகைத் தேநீர், சிறப்புக் கூட்டுத் தேநீர், டானின் நீக்கப்பட்ட தேநீர் போன்றவை. அவற்றின் கூட்டு வகைகளின் எண்ணிக்கை 467. இவற்றில் ஆதாம் சிகரம் வெள்ளி முனை வெள்ளைத் தேநீர் வகையைத் தவிர (இதன் வரவு ஒழுங்காக இருப்பதில்லை என்று விற்பனை நிலையங்கள் சொல்கின்றன.) மீதி 466 வகைகளும் எப்போதும் கிடைக்கும். இந்த வகைகளின் பட்டியலை இணைத்திருக்கிறேன். தேநீர் வல்லுநர்கள் கீழே கண்ட வகைகளைப் பரிந்துரைக்கிறார்கள்:

   1. மல்லிகைக் குரங்கரசன்
   2. கோவில் சுவர்க்கம் பீரங்கி மருந்து
   3. இம்பீரியல் தங்க பார்மோஸா ஊலாங்
   4. டார்ஜிலிங் கார்ல்ஸ்டன் (கூரிய முனையுள்ள ஆரஞ்சு பீகோ)
   5. லாப்ஸாங் ஸோசாங் இம்பீரியல்
   6. எலுமிச்சை ரோஜா
   7. எலுமிச்சை மாம்பழம்
   8. நமது காண்டீன் வழக்கமாக வாங்கும் வகை (சிவப்பு மையால் பட்டியலில் குறியிடப்பட்டிருக்கிறது)

இவற்றில் எதாவது ஒரு வகையையோ அல்லது பல வகைகளையோ செயலர் தெரிவுசெய்ய வேண்டுகிறேன்.

4. நன்றாகக் கொதிக்கும் தேநீர் நிறைந்த கொதிகெண்டி வெப்பம் தணிந்து 32 டிகிரி ஸெல்ஸியஸ் வருவதற்கு (செயலர் அறையின் சராசரி உஷ்ணநிலைக்குப் பத்து டிகிரி மேல்) எவ்வளவு நேரம் எடுத்துக்கொள்கிறது என்பதை நாங்கள் குளிர்பதனப்படுத்தப்பட்ட அறையில் கணித்தோம். கணிப்பின்படி, வெப்பம் 32 டிகிரி ஸெல்ஸிய ஸிற்குத் தணிய 20 நிமிடங்கள் எடுத்துக்கொள்கிறது. நான் ஒலிப்பான் ஒன்றைச் செயலரின் காரியதரிசி அறையில் பொருத்தப் பரிந்துரைக்கிறேன். தேநீர் கொண்டு வருபவர் செயலர் அறையைவிட்டு வெளிவந்தவுடன் இந்த ஒலிப்பானை இயங்கச் செய்வார். ஒலிப்பான் சரியாக 18 நிமிடங்கள் கழித்து ஒலிக்கும். பிறகு மூன்று தடவைகள் இரண்டு நிமிடங்கள் இடைவேளை விட்டு ஒலிக்கும். அது தேநீரின் சூடு குறைந்துகொண்டிருப்பதைச் செயலருக்கு நினைவுறுத்தும்.

5. செயலர் தயவுசெய்து மேலே குறிப்பிட்ட தேநீர் வகைகளில் எந்த ஒரு வகையையோ அல்லது பல வகைகளையோ தெரிவுசெய்து வழங்குமாறு மீண்டும் கேட்டுக்கொள்கிறேன். ஒலிப்பான் பொருத்துவது பற்றியும் அவரது முடிவைத் தெரிவிக்க வேண்டுகிறேன்.

'பிரமாதம்' என்றார் கூடுதல் செயலர். 'கொஞ்சம் அதிகம் எழுதிட்டயோன்னு தோனறது. படிச்சதும் மேலயும் கீழயும் குதிப்பான். இப்படியே அனுப்பணுமா அல்லது ஏதாவது மாத்தணுமா?'

'இப்படியே அனுப்புங்க, சார்.'

செயலர் தனது விருப்பத்தைத் தெரிவிக்கவில்லை. தன் கையொப்பத்துடன் குறிப்பைத் திரும்ப அனுப்பிவிட்டார். கூடுதல் செயலர் மகிழ்ச்சியின் உச்சத்திற்குப் போய்விட்டார். துறை முழுவதும் நான் எழுதிய குறிப்பு நகலெடுத்து வழங்கப் பட்டது. நான் முழுமுட்டாள் என்பதை அறியாமல் மிகப் பெரிய வெற்றிபெற்றுவிட்டதாக எண்ணி மகிழ்ந்துகொண்டேன்.

ராமன் சரியாகச் சொன்னான்.

'நீ கொஞ்சம் அதிகம் போயிட்டேன்னு நினைக்கறேன். சாதாரணமா அவனுக்கு மறதி அதிகம். ஆனா தன்னை அவமதிச்சவனை அவன் மறப்பான்னு எனக்குத் தோனல.'

4

சுகன்யா வாயைத் திறந்து சிரித்து நான் பார்த்ததே இல்லை. சிரிக்கும்போது பற்கள் தெரியாமல் பார்த்துக்கொள்வாள். கையால் வாயை மூடிக்கொள்வாள். முகம் குலுங்குவதிலிருந்து அவள் சிரிக்கிறாள் என்பது தெரியும். கண்களின் ஓரங்களில் நீர் முத்துகள் உருவாகும். சிரிப்பு அதிகமாக வந்தால், மோதிரத் தைத் திருப்பி அதன் மரகதக் கல்லை மெதுவாகக் கடிப்பாள்.

ராமன் தன் கதையைச் சொன்னபோது மரகதக் கல்லைக் கடித்துக்கொண்டிருந்தாள்.

இரவு உணவு முடிந்து சுகன்யாவின் குங்குமப்பூ கலந்த பாதாம் அல்வா எங்கள் வாய்களில் கரைந்துகொண்டிருந்தது.

'அது முக்கியமான ஃபைல்ங்கறதில சந்தேகம் இல்லை. ஆனா நான் அதை பெர்சனலா கொண்டுபோய்க் கொடுக் கணுங்கற அளவுக்கு அவ்வளவு முக்கியமல்ல. ஆனா இந்த ஆளு நீ அட்வைஸர் வீட்டுக்குப் போய் ஃபைல அவர் கைல கொடுத்துட்டு "கொடுத்துட்டேன்னு" ஃபோன்செய்னு சொன் னார். நான் அவர் வீட்டுக்குப் போய்க் கதவைத் தட்டினபோது, வேலைக்காரன் கதவைத் தொறந்தான். ஃபைல் கொண்டு வந்திருக்கேன்னேன். உள்ள போய்க் கேட்டுட்டு வந்து எங்கிட்ட கொடுங்கன்னான். நான் கொடுக்கமாட்டேன். நேரில அட்வைஸர் கிட்டதான் கொடுப்பேன்னேன். அவன் திரும்ப உள்ள போனவன் வரவேல்லை. நானும் காத்திண்டிருக்கேன், காத்திண்டிருக்கேன் மூணு மணிநேரமாக் காத்திண்டிருக்கேன். போன டிசம்பர்ல எவ்வளவு குளிர்ந்ததுன்னு உங்களுக்கே தெரியும். விரைச்சு உயிர்போற நிலமை. ஒரு ஸ்வெட்டர்தான் போட்டுண்டிருந்தேன். மணி பத்தானதும் திரும்பிப் போயிடலாம்னு நினைத்தபோது வேலைக்காரன் வந்து "அவர் கூப்படறார்"னான். உள்ள போன போது அந்தத் தாயோளி ஸாரி, சுகன்யா, திருட்டுப்பய டிவி பாத்திண்டுருந்தான். "ஏன் வேலைக்காரன்கிட்ட கொடுக்கக் கூடாதோ?"ன்னான். "செக்ரடரி உங்ககிட்டத்தான் கொடுக்கச் சொல்லிருக்கார்"ன்னேன்.

""அந்த டேபிள்ள வைச்சுட்டுப் போ"ன்னான். என் கையால கொடுத்து அவன் வாங்கமாட்டானாம். அவன் தலையைச் சுவரோட மோதி உடைக்கலாமான்னு கோபம் வந்தது. அடக் கிண்டு ஃபைல டேபிள்ள வைச்சுட்டுத் திரும்ப வந்தேன்.'

'இந்தக் கதைக்கும் ரமேஷுக்கு நடந்ததுக்கும் என்ன கனெக்ஷன்?'

'பூராக் கதையையும் கேளு. வீட்டுக்கு வந்து இந்த ஆளுக்கு ஃபோன் பண்ணி விஷயத்தைச் சொன்னேன். இவன் சொல்ல

றான், சொல்லி அழறதுக்கு வேற ஆளப் பாரு. எனக்கு வேலை அதிகம் இருக்குன்னு. அதோட விட்டிருந்தா பரவாயில்ல. உன்னை வேலைக்கு வைச்சிருக்கறதே இந்த மாதிரி காரியங்களுக்குத்தானேன்னான். எனக்குக் கோபம் வந்துடுத்து. நான் உன் வேலைக்காரன் அல்ல. நீ செக்ரட்டரிங்கரதுனால என்ன வேணா பேசலாம்னு நினைக்காதேன்னு சொல்லிட்டு ஃபோன வைச்சுட்டேன்.'

'அப்பறம்?'

'மறுநாளைக்குப் புத்தி வந்துது. இவரப் பகைச்சுண்டா காரியம் எதுவும் ஆகாதுன்னு தெளிவா மூளைல உறைச்சுது. உன் அப்பாட்டப் போனேன். அவர இந்த ஆள்டப் பேசச் சொன்னேன். மறுநாள் ஆபிசில போய் அவன் முன்னால நின்னேன். என்ன மேலயும் கீழயும் பாத்தான். பாலகிருஷ்ணன் சொன்னார், அதனால பொழச்சேன்னான். தோள்ள தட்டிக் கொடுத்து, கழுதைக்குக் கோபம் வந்தா, பொதிதான் அதிகமாகும்னான்.'

எங்களுக்குச் சிரிக்க அவகாசம் கொடுத்துவிட்டு அவன் மீண்டும் பேசினான்.

'நான் என்ன சொல்றேன்னா, என்னையே சும்மா விட்டுட்டான்னா, ரமேஷை விடமாட்டானா? அவன் உங்க அப்பாவோட மாப்பிள்ளை.'

'நானும் அதைத்தான் சொல்றேன். கேக்கமாட்டேங்கறான். ஒரே பிடிவாதம்' என்றாள் சுகன்யா.

நான் பதில் ஏதும் சொல்லவில்லை. சுபிர் தில்லி வந்திருக்கிறான். அவனிடம் யோசனை கேட்க வேண்டும்.

5

சுபிரிடம் நான் படித்த மதிப்புரையைப் பற்றிச் சொன்னேன். விழுந்து விழுந்து சிரித்தான்.

'நீ படித்ததை எழுதியவள் கடவுள், ரமேஷ். மோசமான மதிப்புரைக்குத் தூக்குத் தண்டனை என்று சட்டம் வந்தால், என் புத்தகத்துக்கு மதிப்புரை எழுதியவர்கள் அனைவரும் அநேகமாகத் தூக்கில்தான் தொங்குவார்கள். நான் காலைப் பிடித்து இழுத்து, உண்மையாக இறந்துவிட்டார்கள் என்பதை உறுதிப்படுத்திக்கொள்வேன். இப்போது என்னுடைய சிக்கல் வேறு.'

'ஏன், இரண்டாம் நாவலை யாரும் தொடமாட்டேன் என்கிறார்களா?'

'இல்லை, ரமேஷ். பதினைந்து நாட்களிலேயே பதிப்பாளர் சரி என்று சொல்லிவிட்டார். அதற்குப் பிறகு இரண்டு மாதங்களாக ஒரு தகவலும் இல்லாமல் இருந்தது. சரி, தப்புச் செய்துவிட்டோம் என்று என்னிடம் பேசாமல் இருக்கிறார்களோ என்று நினைத்துக்கொண்டிருந்தேன். இப்போது புத்தகத்தைப் படித்துத் திருத்துவதற்கு ஒருத்தியை நியமித்திருக்கிறார்கள். பேசாமல் இருந்திருக்கலாம் எனத் தோன்றுகிறது.'

'அவள் பெயர் என்ன?'

'பெயரெல்லாம் வேண்டாம், ரமேஷ். நல்ல ஆங்கிலம் தெரிந்தவள். ஆனால் நான் மொழியில் சிலம்பம் விளையாடுவது அவளுக்குப் பிடிக்கவில்லை. உப்புச்சப்பில்லாமல், நூல் பிடித்ததைப் போல இருக்கும் மொழியைவிட இறுக்கமில்லாத பழகுமொழி எவ்வளவோ பரவாயில்லை என்று ஆந்தனி பர்ஜெஸ் சொல்லியிருக்கிறான். இதை அவளிடம் சொன்னேன். இவை இரண்டில் பதிப்பாசிரியர்கள் விரும்புவது முதலாவதைத் தான் என்றாள். சொன்னது உறைக்க வேண்டும் என்பதற்காக என்னிடம் ஓர் ஓவியத்தின் பிரதியைக் காட்டினாள். "இந்தப் படத்தை நேற்றுத்தான் தில்லியில் வாங்கினேன். மாடர்ன் ஆர்ட் காலரியில் ஓவியக் கண்காட்சி. வோலா சேகரிப்பு, ரீயூனியன் தீவுகளிலிருந்து" என்றாள். ஓவியம் சகாலின் ஒரு குவாஷ். அதன் தலைப்பு 'கருடனாக நினைத்த காக்கை'. படத்தில் காக்கை செம்மறி ஆட்டின் முதுகில் உட்கார்ந்து கனவுகண்டுகொண்டிருக்கிறது. அதன் தலைக்கு மேல் அது நினைத்துக்கொண்டிருப்பதைச் சித்தரிக்கும் பலூன். பலூனிற்குள் பறந்து செல்லும் பெரிய கருடன். அதன் நகங்களில் அகப்பட்டுக்கொண்டிருப்பது ஆடு.

'நம் நாட்டில் இந்த மாதிரி காக்கைகளுக்குப் பஞ்சமே இல்லை' என்றாள். என்னைச் சில கணங்கள் யோசிக்கவிட்ட பிறகு, 'ஒரு புத்தகம் எழுதிக் கருடனானவர்கள் எனக்குத் தெரிந்து ஒன்று இரண்டு பேர்தான் என்று ஒரு மாதிரியாக இழுத்துச் சொன்னாள்.'

சுபிர் முடிக்கமாட்டான் என்று தோன்றியது.

'சுபிர், எனக்கு ஒரு சிக்கல்.'

'நான் சொன்னதைக் காது கொடுத்துக் கேட்டாயா இல்லையா? எல்லோருக்கும் சிக்கல்கள்தான்.'

'என்னைப் பதவிமாற்றம் செய்யப்போகிறார்கள்.'

'எங்கே? லட்சத்தீவுகளுக்கா?'

'இல்லை. தில்லிக்குள்தான்.'

'இதுவா சிக்கல்?'

'சொல்லுவதைக் கேள், சுபிர். என்னை எழுதுபொருள் அரசு முத்திரைகள் வாங்கும் நிறுவனத்துக்கு இயக்குநராக நியமித்திருக்கிறார்கள். சிரிக்காதே. என்னால் தினமும் பேனா பென்சில்களை எண்ணிக்கொண்டிருக்க முடியாது.'

'ஏன் மாற்றினார்கள்?'

ஏன் என்பதைச் சொன்னேன். சுகன்யாவின் கோபத்தைப் பற்றியும் சொன்னேன்.

'சுகன்யாவின் கோபம் சரிதான், ரமேஷ். நீ என்ன செய்ய வேண்டும் என்பதை இப்போதே தீர்மானித்துக்கொள். பேனா பென்சில்களை எண்ணப்போகிறாயா அல்லது நல்ல இடத்தில் உட்காரப்போகிறாயா? நல்ல இடத்திற்குப் போக வேண்டும் என்றால் உன் மாமனாரை செக்ரடரியிடம் பேசச் சொல்.'

6

நான் எழுதியதைப் படித்தவுடன் சுகன்யா என்னிடம் கேட்டது நன்றாக நினைவிருக்கிறது.

'இது எதுக்கு?'

'சும்மா, ஒரு டைரி மாதிரி இருக்கட்டுமே?'

'கோமாளித்தனமா இருக்கு.'

'செக்ரடரி கோமாளி இல்லாம யாரு? உங்க அப்பா ஃப்ரெண்ட் வேற. முறைக்காதே. நான் என்ன புஸ்தகமா எழுதப் போறேன். ஹார்ட் டிஸ்கில அதுபாட்டுக்குக் கிடக்கும். பின்னால பிரியா பெரியவளாகி அப்பாவோட டைரிகளைப் புத்தகமாப் போடலாம்னு நினைச்சாள்னா அவளுக்கு வசதியா இருக்கட்டும்.'

'சுபிர் வாய் ஓயாமப் பேசறானே? ஆனா அவன் சொல்றது முழுசும் சரி. அப்பாட்ட பேசட்டுமா?'

'ரூப்குண்ட் போயிட்டு வந்த உடனே தீர்மானம் பண்ணலாம்.'

பிரியா தீர்மானிப்பாள் என்பது எங்களுக்கு அப்போது தெரியாது.

செயலரிடமிருந்து தன்னை உடனே வந்து பார்க்குமாறு அழைப்பு வந்தது. இந்தமுறை காத்திருக்க வேண்டிய அவசியம் ஏற்படவில்லை. அவர் உண்மையிலேயே பிரியாவின் இழப்புக்கு வருந்தினார் என்பது அவரது முகத்திலிருந்து தெரிந்தது. தமிழில் பேசினார்.

'பொண்ணு போயிட்டான்னு கேள்விப்பட்டேன். ரொம்பக் கஷ்டமா இருக்கு. வேற குழந்தை இருக்கா?'

'இல்லை, சார்.'

'மனிதன் நினைப்பதும் கடவுள் தீர்மானிப்பதும் எப்போதும் ஒன்றுபோல இருக்காது' என்று தனக்குள் முணுமுணுத்துக் கொண்டார்.

'போகும்போது க்யூலதான் போணுங்கற கட்டாய மில்லைங்கிறது திரும்பத் திரும்ப நிரூபணமாயிண்டிருக்கு.'

நான் தலையை ஆட்டினேன். கடந்த ஒரு மாதமாகத் துக்க விசாரிப்புகளுக்கும் தத்துவ விசாரங்களுக்கும் தலையை ஆட்டிப் பழக்கப்பட்டுவிட்டது.

'உன்னைப் பவர் மினிஸ்ட்ரிக்குச் சிபாரிசுசெஞ்சிருக்கேன். நல்ல அப்பாயிண்ட்மெண்ட். தொந்தரவு அதிகம் இருக்காது.'

நான் பேசாமல் பேனா பென்சில் எண்ணும் பணியிலேயே இருந்திருக்கலாம்.

அன்புள்ள ரமேஷ்,

உன் லெட்டர் பேட் முழுவதும் எண்கள், முகவரிகள், உன்னை எப்படிக் கண்டுபிடிக்கலாம் என்பதைச் சொல்லும் முறைகள்! எல்லாவற்றுக்கும் மேலாக, உன் பதவியின் பெயர். தலைமைக் கண்காணிப்பு அதிகாரி, பவர் ட்ரான்ஸ் மிஷன் கார்ப்பரேஷன்! ஒரு மின் செலுத்தீட்டு நிறுவனத் திற்குத் துப்பறியும் அதிகாரி எதற்காக? உனக்குத் துப்பறிவதில் பயிற்சி இருக்கிறதா? இந்திய அதிகார வர்க்கத்தின் புத்திசாலித்தனம் என்னைப் பிரமிக்க வைக்கிறது. எல்லா இடங்களிலும் நீங்கள் நிம்மதியாக ஒதுங்குவதற்கு வசதியான ஓரங்களைத் தேர்ந்தெடுத்துக் கொண்டிருக்கிறீர்கள். இந்த ஓரம் உனக்குப் பிடித்திருக் கிறதா?

அன்புடன்,
ஹெர்பர்ட்.

அன்புள்ள ஹெர்பர்ட்,

எனக்கு இந்த ஓரம் பிடித்திருக்கிறது.

என் பதவியின் பெயரைக் கேட்டால் எனக்கும் சிரிப்பு வருகிறது. வசதிகள் ஐந்து நட்சத்திர ஓட்டலிற்கும் மேலாக.

எங்கள் நிறுவனத்தின் குறிப்பு வெளியீடுகளைப் பார்த்தால் நீ இன்னும் பிரமித்துப் போவாய். வைரம்போல ஜொலிக்கும் அவை ஜப்பானிலிருந்து வரவழைக்கப்பட்ட அழகு அட்டையில் அச்சடிக்கப்பட்டவை. எங்கள் நிறுவனம் எப்போதும் உயர்திறமையைத்தான் தேடிக் கொண்டிருக்கும் என்பதை வலியுறுத்துபவை அந்த அட்டைகள். அவற்றில் கொடுக்கப்பட்டிருக்கும் தகவல்கள் உன் தலையைச் சுற்றவைக்கும். என் தலை எப்போதும் சுற்றிக்கொண்டிருக்கிறது. தகவல்கள் உண்மையா என்பதைப் பற்றி எனக்கு இதுவரை தகவல் கிடைக்க வில்லை.

எனக்குத் துப்பறிவதில் பயிற்சி கிடையாது என்பது உனக்கு நன்றாகத் தெரியும். நான் என்ன செய்ய வேண்டும் என்பது பற்றி எனக்கு இன்னும் சரியாகத் தெரியவில்லை. Likely to be a sort of a loose cannon. குழுவிலில்லாத பீரங்கி. ஆனால் சுடுவதற்கு உபயோகப் படுத்தப்படுவேனா என்பதும் இதுவரையில் தெரியவில்லை. என்னுடைய தலைமை நிர்வாக அதிகாரியைப் பார்த்தால் பீரங்கி சுடுதலில் பயிற்சி பெற்றவராகத் தெரியவில்லை. எனக்கு இன்னொரு மேற்பார்வையாளர் இருக்கிறார். இந்திய அரசாங்கத்தின் தலைமைக் கண்காணிப்பு ஆணையர். அவர் அரசின் தலைமைத் துப்பறியும் அதிகாரியாகச் செயல்பட வேண்டியவர். ஊழல் செய்யும் மத்திய அரசு அதிகாரிகளுக்குச் சிம்ம சொப்பனமாக இருக்க வேண்டியவர். இன்றைய நிலைமையில் அவர்கள் சொப்பனங்களில் ஆட்டுக்குட்டியாகக்கூட அவர் வருவ தாகத் தெரியவில்லை. கருத்தரங்கங்களில் பேசுவார். தொலைக்காட்சி நிகழ்ச்சிகளில் பங்கேற்பார். ஊழலைப் பற்றி வரிந்து வரிந்து கோப்புகளில் எழுதுவார். பதவிக் காலம் முடிந்ததும் காணாமல்போய்விடுவார்.

நானும் பதவிக்காலம் முடிந்ததும் காணாமல் போகலாம் என்றிருக்கிறேன்.

அன்புடன்,
ரமேஷ்.

ஆறு

1

ஹோட்டல் பிரம்மபுத்திராவின் புல்வெளி நதியின் விளிம்புவரை நீள்கிறது. மழை அப்போதுதான் நின்றிருக்க வேண்டும். புல்வெளியில் இடையிடையே சிறு குட்டைகள். மழை படைத்த குட்டைகள். பச்சையை வெல்ல முடியாதவை. மழை மறைந்த மகிழ்ச்சியில் மற்ற இடங்களில் புற்கள் தலைநிமிர முயன்றுகொண்டிருக்கின்றன. அவற்றின் நுனியிலிருந்து அடிவரை ஒட்டிக் கொண்டிருந்த நீர் முத்திரைகள் சூரியனின் ஒளியில் வைரப் பொட்டுகளாகப் பளீரிடுகின்றன. அற்பாயுள் வைரங்கள்.

நதியின் கோபத்தைச் சூரியன் தணித்திருக்க வேண்டும். பெருக்கம் இருந்தாலும், கரையை உடைத்து ஊருக்குள் வருவேன் எனப் பயமுறுத்தும் உக்கிரம் இல்லை. அப்போதுதான் விழித்துக்கொண்டதுபோல ஒரு தோற்றம். நீராவிப் படகுகள் பழுப்புப் பரப்பைக் கிழித்துக்கொண்டு செல்கின்றன. மீன் விற்பவர்கள் கரையில் கூடிவிட்டார்கள். அவர்களுடன் பேரம்பேசுபவர்கள் கைகளை வீசி வீசிப் பேசிக்கொண்டிருக்கிறார்கள். வீச்சுகளின் வேகம் பேரம்பேசுபவர்களின் வெற்றியை உறுதிப்படுத்துவதாக எனக்குத் தோன்றுகிறது. 'எவ்வளவு வேகமாகக் கைகளை வீசினாலும் விலையைக் குறைக்காதே' என்று கத்தத் தோன்றுகிறது. நான் எவ்வளவு கத்தினாலும் அது அவர்களைச் சென்றடையப் போவதில்லை. சென்றடைந்தாலும், தினமும் நடக்கும் இந்த நாடகத்தில் என்னைச் சேர்த்துக்கொள்ளப் போவதில்லை.

என் அறையின் ஜன்னலுக்கு நேர் எதிரே உமானந்தரின் கோவில். நதியின் நடுவே இருக்கும் பாறைத் தீவின் உச்சியில் இருக்கும் கோவில். தீவின் பெயர் மயில் தீவு. பாறைதான் மயிலாக இருக்க வேண்டும். மயில்மீது நமது ஊர்களில் முருகன் இருப்பார். இங்கு அவருடைய தந்தை, உமாவின் கணவர், இருக்கிறார். உமானந்தரும் விழித்துக்கொண்டிருக்க வேண்டும். பக்தர்கள் படகுகளிலிருந்து இறங்குவது தெளிவாகத் தெரிகிறது. ஈரத்தால் சிறிது உப்பிக்கொண்டு அசைய மறுக்கும் ஜன்னல்களைச் சிரமப்பட்டுத் திறக்கிறேன். திறந்ததும் நதியின் ஈரமடர்ந்த காற்று முகத்தில் பரவி விரிகிறது. கண்களில் தண்ணீர் சென்றுவிட்டதுபோல உணர்வு. கண்களை மூடி மூடித் திறக்கிறேன். காற்று கண்களை முற்றிலுமாக மூடவைத்துத் தூக்கத்தை உசுப்புகிறது.

'குட் மார்னிங், சார்.'

'குட் மார்னிங்.'

'என்ன சார், கதவைத் திறந்துபோட்டுத் தூங்குறீங்க.'

நிமிர்ந்து பார்க்கிறேன். ஹோட்டல் பணியாளர் ஒருவர் கையில் தட்டுடன் நிற்கிறார்.

'நீங்க கேட்ட மாதிரி காப்பி கொண்டுவந்திருக்கிறேன்.'

'நன்றி. ஜன்னலுக்கு வெளியே பார்த்துக்கொண்டிருந்தேன். காற்று தூக்கத்தைக் கொண்டுவந்துவிட்டது.'

'தூங்கினா என்ன சார். வேலைபார்த்தா தூக்கம் வரத் தான் செய்யும். இந்த ஊர் ஆட்களை மாதிரி தூக்கத்தையே வேலையாக வைத்துக்கொள்ள முடியுமா?'

நான் சிரிக்கிறேன்.

'என்ன செய்ய முடியும் சார்? சிரிக்கத்தான் முடியும். நம்ம ஊர்க்காரங்களின் தலை எழுத்து. நாள் பூராவும் உழைக்க வேண்டும். இவங்க அதிர்ஷ்டம் தூங்கி எழுந்தவுடனேயே சூடாகச் சாப்பிடலாம்.'

நான் இங்கு வந்த நாளிலிருந்து இதே மாதிரி ஒப்பாரியை அஸ்ஸாமியர் அல்லாதவர்களிடமிருந்து கேட்டுக்கொண்டிருக் கிறேன்.

'உங்களுக்கு எந்த ஊர்?'

'காசி, சார்.'

'காசியிலேயும் இந்த ஹோட்டல் இருக்கிறதே?'

'இருக்கிறது சார். அங்கேதான் வேலைபார்த்தேன். வலுக்கட்டாயமாக இங்கே அனுப்பிவிட்டார்கள்.'

'ஏன்?'

'எங்க ஹோட்டல் CEOமேல் சூடான டீயைக் கொட்டி விட்டேன்.'

'வேண்டுமென்றா கொட்டினீர்கள்?'

'இல்லை. அப்படியெல்லாம் செய்வேனா? கைதவறிக் கொட்டிவிட்டேன். ஆனால் நான் வேண்டுமென்றே செய்ததாக அதிகாரிகள் நினைக்கிறார்கள்.'

'இது மாதிரி அடிக்கடிக் கொட்டுவது உண்டா?'

'அடிக்கடி என்றால்?'

'அதுதான் CEO மாதிரி ஆட்கள்மேல்.'

'இல்ல, சார்.' பணியாளருக்கு நான் என்ன சொல்கிறேன் என்பது புரிந்துவிட்டது. சிரிக்கிறார்.

'நீங்கள் ரொம்பப் புத்திசாலி, சார். உங்களோடு ஜாக்கிரதை யாகப் பேச வேண்டும்.'

அனுபமா ஃபூகன் கதவைத் தட்டாமலேயே உள்ளே நுழைகிறாள். சிவப்புடன் மஞ்சள் கலந்த புடவையில் இருக் கிறாள். ஈரம் அவள் கூந்தலைச் சுருள்களாக ஆக்கியிருக்கிறது. கன்னங்களை மறைக்கும் கருவளையங்கள் தோள்களில் இறங்குகின்றன.

'பிரேக்பாஸ்டுக்கு நேரமில்லை. முதலமைச்சரை இன்னும் இருபது நிமிடங்களில் சந்திக்க வேண்டும். ஃபோன் செய்தேன். ஆனால் ஹோட்டல் ஃபோன் வேலைசெய்வதாகத் தெரிய வில்லை.'

2

நான் பார்க்கும் வேலை எனக்கே புரியவில்லை. மாயமாக இருந்தது. மாயம் என்றதும் அம்மா நினைவு வந்தது. எனது வீட்டில் பல *78 rpm* இசைத்தட்டுகள் இருந்தன. அவற்றில் அம்மா திரும்பத் திரும்ப வைத்தது 'உலகே மாயம் வாழ்வே மாயம்' என்று கண்டசாலா தமிழ் போன்ற ஒரு மொழியில் பாடி அழும் இசைத்தட்டு. உலகம் மாயம் என்பதில் அம்மா

விற்குச் சிறிதுகூட நம்பிக்கை கிடையாது. ஆனால் என்னுடைய தந்தையை வீட்டைவிட்டுச் சிறிது நேரமாவது வெளியே அனுப்புவதற்கு அவள் கையாண்ட ஆயுதங்களில் ஒன்றாக இந்த இசைத்தட்டு பயன்பட்டது – இந்த வேலை என்னை அரசின் மையவட்டத்திலிருந்து வெளியே நிறுத்திவைக்கப் பயன்பட்டுக் கொண்டிருப்பதுபோல.

என் நிறுவனம் பல ஆயிரம் கோடி ரூபாய்களை ராட்சத ஒப்பந்தங்களில் செலவிட்டுக்கொண்டிருந்தது. நிறுவனத்தில் வேலைபார்ப்பவர்கள் முற்றும் துறந்த முனிவர்கள் அல்ல. மத்திய மின் துறை அமைச்சகத்தில் வேலைபார்ப்பவர்களும் ஆசையை அடையாளம் கண்டுகொள்ள முடியாத சாமியார்கள் அல்ல. இந்த முனிவர் அல்லாதவர்கள் ஒவ்வொரு ஒப்பந்தத் திலும் சில கோடிகளையாவது தங்களுக்காக ஒதுக்கிக் கொண்டிருக்க வேண்டும். ஒதுக்குவதற்கு உதவுவதற்காக மின் துறை அமைச்சகத்தின் சாமியார் அல்லாதவர்களுக்குப் பல கோடிகள் கிடைத்திருக்க வேண்டும். இதை ஊகிப்பதற்கு அதிகம் மூளை தேவையில்லை. தலைமைக் கண்காணிப்பு அதிகாரியான என்னாலேயே ஊகிக்க முடிந்தது. ஆனால் ஊகத்தை மட்டும் வைத்துக்கொண்டு நடவடிக்கை எடுக்க முடியாது. ஆதாரங்கள் தேவை. ஆதாரங்களைத் தரக்கூடிய கோப்புகளிலிருந்து நான் மிகத் தொலைவில் வைக்கப்பட்டிருந் தேன். பக்கத்தில் நெருங்க நான் செய்த எல்லா முயற்சிகளும் தோல்வியிலேயே முடிந்தன. எனக்குக் கீழே வேலைபார்ப்பவர் கள் இதைப் பற்றியெல்லாம் அதிகம் கவலைப்பட்டதாகத் தெரியவில்லை. அவர்கள் இளநிலைப் பொறியாளர்களையும் எழுத்தர்களையும் பயமுறுத்துவதிலேயே காலம் தள்ளிக் கொண்டிருந்தார்கள். ஒப்பந்தங்களைக் கையாளும் பிரிவின் பக்கமே அவர்கள் போக விரும்பவில்லை.

என் நிறுவனத்தின் தலைமை நிர்வாக அதிகாரியைச் சந்தித்தேன்.

'ரமேஷ், உட்காருங்கள். காப்பியா, டீயா? லெமன் டீயா? இவருக்கு லெமன் டீ கொண்டுவா. சீனி தனியாகக் கொண்டு வா.'

தலைமை நிர்வாக அதிகாரி மின் செலுத்தீட்டுத் துறையில் மிகப் பெரிய வல்லுநர் எனப் பெயர்பெற்றவர். அவருக்குத் தெரியாமல் ஏதும் இந்தத் துறையில் நடக்காது எனத் தெரிந்த வர்கள் என்னிடம் கூறியிருந்தனர்.

'முகம் சரியில்லையே. என்ன கோபம்? கோபமில்லையா? ஏதோ சிணுக்கம். என்ன சிணுக்கம்? உங்களைச் சந்தோஷப் படுத்தாமல் நான் இங்கு வேலைபார்க்க முடியுமா? ஒப்பந்தப் பிரிவின் கோப்புகள் கிடைக்கவில்லையா? எந்தக் கோப்பு? எல்லாக் கோப்புகளுமா? எதற்கு? தெரிந்துகொள்வதற்கா? தெரிந்துகொள்வதற்குக் கோப்புகளை நாட வேண்டிய அவசியமே இல்லை, ரமேஷ். மற்ற பல வழிகள் இருக்கின்றன. ஹார்வர்ட் பல்கலைக்கழகத்திலிருந்து இன்றுதான் ஒரு பயிற்சி நிரல் வந்திருக்கிறது. ஒப்பந்தங்களைக் கையாளும் முறைகளைப் பற்றியது. மூன்று மாதப் பயிற்சி. போக விரும்புகிறீர்களா?'

நான் வேண்டாமென்று தலையை அசைத்தேன்.

'வேண்டாமா? உங்கள் மனைவியையும் அழைத்துக் கொண்டு போகலாம். ஒரு மாற்றத்திற்கு. வேண்டாமா? உங்கள் விருப்பம். நான் ஒன்று சொல்லட்டுமா? உங்கள் பார்வை எந்தப் பிரிவின் மீது பட்டாலும் அந்தப் பிரிவில் அபாயச் சங்கு ஒலிக்கத் தொடங்கிவிடுகிறது. அங்கிருப்பவர்கள் வேலை செய்வதை நிறுத்திவிட்டுக் கோப்புகளைச் சீராக்கத் தொடங்கி விடுகிறார்கள். எந்த முடிவையும் எடுக்கத் தயங்குகிறார்கள். நேரம் வீணாகிறது. நாம் ஒரு நாள் வீணாக்கினால் அரசுக்கு ஏற்படக்கூடிய இழப்பு எவ்வளவு தெரியுமா? எங்கு மீன் இருக்கிறது என்பது தெரியாமல் தூண்டில் போடும் வேலை வேண்டாம் என நான் நினைக்கிறேன். குறிப்பாக ஒப்பந்தப் பிரிவில் வேண்டாம்.'

நான் விடுவதாக இல்லை. மின் துறைச் செயலரைச் சந்தித்தேன். அவரது மூக்கிற்கும் முகத்திற்கும் ஏதோ சண்டை. மூக்கு விடைத்துச் சிவந்திருந்தது. மூக்கு நுனியில் ஒரு குறுமிளகு. விடுபடத் துடித்துக்கொண்டிருந்தது.

'டெலிஃபோன் பில்கள். டெலிஃபோன் பில்களைப் பூதக் கண்ணாடி கொண்டு பார்க்க வேண்டும். எனக்கு வேண்டிய வர்கள் சிலர் உன் கம்பெனியில் இருக்கிறார்கள். உலகின் எந்த இடத்திற்கும் இலவசமாக ஃபோன் செய்ய வேண்டு மானால் உன் நிறுவனத்தை அணுகலாம் என்று அவர்கள் சொல்கிறார்கள். கோடிக்கணக்கில் டெலிஃபோன் பில் வருகிறதாமே?'

இது திசைதிருப்பும் தந்திரங்களில் ஒன்று என்று எனக்குத் தெரியும். நான் எதற்காக வந்திருக்கிறேன் என்பதும் செக்ரடரிக்குத் தெரியும்.

‘சார், என் கண்காணிப்புத் துறை ஒவ்வொரு மாதமும் டெலிஃபோன் பில்களைப் பரிசோதிக்கிறது. தேவைக்கு அதிகமாக யாரும் பேசுவதாக எனக்குத் தெரியவில்லை.’

‘நீ உன் வேலையைச் சரியாகச் செய்வதில் எனக்கு மகிழ்ச்சி.’

‘சரியாகச் செய்ய முடிவதில்லை, சார். செய்யவிடாமல் தடுக்கிறார்கள்.’

என்ன பிரச்சினை என்பதை நான் அவரிடம் விளக்கினேன்.

‘கோப்புகளா? ஒப்பந்தக் கோப்புகளா? ஒப்பந்தங்களைப் பற்றி உனக்கு என்ன தெரியும்? அந்தப் பிரிவில் இருப்பவர்கள் உன்னை உரித்துச் சாப்பிட்டு ஏப்பம்விட்டுவிடக்கூடியவர்கள். அந்தக் கோப்புகளில் உண்மை ஒளித்துவைக்கப்பட்டிருக்கும் என்று நீ நினைத்தால் உன்னைவிடப் பெரிய முட்டாள் யாரும் இருக்க முடியாது. பல நாட்கள் தேடினாலும் உனக்குக் கிடைக்காது. கோப்புகள் கங்கை நீரால் சுத்தம்செய்யப்பட்டு மிகத் தூய்மையாக இருக்கும்.’

ஏதும் கிடைக்காதென்றால் என்னைத் தேடவிடுவதில் தடை என்ன இருக்க முடியும் என்று நான் மெதுவாகக் கேட்டேன்.

‘எல்லோரும் அவரவர்கள் எல்லைகளைக் காக்க நினைப்பது இயற்கைதானே? ஒப்பந்தங்கள் என்றால் என்ன என்பதே உனக்குத் தெரியாது. நீ எல்லை தாண்டி நுழைவது தங்கள் சுயமரியாதைக்கு அவமானம் என்று அவர்கள் நினைத்திருக்கலாம்.’

‘எல்லையைத் தாண்டுவதற்காகவே நான் இந்த நிறுவனத்திற்கு வந்திருக்கிறேன், சார். இது உங்களுக்கு நன்றாகத் தெரியும்.’

செயலர் சிறிது நேரம் பதில் ஏதும் கூறவில்லை.

கம்பன் ‘வையம் நுங்கிய வாயிதழ் துடித்தது’ என்று எங்கோ கூறியிருப்பதாக நினைவு. இங்கே செயலரின் குறுமிளகு துடித்ததாக எனக்குத் தோன்றியது. என்னைப் பொறுத்த வரையில் வையம் நுங்கியவருக்கும் செயலருக்கும் அதிக வித்தியாசமில்லை.

இவரிடம் வந்திருக்கக் கூடாதோ?

என் காதில் விழும்படியான குரலில் செயலர் தனக்குத் தானே கூறிக்கொண்டார்.

'He is a persistent blackguard.'

3

'அஸ்ஸாமா? உன்னை அஸ்ஸாமுக்கு அனுப்புகிறார்களா? ஏன்?'

'For being a persistent blackguard, சுகன்யா.'

நான் சிறுவனாக இருந்தபோது என் கனவில் அடிக்கடி வந்த நகரம் ப்ராக்ஜோதிஷபுரம் – கிழக்குத்தாரகை நகரம் – இன்றைய கௌஹாத்தியின் பழைய உருவம். சூரன் பகதத்தனின் நகரம் அது. ராஜாஜியின் *வியாசர் விருந்து* நூலில் மறக்க முடியாத பல பாத்திரங்களில் பகதத்தன் ஒருவன். மூப்பால் அவனது நெற்றியின் மடிப்புகள் கீழே தொங்கிக்கொண்டிருந் தன. தன் கண்களை மறைக்காமல் இருக்க அவற்றைத் தூக்கித் துணியால் கட்டிக்கொண்டு யுத்தத்தில் இறங்கிய மாவீரன் பகதத்தன். அவனது யானை சுப்ரதீபம் வீரத்தில் அவனுக்கு இணையானது. பாண்டவப் படைகளை ஏறி மிதித்துக் கூழாக்கியது. பகதத்தன் விடுவித்த சக்தி ஆயுதத்தைக் கண்ணன் தன் மார்பில் ஏற்றதாலேயே அர்ச்சுனன் உயிர் பிழைத்தான். கண்ணனும் அர்ச்சுனனும் தங்கள் திறமைகள் அத்தனையும் பயன்படுத்தித்தான் அவனைக் கொல்ல முடிந்தது. அஸ்ஸாம் மலைகளிலிருந்து இறங்கிக் கங்கைச் சமவெளியின் மறு ஓரத்திற்கு வந்து துரியோதனன் சார்பில் பாண்டவர்களுக்கு எதிராகப் போர்புரிய பகதத்தனைத் தூண்டியது எது? புராணங்கள் பல பதில்களை அளிக்கின்றன. ஒன்றாவது நிறைவாக இல்லை. இன்று அவன் வழிவந்தவர்கள் இந்திய ராணுவத்துடன் சளைக்காமல் மறை போரிடும் காரணம் என்ன?

எனக்குப் பதில் தெரியவில்லை.

காற்றில்லாத ஓர் இரவில், இரண்டு தடித்த, குடித்திருந்த காரோட்டிகள் தில்லியின் பரந்த, போக்குவரத்து அதிகம் இல்லாத சாலைகளில் வேகப் போட்டி ஒன்றை நடத்திக் காட்டி னார்கள். ஒரு காரில் அதன் சொந்தக்காரர் பின்னிருக்கையில் அமர்ந்திருந்தார். அவர் போட்ட கூச்சல் காரோட்டிக்குக் கேட்ட தாகத் தெரியவில்லை. சாலையின் விளிம்பில் இடித்து கவிழ்ந்து, புரண்டு, கார் ஒரு வழியாக நேராகிய பிறகுதான் காரோட்டிக்குப் பின்னால் இருப்பவர் நினைவுவந்தது. முதலாளி யின் விலா எலும்புகள் முறிந்துபோயிருந்தன. உயிருக்கு ஏதும் ஆபத்து இல்லை. முதலாளி எங்கள் அஸ்ஸாம் பிரிவின்

நிர்வாக அதிகாரி. அவருக்குப் பதிலாக நான் செல்ல வேண்டும். சில நாட்களுக்கு மட்டும் அவரது வேலையைப் பார்த்துக் கொண்டால் போதும் என உறுதி அளிக்கப்பட்டிருந்தது.

அஸ்ஸாமில் இன்னொரு பிரச்சினையும் இருந்தது.

என்னைத் தவிர வேறு யாரும் அந்தப் பிரச்சினையைக் கையாள முடியாது என்று தலைமை நிர்வாக அதிகாரி கூறினார். 'உங்களுக்குத்தான் அந்தத் திறமையும் பொறுமையும் இருக்கின்றன, ரமேஷ். நாங்கள் எல்லோரும் பொறியாளர்கள். நிர்வாகத் திறமை அதிகம் இல்லாதவர்கள். உங்களைப் போலப் பேச்சுத் திறமையால் காரியத்தை முடிக்க எங்களால் முடியாது' என்று சொன்னார். சிரிக்காமல் சொன்னார். 'நம் செக்ரடரியும் என்னோடு ஒத்துப்போகிறார். அவர்தான் உங்கள் பெயரைப் பரிந்துரைத்தார். உங்களால் முடியும் என்பது எனக்குத் தெரியும்.'

'என்னால் என்ன முடியும் என்பது எனக்கே தெரியாத போது உங்களுக்கு எப்படித் தெரியும்?' என்று கேட்க நினைத் தேன். கேட்கவில்லை. அவர் ஆஞ்சநேயப் பக்தர் என்று எனக்குத் தெரியும். என்னிடம் அனுமனை அவர் நிச்சயம் பார்த்திருக்க முடியாது. பலியாட்டைப் பார்த்திருக்கலாம்.

4

நதிக்கரை ஓரத்திலிருந்து கார் திரும்பியபோது நதியின் வீச்சு ஒரு கணம் தோன்றி மறைந்தது.

'அற்புதமான நதி. எத்தனைதரம் பார்த்தாலும் திகட்டாது.'

'ஏன் திகட்டும்? நீங்கள் அதன் ஓரத்தில் உட்கார்ந்து, அதன் வெள்ளத்தில் மிதந்து பிழைக்கத் தேவையில்லை.' அனுபமாவின் கண்கள் அவளைப் போலவே அழகானவை. நதியைப் போல ஆழமானவை. மின்னலிடுகின்றன. 'உள்ளூர்க் காரர்களிடம் கேட்டுப் பாருங்கள், வேறு கதையைச் சொல்வார் கள். உங்களோடு இடமாற்றம் செய்துகொள்ள உடனே தயாராக இருப்பார்கள்.'

கார் ஆள் அரவமற்ற தெருக்களில் பாய்கிறது. முதலமைச்சரின் அலுவலகத்தின் வாசலில் பதினைந்தே நிமிடங்களில் நிற்கிறது.

முதலமைச்சரின் முகம் குறுக்கும் நெடுக்குமாகப் போகும் சுருக்கங்களைக் கொண்டது. அவருடைய குறுகிய கண்கள்

சிவந்திருக்கின்றன. தூங்கா மனிதர் என்று சொல்லிக் கொள்கிறார்கள். மாற்றுச் சிறுநீரகத்தில் இயங்குபவர் என்பது எனக்குத் தெரியும். அதை அதிகம் வேலைசெய்ய வைக்கிறார் என்பது என் சந்தேகம்.

எந்த முன்னுரையுமின்றித் தொடங்குகிறேன்.

'சார், எங்கள் சீனியர் மேனேஜர் கோஷ் போன மாதம் இருபத்து எட்டாம் தேதி ராணிகட்டா மின் துணைநிலையத் திலிருந்து சில ஆயுதம் தாங்கியவர்களால் கடத்தப்பட்டார். ஒரு வாரத்திற்கும் மேல் ஆகிவிட்டது. இதுவரை அவர் எங்கு இருக்கிறார் என்பதோ கடத்தியவர்களின் கோரிக்கைகள் என்ன என்பதோ தெரியவில்லை. கடத்தியவர்கள் போராளிகளா பணத்திற்காகக் கூட்டுச்சேர்ந்திருக்கும் உள்ளூர்ப் பொறுக்கிகளா என்பதும் தெரியவில்லை. போலீஸ் இதுவரை வாய்திறக்க வில்லை. அவர்கள் எந்த முயற்சியும் எடுக்கவில்லை என்று நான் . . .'

'நீங்கள் கூறுவது தவறு, மிஸ்டர் சந்திரன். போலீஸ் மிகவும் திறமையாகச் செயல்படுகிறார்கள். அவர்களுக்குச் சில முக்கியமான தடயங்கள் கிடைத்திருக்கின்றன. கோஷ் நிச்சயம் திரும்பவந்துவிடுவார். சீக்கிரமாக. போலீஸ்மீது நீங்கள் நம்பிக்கை வைக்க வேண்டும்.'

'மன்னிக்க வேண்டும். நான் அதிகம் பேசிவிட்டதாக நினைக்கிறேன். கோஷ் திருமணமானவர். அவருக்கு இரண்டு குழந்தைகள். ஓர் ஆண், ஒரு பெண். அவர் மனைவி மிகுந்த கவலையில் இருக்கிறார்.'

'தில்லியில்தானே அவர் குடும்பம் இருக்கிறது?'

'ஆமாம், சார். கோஷ் மிகத் திறமையான இஞ்சினியர்.'

'உங்கள் நிறுவனத்தின் எல்லா இஞ்சினியர்களும் திறமை யானவர்கள் என்பது எனக்குத் தெரியும். அவரை உடனடியாக மீட்டுத் தர நான் போலீஸ் அதிகாரிகளுக்கு உத்தரவிட்டிருக் கிறேன். அவரை உங்களிடம் பத்திரமாக ஒப்படைப்போம் என்பதில் எனக்குச் சந்தேகம் இல்லை. இது நடப்பதற்கு உங்களுடைய ஒத்துழைப்பு தேவை. முக்கியமாக உங்களுக்குப் பொறுமை தேவை. கடத்தியவர்களுடன் தனியாகப் பேச்சு வார்த்தை தொடங்குவது மிகவும் ஆபத்தானது. அப்படித் தொடங்கியவர்கள் இன்று வருத்தப்பட்டுக்கொண்டிருக்கிறார்கள். பணம் போனது மட்டுமல்லாமல், ஆள் திரும்ப வரும் தடயமே இல்லை. போலீஸை அவர்களது வேலையைச் செய்யவிடுங்கள். அவர்கள் தங்களது வேலையை நேர்த்தியாகச் செய்யாமல்

இருக்கலாம். ஆனால் நிச்சயம் உங்களுடைய இஞ்சினியரை மீட்டுக்கொடுப்பார்கள். கடத்தியவர்களிடமிருந்து ஏதாவது செய்தி வந்தால் உடனே போலீஸிடம் தொடர்புகொள்ளுங்கள். எழுத்து மூலமாக வந்தால் அதை அவர்களிடம் ஒப்படைத்து விடுங்கள்.'

விடாது போராடுபவர் இந்த முதலமைச்சர் என்பது எனக்குத் தெரியும். அஸ்ஸாமில் எந்தக் கடத்தலும் அவருக்குத் தெரியாமல் நடப்பதில்லை என்று வதந்திகள் புழக்கத்தில் இருக்கின்றன. ஆனால் இங்கு இது போன்ற வதந்திகள் நீங்கள் எந்தத் தெரு மூலையில் நின்றாலும் தேடி வந்து உங்களை அடையும். அவற்றின் நம்பகத்தன்மை குறைவு. முதல்வரின் பேச்சில் இருக்கும் நேர்மையைச் சந்தேகிக்க எனக்கு மனம் வரவில்லை. ஆனாலும் இந்த இடத்தில் இயங்குபவை சக்கரங் களுக்குள் சக்கரங்கள். அவற்றில் மிகச் சிறியவை கண்ணுக்குத் தெரியாதவை.

உண்மை பேசுகிறாரா? எனக்காகப் பேசுகிறாரா?

'அவருடைய மனைவியிடம் நான் என்ன சொல்ல வேண்டும்?'

'நான் சொன்னதையே சொல்லுங்கள். கோஷ் நிச்சயம் திரும்ப வருவார். எப்போது என்பதுதான் கேள்விக்குறியாக இருக்கிறது.'

இதுவரை பேசாமல் இருந்த போலீஸ் அதிகாரி ஒருவர் திருவாய் மலர்கிறார். 'கடத்தியவர்கள் அனேகமாகக் கடத்தப் பட்டவர்களைக் கொல்வதில்லை. இந்தக் கடத்தலைப் பொறுத்தவரையில் கோஷ் உயிருக்குப் பெரிய ஆபத்து ஏதும் இருப்பதாக எங்களுக்குத் தெரியவில்லை.'

கோஷின் மனைவியிடம் பெரிய ஆபத்திற்கும் சிறிய ஆபத்திற்கும் உள்ள வித்தியாசங்களை எப்படிப் புரியவைப்பது? எனக்கே புரியாதபோது? அவள் உறையில் அடங்க மறுக்கும் குறுவாள் என்று எல்லோரும் சொல்கிறார்கள். அதன் கீறல் களிலிருந்து விடுதலை பெறத்தான் கோஷ் வடகிழக்கை வந்தடைந்தார் என்றும் பேச்சு இருக்கிறது. இந்தப் பெண்ணை எப்படி எதிர்கொள்ள முடியும்?

'நாங்கள் பத்திரிகைகள் மூலம் கடத்தியவர்களுக்கு வேண்டுகோள் விடுக்கலாம் என்று எண்ணுகிறோம். அவருடைய மனைவியின் பெயரில். அரசுத் தரப்பில் இதற்குத் தடை ஏதும் இல்லையே?'

'இல்லவே இல்லை. ஆனால் இந்தச் சாத்தியத்தை யோசித்துப் பார்த்தீர்களா? இது போன்ற வேண்டுகோள்கள் கடத்தல்காரர்களை எரிச்சல்படவைக்கும். அவர்கள் மனம் உருகும் வாய்ப்பு மிகக் குறைவு. மிஸ்டர் சந்திரன், இதை ஏன் விளம்பரப்படுத்துகிறீர்கள்? கோஷ் அசாதாரணமான இஞ்சினியர் என்பதில் எந்தச் சந்தேகமும் இல்லை. ஆனால் அவரது புகழ் அஸ்ஸாம் முழுவதும் பரவியிருக்கிறது என்று சொல்ல முடியாது. அவருடைய திறமைகளைப் பட்டியலிட்டு விளம்பரம் செய்தால், கடத்தல்காரர்கள் கேட்கும் பிணைத் தொகையை உயர்த்த வாய்ப்பு இருக்கிறது. உங்களுக்கு யார் கடத்தினார்கள் என்பதுகூடத் தெரியாது.'

'சார், போலீஸிடம் சில தடயங்கள் இருக்கின்றன என்று சற்றுமுன் நீங்கள் சொன்னீர்கள்.'

'போலீஸிடம் இருக்கின்றன. உங்களிடம் இல்லை. விளம்பரம் கொடுக்கலாம் என்பது உங்களது எண்ணம். போலீஸுடையது அல்ல.' முதலமைச்சரை நான் சிறிது கோபப்படுத்திவிட்டேன் என்பது அவரது பதிலில் தெரிகிறது. 'தடயங்களை நாங்கள் உங்களோடு பகிர்ந்துகொள்ள விரும்ப வில்லை. அப்படிச் செய்வது புலனாய்வுக்குத் தடையாக இருக்கும். நான் சொல்வது சரிதானே?'

'மிகவும் சரி' என்று போலீஸ் அதிகாரி தலையை வேகமாக அசைத்துக் கூறுகிறார்.

'அவர்களிடமிருந்து பிணைத்தொகை கேட்டு வரும் கடிதத்திற்காகக் காத்திருக்க வேண்டுமா?'

'வேறு வழி? இதுவரை வராதது சற்றுக் கவலை அளிக் கிறது. மிக்க நன்றி, மிஸ்டர் சந்திரன். அனுபமா, உனக்கும் நன்றி. சந்திரன், அனுபமா போன்ற திறமை மிக்க அதிகாரிகள் மிகவும் அரிதானவர்கள். உங்கள் நிறுவனம் மிகவும் அதிர்ஷ்டம் செய்தது.'

முதலமைச்சர் என்னிடம் பயனுள்ளதாக ஒன்றும் கூற வில்லை என்பது வெளியே வந்தவுடன்தான் உறைக்கிறது. நான் பிதற்றியிருக்கிறேன். மூக்கு உடைபட்டு ரத்தம் பீறிட வெளியில் வருகிறேன். அனுபமாவைப் பார்க்கிறேன். அவளது முகம் அடுத்தது காட்டும் பளிங்கு அல்ல.

அன்று மாலையில் பிணைத்தொகை கேட்டுக் குறிப்பு வருகிறது.

ஏழு

1

வானம் தில்லியை மூழ்கடிக்கும் எண்ணத்தோடு உறுமுகிறது. ஆலங்கட்டிகள் கோலிக்குண்டுப் பருமன். மங்கலான மையங்களுடன், வேகமாக, கூட்டமாக விழுகின்றன. வராண்டா முழுவதும் பனிக்கூழாங்கற்கள். கண்ணாடி ஜன்னல்கள் அதிர்கின்றன. உடைந்து சிதறி விடுவதாகப் பயமுறுத்துகின்றன. சுகன்யா ஜன்னல் ஓரம் அமைதியாக நனைந்துகொண்டு நிற்கிறாள். ஆலங்கட்டி மழை பெய்யும்போதெல்லாம் பிரியா சுழன்று சுழன்று நனைவாள். கற்களின் வேகமோ அம்மாவின் கவலையோ அவளைத் தடுத்ததில்லை. களைப்பாகும்போது, ஆலங்கட்டி ஒன்றைக் கையில் ஏந்திக்கொண்டு வராண்டாவின் ஓரத்தில் கல் கரைந்து மாயமாகும்வரை நிற்பாள். எனக்குப் பின்னால் வந்து கட்டிகளை என் சட்டைக்குள் போடுவாள். எனக்கு மழை எதிரி. மூக்கை அடைத்து, தும்மலைத் தூண்டும் பிசாசு. சுகன்யாவையும் பிரியாவையும் தும்மல் அண்டியதே யில்லை. அவர்கள் மழையின் தோழிகள்.

சுகன்யா என் தோழி. நனைந்திருந்தாலும் நனையா திருந்தாலும்.

தில்லி அருங்காட்சி அரங்கத்தில் தளராத முலை களையும் ஒடுங்கிய இடையும் வடிவான பிருஷ்டங் களையும் கொண்ட கங்கையின் சுடுமண் சிற்பம் ஒன்று இருக்கிறது. மழையில் நனைந்த சுகன்யா அதன் உயிர்ப் பிரதி.

இப்போதெல்லாம் சுகன்யா என்னிடமிருந்து விலகி நிற்ப தில்லை. எங்கள் அணைப்புகளில் பழைய கதகதப்பின் சாயை படியத் தொடங்கிவிட்டது.

அழைப்பு மணி அலறுகிறது. சுகன்யா வேகமாக, நீர்ச் சுவடுகள் தொடரப் படுக்கை அறைக்குள் செல்கிறாள். நான் வாசற்கதவைத் திறந்ததும் எதிர்கொள்வது பெங்காலிப் பெண்மணி ஒருத்தியை.

திருமதி கோஷ் மழையில் நனைந்ததாகத் தெரிய வில்லை. குறுவாளுக்கும் இந்தப் பெண்ணுக்கும் எந்தத் தொடர்பும் இருப்பதாகவும் தெரியவில்லை. உறையைச் சென்றடைந்த பிறகு நான் பார்க்கிறேனோ?

அதிக உயரமில்லாமல், சிறுத்த இடையோடு இருந்தாள். பாலாடைக் கட்டி நிறத்தில் புடவை. இளஞ்சிவப்புப் பூக்கள் பின்னப்பட்டது. அவளது வண்ணம் செம்மையடங்கி இருள் தொடங்கும் வானத்தை ஒத்திருக்கிறது. மாசில்லாத சருமம்.

'நான் உங்களோடு நேற்று ஃபோனில் பேசினேன். இன்று நேரில் பார்க்கத் தோன்றியது. முன்னறிவிப்பு இல்லாமல் வந்ததற்கு மன்னியுங்கள்.'

'அதனால் என்ன? நாங்கள் முழுமூச்சுடன் செயல்பட்டுக் கொண்டிருக்கிறோம், மிஸஸ் கோஷ்.'

'அவர் எப்போது திரும்பி வருவார்?'

'உங்களுக்கு எவ்வளவு தெரியுமோ அவ்வளவுதான் எனக்கும் தெரியும்.'

'அவர்களிடமிருந்து பணம் கேட்டுக் கடிதம் வந்திருப்ப தாகக் கேள்விப்பட்டேன்.'

இது சற்று வழுக்கலான இடம்.

'நீங்கள் எதைப் பற்றியும் கவலைப்பட வேண்டாம். முதலில் கடத்தல்காரர்களுடன் பேச்சுவார்த்தை தொடங்க வேண்டும்.'

'எனக்கு என் கணவர் வேண்டும்.'

'எங்களுக்கும் எங்கள் இஞ்சினியர் வேண்டும், மிஸஸ் கோஷ். கொஞ்சம் பொறுமையாக இருங்கள்.'

திருமதி கோஷ் அமைதியாக அழத் தொடங்குகிறாள். கண்ணீர் மையைக் கரைத்துக்கொண்டு கன்னங்களில் திட்டு களாகப் படிகிறது.

'உங்களுக்கு அவர் வேண்டவே வேண்டாம். வேண்டி யிருந்தால் அவரைக் கடத்தும்வரை பார்த்துக்கொண்டிருந் திருப்பீர்களா?'

'தயவுசெய்து எங்களை நம்புங்கள்.'

நல்ல வேளையாக சுகன்யா வருகிறாள். உலர்ந்த புடவை யில். நான் இருவரையும் அறிமுகம் செய்துவைக்கிறேன். திருமதி கோஷின் முகம் மலர்கிறது. சுகன்யா அவளது தோளைத் தொடுகிறாள். பார்வையிலேயே நண்பர்கள் ஆகி விட்டதாகத் தோன்றுகிறது.

'இங்கே சரோஜினி நகரில் பிள்ளையார் கோவில் இருக்கிறது. ஒவ்வொரு செவ்வாய்க்கிழமையும் பிள்ளையாரைச் சுற்றி ஒன்பதுமுறை பிரதட்சிணம் செய்யுங்கள். உங்கள் கணவர் திரும்பி வருவார். பிள்ளையார் வரப் பிரசாதி.'

'காளி கோவிலிலிருந்து நேராக உங்கள் வீட்டிற்கு வருகிறேன்.' திருமதி கோஷ் இடது கையில் கட்டியிருக்கும் மெல்லிய சிவப்பு நூற்கயிறுகளைச் சாட்சியமாகக் காட்டு கிறாள். 'காளி மாதா அவரை ரட்சிப்பாள். விநாயகர் அவரை விடுவிப்பார்.'

'எனக்கு இனிமேல் வேலை இல்லை.'

திருமதி கோஷின் கண்கள் கலங்குகின்றன. சுகன்யா என்னை முறைத்துப் பார்க்கிறாள். 'என்ன பேச வேண்டும் என்பது உனக்கு எப்போது தெரியப்போகிறது, ரமேஷ்?'

'நான் வேண்டுகோள் ஒன்று எழுதியிருக்கிறேன். இதோ கொண்டுவருகிறேன்.'

இருவரையும் தனியாகவிட்டு நான் உள்ளே செல்கிறேன். கண்கள் வற்றச் சிறிது நேரம் கொடுக்க வேண்டும்.

நான் திரும்பி வரும்போது கண்கள் வற்றியிருக்கின்றன. கன்னங்களில் கருந்திட்டுகளைக் காணோம். வேண்டுகோளை அவளிடம் கொடுக்கிறேன். நிதானமாகப் படிக்கிறாள்.

ஒரு வேண்டுகோள்

என் பெயர் நந்திதா கோஷ். எனக்கு இரண்டு குழந்தைகள். பையனுக்குப் பன்னிரண்டு வயது. பெண்ணுக்கு ஆறு. நாங்கள் பணக்காரர்கள் அல்ல. மத்தியதரக் குடும்பத்தினர். எங்கள் வாழ்வாதாரம் என் கணவரின் வருவாயை மட்டும் சார்ந்திருக்கிறது.

என் கணவர் இந்திய ட்ரான்ஸ்மிஷன் கார்ப்பரேஷனில் முதுநிலை மேலாளராக வேலைபார்த்துவருகிறார். சென்ற மாதம் இருபத்து எட்டாம் தேதி ராணிகட்டா துணை மின்நிலையத்திலிருந்து அவரைச் சிலர் எங்கோ கூட்டிச் சென்றுவிட்டனர். இன்றுவரை அவர் திரும்பவில்லை. அவர் எந்த அரசியல் கட்சியையும் சாராதவர். வடகிழக்குப் பகுதியின் மீது மிகவும் அக்கறை கொண்டவர். தில்லியில் வேலைபார்த்துக்கொண்டிருந்தவர். ராணிகட்டா செல்வதற்குத் தானாக முன்வந்தார்.

எங்களுக்கும் அஸ்ஸாம் மக்களுக்கும் எந்தப் பகையும் கிடையாது. எங்களுக்கு அவர்கள்மீது எப்போதும் அன்பு உண்டு. அமைதியும் வளமும் நிறைந்த அஸ்ஸாம் உருவானால் மிகவும் மகிழ்ச்சி அடைபவர்களில் நாங்களும் இருப்போம். இந்த லட்சியத்தை அடைவதற்குத் தன்னால் முடிந்ததை என் கணவர் செய்துகொண்டிருந்தார்.

எங்களுக்கும் லட்சியங்கள் இருக்கின்றன. அவை சொந்த லட்சியங்கள். சிறியவை. ஆனால் எங்களைப் பொறுத்தவரை விலையிட முடியாதவை. என் கணவர் திரும்பிவராவிட்டால் அவை மண்ணோடு மண்ணாகி விடும்.

என் கணவரைக் கூட்டிக்கொண்டு சென்றவர்களுக்கு என் வேண்டுகோள். அவரைப் பத்திரமாகத் திருப்பி அனுப்புங்கள்.

நந்திதா கோஷ்.

‘இப்போது எனக்குப் புரிகிறது.’ கண்களின் தீ என்னைச் சுடுகிறது.

‘என்ன புரிகிறது, மிஸஸ் கோஷ்?’

‘நீங்கள் கைகழுவிவிட்டீர்கள். என் கணவரை மீட்பது இப்போது எனது பொறுப்பு.’

இந்த வேண்டுகோளை எழுதுவதற்கு நான் நான்கு மணி நேரம் செலவிட்டேன். நான் எழுதியது எனக்கே பிடித்திருந்தது. நந்திதா கோஷ் படித்தவுடன் அழுது கண்மையை முழுவதும் கரைத்துவிடுவார் என்று எதிர்பார்த்தேன்.

‘ஏன் அப்படிச் சொல்கிறீர்கள். கோஷ் எங்களது முழுப் பொறுப்பு.’

‘அப்படியானால் இந்த வேண்டுகோள் எதற்கு?’

'நீங்கள் அவருடைய மனைவி.'

'அப்போது நான் நினைத்தது சரிதான்.'

'புரிந்துகொள்ள முயலுங்கள், மிஸஸ் கோஷ். கடத்தல் காரர்களைப் பல வழிகளில் சுற்றிவளைக்க வேண்டும். இந்த வழியும் ஒன்று. அஸ்ஸாமின் எல்லாப் பத்திரிகையாளர்களையும் நாங்கள் சந்தித்தோம். அவர்கள்தான் இந்த வழியைப் பரிந் துரைத்தார்கள். இந்த வேண்டுகோள் ஒரு ஞாயிற்றுக்கிழமை வெளிவரும். அஸ்ஸாமிய நாளிதழ் படிப்பவர்கள் அனைவர் கண்களிலும் இது படும்.'

'அவர்கள் ராட்சதர்கள், மிஸ்டர் சந்திரன். அவர்களை இந்த வேண்டுகோள் அசைக்காது.'

'நீங்கள் நினைப்பது தவறு. மக்கள் இதைப் படிப்பார்கள் என்பது அவர்களுக்குத் தெரியும். அவர்கள் இயக்கம் மக்களைச் சார்ந்தது. மக்கள் வெறுப்படைவதை அவர்கள் விரும்ப மாட்டார்கள். நிச்சயம் நம்முடன் தொடர்புகொள்வார்கள்.'

'என்னைத் தொடர்புகொண்டு பெரிய தொகையைக் கேட்டால் நான் எங்கே போவேன். கார்ப்பரேஷன் அந்தத் தொகையைக் கொடுக்குமா?'

நந்திதாவின் கேள்விகளுக்கு என்னிடம் பதில் இல்லை. அரசு நிச்சயமாகக் கொடுக்காது. கோஷ் எங்கள் நிறுவனத்தின் முதுநிலை மேலாளராக இருக்கலாம். ஆனால் அரசின் மேல் மட்டப் பணியாளர்கள் மத்தியில் அவரது உயிரின் விலை பைசாகூடப் பெறாது. அவரது மரணம் அமைச்சரிடமிருந்து ஒரு 'தாங்கொணா'த் துயருற்ற செய்தியை வரவழைக்கலாம். அதற்கு மேல் அரசு ஏதும் செய்யாது.

'நான்கு கோடி ரூபாய்!' ஓர் இணைச்செயலர் என்னிடம் கேலியாகச் சொன்னார். 'இது நல்ல விளையாட்டு! நல்ல நம்பகமான ஒரு குழுவைப் பிடியுங்கள். என்னைக் கடத்தச் சொல்லுங்கள். ஃபிப்டி ஃபிப்டி பங்கு. இரண்டு கோடியுடன் திரும்பி வருவேன்.'

செயலர் பிணைப்பணம் கேட்டு வந்த குறிப்பைத் தடவிப் பார்த்தார். மூக்கில் தேய்த்துக்கொண்டார்.

'இது வந்த கவர் எங்கே?' கடத்தலைவிடக் கவர்மீதுதான் அவர் கவலை இருந்தது. 'கவர் மிக முக்கியம். பல தடயங்களை அது தரும். இந்தக் குறிப்போடு அதை இணைத்திருக்க வேண்டும். இந்தச் சிறிய முன்னெச்சரிக்கை நடவடிக்கையைக் கூட நீ எடுக்கவில்லை.'

கலங்கிய நதி

அவருக்கு ஏமாற்றம் அளிக்க நான் விரும்பவில்லை. ஆனால் உண்மையைச் சொல்ல வேண்டிய கட்டாயம்.

'இது எந்தக் கவரிலும் வரவில்லை, சார். நான்காக மடிக்கப்பட்டு எங்கள் கௌஹாத்தி அலுவலகத்தின் அஞ்சல் பெட்டியில் கிடந்தது.'

குறுமிளகு விடைத்துக்கொண்டதுபோலத் தெரிந்தது. 'என்ன, நாலு கோடி கேட்கிறவர்களுக்கு ஒரு கவர் வாங்கப் பணம் இல்லையா?'

'இந்தக் கேள்வியை அவர்களைப் பார்க்கும்போது கேட்க முயல்கிறேன்' என்று சொல்ல நினைத்தேன்.

நந்திதாவிடம் நான்கு கோடி கேட்டு வந்த குறிப்பைப் பற்றிச் சொல்ல விரும்பவில்லை. சொன்னால் தலைசுற்றிக் கீழே விழுந்துவிடுவாள்.

'அதைப் பற்றியெல்லாம் நீங்கள் கவலைப்படத் தேவையே இல்லை. அவர்கள் என்ன எதிர்பார்க்கிறார்கள் என்பது எங்களுக்கு இதுவரை தெரியவில்லை. அவர்கள் என்ன நடவடிக்கை எடுப்பார்கள் என்பதைத் தெரிந்துகொள்வது மிகவும் கடினம்.'

'உங்களுக்குத் தெரியாமலே என் கணவர் உயிர் பறி போயிருக்கலாம்.'

'அப்படி ஏதும் நடக்க வாய்ப்பில்லை. இதுவரையில் பிணைக்கைதிகளை அவர்கள் கொன்றதேயில்லை. கடத்தல்கள் எல்லாம் விடுதலையிலேயே முடிந்திருக்கின்றன.'

'பணத்தைக் கொடுத்த பிறகுதான் விடுதலை. எவ்வளவு பணம் கேட்கிறார்கள்?'

பொய் சொல்ல வேண்டிய கட்டாயம்.

'இதுவரை அது பற்றி எங்களுக்கு எந்தத் தகவலும் இல்லை.'

'இந்த வேண்டுகோளில் நான் ஏன் கையெழுத்திட வேண்டும் என்பது எனக்கு இன்னும் சரியாகப் புரியவில்லை. பொதுவாகப் பிரபலமானவர்கள்தான் இதில் கையெழுத்திடுவார்கள். ஒருமுறை அன்னை தெரசா கையெழுத்திட்டதாகக் கேள்விப்பட்டேன்.'

அன்னை தெரசா கையெழுத்திட்டது என்னவோ உண்மை. அவர் கையெழுத்திட்டதால் கடத்தியவர்கள்

பிணைத்தொகையை இருமடங்கு அதிகரித்ததும் உண்மை. நல்ல வேளையாக நந்திதா தியாகத் திருவிளக்கு அல்ல. ஓர் இல்லத்தரசியின் வேண்டுகோள் அந்தத் திருடர்களை எரிச்சல் அடையச் செய்யலாம். ஆனால் அது பிணைத்தொகையைக் கூட்டினால் என்ன என்று அவர்களை நினைக்கத் தூண்டாது என்பது என் நம்பிக்கை. இப்போது கேட்பதையே எங்களால் கொடுக்க முடியாது என்பது அவர்களுக்கு நன்றாகத் தெரிந்திருக்கும்.

'நாங்களும் அன்னையிடம் சென்றிருப்போம், மிஸஸ் கோஷ். இப்போது அவர் நம்மிடையே இல்லை.'

'மிஸ்டர் சந்திரன், நான் உங்களை நம்புகிறேன். நீங்கள் தென்னிந்தியர்.'

இந்த 'தென்னிந்தியர்' பேத்தலை நான் பலமுறை வட இந்தியர்களிடமிருந்து கேட்டிருக்கிறேன். முதல்முறையாக ஒரு பெங்காலியிடமிருந்து கேட்கிறேன். அவர்கள் சிறிது நுட்ப உணர்வு உள்ளவர்கள் என்று இன்றுவரை நினைத்திருந்தேன்.

2

பிணைத்தொகை கேட்டு வந்த குறிப்பு உண்மையிலேயே உறையில் வரவில்லை. நான்காக மடிக்கப்பட்டு எங்கள் அஞ்சல் பெட்டியில் கிடந்தது. ஆனால் அது போலியல்ல என்பது அதைப் படித்த உடனேயே புரிந்துவிட்டது.

பாயும் காண்டாமிருகச் சின்னம் தாங்கிய அந்தக் குறிப்பில் ஒரு 'ஜெனரல்' கையெழுத்திட்டிருந்தார். அஸ்ஸாமிய மொழியில் எழுதப்பட்டிருந்தது. அனுபமா மொழிபெயர்த்துச் சொன்னாள்.

'டெபுடி ஜெனரல் மேனேஜருக்கு எழுதப்பட்டிருக்கிறது.'

'உனக்கு?'

நான் ஹிந்தியில் 'தும்' என்று அழைப்பதையே அவள் விரும்பினாள்.

'ஆமாம்.'

'உன் பெயரிலேயா?'

'இல்லை. ஆனால் நான் எங்கிருக்கிறேன், என்ன வேலை செய்கிறேன் என்பது இவர்களுக்குத் தெரியும். நான் ஏற்கனவே குறிவைக்கப்பட்டவள்.'

அவள் தலையைத் திருப்பிக்கொண்டு சற்று நேரம் மௌனமாக இருந்தாள்.

குறிப்பின் மொழிபெயர்ப்பு இது:

எங்களது புரட்சி வாழ்த்துகள்!

ராணிகட்டா துணை மின்நிலைய முதுநிலை மேலாளர் திரு. சுதிர் கோஷ் அவர்களின் பிணைத்தொகை நான்கு கோடி (4,00,00,000) ரூபாயாக நிர்ணயிக்கப்பட்டிருக்கிறது. இந்தத் தொகையை முப்பது நாட்களுக்குள் கொடுக்க வேண்டும். தவறினால் நாங்கள் எங்கள் பொதுக் குழுவின் இறுதி முடிவை நிறைவேற்றும் கட்டாயத்திற்குத் தள்ளப் படுவோம்.

ஜெனரல்,
கொக்ராஜார் பிரிவு.

பிற்குறிப்பு :

1. இந்தக் குறிப்பைப் பரமரகசியமாகக் கையாளுங்கள்.
2. எங்களைத் தொடர்புகொள்ள திரு. B.C. பூரா அவர்களை அணுகுங்கள்.

‘அது என்ன ‘இறுதி முடிவு’? கொன்றுவிடுவதாகப் பயமுறுத்து கிறார்களா? பயமுறுத்தலை நிறைவேற்றும் தைரியம் இருக்கிறதா?’

‘இருக்கிறது. ஆனால் கொலைவரை செல்ல வேண்டிய கட்டாயம் இதுவரை வந்ததாக எனக்குத் தெரியவில்லை. கேட்ட பணத்தைக் கொடுத்து விடுதலை வாங்கப்பட்டது தான் எனக்குத் தெரியும்.’

‘என்ன கேட்டாலுமா?’

‘கிட்டத்தட்ட அப்படித்தான். இந்தக் குழுவைச் சேர்ந்த போராளிகள் கொடுக்க முடியாத தொகையை இதுவரை கேட்டதில்லை.’

‘நாலு கோடி கொடுக்கக்கூடிய தொகையா?’

‘இல்லவே இல்லை. எனக்கு அதுதான் புதிராக இருக்கிறது.’

‘அதிகாரியின் குடும்பம் பணம் கொடுக்கும் என்று எதிர் பார்க்கிறார்களா?’

‘அப்படி எதிர்பார்த்திருந்தால் இந்தக் குறிப்பு நந்திதா கோஷுக்குச் சென்றிருக்கும். இல்லை. அவர்கள் நமது கார்ப்பரேஷனிடமிருந்து பணத்தை எதிர்பார்க்கிறார்கள். அல்லது மத்திய அரசிடமிருந்து.’

‘இந்தப் பூரா யார்?’

‘நமது ராணிகட்டா ஒப்பந்தக்காரர்.’

‘இவர்களின் கையாளா?’

‘இல்லை. நேர்மையானவர் என்று பெயர்பெற்றவர். ஆனால் அஸ்ஸாமில் இவர்களுக்குக் கப்பம்கட்டாமல் ஒப்பந்தக்காரராக இயங்குவது முடியாத காரியம்.’

‘இவரை ஏன் தேர்ந்தெடுத்தார்கள்?’

‘இது பூராவிடம் கேட்கப்பட வேண்டிய கேள்வி. என்னுடைய அனுமானம் ஒப்பந்தக்காரர்களில் அவர் ஒருவர்தான் கொஞ்சம் படித்தவர். நாம் சொல்வதைப் புரிந்துகொண்டு அவர்களிடம் மாற்றாமல் சொல்லக்கூடியவர்.’

‘இந்தக் குறிப்பைப் போலீஸிடம் காட்ட வேண்டுமா?’

‘நிச்சயம். நான் சிறையில் சில நாட்கள் தங்க நீங்கள் விரும்பாவிட்டால். போராளிகளுக்கு நாம் போலீஸிடம் செல்வோம் என்பது நிச்சயமாகத் தெரியும். போலீஸ் எந்த முயற்சியும் எடுக்கமாட்டார்கள் என்பதும் தெரியும். இதைப் பேச்சுவார்த்தை நடக்கும்போது ஆயுதமாகப் பயன்படுத்துவார்கள், அவ்வளவுதான்.’

‘அனுபமா, இந்தக் குறிப்பின் நாலைந்து நகல்களை எடு. ஒன்றைக் கொக்ராஜார் எஸ்பிக்கு அனுப்பு. அவருக்கு ஃபோன்செய்து அனுப்பும் தகவலைச் சொல்லிவிடு. நான் டிஐஜியைச் சந்திக்கிறேன். அவர் பெயர் என்ன சொன்னாய்?’

‘பூயான். நிர்மல் பூயான்.’

‘உனக்குத் தெரிந்தவரா?’

‘என் நண்பரின் நண்பராக ஒரு காலத்தில் இருந்தார்.’

‘உன் நண்பர் இப்போது எங்கே இருக்கிறார்?’

கண்கள் வாட்களாகி மேனியைப் பிளந்துவிடுவோம் என்று எச்சரித்தன.

‘பூயானிடம் கேளுங்கள். அவருக்குத்தான் என் நண்பர் இருக்கும் இடம் சரியாகத் தெரியும்.’

பூயான் நல்ல உயரமாக இருக்கிறார். உயரத்திற்கு ஏற்ற உடல்வாகு. முகம் ஒரு காலத்தில் வசீகரமாக இருந்திருக்க வேண்டும். இப்போது உளியால் பொளிந்ததுபோல இருக்கிறது. கனல் கண்கள்.

'பூராவைக் கைதுசெய்ய வேண்டாமென்று உடனே கொக்ராஜார் எஸ்பியிடம் சொல்கிறேன். அவர் நல்லவர் என்று நீங்கள் சொல்கிறீர்கள் அது போதும்.'

'நான் சொல்லவில்லை. எனக்கு அவரைப் பற்றி எதுவும் தெரியாது. அனுபமா சொல்கிறாள்.'

'அனுபமா சொன்னால் சரியாகத்தான் இருக்கும். நானும் விசாரித்துப் பார்த்தேன். சரியான மனிதர் என்றுதான் சொல்கிறார்கள்.'

'பணம் கொடுக்கத்தான் வேண்டுமா? கேட்ட பணம் இல்லை. கொஞ்சம் பணம்.'

பூயான் சிரிக்கிறார். கறுப்பு, கருஞ்சிவப்பு, வெள்ளை, இளமஞ்சள் கலந்த பல வர்ணப் பற்கள்.

'என்னிடம் நேர்மையான பதிலை எதிர்பார்க்கிறீர்கள் என்று நினைக்கிறேன். நாம் இன்னும் சில நாட்கள் பழக வேண்டும் சந்திரன்.'

எனக்குப் பூயானைப் பிடிக்கத் தொடங்குகிறது.

'நீங்கள் தன்னுடைய நண்பரின் நண்பர் என்று அனுபமா சொன்னாள்.'

'நண்பராக இருந்தேன்.'

'அவர் எங்கே இருக்கிறார்? அதிகப் பிரசங்கி என்று நினைக்காதீர்கள். அனுபமாவிடம் கேட்டேன். அவள் உங்களிடம் கேட்கச் சொன்னாள்.'

பல வர்ணப் பற்களின் தரிசனம் கிடைக்கிறது.

'எனக்குத் தெரிந்தால் உடனே அங்கே சென்று அவரைக் கைதுசெய்வேன், சந்திரன்.' பூயான் சிறிது நேரம் பேசாமல் தரையைப் பார்த்துக்கொண்டிருக்கிறார்.

'இது மூங்கில் தேசம். லட்சக்கணக்கான அஸ்ஸாம் மக்கள் இந்த இயற்கையின் வரத்தால் பயனடைகிறார்கள். மூங்கில் வளர்ந்துகொண்டே இருக்கும். வளர்ச்சியின் இறுதிக் கட்டத்தில் பூக்கத் தொடங்கும். அதன் வாழ்க்கையின் ஒரே

பி.ஏ. கிருஷ்ணன்

தடவை நடக்கும் இந்த நிகழ்வு பேரழிவின் தொடககம். அடுத்த அறைக்குப் போகலாம். மூங்கில் பூக்களின் படத்தைக் காட்டுகிறேன்.'

அதிகம் வெளிச்சம் இல்லாத அறை. சுவர்களைப் புத்தக அலமாரிகள் மறைக்கின்றன. பூயான் அலமாரியைத் திறந்து தடித்த ஒரு புத்தகத்தை எடுக்கிறார்.

'இவைதான் மூங்கிற்பூக்கள்.'

பச்சைகளுக்கு இடையே வெள்ளைப் பூத்தொங்கட்டான்கள்.

'இவ்வளவு அழகா?'

'ஆமாம். அழகு பஞ்சத்தின் ஊதுகுழல். சாவு நெருங்கிக் கொண்டிருக்கும் செய்தியின் அறிவிப்பு. இந்தப் பூக்கள் உதிரும் போது, மூங்கில் விதைகளும் உதிர்கின்றன. மூங்கில் விதைகள் எலிகளுக்கு மிகவும் பிடிக்கும். எலிகள் கூட்டம் கூட்டமாக வருகின்றன. மழையும் சேர்ந்து வருகிறது. மழையில் விதைகள் சில நாட்களில் செடிகளாக மாறிவிடுகின்றன. விதைகள் கிடைக்காத எலிகள் வயல்களையும் நெற்கிடங்குகளையும் தேடத் தொடங்குகின்றன. யுத்தம் தொடங்குகிறது.

'இந்த யுத்தம் விவசாயிகளுக்கும் எலிகளுக்கும் மத்தியில் நடக்கிறது. தங்களால் முடிந்தவரை தானியங்களைத் தின்று விட்டு எலிகள் கோடிக்கணக்கில் சாகின்றன. இந்த இழப்பை ஈடுகட்ட விவசாயிகள் பல வருடங்கள் பாடுபட வேண்டி யிருக்கிறது. இப்போது நடப்பது எலிகளின் வருடங்கள், சந்திரன். நாங்கள் பல வருடங்கள் பாடுபட வேண்டிய கட்டாயம்.

'தனி அஸ்ஸாம் கேட்கும் போராட்டம் மூங்கில் மரம் போன்றது. அது பூத்து, விதைகளைப் பொழியும் என்று எதிர்பார்த்து அதைச் சூழ்ந்துகொண்டிருக்கும் வேலையில்லாத, பசியுற்ற இளைஞர்கள் அந்த நிகழ்வு அவர்களது அழிவில் முடியும் என்பதை அறியாதவர்கள். அனுபமாவின் நண்பன் அவர்களின் ஒருவன்.'

'அவருக்கு என்ன நடக்கும்?'

'எலிகளுக்கு என்ன நடக்கிறது?'

எட்டு

1

காலையிலிருந்து மழை பெய்துகொண்டிருக்கிறது. நேற்று முழுவதும் மழை பெய்தது. தரைவிரிப்பிலிருந்து வரும் ஈரநாற்றம் தாங்க முடியாததாக இருக்கிறது. குளிர்சாதனத்தை நிறுத்தி ஜன்னல் கதவைத் திறந்தால், மழை உள்ளே நுழைந்துவிடும். சில நிமிடங்களில் அறையில் கணுக்காலளவு தண்ணீர் நிரம்பிவிடும். நதி தூரத்தில் மங்கலாகத் தெரிகிறது. புல்தரையும் புகை படர்ந்திருக்கிறது. நீர்ப்புகை. சில இடங்களில் பழுப்புக் குட்டைகள். சேற்றுப் பச்சைகள். பிரியாவுக்கு இந்தக் குட்டைகளைப் பிடிக்கும். அவள் இருந்திருந்தால் அம்மா விடம் பிடிவாதம் பிடித்துப் புல்லில் நடக்க வேண்டும் என்பாள். என்னையும் கூட்டிச் செல்வாள். வெறும் கால்களோடு, முகத்தோடு ஒட்டிக்கொண்டிருக்கும் கூந்தலோடு, புல்லில் நடந்து குட்டையில் குதிப்பாள். சுகன்யாவும் சேர்ந்துகொள்வாள்.

திரைக் கயிறு குஞ்சலங்களோடு பளபளக்கிறது. கையில் எடுத்துப் பார்க்கிறேன். பட்டுப்போல் வழுவழுப்பு. கழுத்தைச் சுற்றி இறுக்கிக்கொள்கிறேன். கண்கள் பிதுங்கத் தொடங்குகின்றன. பிரியா என்னை முறைத்துப் பார்க்கிறாள். கயிறைத் தளர்த்துகிறேன். படுக்கை விரிப் பினுள் நுழைந்து தலையணையில் முகத்தைப் புதைத்துத் தூக்க நாடகம் நடத்துகிறேன்.

அனுபமா வரும்போது முற்றிலும் இருட்டிவிடுகிறது. முழுவதுமாக நனைந்திருக்கிறாள். அவளுக்குச் சிறுமி யின் மார்பகங்கள். கெட்டியான, விளாம்பழ மார்பகங்கள்.

ஈரத்தில் திமிர்ந்து முறைக்கின்றன. நானும் முறைப்பது அனுபமாவுக்குத் தெரிகிறது. எந்தச் சலனமும் அவளிடம் இல்லை.

'இவர்தான் பூரா.' தன்னோடு வந்திருப்பவரை அறிமுகப் படுத்துகிறாள்.

'Winter downpour / even the monkey / needs a raincoat' (குளிர்கால மழை / குரங்குக்குக்கூட / மழைக்கோட்டு தேவை)

அனுபமா சிரிக்கிறாள். 'இங்கு மழையில் நனைந்தால் மனிதனுக்குக்கூடத் துவட்டிக்கொள்ளத் துண்டு கிடைக்காது.'

பூரா வாயைத் திறக்கிறார்.

'உலர்ந்த துண்டுகள் கேட்டிருக்கிறேன், சார். அறைக்குள் வர விரும்பவில்லை. வெளியிலேயே நிற்கிறோம்.'

பூராவுக்கு ரம்பத்தின் ஓரங்களைப் போல முக்கோண வரிசைப் பற்கள். வெற்றிலைக் காவி படிந்தவை. புகையிலைத் துண்டு வாயோரத்தில் ஒட்டிக்கொண்டிருக்கிறது. முகம் சதை யடர்ந்திருக்கிறது. முகவாய் மடிப்புகளைக் கணக்கிட முடிய வில்லை. தலை நரை மருதாணியால் இளஞ்செந்நிறத்தில் இருக்கிறது. மூச்சில் விஸ்கி வாசம் லேசாக வருகிறது. ஒப்பந்தக்காரர்களுக்கு இருக்கும் இயற்கையான பணிவு இவரிடமும் இருக்கிறது.

'என் தலைவிதி சார். என்ன பாவம் செய்தேனோ? என்னை இந்த வேலையைச் செய்யச் சொல்கிறார்கள்.'

'நீங்கள் அவர்கள் நம்பிக்கைக்கு உரியவராக இருக்க வேண்டும்.'

'அவர்கள் யாரையும் நம்பாதவர்கள், சார். பணம் வேண்டு மென்றால் என்னையும் நாளைக்குத் தயங்காமல் கடத்துவார் கள். போலீஸும் சரி, இவர்களும் சரி, மாற்றி மாற்றிக் கொள்ளையடிப்பவர்கள். இப்போது இவர்கள் ஆள் என்று என்மீது முத்திரை விழுந்துவிட்டது. போலீஸ் நிறையப் பணம் கேட்பார்கள். நான் ராஜஸ்தானுக்குத் திரும்பிச் செல்லலாம் என நினைக்கிறேன்.'

'அஸ்ஸாமில் இருக்கும் எல்லா மார்வாரிகளும் இதைத் தான் தினமும் சொல்லிக்கொண்டிருக்கிறார்கள். ஒருவரும் ராஜஸ்தானுக்குத் திரும்பிப் போவதாகத் தெரியவில்லை.'

'சரியான பேச்சு, சார்,' அனுபமா சிரித்துக்கொண்டே சொல்கிறாள். 'மார்வாரிகளுக்கும் போராளிகளுக்கும் இடையே

கையெழுத்தில்லாத ஒப்பந்தம். போராளி தனக்குக் கிடைக்கும் பணத்தையெல்லாம் மார்வாரியிடம் கொடுக்கிறான். பத்திரமாக வைத்துக்கொள்வதற்காக. வருடத்திற்கு ஒன்று வட்டி. ஆனால் போராளி கேட்கும் சமயத்தில் பணத்தைத் திரும்பக் கொடுக்க வேண்டும்.'

'இன்றைக்கு எனக்கு நாள் சரியில்லை. அனுபமா மேடம் கூட என்னைக் கேலிசெய்ய ஆரம்பித்துவிட்டார்கள். நான் அவர்களுக்கு நெருக்கமாக இருந்தால் எனக்கு இந்த மாதிரி கடிதம் எழுதுவார்களா?' சட்டைப் பையிலிருந்து ஒரு கடிதத்தை எடுக்கிறார். கைகுட்டையால் அதைச் சுத்தமாகத் துடைக்கிறார். இரண்டு கைகளிலும் ஏந்தி என்னிடம் பணிவோடு நீட்டுகிறார்.

என்னிடமிருந்து கடிதத்தை வாங்கி அனுபமா மொழி பெயர்க்கிறாள். பணிவின் எந்தத் தடமும் இந்தக் கடிதத்தில் பதிந்ததாகத் தெரியவில்லை.

எங்களது புரட்சி வாழ்த்துகள்!

ட்ரான்ஸ்மிஷன் கார்ப்பரேஷனுக்கு எங்களிடமிருந்து திரு. கோஷ் சம்பந்தமாகச் செல்லும் எல்லாச் செய்திகளையும் நீங்கள்தான் கொண்டுசெல்ல வேண்டும். அவர்களுடைய பதில்கள் உங்கள் மூலமாகத்தான் வர வேண்டும்.

இந்த ஆணையை மீறினால் கடுந்தண்டனை காத்திருக்கிறது.

'தண்டனை!' பூராவின் முகத்தில் வெறுப்பு முளைத்திருக் கிறது. 'பல் முளைத்துப் பத்து நாட்கள் ஆகின்றன, இவர்கள் தண்டனையைப் பற்றிப் பேசுகிறார்கள்.'

'யாருக்குப் பல் முளைத்துப் பத்து நாட்கள் ஆகின்றன, மிஸ்டர் பூரா?'

'இந்தக் கொள்ளைக்காரர்களுக்குத்தான். கோஷைக் கடத்தியவர்கள். பொதுக்குழுவின் ஒப்புதலுடன் செய்ததாகத் தெரியவில்லை.'

'உங்களிடம் எப்படித் தொடர்புகொள்வார்கள்?'

'அந்த ஏற்பாடெல்லாம் ஆகிவிட்டது.'

நான் அதற்கு மேல் ஏதும் கேட்க விரும்பவில்லை. இது போலீஸ் கேட்க வேண்டிய கேள்வி.

'அதிகம் என்று உங்களுக்குத் தோன்றவில்லையா, மிஸ்டர் பூரா? நான்கு கோடி! நான்கு கோடியென்று உங்களுக்குத் தெரியும் என்று நினைக்கிறேன்.'

‘தெரியும். இது முதலமைச்சரைக் கடத்தினால் கேட்கக் கூடிய தொகை. சாதாரண இஞ்சினியருக்காகக் கேட்கக்கூடிய தொகை அல்ல. அதனால்தான் இது பொதுக்குழுவுக்குத் தெரியாமல் சில உள்ளூர் விடலைப்பயல்களால் செய்யப் பட்டது என நினைக்கிறேன்.’

‘சாதாரண இஞ்சினியருக்கு எவ்வளவு பணம் கேட்பார்கள்?’

‘எனக்குத் தெரியாது. என்னை மாதிரி ஒப்பந்தக்காரரிடம் எவ்வளவு கேட்பார்கள் என்பது தெரியும். ஒரு லட்சத்திலிருந்து ஐந்து லட்சம்வரை. அவரவர் சம்பாத்தியத்தைப் பொறுத்தது.’

‘சாதாரண இஞ்சினியரின் பிணைத்தொகையை நான் சொல்கிறேன். பூஜ்யம். ஒரு ரூபாய்கூடக் கொடுக்க முடியாது. அவர்களிடம் சொல்லுங்கள். எங்களுடையது அரசு நிறுவனம் என்பது உங்களுக்குத் தெரியும். நீங்கள் பார்த்த வேலைக்கே பணம் தாமதமாகத்தான் வருகிறது. இந்த நிலைமையில் கடத்தியவரை மீட்க நிறுவனம் பணம் கொடுக்கும் என்று எப்படி எதிர்பார்க்கிறார்கள்? ராணிகட்டாவைச் சுற்றிப் பல திட்டங்களை நிறைவேற்றவிருக்கிறோம். இரண்டு உயர்நிலைப் பள்ளிகளைத் திறக்க எல்லா முயற்சிகளையும் எடுத்துக் கொண்டிருக்கிறோம். மழைக்கு ஒதுங்குவதற்குக் கட்டடங்கள், கல்யாண மண்டபங்கள். ஐம்பது மாணவர்களுக்கு இலவசக் கல்லூரிக் கல்வி.’ நான் பேசுவது அரசு வெளியீடு ஒன்றை உரக்கப் படிப்பதுபோல இருக்கிறது என்பது எனக்கே உறைக்கத் தொடங்குகிறது. நிறுத்திக்கொள்கிறேன்.

‘நீங்கள் சொன்னதை அவர்களிடம் கொண்டுசேர்ப்பது என் கடமை. இது இழுத்துக்கொண்டே போகும் என்று எண்ணுகிறேன்.’

‘நீங்கள் மறுபடியும் என்னைச் சந்திக்கும்போது கோஷ் உயிருடன் இருக்கிறார் என்பதற்கு ஏதாவது அத்தாட்சி கொண்டுவாருங்கள். *செண்டினெல்* பத்திரிகையின் அன்றைய பதிப்புடன் அவர் இருப்பது போன்ற போட்டோ ஒன்றைக் கேளுங்கள். பத்திரிகையின் முதல் பக்கம் தேதியோடு தெரிய வேண்டும். வீடியோ காசெட் என்றால் இன்னும் நன்றாக இருக்கும்.’

‘நான் முயற்சிக்கிறேன், சார்.’

‘அவரிடமிருந்து மனைவிக்கும் குழந்தைகளுக்கும் கடிதம் எழுதி வாங்கி வாருங்கள்.’

‘நிச்சயமாக. நேரமாகிவிட்டது. இரவு பஸ் பிடித்தால்தான் கொக்ராஜாருக்குக் காலையில் போய்ச் சேர முடியும்.’

‘டின்னருக்கு ஏற்பாடு செய்திருக்கிறேன், மிஸ்டர் பூரா. மழை நிற்கும்போல இருக்கிறது. சாப்பிட்டுவிட்டுப் போகலாம்.’

சாப்பிடும்போது கேட்கிறேன். ‘உங்களுக்கு எத்தனை குழந்தைகள்?’

‘இரண்டு.’

‘என்ன செய்கிறார்கள்’

‘மூத்தவன் ஜெய்ப்பூரில் டாக்டராக இருக்கிறான். இரண்டாவது மகள். அவள் அமெரிக்காவில் படிக்கிறாள். உங்கள் துறைதான். எலெக்ட்ரிகல் இஞ்சினியரிங்.’

‘நீங்கள் அஸ்ஸாமில் என்ன செய்கிறீர்கள்?’

பூரா என்னை வியப்போடு பார்க்கிறார்.

‘ஒப்பந்த வேலை என் தொழில், சார்.’

‘பேசாமல் ஓய்வெடுத்துக்கொண்டு ராஜஸ்தானுக்குத் திரும்பிப் போய்விடுங்கள்.’

‘அப்படித்தான் செய்ய வேண்டும். இந்த வேலை முடியட்டும்.’

பூரா என்னை வாயை மூடிக்கொண்டு இரு என்று சொல்லாமல் சொல்கிறார். நான் எப்போதுமே மற்றவர்களுக்குத் திட்டம் போடுவதில் வல்லவன். பூராவைப் பார்த்து ஒரு மணி நேரம்கூட ஆகவில்லை. ஆனால் அவருக்கு மிக அருமையான, உளைச்சலற்ற ஓய்வு வாழ்க்கைக்கான திட்டத்தை அமைத்துக் கொடுத்துவிட்டேன். நான் ஏன் ஓய்வெடுக்கவில்லை? பூராவுக்காவது தன் குழந்தைகளுக்காகச் சேமிக்க வேண்டிய கட்டாயம் இருக்கலாம். எனக்கு என்ன கட்டாயம்?

மழை நிற்பதாகத் தெரியவில்லை. இப்போது மூட்டைப் பூச்சிகளுக்குக்கூட மழைக்கோட்டு தேவை.

கோஷ் நினைவு வருகிறது. அவரை நான் தில்லியில் சந்தித்திருக்கலாம். ஆனால் அவரது முகத்தைப் பார்த்த ஞாபகமே இல்லை. புகைப்படங்களில் அவர் எனக்குப் பரிச்சயம் இல்லாதவர்போலத்தான் தோன்றினார். பருமனாக, தொந்தி வழிந்து படத்திற்கு வெளியே வரப் பயமுறுத்திக் கொண்டு. தலையில் ஒரு ரோமத்தைக்கூடக் காணோம். மூக்குக்குக் கீழ் மெல்லிதான மீசைக் கோடு. அனுபமா அவர் நன்றாக டென்னிஸ் விளையாடுவார் என்று சொல்கிறாள். எனக்கு நம்பிக்கை இல்லை. பார்த்தால் பிடிமானம் இல்லாமல் படியேற முடியாதவர் என்றுதான் தோன்றுகிறது. பத்து பதினைந்து படி ஏறியதும் மூச்சைத் திரும்பப் பெற இளைப்பாற

100 பி.ஏ. கிருஷ்ணன்

வேண்டும். கடத்தியவர்கள் அவரை நிச்சயம் இளைக்கவைத்து விடுவார்கள். இடை சிறுத்த நந்திதா அதிகப் பருமனைச் சுமக்கத் தேவையில்லை.

‘நன்றாகக் கவனித்துக்கொள்வார்களா, மிஸ்டர் பூரா?’

‘அதைப் பற்றி அதிகக் கவலைப்பட வேண்டாம். இரண்டு கிலோ வெண்ணெய் பிஸ்கட் வாங்கியிருப்பதாகக் கேள்விப் பட்டேன். எப்போதுமே அவர்கள் சாப்பாட்டில் குறைவைக்க மாட்டார்கள்.’

வெண்ணெய் பிஸ்கட்? மெலிந்த கோஷ் என் மனச் சித்திரத்திலிருந்து மறையத் தொடங்குகிறார். நடக்கவைப்பார் களோ?

‘அவரை எப்படி ஓர் இடத்திலிருந்து மற்றொரு இடத் திற்குக் கொண்டுசெல்வார்கள்? மோட்டார் சைக்கிளிலா?’

அவரை ராணிகட்டா துணை மின்நிலையத்திலிருந்து மோட்டார் சைக்கிளில் கடத்திச் சென்றார்கள். முன்னால் ஒரு போராளி. கோஷ் இடையில். பின்னால் அவரது முதுகில் பிஸ்டலை அழுத்திக்கொண்டு இன்னொரு போராளி.

‘இல்லை சார். போலீஸ் கெடுபிடி இப்போது அதிகமாகி யிருக்கும். எல்லா இடங்களுக்கும் நடந்துதான் செல்ல வேண்டும்.’

நிச்சயம் மெலிந்துதான் வருவார். நந்திதாவிற்கு நசுங்கிப் போகும் ஆபத்து இல்லை.

2

இந்தக் கடத்தல் பல பைத்தியக்காரர்களை உசுப்பிவிட்டிருக் கிறது. ஒரு வாரத்திற்கு ஐம்பது கடிதங்களாவது நந்திதாவிற்குப் போகின்றன. கோஷ் காவி உடை அணிந்து இமாலயத்தில் தவம்செய்யப் போய்விட்டதாகக் கூறும் கடிதத்திலிருந்து, அவரைத் துண்டு துண்டாக வெட்டிப் புதைத்த இடத்தை நந்திதா அஸ்ஸாம் வந்தால் நிச்சயம் காட்டுவதாகச் சொல்லும் கடிதம்வரை. ஒவ்வொரு கடிதம் வந்ததும் நந்திதா ஃபோன் செய்து நான் அவள் கணவரை மறந்துவிட்டதாகக் குற்றம் சாட்டுகிறாள். கோஷ் தினமும் என் கனவில் தவறாமல் வருவ தால் அவரை மறக்கக்கூடிய வாய்ப்பே இல்லை என நான் தவறாமல் பதில் சொல்கிறேன். ஆனாலும் இந்தக் கடிதத்தைப் போலத் துணிவான கடிதத்தை நான் படித்ததேயில்லை. தப்பும் தவறுமான ஆங்கிலத்தில் எழுதப்பட்டிருக்கிறது.

திருமதி கோஷ் அவர்களுக்கு,

நமஸ்தே. உங்களது வேண்டுகோளை நான் பத்திரிகைகளில் படித்தேன். படித்ததும் மனம் உடைந்துவிட்டது. என் நண்பர்கள் மற்றும் உறவினர்களின் மனங்களும் உடைந்துவிட்டன.

அவர் எங்கே மறைத்துவைக்கப்பட்டிருக்கிறார் என்பது எனக்குத் தெரியும். நலமாக இருக்கிறார். நலமில்லாமலும் இருக்கிறார். அவரது கடத்தலுக்குக் காரணம் அவருடன் வேலைசெய்பவர்கள்தான் என்று பேசும்போதெல்லாம் கூறுகிறார். அழுது அழுது முகம் வீங்கிவிட்டது. இரண்டு மாதங்களில் இறைவனடி சேர்வது உறுதி. நான் சொல்வது சத்தியம். அவருக்குச் சாப்பாடு போடப் பணம் தேவை. கடத்தியவர்கள் பணம் அதிகம் செலவழிக்கமாட்டார்கள்.

உங்கள் கணவர் திரும்பக் கிடைக்க வேண்டுமானால், எனக்கு 9,95,000 ரூபாய் (ஒன்பது லட்சத்து தொண்ணூற்று ஐந்தாயிரம் ரூபாய்) அனுப்புங்கள். பணம் பழைய நூறு ரூபாய் நோட்டுகளாக இருக்க வேண்டும். ஒரு சிறிய மரப் பெட்டியில் புத்தகத்தைப் போலப் பார்சல்செய்து எங்களூர் போஸ்ட் ஆபிஸ் முகவரிக்கு அனுப்புங்கள். போஸ்ட் மாஸ்டர் என்னிடம் பார்சலைக் கொடுத்துவிடுவார். அவருக்குப் பார்சலுக்குள் பணம் இருப்பது தெரியாது. புத்தகம் என்று நினைத்துக்கொள்வார். பணம் கிடைத்த பத்து நாட்களில் கோஷ் எங்கிருக்கிறார் என்பதை நான் தெரிவிப்பேன். நீங்கள் போலீஸ் உதவியோடு அவரை மீட்டுக்கொள்ளலாம்.

இந்தக் கடிதத்தைப் போலீஸிடம் கொடுத்தால் அவர்கள் என்னைக் கைதுசெய்வார்கள் என்று கனவு காணாதீர்கள். அது நடக்கவே நடக்காது. ஆனால் உங்கள் கணவர் கடவுளிடம் சேர்வது நிச்சயம் நடக்கும். நீங்கள் பணத்தைக் காதலித்தால் எனக்கு ஏதும் அனுப்ப வேண்டாம். கணவர்மீது அன்பு இருந்தால் கேட்டிருக்கும் பணத்தை உடனே அனுப்புங்கள்.

உங்களுக்கே தெரியாத
உங்கள் சகோதரன்
அல்லது
உங்கள் கடவுள்
பிரதீப் தாஸ்
விலுகுரி கிராமம்
மதர்துலி போஸ்ட்
நவகாவ் மாவட்டம்
அஸ்ஸாம்

‘இதெல்லாம் இங்கே சர்வசாதாரணம்’ பூயான் சொல்கிறார். ‘விலுகுரி கிராமத்தில் நிச்சயம் ஒரு பிரதீப் தாஸ் இருப்பார். ஆனால் அவரிடம் கேட்டால் இந்தக் கடிதத்தை எழுதவே இல்லை என்று மறுப்பார். அவர் சொல்வது உண்மையாக இருக்கலாம். கையெழுத்து அவருடையதாக இல்லாமல் இருக்கலாம். இது கௌஹாத்தி தலைமை அஞ்சலகத்தில் பதிவுசெய்யப்பட்டு அனுப்பப்பட்டிருக்கிறது. பதிவுசெய்த அலுவலரைக் கேட்டால், கடிதம் கொண்டுவந்தவரின் முகத்தைப் பார்க்கவில்லை என்பார். அவர் சொல்வதும் உண்மையாக இருக்கலாம். அதே சமயத்தில், இந்தக் கோமாளி, பிரதீப் தாஸ், இந்தக் கடிதத்தை எழுதியிருக்கலாம். கோஷ் எங்கேயிருக்கிறார் என்பது பற்றி அவனிடம் சில தகவல்கள் இருக்கலாம். ஆனால் அவனைக் கைதுசெய்தால் கிராமமே மொத்தமாகப் போலீஸ் ஸ்டேஷனுக்கு வந்து ஊளையிட வாய்ப்பிருக்கிறது. அது அவனுடைய செல்வாக்கைப் பொறுத்தது.’

‘நந்திதாவின் அட்ரஸ் இவனுக்கு எப்படிக் கிடைத்தது?’

‘அது ஒன்றும் கடினமான காரியம் அல்ல. தினம் பத்துக் கடிதங்கள் வருகின்றன என்று நீங்களே சொல்கிறீர்கள். உங்கள் கௌஹாத்தி ஆபிஸே கொடுத்திருக்கலாம். உங்களிடம் வேலைசெய்பவர்களில் ஒருவரே பணம் பார்ப்பதற்காக இந்த வேலையைச் செய்திருக்கலாம். எத்தனையோ சாத்தியக்கூறுகள் இருக்கின்றன, ரமேஷ். எல்லாவற்றையும் ஆராய எங்களுக்கு நேரம் இல்லை.’

‘அவன் கேட்ட பணத்தைக் கொடுத்தால்?’

‘ஏதாவது ஒரு பழைய தடயம் கிடைக்கும். பெரும்பாலும் எந்தப் பதிலும் வராது. உள்ளூர்ப் போலீஸுக்கு இந்த லாட்டரி பற்றி நிச்சயம் தெரியவரும். அவர்களும் பங்கு கேட்பார்கள். இந்த நிகழ்ச்சிக்குப் பிறகு மிஸஸ் கோஷைத் தவிர எல்லோரும் எப்போதும் மகிழ்ச்சியோடு இருப்பார்கள். இந்த பிரதீப் தாஸ் யார் என்பதை விசாரிக்கிறேன். அவன் ஆங்கிலம் எழுதியிருக்கிற லட்சணத்தைப் பார்த்தால் பள்ளிக்கூட வாத்தியாராக இருப்பான் என்று நினைக்கிறேன்.’

‘இவன் பள்ளி ஆசிரியராக இருந்தால், இவனுடைய மாணவர்களின் நிலையைப் பற்றி யோசிக்கவே கஷ்டமாக இருக்கிறது.’

‘இவன் பரவாயில்லை. எழுதப் படிக்கத் தெரிந்தவனாக இருக்கிறான். நான் எழுதப் படிக்கத் தெரிந்த கிராமப் பள்ளி ஆசிரியர்களை அதிகம் பார்த்ததில்லை. சரி, கோஷ் விவகாரம்

பற்றிப் பேசியது போதும். ரமேஷ், நீங்கள் காமாக்யா அன்னை கோவிலுக்குப் போயிருக்கிறீர்களா?

'இல்லை. என் மனைவியின் வரவிற்காகக் காத்துக் கொண்டிருக்கிறேன். நான் கோவிலுக்கு அதிகம் போவதில்லை. நீங்கள் எப்படி? அன்னையின் பக்தரா?'

'அஸ்ஸாமில் இருக்கும் நாத்திகரல்லாத எல்லா இந்துக் களும் அன்னையின் பக்தர்கள்தான். அவளடிக்கு நீங்கள் நிச்சயம் செல்ல வேண்டும். தமிழ் பிராமணராக இருக்கிறீர்கள். வயிற்றைப் புரட்டாமல் இருக்க வேண்டும். ஆட்டு ரத்தத்தின் வீச்சம் அங்குச் சற்றுத் தூக்கலாக இருக்கும்.'

'ஆடு வெட்டப்படுவது எனக்கு ஒன்றும் புதிதல்ல, நிர்மல். சிறுவயதிலேயே எங்களூர் அம்மன் கோவிலில் கிடாவெட்டைப் பார்த்திருக்கிறேன். எப்படி நடந்தது என்பது இன்றுவரை நினைவில் இருக்கிறது. கிடாக்களைக் குளிப்பாட்டுவது, ஒரே வெட்டில் தலையைத் துண்டாக்குவது, அவற்றின் உடல்களை மரச்சட்டங்களில் பரத்துவது, உடல்களைக் கீறுவது...'

'இவ்வளவு ஞாபகம் வைத்திருக்கிறீர்களே?'

'இன்னும் இருக்கிறது' என்னையே அறியாமல் தொடர் கிறேன். 'அவற்றின் இருதயங்கள் வாழையிலைகளில் வைக்கப் படுகின்றன. கணக்கில்லாத சிறுதெய்வங்களுக்கு முன்னால் அவ்விலைகள் பரத்தப்படுகின்றன. பூசாரி சாமியாடுகிறார். ஆடிக்கொண்டே இருதயங்களிலிருந்து வழியும் கரும் ரத்தத்தை நக்குகிறார். ரத்தம் வழிந்து ஓடையாக ஓடுகிறது. ஓடி ஒரு பள்ளத்தில் நீருடன் சேர்கிறது. மக்கள் ஓடிச் சென்று இந்தக் கலவையைக் கைகளில் ஏந்திக் குடிக்கிறார்கள். பேய்க்கொட்டு கள் முழங்கத் தொடங்குகின்றன. பூசாரியும் பள்ளத்தில் குதிக் கிறார். ஏந்தி ஏந்திக் குடிக்கிறார். கொட்டுகளின் உக்கிரம் ஏற ஏறப் பூசாரியின் வெறியும் ஏறுகிறது. மணிக்கட்டை அறுத்துக் கொண்டு தன் ரத்தத்தையே குடிக்க முயல்கிறார்.'

மேலே பேச முடியவில்லை. மூச்சுவாங்குகிறது. பூயான் ஆச்சரியமாகப் பார்க்கிறார்.

'தென்னிந்தியாவில் இவ்வளவு உக்கிரமான வழிபாடுகள் இருப்பது எனக்கு இதுவரை தெரியாது. எல்லாக் கோவில் களிலும் பூக்களும் சந்தனமும் மணக்கும் என்று நினைத்துக் கொண்டிருந்தேன்.'

'கோஷிடம் திரும்பப் போகலாமா?'

'போகலாம்.'

'நான் இன்றுவரை சந்தித்தவர்களின் பட்டியல் இது. முக்கியமான யாரையாவது விட்டுவிட்டேனா?'

நான் அஸ்ஸாமில் சந்திக்காத பெரிய மனிதர்கள் கிடையாது. அமைச்சர்கள், கட்சித் தலைவர்கள், காந்தியவாதிகள், பத்திரிகை ஆசிரியர்கள், நிருபர்கள், அரிமா சங்கத் தலைவர்கள், இன்ன பலரைப் பார்த்தாகிவிட்டது. இன்றுகூட சுவிசேஷ எழுப்புதல் கூட்டத்தின் தலைவர் ஒருவரைச் சந்தித்த பிறகு தான் பூயானின் அலுவலகத்துக்கு வந்திருக்கிறேன். பட்டியலை ஒரு பார்வை பார்த்துவிட்டுப் பூயான் சொல்கிறார், 'எல்லோரையும் பார்த்துவிட்டீர்கள் என்றுதான் நினைக்கிறேன். இன்னும் ஒருதடவை பார்த்துவிட்டுச் சொல்கிறேன்.'

அறைக்குத் திரும்பிய உடனே தொலைபேசி ஒலிக்கிறது.

'பூயான் பேசுகிறேன். சரத் ராஜ்வன்ஷியின் பெயர் இல்லையே. அவரைப் பார்க்கவில்லையா?'

'இல்லை. அவர் யாரென்றே எனக்குத் தெரியாது. அனுபமாவும் சொல்லவில்லையே.'

'மன்னிக்க வேண்டும். அஸ்ஸாமிலேயே கறைபடாத அரசியல்வாதி அவர் ஒருவர்தான். முன்னாள் முதலமைச்சர். அவருடைய டெலிபோன் நம்பரைத் தருகிறேன். கொக்ரா ஜாரைச் சேர்ந்தவர். மக்கள் தலைவர். அவர் உடல் நலம் சரியில்லாமல் மும்பையில் வெகுநாட்கள் இருந்தார். அவர் திரும்பி வந்து சில நாட்கள்தான் ஆகின்றன. அனுபமாவுக்கு அவர் திரும்பி வந்தது தெரிந்திருக்க வாய்ப்பில்லை. வீட்டில் தங்கி ஓய்வெடுத்துக்கொண்டிருக்கிறார்.'

எனக்குத் தலைவர்களைப் பார்த்துப் பார்த்து அலுத்து விட்டது. அஸ்ஸாமிய மக்களைப் போல அன்போடு வரவேற்பவர்களைப் பார்ப்பது கடினம். நான் சந்தித்தவர்கள் அனைவரும் உண்மையாகவே கோஷுக்காக வருத்தப்பட்டார்கள். ஆனால் அவர்களிடமிருந்து உருப்படியான உதவி ஏதும் கிடைக்கவில்லை. மிகவும் தைரியமானவர்கள் எனப் பெயர் பெற்றவர்கள்கூடக் கண் இமைகள் தைக்கப்பட்ட பருந்துபோலத் தடுமாறினார்கள். 'அவர் நிச்சயம் உயிரோடுதான் இருக்கிறார். நம் பையன்கள் கொலைசெய்பவர்கள் அல்ல. ஒரு நாள் திரும்பிவரப் போகிறார் பாருங்கள்.' அல்லது 'எனக்குப் போராளிகளோடு தொடர்பு கிடையாது. ஆனால் அவருக்கு இருக்கிறது. நீங்கள் ஏன் அவரைப் பார்க்கக் கூடாது? அவர்

பொதுச்செயலாளருக்கு மிகவும் நெருக்கமானவர் என்பது இங்கு எல்லோருக்கும் தெரியும்.' அவரைப் பார்த்த பிறகுதான் அவர் காந்தியவாதியாக மாறிவிட்டார் என்பது தெரிகிறது. கைகளைப் பிசைந்துகொண்டு அவர் பேசுகிறார். 'எனக்கா? முன்னால் தொடர்பு இருந்தது. இப்போது முழுவதும் இல்லை. என்னைப் பார்த்தால் தீர்த்துவிடும்படி உத்தரவு வந்திருப்பதாகக் கேள்விப்பட்டேன். இவரை ஏன் நீங்கள் பார்க்கக் கூடாது? கொள்கைப் பரப்புச் செயலாளரின் தங்கையின் கணவர் இவர்.' இப்படியே அவரிலிருந்து இவரும் இவரிலிருந்து உவருமாக மாதங்கள் கழிந்துவிட்டன.

நான் கூறியதையெல்லாம் போராளிகளிடம் சொல்லியாகி விட்டதாகப் பூரா என்னிடம் சொல்லி ஒரு மாதத்திற்கு மேல் ஆகிவிட்டது. இது காத்திருக்கும் விளையாட்டு என்று எனக்குத் தெரியும். ஆனால் எவ்வளவு நாட்கள் காத்திருப்பது?

ஒன்பது

1

தெருமுனையிலேயே மரக்கடை. ரம்பங்கள் அலறுகின்றன. கடையைக் கடந்து நடக்கும்போது மரச் சுருள்கள் காலணிகளில் ஒட்டிக்கொண்டு சற்று நேரம் கூடவே வருகின்றன.

'இன்னும் எவ்வளவு தூரம்?'

'அரைக் கிலோ மீட்டர் இருக்கும்.'

வியர்க்கிறாள். புது மரச் சுருள்களின் வாசனையோடு அவளுடைய வாசமும் சேர்ந்து என்னைத் தொடுகின்றது. அவளை இறுக்கமாக அணைத்தால் என்ன என நினைக்கத் தோன்றுகிறது. நினைப்பை வீடுகளிலிருந்து வரும் கடுகு எண்ணெய் வாசமும் மீன் நாற்றமும் மூழ்கடிக்கின்றன. தெரு நடுத்தரத்திற்குச் சற்றுக் குறைவு. மழையின் சுவடுகள் மண்டிய வெளிச்சுவர்களுக்குப் பின்னால் சோம்பலில்லாமல் படர்ந்திருக்கும் பசுமை. அதன் நடுவே சிறிய வீடுகள். முன்னாள் முதலமைச்சர் ஒருவர் இந்தச் சூழ்நிலையில் வாழ்கிறார் என்பது எனக்கு ஆச்சரியமாக இருக்கிறது. அவரது வீடும் சிறியதுதான். மற்ற வீடுகளைவிடச் சிறியதாக எனக்குத் தோன்றுகிறது. அவர் வீட்டுச் சுற்றுச் சுவரில் மழை அதன் வேலையை அதிகமாகச் செய்திருக்கிறது. நெல் கொண்டுபோகுமளவே நிற்கும் அவ்வையாரின் நெடுஞ்சுவரைப் போலக் கீழே விழுந்துவிடப் பயமுறுத்தும் சரிந்த சுவர். அதை முழங் கையால் தாங்கிக்கொண்டு முன்னாள் முதலமைச்சர் நின்றுகொண்டிருக்கிறார். நெடிய மனிதர்.

'ஆ, அனுபமா, நீ இவருடன் வருகிறாய் என்பது எனக்குத் தெரியாது. எப்படி இருக்கிறாய்? அப்பா எப்படி இருக்கிறார்?'

'இன்னும் ஆஸ்பத்திரியில்தான் இருக்கிறார், சார்.'

வீட்டிற்குள் மூங்கில் நாற்காலிகள். அவற்றின் கால்களுக்கு அறுவைச் சிகிச்சை உடனடியாகத் தேவை.

'ஆடுகிறதோ? மன்னியுங்கள். சிறிது நேரம் நில்லுங்கள்.'

பெரியவர் குனிந்து நான் உட்கார நினைத்த நாற்காலியின் ஒரு காலுக்கு அடியில் நாளிதழ்த் துண்டு ஒன்றை நான்காக மடித்துச் செருகுகிறார். எழுந்து சிரிக்கிறார். முகம் ஆயிரம் சுருக்கங்களில் மலர்கிறது. கண்கள் சுருக்கங்களுக்குப் பின்னால் ஒளிந்துகொள்கின்றன. கிழவர் ஏதும் செய்ய வேண்டாம். இந்தச் சிரிப்பே போதும். முதுகுத் தண்டு குறு குறுக்கிறது.

இதுவரை நடந்ததை வேகமாக விவரிக்கிறேன்.

'யாரையெல்லாம் பார்த்தீர்கள்?"

'அஸ்ஸாமின் பெரிய மனிதர்கள் எல்லோரையும் பார்த்து விட்டேன் – உங்களைத் தவிர. அஸ்ஸாமைப் பற்றிய எனது அறிவு விரிவடைந்துவிட்டது. கோஷ் பற்றிய உருப்படியான தகவல் ஏதும் கிடைக்கவில்லை.'

கிழவர் சிரிக்கிறார். மீண்டும் குறுகுறுப்பு.

'அவ்வளவு சீக்கிரம் நீங்கள் அஸ்ஸாமைப் பிரிந்து செல்ல முடியாது. இது நாளாகும் சமாச்சாரம். என்னிடமிருந்து என்ன எதிர்பார்க்கிறீர்கள்?'

'நீங்கள் எதைத் தர முடியுமோ அதைத் தருவீர்கள் என்று எதிர்பார்க்கிறேன்.'

'மதராஸிகள் புத்திசாலிகள். என்னிடம் தருவதற்கு அதிகம் இல்லை. என்னுடைய நாட்கள் கடந்துபோய்ப் பல ஆண்டுகள் ஆகிவிட்டன. காந்தியவாதிகளை இன்று யார் மதிக்கிறார்கள்? அடுத்த வாரம் கொக்ராஜார் செல்லலாம் என்று நினைக்கிறேன். அங்கே போனால் எனக்குத் தெரிந்தவர்களிடம் கேட்கிறேன்.'

'நான் உங்களுடன் வரலாமா?'

'தாராளமாக. நான் செல்வது நிச்சயமானதும் உங்களுக்கு டெலிஃபோன் செய்கிறேன்.'

நான் ஹோட்டலுக்குள் நுழைந்ததுமே, ஓரத்தில் நின்று கொண்டிருக்கும் வயதான மனிதர் ஒருவரை வரவேற்பாளர் சுட்டிக்காட்டுகிறார். மழையில் முழுவதுமாக நனைந்து ஈரம்

சொட்ட நிற்கிறார். வரவேற்பைப் பார்த்துக்கொள்ளும் முட்டாள் களுக்கு அவருக்கு உலர்ந்த துண்டு தரத் தோன்றவில்லை.

அவரை என் அறைக்கு அழைத்துச் சென்று துவட்டிக் கொள்ளத் துண்டு தருகிறேன்.

கிழவர் மூச்சு வாங்கிக்கொள்ளச் சிறிது நேரம் ஆகிறது.

'என் பெயர் தாஸ், சார்.'

'எந்த தாஸ்?'

'பிரதீப் தாஸின் அப்பா. பள்ளி ஆசிரியர். ஓய்வுபெற்று ஐந்து வருடங்கள் ஆகிவிட்டன.'

பூயான் சொன்னது ஒரு வகையில் சரிதான்.

'உங்கள் பையன் பெயரில் வந்த கடிதத்தை நீங்கள்தான் எழுதினீர்களோ?'

'இல்லை, சார்.' சாம்பலடர்ந்த கண்களில் நீர் நிறைகிறது. 'என் மகன் பட்டதாரி சார். பத்து வருடங்களாக வேலை யில்லாமல் திண்டாடுகிறான். அந்தக் கோபத்தில் இந்த முட்டாள்தனமான காரியத்தைச் செய்திருக்க வேண்டும்.'

'செய்ததற்குப் பலன் கிடைக்க வேண்டாமா?'

'வேண்டியதற்கு மேல் கிடைத்துவிட்டது, சார். போலீஸ் அழைத்துச் சென்று ஒரு மாதம் ஆகிவிட்டது. முதுகில் தோல் இல்லை. ரத்தமும் சதையும்தான். உரித்தெடுத்துவிட்டார்கள்.'

தோலை உரிப்பதை அஸ்ஸாம் போலீஸ் கலையாகச் செய்துவருகிறார்கள் என்று அனுபமா என்னிடம் சொல்லி யிருக்கிறாள். 'இந்தத் துறையில் அவர்களுக்குத் தெரிந்த பல கலைகளில் ஒன்று.'

'என்னிடம் என்ன எதிர்பார்க்கிறீர்கள்?' நான் மிகவும் கேவலமாக நடந்துகொள்வதாக எனக்கு உடனே உறைக்கிறது.

'ஐம்பதாயிரம் ரூபாய் கேட்கிறார்கள், சார். என்னிடம் ஐநூறு ரூபாய்கூட இல்லை. அவன் ஒரு முழுமூர்க்கன். ஆனால் அவனுக்கும் தீவிரவாதிகளுக்கும் எந்தத் தொடர்பும் இல்லை.'

'அது நீங்கள் சொல்வது. உண்மை வேறாக இருக்கலாம்.'

'காமாக்யா மாதாமீது சத்தியம் செய்து சொல்கிறேன்.'

அவர் சொல்வது உண்மைதான் என்பது எனக்குத் தெரிகிறது. அவன் போராளிகளுடன் தொடர்புவைத்துக்

கொண்டிருப்பவனாக இருந்திருந்தால் போலீஸ் அவனை நிச்சயம் கைதுசெய்திருக்கமாட்டார்கள். அவன் வெற்றுவேட்டு என்பது அவர்களுக்குத் தெரிந்திருக்க வேண்டும். பாடம் கற்பிப்பதற்காக இதைச் செய்திருக்க வேண்டும். நன்றாகப் பயிற்சிபெற்றவர்கள் இயங்கும் களத்தில் கற்றுக்குட்டிக்கு என்ன வேலை?

ப்ரதீப்மீது எனக்கு மிகுந்த பரிவு ஏற்படுகிறது. அவன் என் சாதி. நானும் கற்றுக்குட்டிதான். மேல்தட்டுக் கற்றுக்குட்டி. பாதுகாக்கப்பட்ட பிராணி. ஆனாலும் கற்றுக்குட்டி.

'என்னால் எப்படி உதவ முடியும்? நான் போலீஸ்காரன் அல்ல.'

'நீங்கள் தில்லியிலிருந்து வந்திருக்கிறீர்கள். தில்லிக்காரர்கள் என்ன சொன்னாலும் இந்த ஊர்ப் போலீஸ் கேட்பார்கள்.'

கிழவரைக் கிளப்புவதற்குள் எனக்கு உயிர்போய்விட்டுத் திரும்பி வருகிறது.

பூயானிடம் பேசுகிறேன்.

'திருடர்கள்! நான் ப்ரதீப் தாஸ் எழுதிய கடிதத்தை நவகாவ் போலீஸிடம் கொடுத்தபோது கைதுசெய்யாதீர்கள் பார்வையில் வைத்திருங்கள் என்று தெளிவாகச் சொன்னேன். முதலமைச்சர் அதைத்தான் விரும்புவார் என்பதையும் சொன்னேன். டிஐஜியிடம் பேசிப் பார்க்கிறேன்.'

2

மாநில அரசு இதுவரை எடுத்திருக்கும் நடவடிக்கைகள் மத்திய மின் துறை அமைச்சரை மகிழ்ச்சியடையச் செய்யவில்லை. கைகளை வீசிக்கொண்டு சொல்கிறார். 'அஸ்ஸாமில் நடக்கும் எல்லா வளர்ச்சித் திட்டங்களையும் நிறுத்திவிடுவேன்.'

கடவுளாக என்னிடம் நடித்துக்காட்டுகிறார் என்பது எனக்குத் தெரிகிறது. இவர் வெறும் பரிவார தேவதை. அஸ்ஸாம் முதலமைச்சரும் கடவுள் அல்ல. ஆனால் இவரை விட மிகச் சக்தி வாய்ந்த தேவதை.

'ஒரு நாளைக்கு ஐந்து கடிதங்களாவது வருகின்றன' கடவுள் அழாத குறையாகப் புலம்புகிறார். 'அந்த ஆள் பெயர் என்ன? தாஸ்? இல்லை, கோஷ். அம்மா தங்களுடன் பேசாமல் வானத்தைப் பார்த்துக்கொண்டு உட்கார்ந்திருப்பதாக அவன் குழந்தைகள் கண்ணீர் சொட்டச் சொட்டக் குடியரசுத்

தலைவருக்குக் கடிதம் எழுதியிருக்கிறார்கள். சந்திரன், அவள் நாட்டியம் சொல்லிக்கொடுப்பதாகச் சொல்கிறார்கள். உண்மையா?'

'உண்மை, சார். கல்கத்தாப் பல்கலைக்கழகத்தில் நாட்டியக் கலையில் முதுகலைப் பட்டம் பெற்றவள்.'

'இந்த மாதிரி உதவாக்கரைப் படிப்பெல்லாம் இன்னும் இருக்கிறதா? அவள் நாட்டியம் ஆடுவதை நிறுத்திவிட்டதாகக் குழந்தைகள் அவர்கள் கடிதத்தில் குறிப்பிட்டிருக்கிறார்கள். ஆட்டத்தை நிறுத்தியது பரத நாட்டியத்திற்கு மிகவும் நல்லது. அல்லது கதக்கிற்கு. மோகினி ஆட்டத்திற்கு. ரவீந்திர ஆட்டமா, அதற்கு. எனக்கு அதைப் பற்றிக் கவலை இல்லை. ஆனால் இந்தக் கடிதம் பத்திரிகைக்காரர்கள் கையில் கிடைத்துவிட்டது. மத்திய அரசு தூங்கிக்கொண்டிருப்பதாக நான்கு பெரிய பத்திரிகைகளில் தலையங்கங்கள் வந்திருக் கின்றன' என்னை உற்றுப்பார்க்கிறார். 'சந்திரன், இந்தக் கடிதத்தை நீங்கள் சொல்லி அவர்கள் எழுதவில்லையே?'

'இல்லவே இல்லை, சார். நான் ஏன் சொல்லப்போகிறேன். நான் மிஸஸ் கோஷிடம் பேசியே பல நாட்கள் ஆகிவிட்டன.' நான் அளவிற்கு அதிகமாக மறுக்கிறேன் என்று எனக்கே தெரிகிறது. இந்த ஆள் புத்திசாலி. உண்மையில் நான்தான் நந்திதாவிடம் குழந்தைகளின் பெயரில் ஜனாதிபதிக்கு எழுதச் சொன்னேன். எல்லாப் பத்திரிகைகளுக்கும் நகலெடுத்து அனுப்பச் சொன்னேன். நேற்றுவரை அமைச்சருக்கு என்னைச் சந்திக்க நேரம் இல்லை. இன்று விமான நிலையத்திலிருந்து நேராக அவரைச் சந்திக்க வந்திருக்கிறேன்.

'பிரதமரின் அலுவலகம் இந்தக் கடத்தலைப் பற்றி விரிவான குறிப்பு எழுதி அனுப்பும்படி கேட்டிருக்கிறது. நீங்கள் என்ன நினைக்கிறீர்கள்? நமது அணுகுமுறைகள் எப்படி இருக்க வேண்டும்?' அமைச்சர் என்னிடம் கேட்கிறார். பதில் மின் அமைச்சகத்தின் இணைச்செயலர் ஒருவரிடமிருந்து வருகிறது. எல்லாவற்றிற்கும் அவர்களிடம் பதில் இருக்கிறது என்று உறுதியாக நினைக்கும் வர்க்கம்.

'இது சட்ட ஒழுங்குப் பிரச்சினை. அதனால் தீர்வுகாண வேண்டிய பொறுப்பு மாநில அரசிடம் இருக்கிறது என்பதைத் தெளிவுபடுத்த வேண்டும்.' இந்த ஆள் நிச்சயம் நந்திதாவைச் சந்தித்திருக்க முடியாது. சந்தித்திருந்தால் இப்படிப் பேசியிருக்க மாட்டான்.

'நமது உளவுத் துறை முடுக்கிவிடப்பட்டுத் தீவிரவாதிகள் கண்காணிக்கப்பட வேண்டும்.' இது மற்றொரு இணைச்செயலர்.

'அவர்கள் இந்தக் காரியத்தைத் தினமும் செய்து கொண்டிருக்கிறார்கள். நீங்கள் என்ன சொல்கிறீர்கள், சந்திரன்?'

'நீங்கள் சொல்வது முற்றிலும் சரி, சார். நம்மிடம் ஒன்றல்ல, ஆறோ ஏழோ உளவுத் துறைகள் இருக்கின்றன. Special Branch, State Security Bureau, Intelligence Bureau, Subsidiary Intelligence Bureau, Central Intelligence Department. ராணுவ உளவுத் துறையையும் RAW நிறுவனத்தையும் நாம் மறக்கக் கூடாது. எல்லோரும் அஸ்ஸாமில் கண்மூடாமல், கடுமையாக வேலைசெய்கிறார்கள் என்பதில் எனக்குச் சந்தேகம் இல்லை. ஆனால் இந்தக் கடத்தலைப் பொறுத்தவரையில் அவர்களிட மிருந்து எந்த உபயோகமான தகவலும் இதுவரை கிடைக்க வில்லை. ஊருக்குள் உள்ள எல்லா வெற்றிலைபாக்குக் கடைக் காரருக்கும் யார் எந்த உளவுத் துறையில் வேலைபார்க்கிறார் கள் என்பது தெரியும். துப்புக்கொடுப்பதே அவர்கள்தான். தீவிரவாதிகள் என்ன சொல்லச் சொல்கிறார்களோ அதைச் சொல்வார்கள்.'

'என்ன செய்யலாம் என்று நினைக்கிறீர்கள்?'

'எதைச் செய்துகொண்டிருக்கிறோமோ அதைத் தொடர லாம் என நினைக்கிறேன். நம்முடைய ஒப்பந்தக்காரர் ஒருவர் மூலம் கடத்தல்காரர்களுக்குத் தகவல் அனுப்பியிருக்கிறோம். ராணிகட்டா மின்நிலையத்தைச் சுற்றியிருக்கும் கிராமங்களில் வளர்ச்சி வேலைகளைத் தொடங்குவோம், ஆனால் பிணைத் தொகை ஏதும் கொடுக்க முடியாது என்று அவர்களிடம் திட்டவட்டமாகச் சொல்லிவிட்டோம். இதுவரை பதில் ஏதும் வரவில்லை. ஆனால் நிச்சயமாக இன்னும் சில நாட்களில் வரும். வேறு சில நம்பகமான ஆட்களின் மூலம் அவர்களை அணுக முயன்றுகொண்டிருக்கிறோம்.'

'அவரைக் கொல்லமாட்டார்கள் என்பது நிச்சயமாகத் தெரியுமா?'

'உடனடியாக அது நடப்பதற்கான அறிகுறிகள் ஏதும் இல்லை. அவர்களுக்கு எந்த நெருக்கடியும் இல்லை. நமக்கு இருக்கிறது. ஆனால் சீக்கிரம் அவர்களுக்குப் பதில் சொல்ல வேண்டிய கட்டாயம் ஏற்படும். அப்போது நாம் ஏதாவது பிணைத்தொகை கொடுக்க வேண்டும். அவர்கள் கேட்ட தொகை அல்ல. கொடுக்கக்கூடிய தொகை. இல்லாவிட்டால் காமாக்யா அன்னையால் மட்டுமே கோஷைக் காப்பாற்ற முடியும்.'

'பிணைத்தொகை கொடுக்க வேண்டிய கட்டாயம் அரசுக்கு இருப்பதை என்னால் பிரதமரிடம் எப்படிச் சொல்ல முடியும்?'

நான் பதில் ஏதும் சொல்லவில்லை. அவர் பதில் எதிர்பார்ப்பதாகத் தெரியவில்லை. சிறிது நேரம் மௌனமாக இருந்தார். 'சரி. உடனே இதைப் பற்றி முடிவுசெய்ய வேண்டிய கட்டாயம் ஏதும் இல்லை. சந்திரன், இதுவரை நடந்ததைப் பற்றி எனக்கு விரிவான ரிப்போர்ட் அனுப்புங்கள். தேவை இருந்தால் என்னை நேரடியாக அணுகுங்கள். நன்றி.'

'ஒரு நிமிஷம், சந்திரன்.'

வெளியில் வந்தவுடன் என்னை அழைக்கும் பெண்ணின் பெயர் ஊர்மிளா. என்னைவிட ஐந்து வயது சிறியவள். பார்ப்பதற்குப் பத்து வயது பெரியவளாகத் தெரிவாள். எனக்கும் அவளுக்கும் எந்த நட்பும் கிடையாது. ஆனாலும் என்னைப் பெயர் சொல்லி அழைக்க – மிஸ்டர்கூடப் போடாமல் – அவள் தயங்கவில்லை. ஏனென்றால் அவள் கடவுளாலேயே உருவாக்கப்பட்ட பணி ஒன்றைச் சார்ந்தவள். நான் சேவையாற்றும் பணி மனிதர்களால் உருவாக்கப்பட்டது.

'ஒவ்வொரு நாளும் நீ என்ன செய்கிறாய் என்பது பற்றிய குறிப்பு என் மேஜைக்கும் மாலை ஐந்து மணிக்கு முன்னால் தவறாமல் வர வேண்டும்.'

'உனக்கென்ன பைத்தியமா? அந்த நினைப்பே வேண்டாம். நான் செய்வது பொதுப்பார்வைக்கு அல்ல.'

'பொதுப்பார்வையா? நான் உன் கார்ப்பரேஷனைப் பார்த்துக்கொள்ளும் இணைச்செயலர். எனக்குத் தெரியாமல் நீ ஏதும் செய்யக் கூடாது.'

'நிச்சயம் செய்வேன்.'

'நீ அனுப்பாவிட்டால் உன்னுடைய CEOவை அனுப்பச் சொல்வேன்.'

'அதை நீ அவரிடம் சொல்ல வேண்டும். உன் அறைக்கு வரலாமா? முந்திரிப்பருப்பு கிடைக்குமா?'

ஊர்மிளா பதில் ஏதும் பேசாமல் முறைத்துப் பார்க்கிறாள். தலையைத் திருப்பிக்கொண்டு வேகமாக நடந்து செல்கிறாள்.

இந்த முந்திரிப்பருப்பு விவகாரம் வேடிக்கையானது.

நான் ஊர்மிளாவை முதன்முதலாக அமைச்சரகம் ஏற்பாடு செய்திருந்த சிறிய கருத்தரங்கில் சந்தித்தேன். அவள் தாமதமாக வந்தாள். காலியாக இருந்த ஒரே இருக்கை எனக்கு எதிரில் இருந்தது. அன்று நான் நல்ல உடை அணிந்திருந்தேன். கறுப்பில் சாம்பற்கோடுகளிட்ட சூட். ஸ்காட்லாந்தில் வாங்கியது. வெளிர் நீலப் பட்டு டை. அவள் கண்களுக்கு நான் அதிகார வர்க்கத்தின் பெருந்தலைகளில் ஒருவனாகத் தெரிந்திருக்க வேண்டும். அவள் தனக்கு முன்னால் இருந்த முந்திரிப்பருப்புக் கிண்ணத்தை என்னை நோக்கி அடிக்கடி நகர்த்திக் கொண்டிருந்தாள்.

தேநீர் இடைவேளையின்போது, என்னிடம் அறிமுகப் படுத்திக்கொண்டாள்.

'நான் ஊர்மிளா.' தனது பணியின் பெயரைக் குறிப்பிட்டாள். 'நீங்கள்? எந்தப் பணி?'

'ரமேஷ் சந்திரன். ட்ரான்ஸ்மிஷன் கார்ப்பரேஷன் ஆஃப் இந்தியா.'

நான் என் பணியின் பெயரைச் சொன்னதும் அவள் முகம் மாறிவிட்டது.

'ஓ, நீங்கள் எங்கள் பணியைச் சேர்ந்தவர் என்று நான் நினைத்தேன்.' அதிகம் பேசாமல் நகர்ந்து சென்றுவிட்டாள்.

தேநீர் இடைவேளை முடிந்ததும் கூட்டம் தொடர்ந்தது. முந்திரிப்பருப்புக் கிண்ணம் இருந்த இடத்திலேயே இருந்தது. சற்று நேரம் பார்த்தேன். கையை நீட்டிக் கிண்ணத்தை என் பக்கம் இழுத்து ஒரு கொத்துப் பருப்பை அள்ளிக்கொண்டேன். 'Thank you, Urmila' என்று சொல்லிக்கொண்டே கிண்ணத்தை அவள் பக்கம் நகர்த்தினேன்.

அன்றிலிருந்து என்னைப் பார்த்தாலே அடிப்பதற்குத் தடி ஏதும் அருகில் இருக்கிறதா என்று ஊர்மிளா தேடுவாள்.

அலுவலகத்திற்கு வந்தடைந்ததும் CEO கூப்பிடுவதாக என் பிஏ கூறுகிறாள். அவரும் அமைச்சர் ஏற்பாடு செய்திருந்த கூட்டத்தில் இருந்தார். வாயைத் திறக்கவில்லை. அவருடைய பாணி அப்படி. கூடிய மட்டும் பேசாமல் இரு. கேள்விகள் உன்னிடம் கேட்கப்பட்டால் அவற்றுக்கு மட்டும் பதில் அளி. கேள்வி கேட்பவர் உன்னைவிடத் தாழ்ந்த பதவியில் இருந்தால் பதிலளிக்க எந்தத் தேவையும் இல்லை. இவரை ஏன் எனக்குப் பிடித்திருக்கிறது என்பது எனக்கே தெரியாது.

'சந்திரன், இந்தக் கேஸ் ஒரு நிலைக்கு வந்துவிட்டது. தினமும் நீங்கள் குறிப்பு எடுத்துக்கொள்ள வேண்டியது அவசியம்.'

'நான் அதை முதல் நாளிலிருந்து செய்துகொண்டிருக் கிறேன்.'

'Wonderful. நாளையிலிருந்து நீங்கள் எடுக்கும் குறிப்பை அமைச்சரகத்திற்கு ஃபாக்ஸ் செய்துவிடுங்கள்.'

'ஊர்மிளாவிற்கா?'

'ஆமாம்.'

'நாம் என்ன செய்கிறோம் என்பது நமக்குள்ளேயே இருப்பது நல்லது. மற்றவருக்குத் தெரிய வேண்டிய அவசியம் இல்லை. உங்களிடம் தினமும் பேசுகிறேன். எதாவது தீர்மானிக்க வேண்டியிருந்தால் உங்களைக் கேட்டுக்கொண்டுதான் செய்கிறேன். இந்த ஊர்மிளா எங்கிருந்து வந்தாள்?'

'நடப்பதை அமைச்சருக்குச் சொல்ல வேண்டிய கட்டாயம் ஊர்மிளாவுக்கு.'

'அமைச்சர் அந்தப் பொறுப்பை என்னிடம் ஒப்படைத் திருக்கிறார்.'

அவர் எரிச்சலடைவது தெளிவாகத் தெரிகிறது. 'சந்திரன், ஏன் இப்படிப் பேசுகிறீர்கள். இது நன்றாக இல்லை.'

நான் என்னுடைய அஸ்திரத்தை எடுக்கிறேன்.

'நான் சரியாகத்தான் பேசுகிறேன். பேசுவது சரியில்லை என்றால் இன்றே இந்த வேலையை வேறு யாரிடமாவது ஒப்படையுங்கள்.'

அவர் உடனே தணிகிறார்.

'அது முடியாத காரியம். உங்களுக்கு இது பிடிக்கவில்லை யென்றால் எனக்கும் பிடிக்காது. நான் ஊர்மிளாவிடம் பேசிக்கொள்கிறேன்.'

பத்து

1

நதியோர ஹோட்டலில் ஓர் அறைகூடக் காலியில்லை நகரின் நடுப்புறத்தில் இருக்கும் ஹோட்டல் ஒன்றில் நான் தங்கியிருக்கிறேன். இதன் மேல்தளத்தில் நீச்சல் குளம் இருக்கிறது. குளியல் தொட்டி அளவு. ஒருவர் இறங்கினால், உள்ளிருப்பவர் வெளியே வர வேண்டிய கட்டாயம். எனக்கு நீந்தப் பிடிக்கும். ஆனால் குளியல் தொட்டியில் நீந்தப் பிடிக்காது. நீச்சல் அடிக்க நினைத்தாலும் குளத்தில் இடம் கிடைக்காது. அவ்வளவு கூட்டம். இந்திய நதிகளிலேயே பெரிய நதியான பிரம்மபுத்திரா 'கூவுதல் வருதல்' தூரத்தில் இருக்கும் போது, குளியல் தொட்டியில் நீந்தக் கூட்டம் கூட்டமாக வருவது அஸ்ஸாமில் மட்டுமே நடக்கும்.

நான் இருக்கும் அறையின் அலங்காரம் தமிழ் சினிமாவில் கேபரே நடனங்களை ரசிப்பவர்களுக்கு நிச்சயம் பிடித்திருக்கும். எனக்குப் பிடிக்கவில்லை. மற்ற அறைகளைப் பார்த்திருந்தால் இந்த அறையைக் கோவில் என்று சொல்வேன் என்கிறாள் அனுபமா.

பூயானிடமிருந்தும் ராஜ்வன்ஷியிடமிருந்தும் பேசச் சொல்லித் தகவல்கள் வந்திருக்கின்றன.

முதியவரிடம் முதலில் பேசுகிறேன்.

'ரமேஷ், இந்த ஞாயிற்றுக்கிழமை கொக்ராஜார் செல்லலாம் என்று இருக்கிறேன். உங்களுக்கு முக்கியமான வேலை ஒன்றும் இல்லையே?'

'இதைவிட வேறு என்ன வேலை? உடனே டாக்ஸிக்கு ஏற்பாடு செய்கிறேன்.'

'டாக்ஸியா?' ராஜ்வன்ஷி தயங்குகிறார். 'நான் பஸ்ஸில் போகலாம் என்று நினைத்தேன்.'

'பஸ்ஸில் போனால் உடனே திரும்ப முடியாது, சார். நான் திங்களன்று தில்லியில் இருக்க வேண்டும்.'

'அப்படியென்றால் டாக்ஸியில் போகலாம். சரியாகக் காலை ஐந்து மணிக்கு என் வீட்டிற்கு வந்துவிடுங்கள்.'

'சரி, சார்.'

'ஒரு நிபந்தனை இருக்கிறது. எந்தப் போலீஸ் வண்டியும் டாக்ஸியைப் பின்தொடரக் கூடாது. என்னை நம்பினால் முழுவதுமாக நம்ப வேண்டும். உங்களுக்குத் தனியாக செக்யூரிட்டி ஆபிசர் இருக்கிறாரா?'

'இருக்கிறார். பூயான் கொடுத்திருக்கிறார்.'

'அவரைக் கௌஹாத்தியிலேயே இருக்கச் சொல்லுங்கள்.'

இவர் உண்மையானவரா?

பூயானிடம் கேட்கிறேன்.

'இவர் உண்மையிலேயே இந்த மாதிரியா அல்லது எனக்காகக் காந்திக் குல்லா போடுகிறாரா?'

'மிகவும் உண்மையானவர், ரமேஷ். முதலமைச்சர் பதவியை ராஜிநாமா செய்ததும், கக்கத்தில் குடையை இடுக்கிக் கொண்டு பஸ் ஸ்டாப்பிற்குப் போய் நின்றார். வந்த பஸ்ஸில் ஏறிக்கொண்டு நேராக வீட்டிற்குச் சென்றார். நீங்கள் அவர் வீட்டைப் பார்த்திருக்கிறீர்கள். அவருடைய ஒரே சொத்து அந்த வீடுதான். ஏழு வருடங்கள் முதலமைச்சராக இருந்த பிறகு. அப்பழுக்கில்லாதவர். அதனால்தான் அவரை எல்லோரும் மதிக்கிறார்கள். பயமே அறியாதவர். போராளிகள் அவர் அருகில் செல்லக்கூடத் தயங்குவார்கள். நீங்கள் கவலையேபட வேண்டாம்.'

'மற்றொரு செய்தி,' பூயான் தொடர்கிறார். 'ப்ரதீப் தாஸ் வெளியில் வந்துவிட்டான். ஐயாயிரம் ரூபாய் வாங்கிக்கொண்டு தான் விட்டார்கள்.'

2

டாக்ஸி உயிரைவிடும் நிலையில் இருக்கிறது. வேறு டாக்ஸி ஏதும் கிடைக்கவில்லை. முதியவர் என்னைத் தேற்றுகிறார். 'கவலைப்படாதீர்கள், சந்திரன். நான் லாரியில்கூடச் சென்றிருக்கிறேன்.'

எண்பது வயதிற்கு மேல் ஆகிவிட்டது. ஆனால் அவர் இன்னும் மாறாத சோஷலிஸ்டாக இருக்கிறார். வாய் மூடாமல் பேசும் சக்தி இருக்கிறது. பிரிட்டீஷ் ஏகாதிபத்தியம் இந்தியா விற்குச் செய்த கேடுகளைப் பற்றித் திரும்பத் திரும்பச் சொல்லிக் கொண்டிருக்கிறார். நான் படிப்பதற்காகக் கொண்டு வந்திருந்த ஹாப்ஸ்பாம் எழுதிய *The Age of the Empire* புத்தகத்தில் சில வரிகளைப் படித்துக்காட்டுகிறேன்.

> India was the 'brightest jewel in the imperial crown' and the core of British Strategic thinking precisely because of her very real importance to the British Economy. This was never greater at this time, when anything up to 60 percent of British cotton export went to India and the Far East, to which India was the key - 40 to 45 percent went to India alone - and the international balance of payments of Britain hinged on the payments surplus that India provided.
>
> . . . Politics and economics cannot be separated in a capitalist society any more than religion and society in an Islamic one.
>
> (ஏகாதிபத்தியத்தின் மகுடத்தில் மிகப் பளபளப்பான ஆபரணம் இந்தியா. அது (அன்றைய) பிரிட்டிஷ் செயல் திட்டச் சிந்தனைக்கு மையப்புள்ளி. ஏனென்றால் பிரிட்டிஷ் பொருளாதாரத்திற்கு இந்தியாவின் பங்கு மிக முக்கிய மானதாக இருந்தது. அந்த ஆண்டுகளில் (பத்தொன்பதாம் நூற்றாண்டு) பிரிட்டன் ஏற்றுமதி செய்த பஞ்சுப் பொருட்களில் 60 சதவீதம் இந்தியாவிற்கும் தூரக் கிழக்கு நாடுகளுக்கும் சென்றது – இந்தியாவிற்கு மட்டும் நாற் பதிலிருந்து நாற்பத்து ஐந்து சதவீதம். பிரிட்டிஷ் அந்நியச் செலாவணியின் வலிமை இந்தியா தந்த உபரி வருமானத் தைப் பொறுத்திருந்தது.
>
> . . . எப்படி இஸ்லாமியச் சமுதாயத்தில் சமூகத்தை யும் மதத்தையும் பிரிக்க முடியாதோ அதே போன்று முதலாளித்துவச் சமுதாயத்தில் அரசியலையும் பொருளா தாரத்தையும் பிரிக்க முடியாது.)

பெரியவர் வியந்துபோகிறார். '45 சதவீதம்! படிக்கவே ஆச்சரியமாக இருக்கிறது. 45 சதவீதம்!' பழைய, உதவாக் கரைப் புள்ளிவிவரங்களின் மேல் சோஷலிசவாதிகளுக்கு இருக்கும் மயக்கம் இவருக்கும் இருக்கிறது.

'இதை நான் எழுதிக்கொள்ள வேண்டும். ஏதாவது ஹோட்டல் வந்தால் வண்டியை நிறுத்தச் சொல்லுங்கள்.'

ஹோட்டலுக்குள் நுழைந்ததும், அவர் கண்களை இடுக்கிக் கொண்டு கந்தலான நோட்டுப் புத்தகத்தில், தடுமாறிக்கொண்டே ஹாப்ஸ்பாம் சொன்னதை எழுதிக்கொள்கிறார்.

'நான் ஒரு குப்பை. எதற்காக இந்தப் புத்தகத்தை இவரிடம் கொடுத்தேன்?' என்று என்னை நானே திட்டிக் கொள்கிறேன். எந்தக் கூட்டத்தில் இந்தப் புள்ளிவிவரங்களைச் சொல்லிக் கைத்தட்டல் வாங்கப்போகிறார்? எண்பது வயதிற்கு மேல் ஆன இவரால் பேச முடியுமா? உடனே எனக்குப் பெரியார் நினைவு வருகிறது. அவருடைய நண்பர் ராஜாஜி நினைவு வருகிறது. இவர்களைப் போன்றவர்களை உந்துவது சாதாரண மனிதர்களால் புரிந்துகொள்ள முடியாத சக்தி. இப்போதுகூட என்னைவிட இவர்தான் அதிகம் பேசுகிறார். படித்ததில் பிடித்ததை நோட்டுப் புத்தகத்தில் எழுதிவைத்துக் கொள்கிறார். யாருக்கு இந்த நோட்டுப் புத்தகத்தை எழுதி வைக்கப்போகிறார்? இவருடைய ஒரே மகன் விபத்தில் இறந்து விட்டதாக அனுபமா சொன்னாள்.

ஹோட்டல் ஒன்றும் அவ்வளவு பெரிது அல்ல. அவ்வளவு சுத்தமாகவும் இல்லை. ஹோட்டலின் சொந்தக்காரர் கிழவரை உடனே அடையாளம் கண்டுகொள்கிறார். வரவேற்பு பலமாக இருக்கிறது.

'எனக்கு மீன்குழம்பு, சாதம். ரமேஷ், மதராஸிப் பிராமணர். உணவும் பிராமண உணவுதானே?'

'ஆமாம் சார், சாதமும் காய்கறிக்கூட்டும் எனக்குப் போதும்.'

'இது வேடிக்கையான இடம்' கிழவர் சாப்பிட்டுக்கொண்டே சொல்கிறார். 'மீன் என்றால் இந்த ஊர் மக்களுக்கு உயிர். இங்கு லட்சக்கணக்கான குளங்கள் இருக்கின்றன. குளங்களில் மீன்கள் உயிரோடு இருக்கப் பிராணவாயு தேவை. ஆனால் பிராணவாயுவை குளங்களை அடைத்துக்கொள்ளும் நீர்ச் செடிகள் உறிஞ்சிவிடுகின்றன. மீன்களுக்கு மிச்சம் இருப்ப தில்லை. அதனால் அஸ்ஸாமுக்கு மீன்கள் தென்னிந்தியா விலிருந்து வருகின்றன. குறிப்பாக ஆந்திராவிலிருந்து. இரண்டாயிரம் மைல் தொலைவிலிருந்து குளிரூட்டப்பட்ட லாரிகளில் வருகின்றன. கெட்டுப்போகாத மீன் என்பதற்கு எந்த உத்தரவாதமும் கிடையாது. நாங்கள் அழுகிய மீனைக் கூடச் சாப்பிடுவோம், ஆனால் குளங்களைச் சுத்தம்செய்ய மாட்டோம்.'

'உங்களுக்கு முன்னால் இருக்கும் குழம்பில் அழுகிய மீன் இல்லை என நினைக்கிறேன்.'

கலங்கிய நதி

‘இல்லை. இங்குள்ளவர்களுக்கு என்னைத் தெரியும். எனக்கு அழுகிய மீனைக் கொடுக்கமாட்டார்கள்.’

‘என் முன்னால் இருப்பது அழுகாத காய்கறியா?’

‘நீ பெரிய ஹோட்டல்களில் சாப்பிடுபவன். உனக்கு எதைப் பார்த்தாலும் சந்தேகமாக இருக்கும். காய்கறியில் அதிகம் கோளாறு செய்ய முடியாது.’

கிழவர் நன்றாகச் சாப்பிடுகிறார். எனக்கு மிகவும் மகிழ்ச்சியாக இருக்கிறது.

‘நான் படித்துக்கொண்டிருந்தபோது, பிரம்மபுத்திராவில் பாலம் கிடையாது. நதியைக் கடக்கப் படகுகள்தான். கொக்ரா ஜாரில் காலேஜ் கிடையாது. கௌஹாத்திக்குச் செல்ல வேண்டும்.’

‘நீங்கள் எங்கே படித்தீர்கள்?’

‘காட்டன் காலேஜ். பிறகு பனாரஸ் ஹிந்து பல்கலைக் கழகம். பாரிஸ்டர் ஆகும் எண்ணம் இருந்தது. காந்தி மாற்றி விட்டார்.’

‘எல்லாக் காந்தி பக்தர்களும் இதையே சொல்கிறார்கள். உண்மையிலேயே மாற்றினாரா?’

‘நிச்சயமாக, ரமேஷ். முதலில் எங்களுக்குப் பயமின்மை யைச் சொல்லிக்கொடுத்தார். அவருக்கு முன்னால் பலர் முயன்றிருக்கிறார்கள். ஆனால் காந்தி சொன்னது எங்களுக்குப் புரிந்தது. இது அவர் செய்த மாயம். இரண்டாவதாக, தன்னியல் போடு, நம்மால்தான் இதைச் செய்ய முடியும் என்ற உணர்வே இல்லாமல், மக்களைப் பற்றி நினைக்கவும் அவர்களுக்காக உழைக்கவும் எங்களுக்குக் கற்றுக்கொடுத்தார். இது அவர் தந்த அசலான பரிசு.’

கார் ஜன்னலுக்கு வெளியே பார்க்கிறேன். பசுமை மனத்தை நிறைக்கிறது.

‘எவ்வளவு அமைதியாக இருக்கிறது! இந்த இடத்தில் இவ்வளவு வன்முறை நடப்பதை நினைத்துக்கூடப் பார்க்க முடியவில்லை.’

‘வன்முறையா? தில்லிக்கு அருகேயுள்ள காஸியாபாத் நகரத்தில் நடக்கும் கொலைகள் அஸ்ஸாமில் நடப்பவற்றைவிட அதிகமாக இருக்கும்.’

அவர் சொல்வது சரிதான். கிழவரைத் தூண்டிப் பார்க்கலாம்.

‘அப்படியானால் நாம் இந்தப் பயணத்தை ஏன் செய்கிறோம்?’

ராஜ்வன்ஷி சிரிக்கிறார்.

‘அந்தத் தாடி வைத்தவரைப் பார், ரமேஷ்,’ கிழவர் சுட்டிக்காட்டுகிறார். தாடிக்காரர் தனது வீட்டு வாசலில் நின்றுகொண்டிருக்கிறார். நாங்கள் அவரைப் பற்றிப் பேசுவது தெரிகிறது. தாடியை இடது கையால் அளைகிறார். வலது கை தொந்தியின் மீது பரவுகிறது. தொந்தி வைத்த மிகச் சில அஸ்ஸாமியர்களில் அவர் ஒருவராக இருக்க வேண்டும். கூரை வேய்ந்த வீடு. மண் சுவர்கள். வீட்டைச் சுற்றி வாழை, தென்னையை நினைவுறுத்தும் சில நெடிய மரங்கள், வெற்றிலைக்கொடி, மூங்கில் அடர்வு.

‘இவர் பங்களாதேஷ்காரராக இருக்க வேண்டும். இந்த இடத்தைவிட்டு எங்கேயும் போகமாட்டேன் என்ற பிடிவாதத் துடன் உழைத்திருப்பார். இன்றைய தினத்தில் பக்கத்து வீட்டில் இருக்கும் அஸ்ஸாமியரைவிட அவரிடம் அதிகம் பணம் இருக்கும். அஸ்ஸாமியர்களிடம் பணம் குறைவு. பொறாமை அதிகம்.’

‘அவரை இங்கே குடியிருக்கப் பக்கத்து வீட்டுக்காரர் ஏன் அனுமதித்தார்?’

‘இவர் வந்தபோது அவர் குறட்டைவிட்டுக்கொண்டிருந் தார்’ முதியவர் உரத்துச் சிரிக்கிறார். கூரிய பற்கள். வெற்றிலை யின் எச்சங்கள் ஏதும் தென்படவில்லை. ‘விளையாட்டாகச் சொன்னேன். அஸ்ஸாமிற்கு இந்த வந்தேறியவர்கள் தேவை யாக இருந்தார்கள். அவர்களது பயிரிடும் வழிமுறைகள் எங்களுடையவற்றைவிடச் சிறந்தவை. இன்றுகூட அஸ்ஸாமின் 85 சதவீதம் – 85 சதவீதம்! – விவசாயப் பொருட்கள் அவர் களிடமிருந்துதான் வருகின்றன. ஆனால் கூட்டம் கூட்டமாக வந்தார்கள். எங்களது மக்கள்தொகைச் சமன்பாட்டைச் சீர் குலைத்துவிட்டார்கள். கோபம் வந்ததே அதனால்தான். அஸ்ஸாம் இயக்கம் தோன்றுவதற்கும் காரணம் அதுதான்.’

‘நெல்லிப் படுகொலைகளுக்குக் காரணம் அதுதானா?’

நெல்லி என்ற இடத்தில் 1983ஆம் ஆண்டு ஆயிரக் கணக்கான முஸ்லிம்கள் படுகொலை செய்யப்பட்டார்கள்.

‘ஆமாம். ஆனால் இன்று போராளிகள் வேறுவிதமாகப் பேசுகிறார்கள். அஸ்ஸாமை நாடாக ஏற்று அஸ்ஸாமிற்காகப் போராடும் எவரும் அஸ்ஸாமியரே என்பது அவர்களின் இன்றைய கோஷம். இந்தக் கோஷம் பங்களாதேஷை

மகிழ்ச்சியடையச் செய்வதற்காக இருக்கலாம். போராளிகளின் தலைவர்கள் பெரும்பாலோர் இருக்கும் இடம் டாக்கா. ஒரு சிலர் பாங்காக்கில் இருக்கிறார்கள். எல்லாப் போராட்டங்களையும்போல இதிலும் கொல்லப்படுபவர்களில் பலர் அப்பாவிகள். தாம் உண்டு தம் வேலை உண்டு என்று இருப்பவர்கள்.'

கிழவர் அதிகம் பேசிவிட்டார்போலத் தோன்றுகிறது. கண்களை மூடிக்கொள்கிறார்.

'நீ வன்முறை எதனால் என்று கேட்டாய். அதற்குப் பதில் சொன்னேன். வன்முறைக்குக் காரணத்தைச் சொன்னேன். அதை என்றுமே நான் நியாயப்படுத்தமாட்டேன். போராளிகளுக்கு எதிராகக் குரல் கொடுக்க வேண்டும் என்பதில் எனக்குச் சந்தேகம் இல்லை. ஆனால் அரசின் வழிமுறைகள் மிகவும் தவறானவை.'

'இப்படித்தான் எல்லோரும் சொல்கிறார்கள். வேறு என்ன வழி? காந்தியின் பாதையா?'

'எனக்குத் தெரியவில்லை, ரமேஷ். ஆனால் அரசு கடைப்பிடிக்கும் வழிமுறைகள் மக்களை நசுக்குபவை.'

என் மனத்தில் கொக்ராஜார் நகரத்தைப் பற்றி ஒரு பிம்பம் இருந்தது. உள்ளே நுழையும்போதே மயான அமைதி நிலவும். தெருவோரங்களில் மணல் மூட்டைகளுக்குப் பின்னால் இயந்திரத் துப்பாக்கிகள் தாங்கிய ராணுவ வீரர்கள் என்னையே முறைத்துப் பார்த்துக்கொண்டிருப்பார்கள். வாயைத் திறந்தால் வாயிலேயே சுடுவதற்காக. கொஞ்சம் உற்றுப்பார்த்தால், நிழலடர்ந்த ஓரங்களில் போராளிகள் தெரிவார்கள். கைவெடிகுண்டுகள் அவர்கள் கரங்களில் உருண்டுகொண்டிருக்கும்.

உண்மையான கொக்ராஜார் ஏமாற்றம் அளிக்கிறது. வண்டி வேகத்தைக் கட்டுப்படுத்தும் தடைகள்கூட ஓரமாக ஒதுங்கி நின்று எங்களை வழியனுப்புகின்றன. தில்லியைத் தாண்டினால் தென்படும் உத்திரப் பிரதேச அழுக்கு இங்கும் தெரிகிறது. ஏதும் நடக்காது என்று உறுதியளித்து ஏமாற்றும் அழுக்கு.

இதுவரை மூச்சை அடக்கிக்கொண்டிருந்த மழை இப்போது கொட்டத் தொடங்குகிறது. காரை அடித்து நொறுக்கிக் குருடாக்கும் வெறியோடு பொழிகிறது. தெருக்கள் சில நொடிகளில் கால்வாய்களாக மாறிவிடுகின்றன. உயிரை விட்டுவிடுமோ என்று பயந்துகொண்டிருக்கும்போதே டாக்சி ஒரு வழியாக நீந்தி எங்களது இருப்பிடத்தை அடைகிறது.

பி.ஏ. கிருஷ்ணன்

இருப்பிடம் அரசினர் விருந்தினர் இல்லம். குடைகளைப் பிடித்துக்கொண்டு சிலர் கிழவரை வரவேற்பதற்காக வாசலில் காத்துக்கொண்டிருக்கிறார்கள். கைகுலுக்கல்கள் முடிந்தவுடன் ராஜ்வன்ஷி தொண்டர்கள் மத்தியில் மறைகிறார்.

இத்தொண்டர்களில் ஒருவருக்கு கோஷ் இருக்கும் இடம் நிச்சயம் தெரிந்திருக்கும்.

நான் என் அறையை நோக்கிச் செல்கிறேன். அரை மணிநேரம் கழித்துத் திரும்ப வருகிறேன்.

'ஒரு நல்ல சேதி, ரமேஷ். நாம் ராணிகட்டாவிற்குப் போகிறோம். அங்கே நமக்காக ஒருவர் காத்துக்கொண்டிருக் கிறார். அங்கிருந்து எங்கே போவோம் என்பது இன்னும் முடிவாகவில்லை.' கிழவருக்கும் ஓய்விற்கும் இடையே விடாப் பகை என்று நினைக்கிறேன். எனக்கு நிற்கவே முடியாமல் தூக்கம் வருகிறது. கிழவர் மலர்ந்த கண்களோடு டாக்ஸியைச் சுற்றி நிற்பவர்களோடு பேசிக்கொண்டிருக்கிறார்.

டாக்ஸிக்கு ஏதோ ஆகிவிட்டது. மரணமடைந்துவிட்டதா? அதைச் சுற்றி நிற்பவர்கள் சோகமாக இருக்கிறார்கள்.

'வேறு கார் ஏற்பாடு செய்யலாமா?'

'அது முடியாத காரியம். இந்தக் காரில் வரும் செய்தி யுடன் ராணிகட்டாவிற்கு நான் ஏற்கனவே ஆள் அனுப்பி விட்டேன். அவர்களுக்கு டெலிஃபோன் செய்யவும் முடியாது. கவலைப்படாதே. மெக்கானிக் வந்துகொண்டேயிருக்கிறார். வா, வராண்டாவில் உட்கார்ந்துகொள்ளலாம்.'

வராண்டாவில் 'மெல்லிய பூங்காற்று' வீசுகிறது. மேலே சுற்றும் விசிறிக் காற்றை என் முகத்தில் இதமாகத் தூவுகிறது. முன்னால் இருக்கும் முக்காலியில் சூடான சமோசாக்கள். வானம் மேகங்களை விரட்டிவிட்டுத் தெளிவான, அலர்ந்த நீலத்துடன் இருக்கிறது. கிழவர் சமோசாவை எடுத்துக் கடித்துக்கொண்டே பேசுகிறார்.

'கோஷ் அஸ்ஸாம் போராளிகளால் கடத்தப்பட்டார் என்று நீ சொன்னது எனக்கு ஆச்சரியமாக இருந்தது. கொக்ராஜாரில் அவர்களுக்கு அதிகம் செல்வாக்கு இல்லை. இது போடோக் களின் கோட்டை. போடோக்கள் ஒரு காலத்தில் பிரம்மபுத்திராப் பள்ளத்தாக்கு முழுவதையும் ஆண்டுகொண்டிருந்தார்கள். அஸ்ஸாமியரால் ஆட்சிப் பீடத்திலிருந்து கீழே தள்ளப்பட்டதை அவர்கள் மறக்கவேயில்லை. அவர்களைப் பொறுத்தவரையில்,

மற்றைய இந்தியர்களுக்கும் அஸ்ஸாமியருக்கும் அதிக வித்தியாசம் இல்லை.'

'எனக்கு இந்த வரலாறு தெரியும், சார். பூயான் சொல்லிக் கொடுத்திருக்கிறார்.'

'அஸ்ஸாமியப் போராளிகளுக்கும் போடோப் போராளி களுக்கும் இடையே இந்தக் கடத்தலைக் குறித்து ஏதாவது ஒப்பந்தம் ஏற்பட்டிருக்க வேண்டும். இங்கு எங்கே திரும்பினாலும் போடோப் போராளிகள்தான்.'

'உங்களுடைய ஆள் என்ன சொல்கிறார்?'

'அவனுக்கு ஒன்றும் அதிகம் தெரியாது. செய்தி கொண்டு வருவது அவன் வேலை. நான் சொல்வதை அவர்களிடம் மசாலா சேர்க்காமல் சொல்வது, அவ்வளவுதான். ராணிகட்டா போனால் எல்லாம் தெளிவாகும்.'

துப்பாக்கி சுடும் ஓசை கேட்கிறது. என்னை நோக்கி வண்டு ஒன்று மிக வேகமாகப் பறந்து வருவதுபோலத் தோன்றுகிறது. கண்ணிமைக்கும் முன் எனக்குப் பின்னால் இருக்கும் சுவரி லிருந்து காரைத்துண்டுகள் உதிரும் ஓசை. என்னை அறியாம லேயே நான் குனிந்துகொள்கிறேன்.

'ரமேஷ், தவழ்ந்து செல்லுங்கள். நிமிராமல். உங்கள் அறைக்குச் செல்லுங்கள். நான் பின்னாலேயே வருகிறேன்.'

மறுபடியும் துப்பாக்கி ஓசை கேட்கவில்லை. என் இதயம் அடித்துக்கொள்ளும் ஓசை நிற்காமல் கேட்கிறது. கிழவர் எனக்கு முன்னால் சென்று என் அறையில் காத்துக்கொண் டிருக்கிறார். அவர் தவழ்ந்து செல்லவில்லை. கைகளை வீசிக் கொண்டு, அங்கும் இங்கும் பார்த்துக்கொண்டு நடந்து சென்றதை நான் தவழ்ந்துகொண்டே பார்த்தேன்.

'இன்னும் இரண்டு சமோசாக்கள் மிச்சம் இருக்கின்றன. சூடு ஆறுவதற்கு முன்னால் சாப்பிட வேண்டும். இங்கே கொண்டுவரச் சொல்லியிருக்கிறேன்.'

'அந்தத் தோட்டா எனக்குக் குறிவைக்கப்பட்டதா?'

'நிச்சயமாகச் சொல்ல முடியவில்லை. ஆனால் அது உன்னைக் கொல்வதற்காகச் சுடப்படவில்லை என்பது உறுதி. இங்குள்ளவர்கள் துப்பாக்கி சுடுவதில் கில்லாடிகள்.'

'ராணிகட்டா போகிறோமா?'

'இதற்குப் போலீஸ்தான் பதில் சொல்ல முடியும். They will call the shots now.'

முதியவருக்குத் தான் தேர்ந்தெடுத்த வார்த்தைகள் சரியானதல்ல என்று தோன்றியிருக்க வேண்டும். மௌனமாக இருக்கிறார். நான் அமைதியை விரும்புகிறேன்.

சிறிது நேரத்தில் விருந்தினர் இல்லம் போலீஸ்காரர்களால் நிரம்பிவிடுகிறது. போலீஸ் அதிகாரி அறைக்குள் நுழைந்து முதியவருக்கு விரைப்பாக சல்யூட் அடிக்கிறார்.

'நீங்கள் வருவது எனக்கு முன்கூட்டியே தெரிந்திருந்தால் தகுந்த பாதுகாப்பு அளித்திருப்போம்.'

'நான் இங்கு அடிக்கடி வருபவன். இந்த நாடகம் என் நண்பர் ரமேஷை வரவேற்பதற்காக என நினைக்கிறேன். இது உங்கள் காரியம் அல்லவே?'

அதிகாரி சிரிக்கிறார். 'இல்லை, சார். புலன் விசாரணையில் மற்றவர்கள் தலையிடுவது எங்களுக்குப் பிடிக்காது என்பது உங்களுக்கு நன்றாகத் தெரியும். ஆனால் இவரைப் பற்றி பூயான் முன்னமே சொல்லியிருக்கிறார். மிக உயர்வாக. இவர் தலையிடக்கூடிய ஆள் அல்ல என்பதும் எங்களுக்கு நிச்சயமாகத் தெரியும்.'

'நாங்கள் ராணிகட்டா செல்லலாமா?'

'அது முடியாது, சார். ரொம்ப ரிஸ்க். நீங்கள் போலீஸ் பாதுகாப்புக்கு ஒத்துக்கொள்ளமாட்டீர்கள்.'

'நான் வெளியே செல்ல எந்தத் தடையும் இல்லையே?'

'இது உங்கள் ஊர், சார். உங்களைத் தடுக்க முடியுமா?'

'ரமேஷ், நான் வெளியில் சென்று என்ன நடந்தது என்பதை விசாரித்துவிட்டு வருகிறேன். நீ ஓய்வெடுத்துக்கொள். கதவைத் தாழ்ப்பாள் போட்டுக்கொள். இவர் உனக்குத் தகுந்த பாதுகாப்பு அளிப்பார். நான் இங்கு இன்னும் சில நாட்கள் இருக்க வேண்டும் என்று நினைக்கிறேன். நீ தனியாகத் திரும்பிச் செல்ல வேண்டும். வருத்தமாக இருக்கிறது.'

'நான் இன்று இரவு இங்கே தங்கலாமா?'

அதிகாரி சொல்கிறார், 'தாராளமாக. நீங்கள் தில்லிக்கு நாளைக்கே திரும்பிச் செல்ல வேண்டும் என்ற தகவல் எனக்குக் கிடைத்தது. போக வேண்டாமா?'

'தில்லி காத்திருக்கும்.'

'ரமேஷ், நான் ராணிகட்டா போனாலும் போவேன். இந்த டாக்ஸியிலேயே சென்று இதைத் திரும்ப அனுப்பிவிடுகிறேன். நான் அங்கிருந்து கௌஹாத்திக்குப் பஸ் பிடித்துச் சென்று விடுவேன். ஆபிசர், ரமேஷைப் பாதுகாக்க வேண்டியது உங்கள் கடமை.'

'இந்த இடத்தில் யாரும் எங்கள் அனுமதி இல்லாமல் நுழைய முடியாது சார்.'

'ரமேஷ், கதவை யார் தட்டினாலும் உடனே திறக்காதே. அட்டெண்டரை டெலிஃபோன் செய்து வரவழைத்து அவர் திறக்கலாம் என்று சொன்னால் மட்டும் திற. மதியம் இரண்டு தான் ஆகிறது. மாலை முழுவதும் என்ன செய்யப்போகிறாய்?'

'இதோ டிவி இருக்கிறது சார். ஹாப்ஸ்பாம் இருக்கிறார்.'

ஹாப்ஸ்பாமைத் திறந்தவுடனே தூக்கம் வருகிறது. நான் தூங்க விரும்பவில்லை. டிவியோடு விளையாடுகிறேன். பிபிஸியில் டிம் செபாஸ்டியன் ஜெர்மைன் க்ரீருடன் பேசிக் கொண்டிருக்கிறார். சேனல்களை வேகமாக மாற்றுகிறேன். ஏதோ ஒரு சேனலில் சூடு பறக்கும் விவாதம் நடந்துகொண் டிருக்கிறது. மிகப் பருமனான ஒருவர் அஸ்ஸாமில் நடப்பது என்ன என்பது குறித்து விவரமாகச் சொல்லிக்கொண்டிருக்கிறார். சொல்லுவது சரியாகத்தான் இருக்கிறது. யார் இவர்? அவர் பெயர் என்ன என்பது தெரியும்வரை காத்திருக்க என் கண்கள் தயாராக இல்லை.

கண்கள் டெலிஃபோன் அலறியபோதுதான் திறக்கின்றன. கடிகாரத்தைப் பார்க்கிறேன். ஒன்பது பதினைந்து.

'ரமேஷ், ராஜ்வன்ஷி பேசுகிறேன். நன்றாகத் தூங்கினாயா?'

'எங்கிருந்து பேசுகிறீர்கள்'

'இங்கே கெஸ்ட் ஹவுஸிலிருந்துதான். இதோ உடனே வருகிறேன்.'

சிறிது நேரம் கழித்து வேகமாக என் அறைக்குள் நுழை கிறார். படுக்கையின் முனையில் அமர்கிறார். எழுந்திருக்க முயல்கிறேன். வேண்டாம் என்று சைகையால் சொல்கிறார்.

'கதவைத் தாழ்ப்பாள் போட்டுக்கொள் என்று சொல்லியிருந்தேனே?'

'இப்போதுதான் அட்டெண்டர் இரவு சாப்பாட்டிற்கு ஆர்டர் எடுக்க வந்தார். நீங்கள் என்ன சாப்பிடப்போகிறீர்கள்?'

'பால் மட்டும் போதும். நான் ஏற்கனவே அட்டெண்டரிடம் சொல்லிவிட்டேன். சந்திப்பு நல்லபடியாக நடந்தது.'

'ராணிகட்டா போனீர்களா?' அவர் இரவே திரும்பிவிடுவார் என்று நான் நினைக்கவில்லை.

'ஆமாம். அரைமணி நேரம் பேசியிருப்போம். உன்னைப் பற்றிக் கவலையாக இருந்தது. உடனே திரும்பி வந்துவிட்டேன். நாம் இருவரும் சேர்ந்தே கௌஹாத்திக்குச் செல்லலாம்.'

'சந்திப்பில் என்ன தீர்மானிக்கப்பட்டது?'

'அவர்கள் பிடிவாதமாக இருக்கிறார்கள். பிணைத் தொகையைக் குறைக்க மறுக்கிறார்கள். நான் அரசிடமிருந்து பணம் எதிர்பார்ப்பது முட்டாள்தனம் என்று சொன்னேன். நான் சொன்னது என்னைச் சந்தித்தவனுக்குப் பிடிக்கவில்லை. அவர்கள் ஏற்கனவே கோஷின் மரண தண்டனையை நிறை வேற்றும் தேதி குறித்துவிட்டதாக அவன் கேள்விப்பட்டானாம்.'

'எங்களிடம் ஒருதடவைகூடப் பேசாமலா? பூராவின் மூலம் அவர்கள் எங்களுக்குப் பதில் அனுப்புவேன் என்று சொல்லியிருந்தார்கள். இதுவரை வரவில்லை. அது பற்றி அவசரம் இருப்பதாகவும் தெரியவில்லை.'

'பேச்சுவார்த்தை நடத்துவது குறித்து அரசு அதிகக் கவனம் எடுத்துக்கொள்ளவில்லை என்பது அவர்களது குற்றச்சாட்டு. நீ நேரடியாகப் பேச்சுவார்த்தை நடத்தத் தயாராக இருக்கிறாய் என்று அவர்களிடம் சொல்லியிருக்கிறேன்.'

நான் இவரிடம் எப்போது அவ்வாறு சொன்னேன்?

'அவர்கள் பேச்சுவார்த்தை நடத்த விரும்பினால் பூராவின் மூலம் இடம் நாள், நேரம் பற்றிய தகவல்களை அனுப்புவார்கள்.'

நிச்சயமாக அனுப்புவார்கள். ஏனென்றால் அவர்கள் கையில் சீஃப் விஜிலன்ஸ் ஆபிஸர் ஒருவன் கிடைக்கப் போகிறான். அவனது பிணைத்தொகை சாதாரண சீனியர் மேனேஜரைவிடக் கட்டாயம் அதிகமாக இருக்கும்.

என் மனத்தில் ஓடுவது என்ன என்பது அவருக்குத் தெரிகிறது.

'நீ கவலைப்படாதே. பத்திரமாகத் திரும்பி வருவாய் என்பதற்கு நான் உத்திரவாதம் அளிக்கிறேன். நீ அவர்களைச் சந்திக்கப் போகிறாய் என்பதைப் போலீஸிடம் சொல்லாத வரையில் உனக்கு எந்த ஆபத்தும் இல்லை.'

'என்னுடைய நடமாட்டங்களைப் பற்றிப் போலீஸிடம் தகவல் சொல்லியாக வேண்டும்.'

'அதனால் என்ன? எந்த இடத்திற்குப் போகிறாய் என்பதை அவர்களிடம் தெளிவாகச் சொல்லாதவரையில் பிரச்சினை ஏதும் இல்லை.'

ஒரு தாளை நீட்டுகிறார். 'இது கோஷ் தன் மனைவிக்கு எழுதிய கடிதம். அவர்கள் உன்னிடம் கொடுக்கச் சொன்னார்கள்.'

வங்காள மொழியில் எழுதப்பட்ட கடிதம். கடத்தல் நடந்து நான்கு மாதங்களுக்குப் பின் வந்த சான்று. கோஷ் உயிரோடு இருக்கிறார் என்பதற்கான ஒரே சான்று.

'நன்றி, சார். தில்லி சென்றதும் அவருடைய மனைவியிடம் கடிதத்தை ஒப்படைத்துவிடுவேன்.' சிறிது நேரம் தயங்குகிறேன்.

கேட்கலாமா? வேண்டாமா?

'என்னை நோக்கிச் சுட்டது இந்த இயக்கத்தினரா?'

'இந்த இயக்கத்தினர் அல்ல. நான் நடந்ததைச் சொன்னதும் அவனுக்கும் ஆச்சரியமாக இருந்தது. எனக்கும் அவர்கள் செய்திருப்பார்கள் எனத் தோன்றவில்லை. போடோக்கள் செய்திருக்க வேண்டும். அல்லது நம்முடைய போலீஸ் நண்பர்களாக இருக்கலாம்.'

அமைதியாக என் படுக்கையின் ஓரத்தில் உட்கார்ந்து கொண்டு தொலைக்காட்சியில் ஒளிபரப்பாகிக்கொண்டிருக்கும் செய்தியைக் கவனிக்கிறார். என் தலை பலிபீடத்தில் இருக்கிறது. வைத்தது அவர்தான். ஆனால் அதைப் பற்றி அவருக்குக் கவலை இருப்பதாகத் தெரியவில்லை. நானும் அவரைப் போலக் கவலையேபடாத பேர்வழி என்று அவரே தீர்மானித்து விட்டார்.

இந்தக் காந்தியவாதிகளே அலாதியானவர்களாக எனக்குத் தோன்றுகிறார்கள். ஒவ்வொருவரும் வெவ்வேறு விதமாகச் செதுக்கப்பட்டிருக்கிறார்கள். ஒருவரைப் போல மற்றொருவர் இல்லை. காந்தி என்ற பெயர் செய்த பல மாயங்களில் இதுவும் ஒன்று. முதியவரிடம் என்னுடைய தந்தையைப் பற்றிச் சொல்ல நினைக்கிறேன். இப்போது சொல்ல வேண்டாம். என்னுடைய தந்தை தன்னைப் பற்றி அதிகம் பேச விரும்பாதவர்.

என் தந்தை தொண்ணூற்று மூன்று வயது வாழ்ந்தவர். கடைசிவரையில் பிரியும் பாதைகள் அவருக்குக் குழப்பத்தை உண்டாக்கிக்கொண்டிருந்தன. பாதைகள் பிரியும் இடத்தில் நின்றுகொண்டு எந்தப் பாதையில் செல்ல வேண்டும் என்பதை யோசிப்பார். அவராகத் தீர்மானிக்கமாட்டார். அம்மா அவர்

பின்னால் நின்று இந்தப் பாதையில் போ என்று தள்ளுவாள். அல்லது எந்தப் பாதையிலும் செல்ல வேண்டிய கட்டாயம் இல்லாது போகும். இதனாலேயே, பெரும்பாலும் ஒரே இடத்தில் நின்றுகொண்டு வாழ்நாள் முழுவதும் கழித்துவிட்டார்.

அவர் காந்தியின் தீவிரப் பக்தர். ஆனால் காந்தியின் 'செய் அல்லது மடி' கோஷம் அவரைப் பாதித்ததாகத் தெரிய வில்லை. அவர் செய்வதற்கு எப்போதுமே யோசிப்பவர். செய்யாமல் இருப்பதற்கு உயிரை விட்டுவிடலாம் என்ற எண்ணம் அவருக்கு வரவில்லை. 1930ஆம் ஆண்டு உப்புச் சத்தியாக்கிரகத்தின்போது சட்டத்தை மீறிய தொண்டர்களில் ஒருவராக அவர் தேர்ந்தெடுக்கப்பட்டார். என் அம்மா அப்போது வயிற்றில் குழந்தையைத் தாங்கிக்கொண்டிருந்ததால் சத்தியாக்கிரகத்தில் கலந்துகொள்வதா வேண்டாமா என்ற யோசனையிலே காலத்தைக் கழித்தார். பிரசவம் நடந்து முடிவதற்குள் போராட்டமே முடிந்துவிட்டது. ஆனால் அவரே எதிர்பாராதபடி 1942ஆம் ஆண்டு அரசு அவரைக் கைதுசெய்து உள்ளே அடைத்தது. ஆறு மாதங்கள் சிறையில் இருந்தார்.

நான் எப்படிப் பிறந்தேன் என்பது பற்றி அம்மா என்னிடம் சொல்லியிருக்கிறாள். மழைநாள் ஒன்றில் மருத்துவமனைக்குச் செல்லும் வழியில் மாட்டுவண்டியில் பிறந்தேனாம். அம்மா வுக்கு வலி எடுத்தபோது மருத்துவமனைக்குச் செல்வதா அல்லது வீட்டிற்கே மருத்துவச்சியை அழைத்துவிடலாமா என்று என் தந்தை தீர்மானிப்பதற்குள் அம்மாவுக்கு வலி அதிகரித்து மருத்துவமனைக்கு எடுத்துச் செல்ல வேண்டிய கட்டாயம் நேர்ந்துவிட்டது. ஆனால் மருத்துவமனைவரை தாங்காது என்ற நிலைமை வந்தபோது அவரது யோசனை பேற்றை வண்டியில் வைத்துக்கொள்ளலாமா அருகில் உள்ள மரத்தடியிலா என்பதைச் சுற்றியிருந்தது. அம்மாவின் வற்புறுத்தலாலும் அம்மாவுடன் இருந்த செவிலி போட்ட சத்தத்தாலும் பிரசவம் வண்டியில் நடந்தது. வண்டியை விலை கொடுத்து வாங்க வேண்டிய கட்டாயம் அப்பாவுக்கு ஏற்பட்டது. அது விறகுக்குக்கூட ஆகாது என்று அம்மாவிடம் பல நாட்கள் சொல்லிக்கொண்டிருந்தாராம்.

மற்றபடி என் தந்தை அருமையான மனிதர். நாற்பது வருடங்கள் எங்கள் ஊர்க் கல்லூரியில் வேதியியல் விரிவுரையாளராகப் பணியாற்றி ஓய்வூதியம் ஏதும் இல்லாமல் ஓய்வுபெற்றவர். ஆனாலும் விடுதலைப் போராட்ட வீரர்களுக்கு வழங்கப்படும் ஓய்வூதியத்தை வாங்க மறுத்துவிட்டார். அவர் சொன்னது

இது: நான் சுதந்திரத்திற்காக ஏங்கியது என்னவோ உண்மை தான். ஆனால் அதற்காக நான் போராடவில்லை. 1942ஆம் ஆண்டுச் சிறைவாசம் அன்றைய அரசு என்மீது திணித்த பரிசு. பரிசு திணிக்கப்பட்டதற்காக ஓய்வூதியம் யாராவது வாங்குவார்களா?

என்கூடப் பிறந்தவர்கள் யாரும் ஐந்து வயதுக்கு மேல் தங்கவில்லை. பெற்றோர்களின் ஒரே மகன் என்பதற்காக அவர்கள் என்மீது அன்பைப் பொழியவில்லை. என் தந்தை யாரையும் தொட விரும்பியதில்லை. நண்பர்களுடன் கை குலுக்கக்கூடத் தயங்கியவர் அவர். என்னையும் தொட்டதாக எனக்கு ஞாபகம் இல்லை. என்னைப் பார்த்தால் அவரைப் பார்க்க வேண்டாம். அதனால் அவர்தான் என் தந்தை என்பது பற்றிய சந்தேகம் ஏதும் இருக்கவில்லை. இருந்தாலும் அம்மா வுக்குக் கணக்கில்லாமல் குழந்தைகள் பிறந்து இறந்திருக் கின்றன என்பது எனக்கு ஆச்சரியத்தை அளித்தது. ஒருவேளை இந்தத் தொடாமை விரதத்தை அவர் வயதான பிறகு கடைப் பிடிக்கத் தொடங்கியிருக்கலாம். அம்மாவின் கண்கள் என்னைப் பார்த்தால் விரிந்து மலரும். அவ்வளவுதான். அவளுக்கு எப்போதும் ஆசாரமாக இருக்க வேண்டும். பால் குடித்த ஞாபகம் எனக்கு இல்லை. அம்மா என்னைத் தொட்டு அணைத்துக்கொண்ட ஞாபகமும் இல்லை. அப்படித் தொட்டுத்தான் அன்பைத் தெரிவித்துக்கொள்ள வேண்டும் என்று நான் நினைத்ததில்லை. அவர்கள் என்மீது வைத்திருந்த அன்பு மாசற்றது என்பது எனக்கு என்றுமே தெரிந்திருந்தது.

அம்மாவின் கடைசி நாட்கள் வலி மிகுந்தவை. கால் மூட்டுகள் அவளைப் படாதபாடுபடுத்தின. கண்ணும் சரியாகத் தெரியவில்லை. ஆனால் கடைசிவரை தானே சமையல் செய்வேன் என்ற பிடிவாதத்துடன் இருந்தாள். அப்பாவைச் சமையலறைப் பக்கம் அண்டவே விடமாட்டாள். அப்பா எந்தப் பிரச்சினையும் இல்லாமல் இயங்கிக்கொண்டிருந்தார். தில்லியில் என்னுடன் இருக்கலாம் என்று இருவரும் வந்தார்கள். ஆனால் தில்லிக் குளிர் அம்மாவை ஆட்டிப் படைத்துவிட்டது. எத்தனை ஸ்வெட்டர்கள் அணிந்திருந்தாலும் நடுங்கிக்கொண்டேயிருந் தாள். வலி உயிர்போகிறது என முனகிக்கொண்டிருந்தாள். அப்பாவுக்குத் தில்லி பிடித்திருந்தது. அதன் பச்சை பிடித் திருந்தது. ஆனால் அம்மாவை இவற்றைவிட அதிகம் பிடிக்கும். அதனால் பிரியாவின் விளையாட்டுகளைப் பார்க்க முடியாத ஏக்கத்தோடு, ஊருக்குத் திரும்பிச் சென்றுவிட்டார்கள்.

அம்மா ஒரு ஞாயிற்றுக்கிழமைக் காலைச் சமையலறை யில் இறந்தாள். தட்டுத் தடுமாறிக்கொண்டு காப்பி போடச்

சென்றிருக்க வேண்டும், காப்பிப் பொடி வாசனை வருகின்றதே என்று சமையலறைக்குள் நுழைந்தவர் அம்மா தரையில் சுருண்டுகிடந்ததைப் பார்த்தார். காப்பிப் பொடி தரையில் சிதறிப் படர்ந்திருந்தது. அவள் முகத்திலும் ஒட்டிக்கொண்டிருந்தது.

அப்பா ஊரிலேயே இருக்க முடிவுசெய்துவிட்டார். தில்லிக்கு வராததற்கு அவர் கொடுத்த காரணம் விசித்திரமானது. அவருடைய முக்கியமான நண்பர்கள் திருநெல்வேலியிலும் அதைச் சுற்றியுள்ள நகரங்களிலும் இருக்கிறார்களாம். தில்லி யிலிருந்தால் அவர்களுடைய சாவுச் சடங்குகளில் கலந்து கொள்ள முடியாதாம். எங்களிடமிருந்து எந்த உதவியையும் அவர் எதிர்பார்க்கவில்லை. அவரே சமைத்துக்கொண்டார். சுற்றுவேலைக்கு மட்டும் ஒரு வேலைக்காரர். அவரும் அவருடைய புராதனமான நண்பர்களும் தினமும் குறைந்தது ஐந்து மைல்கள் நடந்தார்கள். இந்து நாளிதழை வரிவிடாமல் படித்தனர். அரசியலிலும் ஆங்கிலம் பயில்வதிலும் நடந் திருக்கும் கடும் வீழ்ச்சியைப் பற்றி விடாமல் பேசினார்கள். மாலை ஏழு மணிக்குத் தூங்கச் சென்றார்கள்.

சுகன்யாவுக்கு அவரிடமிருந்து ஒரு நாள் கடிதம் வந்தது. விரிவான கடிதம்.

அன்புள்ள சுகன்யா,

ஆசிர்வாதம்.

நான் கடிதம் எழுதியே பல நாட்கள் ஆகிவிட்டன. நான் கடைசியாக எழுதிய கடிதமும் உனக்குத்தான். அது நம் பிரியா மறைவு பற்றி எழுதியது என்பது உன் ஞாபகத்தில் இருக்கும் என நினைக்கிறேன். குழந்தையைக் கொண்டுபோனவன் இங்குத் திருநெல்வேலியில் காத்துக் கொண்டிருப்பவர்களைக் கண்கொண்டு பார்த்ததாகத் தெரியவில்லை. நானும் என் நண்பர்களும் அழியா வரம் பெற்றுவந்திருக்கிறோம். எங்களுடைய கடிகாரங்கள் நிற்காமல் ஓடிக்கொண்டே இருக்கும்படி ஆண்டவன் பணித்திருக்க வேண்டும்.

உனக்கும் ரமேஷுக்கும் அசௌகரியம் இல்லா விட்டால், நான் அடுத்த வருடம் ஜனவரி 30ஆம் தேதி தில்லியில் இருக்க நினைக்கிறேன். காந்தியைச் சுவர்க்கத் தில் சந்திப்பேனா எனத் தெரியவில்லை. அவருக்கு மரியாதையை இங்குத் தரையில் செலுத்தலாம் என்னும் ஆசை பிடித்தாட்டுகிறது. இப்போதெல்லாம் எனக்கு எதைப் பற்றியும் நினைவு இருப்பதில்லை. ஆனால் காந்தி

இறந்த தினம் பசுமையாக நினைவில் நிற்கிறது. குளித்துக் கொண்டிருந்தபோது ரமேஷின் அம்மா கதவைத் தட்டிச் செய்தியைச் சொன்னாள். அழுகையுடன் சொன்னாள்.

1948ஆம் வருடத்திய காந்தி சிலருக்கு மிகுந்த கோபத்தை அளித்தார் என்பது ஆச்சரியமானது. ஆனால் உண்மை. கோபமடைந்தவர்களுக்கு, குறிப்பாகத் தமிழ் நாட்டில் நடமாடிக்கொண்டிருந்த தலைவர்கள் சிலருக்கு, அவர் பெரிய வில்லன், ஏமாற்றுப் பேர்வழி, ஆஷாடபூதி. வெறுப்பதைத் தவிர அவர்களுக்கு வேறுவழியில்லை. பிரிட்டிஷ்காரனின் துணிகளை வெளுத்துக்கொண்டிருந்தவர்கள் எல்லோரிடம் அழுக்கைப் பார்த்தார்கள். எல்லா முஸ்லிம்களும் இந்தியாவைவிட்டு வெளியேறக் குரல் கொடுத்தவர்கள் காந்தியும் அவர்களுடன் பாகிஸ்தான் செல்லட்டும் என்றார்கள்.

பொதுமக்கள் காந்தியைச் சரியாகக் கணக்கிட்டிருந்தார்கள். அவர்கள் பார்வையில் காந்தி நம் கலாச்சாரத்தின் மிக உன்னதமான கூறுகளின் வெளிப்பாடாகத் தெரிந்தார். அவர் செய் என்று தினமும் சொல்லிக் கொண்டிருந்ததை அவருடைய பக்தர்கள் யாரும் செய்ததாக எனக்குத் தெரியவில்லை. என்னையே எடுத்துக்கொள்ளேன். எப்போதும்போல, அவசியம் இல்லாதபோதுகூடப் பொய்சொல்லிக்கொண்டுதான் இருந்தேன். பிராமணன், அதிலும் தமிழ்ப் பிராமணன், மனித குலத்தில் மிக உயரிய படைப்பு என்ற எண்ணம் என்னை விடாமல் பிடித்துக்கொண்டிருந்தது. ஆனால் காந்தி என்னைப் போன்றவர்களை யோசிக்கவைத்தார் – நாம் நினைப்பது, செய்வது சரிதானா என்ற எண்ணத்தின் முள் தினமும் உறுத்திக்கொண்டேயிருக்கவைத்தார். நாள் ஆக ஆக எங்களில் சிலர் மாறினோம். மற்றவர்களையும் மாற்றலாமா என நினைத்தோம். காந்தி அடைய நினைத்தது இதைத்தான் என நான் எண்ணுகிறேன்.

மாத்யூ தனது ஏற்பாட்டில் இவ்வாறு சொல்கிறார். (என்னிடம் பழைய பைபிள் இல்லை. இது புதிய மொழி பெயர்ப்பு.)

இயேசு இறந்தபோது, தேவாலயத்திலிருந்த திரைச் சீலை இரண்டாகக் கிழிந்தது. கிழிசல் திரைச்சீலையின் மேலிருந்து தொடங்கிக் கீழேவரைக்கும் வந்தது. மேலும் நிலம் நடுங்கியது. பாறைகள் நொறுங்கின. கல்லறைகள் அனைத்தும் திறந்தன. தேவனுடைய மனிதர்கள் பலர் மீண்டும் மரணத்திலிருந்து உயிர்த்தெழுந்தார்கள்.

ஆனால் காந்தி இறந்தபோது இது மாதிரி ஏதும் நடக்கவில்லை. மகத்தான மனிதனின் மரணத்தை அறிவிக்க இயற்கையின் உதவியை இறைவன் நாட விரும்பவில்லை. ஆனால் உலகம் அவன் மரணத்தின் சோகத்தை உணர்ந்தது. தானாக உணர்ந்தது. என்னுள் இன்றுவரை அந்தச் சோகம் தொடர்கிறது. அவர் என்று இறந்தாரோ அன்று இறந்திருக்கக் கூடாது. இன்னும் சில வருஷங்கள் இருந்திருக்க வேண்டும்.

அடுத்த வருடம் ஜனவரி 30ஆம் தேதி நான் காந்தி இறந்த இடத்தைப் பார்க்க விரும்புகிறேன். அன்று அயோக்கியர்கள் கூட்டம் கூட்டமாக அங்கு வருவார்கள் என்பது எனக்குத் தெரியும். ஆனால் ஒரு முதியவன் காந்திக்குத் தன் மரியாதையைச் செலுத்துவதை அவர்கள் தடுக்கமாட்டார்கள் என நம்புகிறேன்.

அன்புடன்,
அப்பா.

'அவரை நவம்பரில் வரச் சொல்லிக் கடிதம் எழுது. குளிர் ஒத்துப்போக நாளாகும்.'

எனக்கு அவர் தில்லி வருகிறார் என்ற செய்தியே நடுக்கத்தைக் கொடுத்தது. அவர்மீது வைத்திருந்த அன்பால் விளைந்த நடுக்கம் அது. இங்கு வந்து அவர் உயிரைவிட நான் விரும்பவில்லை.

'நான் பாதிநாள் டூரில் இருப்பேன். நீ தனியா சமாளிப்பாயா?'

'அவருக்கு என்ன வேணும்? சாப்பாடு ஒரு வாய்தான் சாப்பிடுவார். அவரோட துணிய அவரே தோய்ச்சுக்குவார். நான் என்ன செய்யப்போறேன்? அப்படி ஏதாவது தேவைன்னா என்னோட அப்பா அம்மாவைக் கூப்டுக்கறேன்.'

எனக்கும் காந்திக்கும் ஒத்துவராது. சுகன்யா நடுநிலை. ஆனால் காந்தி பெயரைச் சொன்னால் கொஞ்சம் ஒதுங்கிக் கொள்வாள். அவளுடைய அப்பா சியாங் புத்தகம் எழுதிய போது காந்திதான் எங்கும் நிறைந்திருந்தார். அதனால் அலுப்பு. அப்பா வந்ததும் காந்தி திரும்ப அவரது இடத்தைப் பிடித்துக்கொண்டார்.

'சுகன்யா, இன்னிக்குத் தெண்டுல்கர் புஸ்தகத்தில எட்டாம் வால்யூம் படிக்கணும்.'

'அப்பா, அடுப்பில குக்கரை வைச்சிருக்கேன். சாப்டுப் படிக்கலாமா அல்லது இப்பவே படிக்கணுமா?'

படிக்கப்போகிறாள் என்பது தெரிந்ததும் அப்பா காத்திருக்கத் தயாராக இருந்தார்.

‘எனக்கும் பசிக்கறது. இந்தச் சாப்பாட்டுக்கடையை முடிச்சுடலாம்.’

உண்மையிலேயே அவருக்குப் பசித்தது. நன்றாகச் சாப்பிட்டார். அநேகமாக எல்லாப் பற்களும் இருந்தன. சாப்பாட்டிற்குப் பின்னால் வரும் எல்லா வேலைகளும் என் தலையில். சுகன்யா புத்தகத்தை எடுத்துக்கொண்டு அப்பா விடம் செல்வாள். அப்பா சிறிது நடுங்கும் குரலில், ஆனால் தெளிவாகப் பேசுவார்.

‘எண்பத்தெட்டாம் பக்கம் அல்ல. அம்பத்து அஞ்சாம் பக்கம். இன்னும் சுதந்திரம் கிடைக்கல்லை. லாப்ஸ் ஆப் பாரமவுண்ட்ஸில இருக்கோம்.’

நடக்கும்போது, கவனமாக, கைத்தடி ஏதும் இல்லாமல் நடந்தார். ‘கவலையேபடாதே, நான் தடுக்கி விழமாட்டேன். நீ போட்டுண்டுருக்கற ஷூவைப் பாத்தா நீதான் விழுவேன்னு தோனறது. இது என்ன ஷூடா? கோமாளி தொப்பிய கால்ல மாட்டின மாதிரி. என் கால மிதிக்கற மாதிரி வராதே. கொஞ்சம் இடம்விட்டு வா.’

தில்லியில் இருக்கும் தண்டி யாத்திரைச் சிலைகள் அவருக்குப் பிடிக்கவில்லை.

‘இது எங்க காந்தி அல்ல. இவரைப் பாத்தா வேட்டி கட்டின சீசர் மாதிரி இருக்கார்.’

‘நீங்க ஏன் கடைசி நிமிஷத்தில பின்வாங்கிட்டீங்க?

‘கடைசி நிமிஷமா? ஓ, உப்புச் சத்தியாக்கிரகத்தைப் பத்திச் சொல்லறயா? உண்மையச் சொல்லணும்னா, ஒரு வேகத்தில பேரைக் கொடுத்துட்டேன். எனக்கு இருபது வயது. அம்மாக்குப் பதினாறு இருக்கும். அவ சின்ன வயசு போட்டோவைப் பாத்திருக்கேல்யோ?’

சிறிது நேரம் பேசாமல் இருந்தார்.

‘நாம காந்தியைப் பத்திப் பேசிண்டுருந்தோம். நீ பேச்சை மாத்தறத்துக்கு முன்னால. காந்தி என்னைக்குமே எங்களுக்கு ராஜா மாதிரி தோனினதில்லை. நேரு சொல்றார், காந்தி கோவணத்தாண்டியா இருந்தாலும் அவர்ட்ட ராஜாத் தன்மை இருக்குன்னு. பாபுன்னு கத்தியவாடில ராஜாவைத்தான் கூப்பிடுவா. அவரும் சமயத்தில ராஜா மாதிரி பிடிவாதத்தோட பேசியிருக்கார். ஆனா நாங்க அவரை ராஜாவா பாக்கல்லை.

வாத்தியாராப் பாத்தோம். அப்பாவா, பண்டாரமா, நிமிஷத்தில ஏமாத்தற மளிகைக் கடைக்காரரா, கோவத்தில பேசாம இருக்கற பொண்டாட்டியா, காரணமே இல்லாம அழற குழந்தயாப் பாத்தோம். ஆனா ராஜாவா ஒரு நாளும் பாக்கல்ல. எப்போதும் அவர் எங்க கூடவே இருந்தார். ராஜாக்கள்ளாம் ஒரு அடி தள்ளியே இருப்பா. ராஜாக்களுக்கு அவா ஊர்கள்ள ஆர்டர் இருக்கணும். இவர் சண்டை எப்ப போடறதுங்கறதிலயே குறியா இருக்கறவர்.’

‘இவ்வளவு நாள் கழிச்சு காந்தி ஞாபகம் எப்படி வந்தது. தீஸ் ஜனவரி மார்க்கை பாக்கணும்னு?’

‘எனக்குத் தொண்ணுத்து மூணு வயசாறது. நாங்க பழச அசைபோட்டுத்தான் காலத்தைக் கழிக்கணும். அசை போடறதுக்கு நல்ல புல்லக் கொடுத்தவர் காந்தி. நான் யாரு? புன்ஸன் பர்னரைப் பத்தியும் ஹைட்ரோக்ளோரிக் ஆசிட்டைப் பத்தியும் பேசிக் காலத்தைக் கழிச்சிண்டிருந்தவன். சப்ளிமேஷனைப் பத்தியும் டிஸ்டிலேஷனைப் பத்தியும் பேசிப் பேசியே ஸ்டூடண்ட் கழுத்த அறுத்துண்டிருந்தவன். கெமிஸ்ட்ரியவிட்டா வேற உலகமே எனக்குக் கிடையாது. மத்த எதப் பாத்தாலும் பயம். ஒதுங்கிப் போயிடலாம்னு எண்ணம். பயப்படாதேன்னு எனக்குச் சொல்லிக்கொடுத்தவர் காந்தி. அநியாயம்னா சண்டை போடுன்னு சொல்லிக் கொடுத்தவர். உடனே கத்தியத் தூக்கிண்டு சண்டை போடல்ல. சண்டை போடறத்துக்குத் தைரியம் கொஞ்சம் கொஞ்சமா வந்தது. நான் போடவேயில்லை. ஆனா அது அவரோட தப்பு அல்ல. இன்னொண்ணு என்னன்னா, இரக்கம்னா என்னன்னு, கம்பேஷனுக்கு சரியாத் தமிழ்ல வார்த்தை தெரியல்ல, இரக்கம்னு சொல்லலாம். இது என்னன்னு சொல்லிக் கொடுத்தவர் அவர். இன்னிக்கும் நம்மூர்ப் பிராமணாளுக்கு இரக்கம் வரமாட்டேங்கறது. கர்மத்துமேலப் பழியப் போட்டுட்டுப் பேசாம இருக்கா.’

நடந்துகொண்டே அதிகம் பேச அவரால் முடியவில்லை. ஒரு மரத்தின் கீழே நின்றுகொண்டார்.

‘நான் அதிக நாள் இருக்கமாட்டேன்னு நினைப்பு வந்துடுத்து. அவரைப் பாத்து ஒரு தேங்க்ஸ் சொல்லலாம்னு வந்தேன். முப்பது ஜனவரி அன்னிக்குதான் சொல்லுவேன்.’

ஒரு நாள் ராஜ்காட் சென்றோம். ஒரு மணிநேரம் பிரார்த்தனை செய்தார். காந்தி அருங்காட்சியகத்தில் ஒரு நாள் முழுவதையும் கழித்தோம். திடமாகத்தான் இருந்தார். நான்

தில்லியைவிட்டுப் போவதும் வருவதுமாக இருந்தேன். சுகன்யாவும் அதிகம் கவலைப்படவில்லை. மும்பைக்கு 25ஆம் தேதி சென்றேன். 27ஆம் தேதி திரும்ப வருவதாக இருந்தேன்.

குடியரசுத் தினத்தன்று சுகன்யா பேசினாள்.

என்னை அவரால் அடையாளம் கண்டுகொள்ள முடிந்தது. தலையை அசைக்க முடிந்தது. ஆனால் பேச முடியவில்லை. கொஞ்சம் முன்னேற்றம் கண்டிருப்பதாக மறுநாள் டாக்டர் சொன்னார். அப்பா சன்னமாக 'Good night' என்றது தன் காதில் விழுந்ததாக சுகன்யா சொன்னாள். பிப்ரவரி ஐந்தாம் நாள் இரவு அவருக்கு வெட்டி வெட்டி இழுத்தது. என்னால் பார்க்கவே முடியவில்லை. இழுப்பு முடிந்ததும், கண்களை நன்றாகத் திறந்து அன்பின் ஒளியோடு என்னைப் பார்த்தார். கண்களை மூடவேயில்லை.

நானும் சுகன்யாவும் அவரது அஸ்தியை ஒரு கைகுட்டையில் எடுத்துக்கொண்டு காந்தி கொல்லப்பட்ட இடத்திற்குச் சென்றோம். சுகன்யா அங்கும் இங்கும் பார்த்து யாரும் இல்லை என்று எனக்குச் சைகைகாட்டியதும் அப்பாவின் அஸ்தியைப் புல்வெளியில் தூவினேன். எங்கள் இருவருக்கும் நாங்கள் செய்தது முட்டாள்தனம் என்று தோன்றியது.

அப்பாவிற்காகச் செய்தோம்.

அன்புள்ள சுகன்யா,

நான் நாவலிலிருந்து மறைந்துவிட்டதாகத் தோன்றுகிறது. அதனாலேயோ என்னவோ இந்த அத்தியாயங்கள் மிக அருமையாக வந்திருக்கின்றன. இந்த நிகழ்வுகள் எப்படி முடிந்தன என்பது எனக்குத் தெரியும். அத்தியாயங்களில் படிந்திருக்கும் மர்மம் எனக்கே மேலும் படிக்கும் ஆவலைத் தூண்டுகிறது.

ராஜ்வன்ஷிகள் அரிதானவர்கள். ஆனால் உண்மை யானவர்கள். அவர்களைப் பற்றி உலகம் அறிய வேண்டும்.

ரமேஷ் தன் தந்தை காந்தியவாதி என்ற செய்தியை என்னிடம் சொன்னதே இல்லை. மிக மென்மையாகத் தந்தையைப் பற்றி எழுதியிருக்கிறான். அவன் காந்திமீது கொண்டிருக்கும் இந்தப் புதிய அன்பு அவன் எழுத்துக் களில் வெளிப்படுகின்றன. சுகன்யா, நீதான் அவனுக்கு நினைவுபடுத்த வேண்டும். காந்தி சில சமயங்களில் புதிராக இருந்தார். ஆனால் என்றுமே அவர் முட்டாள்தனமாக நடந்துகொள்ளவில்லை. அவர் மரணத்தை 1948இல் அணைத்துக்கொண்ட காரணமே பைத்தியம் பிடித்திருந்த நாட்டிற்குத் தெளிவு கிடைக்க அது உதவியாக இருக்கும் என்று எண்ணியதால்தான்.

ரமேஷ் காந்தி அல்ல. அவன் செய்த காரியம் அடிமுட்டாள்தனமானது.

நீ நம் திரைப்படங்களில் வரும் கதாநாயகி. ரமேஷை நினைத்து ஏங்கி ஸோலோ பாடாததுதான் பாக்கி. வரும் அத்தியாயங்களில் மாறுவாய் என நம்புகிறேன். திருமதி கோஷ் சுவாரசியமான பாத்திரம். அதில் ஆச்சரியம் ஒன்றும் இல்லை. பெங்காலிகள் அனைவருமே சுவாரசிய மானவர்கள்.

அன்புடன்,
சுபிர்.

அன்புள்ள சுகன்யா,

ரமேஷை நோக்கித் தோட்டா பாய்ந்த செய்தி எனக்கு இதுவரை தெரியாது. அவன் எனக்கு அஸ்ஸாமிலிருந்து எழுதியிருந்த கடிதங்களை மற்றொருமுறை படித்துப் பார்த்தேன். அவற்றில் அவன் உயிருக்குக் குறிவைக்கப் பட்டது பற்றி ஓர் இழைகூட இல்லை. ரமேஷுக்குள் பல ரமேஷ்கள் இருக்கிறார்கள், எனக்குத் தெரிந்த ரமேஷ் இவர்களில் ஒருவன் மட்டும் என்பது நான் அறிந்ததுதான். இந்த அத்தியாயங்கள் அதை மீண்டும் நினைவுபடுத்துகின்றன.

வரப்போகும் அபாயம் பற்றிய உள்ளூரை நாடாக்கள் அத்தியாயங்களில் ஓடிக்கொண்டே இருக்கின்றன. அலுவலகங்களில் நடக்கும் கோமாளித்தனங்கள் இவற்றுக்குச் சமன்செய்யும் விதத்தில் இருக்கின்றன என ரமேஷ் எண்ணலாம். ஆனால் எனக்கு அவன் கொஞ்சம் அதிகமாக எழுதிவிட்டதாகத் தோன்றுகிறது. கதையின் வேகத்திற்கும் தீவிரத்தன்மைக்கும் இது தடை என நினைக்கிறேன். எனக்கு நண்பர்கள் எழுதும் கடிதங் களில் மெல்லிய நகைச்சுவை இருந்தால் பிடிக்கும். ஆனால் நான் பி.ஜி. வொடெளஸின் ரசிகன் அல்ல. ரமேஷின் மற்ற வாசகர்கள், குறிப்பாக இந்திய வாசகர்கள், அவருடைய ரசிகர்களாக இருக்கலாம்.

ரமேஷ் தொலைக்காட்சியில் பார்த்த தடியனை எனக்கு நன்றாகத் தெரியும்.

அன்புடன்,
ஹெர்பர்ட்.

பதினொன்று

1

நந்திதாவின் அபார்ட்மெண்ட் தில்லி வளர்ச்சி ஆணையம் கட்டிய புறாக்கூடுகள் ஒன்றில் இருக்கிறது. சென்ற வருடம்தான் குடிபுகுந்ததாக அவள் சுகன்யா விடம் சொன்னது என் காதிலும் விழுந்தது. ஒரு வருடத்திற்குள் வீட்டிற்குப் பற்கள் இல்லாத கிழவனின் வடிவம் வந்துவிட்டது. தில்லி வளர்ச்சிக் கழகத்தின் வீடுகள் அனைத்திலும் பிறவிக் குறைபாடுகள் இருந்தாக வேண்டிய கட்டாயம்.

வரவேற்பறையின் எல்லாச் சுவர்களிலும் காளி பல வடிவங்களில் காட்சி அளிக்கிறாள். நான் வேண்டாம் என்று சொல்லச் சொல்ல நந்திதா தட்டில் இனிப்புகளை வைத்து, என் முன்னால் நகர்த்துகிறாள். அவளது மறு வடிவம் ஒன்று – ஆறு அல்லது ஏழு வயது இருக்கும் – திரைச்சீலையை விலக்கி என்னை நோட்டம்விட்டு மறைகிறது. மூச்சுவிட்டால்கூட முனகும் நாற்காலியில் நான் உட்கார்ந்துகொண்டிருக்கிறேன். எனக்கு எதிரில் அவள் சோஃபாவில் அமர்ந்திருக்கிறாள். நீலவண்ண சோஃபா. எண்ணைப் பிசுக்கு வரைந்த கருந்திட்டுகள் அடர்ந்தது. வீட்டைவிட வயதானது.

'உங்கள் மகளா?'

'ஆமாம். ஸௌஜயா, வந்து அங்கிளுக்கு நமஸ்தே சொல்லு.'

ஸௌஜயா திரைச்சீலையை ஒதுக்கிக்கொண்டு வருகிறாள். மெல்லிய குரலில் 'நமஸ்தே அங்கிள்' என்கிறாள்.

‘ரமேஷ் அங்கிளுக்கு அப்பா எங்கிருக்கிறார் என்பது தெரியும். அங்கிளிடம் அப்பாவைத் திரும்பிக்கொடுங்கள் என்று சொல்லிக்கொண்டிருக்கிறேன்.’

குழந்தை என்னை முறைத்துப் பார்க்கிறாள். அவள் மனத்தில் நான் அவளுடைய அப்பாவைப் பிடித்து வைத் திருக்கும் ராட்சதர்களில் ஒருவன் என்ற எண்ணம் படிந்து விட்டது எனக்கு நன்றாகத் தெரிகிறது. அப்பா எங்கு இருக்கிறார் என்பது எனக்குத் தெரியாது, எனக்கும் ராட்சதர்களுக்கும் எந்தத் தொடர்பும் கிடையாது என்பதை அவளுக்குப் புரியவைப்பதற்குள் போதும் போதும் என்று ஆகிவிடுகிறது. நானும் அவள் பக்கம்தான் என்பதை நம்பத் தயங்குகிறாள். அம்மாவிடம் வேகமாகப் பெங்காலியில் பேசுகிறாள். என்னைத் திரும்பிக்கூடப் பார்க்காமல் மறைகிறாள். எல்லாம் நந்திதாவின் உபயம்.

‘என் பையன் சாப்பிடுவதையே நிறுத்திவிட்டான். மதர் டைரி பால் அவனுக்கு மிகவும் பிடிக்கும். இப்போது ஒரு டம்ளர்கூடக் குடிக்கமாட்டேன் என்கிறான். ஒல்லிக்குச்சியாக இருக்கிறான். டாக்டர் இன்னும் எடை குறைந்தால் அபாயம் என்கிறார்.’

எனக்கு இந்தக் குடும்பப் பாண்டி விளையாட்டில் விருப்பம் இல்லை.

‘கடிதத்தில் அவர் எங்கிருக்கிறார் என்பது பற்றி ஏதாவது தடயம் கிடைக்கிறதா?’

‘நீங்கள் கடிதத்தைப் படிக்கவில்லையா?’

‘மிஸஸ் கோஷ், எங்களுக்குக் கலாச்சாரம் அவ்வளவாகப் போதாமல் இருக்கலாம். ஆனால் அது அந்தரங்கக் கடிதங் களைப் படிக்கும் அளவுக்குத் தாழ்ந்துபோய்விடவில்லை.’

மூன்றாந்தர நாவலாசிரியரைப் போலப் பேசுகிறேனோ?

நான் சொன்னது உண்மை. கடிதத்தின் நகலைப் பூயானிடம் கொடுத்ததும் உண்மை.

‘அதில் முக்கியமாக ஏதும் இல்லை. நான் சௌக்கியம், நீ சௌக்கியமா கடிதம். தில்லியில் சமீபத்தில் நடந்த கொள்ளையைப் பற்றிக் கேட்டு எழுதியிருந்தார். அது வேண்டு மானால் ஒரு தடயமாக இருக்கலாம்.’

‘நிச்சயமாக. அவர் உயிரோடு இருக்கிறார் என்பதை அது உறுதிப்படுத்துகிறது.’

‘அவர் உயிரோடு இருப்பது பற்றி நீங்கள் இந்தக் கடிதம் வரும்வரை உறுதியாக இல்லை என்பதும் எனக்கு நிச்சயமாகத் தெரியும். சந்திரன், நான் என் கணவரை உடனே பார்க்க வேண்டும். நீங்கள் உட்கார்ந்துகொண்டிருப்பதுபோல அவர் என் எதிரில் அமர்ந்து நீங்கள் சாப்பிடுவதுபோல சந்தேஷ் சாப்பிட வேண்டும். அது எப்போது நடக்கும்?’

கண்ணீர் அருவியாக மாறுகிறது. நான் நாற்காலியிலிருந்து எழுந்து சோஃபாவில் அவள் அருகில் அமர்கிறேன். மிக அருகில். அவளது பெண் வாசம், பழமும் புனுகும் கலந்த புதிய வாசம், என் தலையைச் சுற்றவைக்கிறது. என் நெற்றியைத் தொட்டுப் பார்த்துக்கொள்கிறேன். ரத்தம் வேகமாக மூளைக்குள் பாய்வதை உணர முடிகிறது. இந்த வாசம் ஆணுக்காக ஏங்கும் பெண்ணின் வாசம். அவளது சருமம் கதிரவனின் ஒளி தோய்ந்த கத்தி. பளபளக்கிறது. புடவை விலகி, தொப்பூழின் சுருக்கங்கள் தெரிகின்றன. தொப்பூழின் அடியில் கீழே இறங்கும் ரோம ஒழுங்கு தெரிகிறது. தோளைத் தொடுகிறேன். எந்தச் சலனமும் அவளிடம் இல்லை. தொட்டுக்கொண்டே இருக்கிறேன். சிறிது அழுத்துகிறேன். திரும்பி என்னைப் பார்க்கிறாள். கண்களில் கண்ணீரைக் காணோம். எரிக்கும் ஏளனம்.

வேகமாக எழுந்து வீட்டைவிட்டு வெளியே வருகிறேன்.

2

ஹோட்டல் டிலைட் பசுமைப் பாலைவனம் ஒன்றின் நடுவில் இருக்கிறது. அழிக்க முடியாத, அசதியை ஏற்படுத்தக்கூடிய பச்சைக் காட்டின் நடுவில். ஹோட்டலைச் சுற்றி எந்த மனித நடமாட்டமும் காணோம். வருவதற்கு ஒரே பாதை. முதுகெலும்பு களை ஒடிக்கும் தீர்மானத்தில் இருக்கும் பாதை. பெட்ரோலியக் கம்பெனி அதிகாரிகளுக்கு மிகவும் பிடித்த ஹோட்டல் இது என்கிறாள் அனுபமா. என்ன பிடித்தது என்பதைத் தேடிப் பார்க்கிறேன், கிடைக்கமாட்டேன் என்கிறது.

உணவு அரங்கத்தில் இரண்டு பொறுக்கிப் பயல்கள் என்னையே பார்த்துக்கொண்டிருக்கிறார்கள். பளபளக்கும் பேண்டுகளும் ஏதோ குப்பை வாசகங்கள் எழுதப்பட்ட டிஷர்ட்டு களும் ஹோட்டலில் தங்கியிருப்பவர்கள் அல்ல என்பதை அறிவிக்கின்றன. என்னையே பார்த்தவாறு உரத்த குரலில் பேசிக்கொண்டிருக்கிறார்கள்.

‘என்ன சொல்கிறார்கள்?’

'நேருவைத் திட்டுகிறார்கள். அஸ்ஸாமைக் கைவிட்ட தற்காக.'

'இவர்களுக்கு என்ன பைத்தியமா? 62ஆம் வருடம் சீனாவுடன் போர் நடந்தபோது இவர்களுடைய அம்மா அப்பாகூடப் பிறந்திருக்கமாட்டார்கள்.'

'நேரு அந்தச் சமயம் ரேடியோவில் 'அஸ்ஸாம் மக்களை நினைத்து என் நெஞ்சு மிகுந்த துயருறுகிறது' என்று பேசினார். அந்தப் பேச்சை எந்த அஸ்ஸாமியரும் மறக்கவில்லை. அஸ்ஸாம் ஆக்கிரமிக்கப்பட்டால் இந்திய ராணுவம் எந்த உதவியும் செய்யாது என்பதை அவர் சொல்லாமல் சொன்னார். அஸ்ஸாம் மக்கள் வெறுக்கும் இந்தியத் தலைவர்களில் அவர் முக்கியமானவர்.'

'அனுபமா, நீ மொழிபெயர்த்துக்கொண்டிருப்பது அவர்களுக்குத் தெரியும் என நினைக்கிறேன். நேருவின் பெயர் திரும்பத் திரும்ப வருகிறதே?'

'இருக்கலாம்.'

'காந்தி எப்படி? அவரும் உங்கள் வெறுப்புப் பட்டியலில் இருக்கிறாரா?'

'இதைப் பாருங்கள்' அவள் ஒரு துண்டுப் பிரசுரத்தை எடுக்கிறாள். அஸ்ஸாமியப் போராளிகளின் பிரசுரம். காந்தி படம் தாங்கிய பிரசுரம்.

If Assam keeps quiet it is finished. Nobody can force Assam to do what it does not want to do. It must stand independently as an autonomous unit. It is autonomous to a large extent today. It must become fully independent and autonomous. Whether you have that courage, grit and gumption, I do not know. You alone can say that.

(அஸ்ஸாம் ஏது செய்யாமல் இருந்தால் அது அழிவை நோக்கிச் செல்லும். அஸ்ஸாம் செய்ய வேண்டாம் என நினைப்பதைச் செய்யச் சொல்லி யாராலும் வற்புறுத்த முடியாது. அது சுதந்திரத்துடன் சுயமாக நிற்க வேண்டும். இப்போதுகூட அது ஏறக்குறைய சுயமாகத்தான் இயங்கு கிறது. அது முழுவதும் சுதந்திரம் அடைந்து தன்னாட்சி செய்ய வேண்டும். (இதற்குத் தேவையான) தைரியம், திடம், மற்றும் சாமர்த்தியம் உங்களுக்கு இருக்கிறதா என்பது எனக்குத் தெரியாது. நீங்கள்தான் சொல்ல வேண்டும்.')

'காந்தி சொன்னாரா! நம்பவே முடியவில்லையே.'

'1946இல் சொன்னார். அஸ்ஸாம் காங்கிரஸ் தலைவர்களிடம் சொன்னார்.'

'நிச்சயம் இதில் ஏதோ தவறு இருக்கிறது.'

'இல்லை, சார். இது அவர் சொன்னது என்பதில் எந்தச் சந்தேகமும் இல்லை. இதைச் சொன்னதற்காகக் காந்திக்கு நாங்கள் என்றும் கடமைப்பட்டிருக்கிறோம்.'

நான் வாயைத் திறப்பதற்குள், பூரா வருவதைப் பார்க்கிறேன்.

மதுவின் நாற்றத்தை மறைக்கப் பூரா கிராம்பைச் சுவைத்துக் கொண்டிருக்கிறார். ஆனால் அவர் மூச்சுவிடும்போதெல்லாம் – விடுவதைவிட வாங்குவதுதான் அதிகமாக இருக்கிறது – மது நாற்றம் எங்கள் முகங்களில் அறைகிறது. தடுமாறாமல் திடமாக இருக்கிறார். பேச்சும் குழறவில்லை.

'புறப்படலாமா?'

'இல்லை, சார். அவர்கள் ஆள் இன்னும் வரவில்லை. அதற்குள் சாப்பிட்டு முடித்துவிடலாம்.'

நேருவின் எதிரிகள் மாயமாகிவிட்டார்கள். உணவரங்கத்தில் எங்களைத் தவிர யாரும் இல்லை. பரிமாறுவதற்குப் பதினைந்து பேராவது இருப்பார்கள். ஆனால் சூப் வருவதற்கே முப்பது நிமிடங்கள் ஆகின்றன. எண்ணெய்த் துளிகளும் பாலாடைத் துண்டுகளும் மிதக்கும் செந்நிறமான சூப். சூடும் உப்பும் சேர்ந்து நாக்கை அறுக்கின்றன. நான் துளிகளையும் துண்டுகளையும் ஒதுக்கிச் சூப்பைக் குடிக்க முயல்கிறேன். பூரா சத்தமாக உறிஞ்சிக் குடிக்கிறார். அனுபமா ஒரு காரட் குச்சியைக் கடிக்கிறாள். எல்லோருக்கும் அடிவயிற்றைக் கலக்கும் பயம். அப்படித்தான் எண்ணுகிறேன். என் பயம் எனக்குத் தெரிகிறது.

ஜீப் வரும் சத்தம் கேட்கிறது. உணவிற்கு முன் வந்து விட்டது. எழுந்த அதிர்ச்சியில் பூரா சில ஸ்பூன்களைத் தட்டி விடுகிறார். பெரிய சத்தத்துடன் அவை தரையில் விழுந்து புரள்கின்றன. பூரா வாசலை நோக்கி ஓடுகிறார். சில நிமிடங்களில் திரும்பி வருகிறார்.

'நேரமில்லை. இரண்டு மணிக்குச் சந்திப்பு ஏற்பாடாகி இருக்கிறது.'

வாயைக்கூடக் கழுவாமல் எங்கள் காரை நோக்கி ஓடுகிறோம்.

கலங்கிய நதி

அவர்களுடைய ஆள் நீலநிறச் சட்டை அணிந்திருக்கிறார். வானத்தின் நீலம். அனுபமா அவரைக் கண்கொட்டாமல் பார்க்கிறாள். மிக அழகாக ஆங்கிலம் பேசுகிறார். அஸ்ஸாமிய உச்சரிப்பின் தடயமே இல்லாமல்.

'அதிக நேரம் கொடுக்க இயலவில்லை. அதற்காக வருந்து கிறோம். எங்கள் தலைவர் உங்களைச் சந்திக்க ஆவலாக இருக்கிறார். நீங்கள் காரில் வாருங்கள். நான் முன்னால் ஜீப்பில் செல்கிறேன். யார் ஓட்டப்போகிறார்கள்? மிஸ் ஃபூகன்? நல்லது.'

சாலைகளே இல்லை. மாட்டுவண்டிகள்கூடப் போக முடியாத, பள்ளங்கள் நிறைந்த தடங்கள். பல சிறிய கிராமங் களைத் தாண்டிக் கார் செல்கிறது. என் வயிற்றில் சூப் இங்கும் அங்குமாக உருளுகிறது. பூரா ஏதோ முணுமுணுத்துக் கொண்டு வருகிறார்.

'என்ன முணுமுணுக்கிறீர்கள்?'

'ஹனுமான் சாலிஸா, சார். எந்தக் கெடுதலும் நடக்காது.'

பள்ளங்கள் நிறைந்த தடங்கள் முடிந்து முழுப்புழுதித் தடங்கள் வருகின்றன. கார் உறுமுகிறது.

ஜீப் நிற்கிறது.

'நல்ல வேளையாக நிறுத்தினார். காரின் ஆக்ஸைல் உடைந்திருக்கும்.'

புழுதி மூட்டத்திற்கு நடுவே பெரிய மாமரம் தெரிகிறது. மரத்தின் கிளைகளில் சீருடை அணிந்த இரு போராளிகள் அமர்ந்திருக்கிறார்கள். எங்களை நடக்கச் சொல்லிச் சைகை காட்டுகிறார்கள்.

நீலச்சட்டை அவர்களைக் கண்டுகொள்ளவேயில்லை.

'காப்பி குடிக்கலாமா? ஜீப்பில் ஃப்ளாஸ்க் இருக்கிறது.'

காப்பி நீர்த்துப்போய் இருக்கிறது. ஆனால் அதன் சூடு இதமாக இருந்தது. மாமரத்திற்குப் பின்னால் வயல்களுக்கு நடுவே வளைந்து வளைந்து ஒற்றையடிப் பாதை ஓடுகிறது. நாங்கள் வேகமாக நடக்கிறோம். ஒரு மணிநேரத்திற்குப் பிறகு சிறிய கிராமம் ஒன்று வருகிறது. குடிசைகளுக்கு வெளியே பெண்கள் நின்றுகொண்டு எங்களைச் சுட்டிக்காட்டிப் பேசுகிறார்கள். குழந்தைகளையே காணோம்.

நீலச்சட்டையிடம் கேட்கிறேன்.

'எங்கள் குழந்தைகள் பள்ளிகளில் இருக்கிறார்கள். இந்தியாவைப் போல நாங்கள் குழந்தைகளைப் பள்ளி நேரங்களில் தெருவில் அலையவிடுவதில்லை.'

சற்றுத் தொலைவில் மூங்கில் அடர்வு ஒன்று தெரிகிறது.

'இதற்குப் பின்னால் நாம் சேர வேண்டிய இடம் இருக்கிறது.'

அடர்வுக்குப் பின்னால் மரங்களே இல்லாத வெளி. அதைக் கடந்தால் தகரக் கூரைகொண்ட சில குடியிருப்புகள் வருகின்றன. அவற்றின் முன்புறம் சாணத்தால் மெழுகப்பட்டுத் தூய்மையாக இருக்கிறது. நாங்கள் ஒரு குடியிருப்புக்குள் அழைத்துச் செல்லப்படுகிறோம். நான்கு சுவர்களையும் சில நாற்காலிகளையும் ஒரு சிறிய மேஜையையும் தவிர வேறு ஏதுமே இல்லாத குடியிருப்பு.

இடுங்கிய கண்களுடன் இளம் பெண் ஒருத்தி வருகிறாள். கையில் தட்டு. தட்டில் பிகானீர் பூஜியா. அஸ்ஸாமிய சந்தேஷ். பின்னால் ஒரு பெண் தேநீர் கொண்டுவருகிறாள். முதல் பெண் அனுபமாவிடம் பேசுகிறாள். பூரா எனக்கு மொழிபெயர்த்துச் சொல்கிறார்.

'எங்கள் தலைவர் உங்கள் மதிய உணவு வேளையில் குறுக்கிட்டதற்காக வருந்துகிறார். உங்களை இன்னும் சில நிமிடங்களில் சந்திப்பார்.'

'அனுபமா, அவர்களிடம் தேநீருக்கும் தின்பண்டங்களுக்கும் நன்றி சொல். மதிய உணவு தருவார்களா? எத்தனை வகைகள் இருக்கும்?'

'இவர்கள் மிகவும் எளிய மக்கள், சார். இவர்களுக்கு நையாண்டி புரியாது.'

தலையைத் திருப்பிக்கொண்டு சிரிக்கிறேன். பின்னால் உள்ள சுவரில் இருக்கும் படத்தைக் கவனிக்கிறேன்.

'யார் இவர்?'

'இயக்கத்தின் துணைத்தலைவராக இருந்தவர். இந்திய ராணுவத்தால் சமீபத்தில் கொல்லப்பட்டார்.'

இடுங்கிய கண்களை உடைய பெண் மீண்டும் வருகிறாள். ஒரு ஆடியோ கேசட் ப்ளேயரை எடுத்துக்கொண்டு. சற்று நேரத்தில் அறை அஸ்ஸாமியக் கிராமியப் பாடல்களால் நிரம்பி வழிகிறது. பாடுபவர்களில் ஒரு பெண்ணின் குரல் தனியாக ஒலிக்கிறது. குயில்குரல். எனக்குக் கையும் காலும் பதறுகின்றன.

கலங்கிய நதி

'இதை வேண்டுமென்றே செய்கிறார்களா?'

'உங்களுக்குக் கிராமியப் பாடல்கள் பிடிக்காதா?'

'பிடிக்கும். ஆனால் அவற்றை என் வீட்டு வரவேற்பறை யில் சுகன்யாவுடன் சேர்ந்து கேட்க விரும்புகிறேன். இங்குக் கேட்டால் நான் தேவலோகத்திற்கு வழி அனுப்பப்படும்போது பாடும் பாடல்போல இருக்கிறது.'

'அணைக்கச் சொல்லட்டுமா?'

'வேண்டாம், வேண்டாம். தவறாக நினைத்துக்கொள்ளப் போகிறார்கள்.'

'இதைப் படியுங்கள்.' ஒரு பிரசுரத்தை எடுக்கிறாள்.

'ஆங்கிலப் பிரசுரமா?'

'ஒரு மாதிரியான ஆங்கிலத்தில்.'

படிக்கிறேன்.

Assam was never a part of India at any point of time in history. The fact is independent Assam has been occupied by India, and deploying occupation forces they are oppressing our peoples and persecuting them. Our organisation itself and all freedom fighters of Assam are neither planning nor conspiring to break up India! We are not conducting any armed operation inside India. Freedom fighters of Assam are only trying to overthrow Indian colonial occupation from Assam.

(அஸ்ஸாம் இந்தியாவின் பகுதியாக வரலாற்றின் எந்தக் காலத்திலும் இருந்ததில்லை. உண்மை என்னவென்றால் அஸ்ஸாமை இந்தியா ஆக்கிரமித்துக்கொண்டிருக்கிறது. ஆக்கிரமிப்புப் படையினர் மக்களை ஒடுக்கிக்கொண்டும் அடக்கிக்கொண்டும் இருக்கிறார்கள். எங்களது இயக்கமோ அல்லது மற்றைய அஸ்ஸாமிய விடுதலை வீரர்களோ இந்தியாவைத் துண்டாட ஒரு நாளும் திட்டமிட்ட தில்லை, சதிசெய்ததில்லை. நாங்கள் இந்தியக் காலனிய ஆக்கிரமிப்பை முறியடிக்கவே முயல்கிறோம்.)

The armed struggle for self-defence: a compulsive objective reality: The people of Assam are confronting with various problems. Among those, the National identity problem is basic. The communal riot that was followed by the partition of India and Pakistan was responsible for the influx of foreigners from the Indian sub-continent in large scale and thereby caused a real threat to the demographic composition of Assam. India has all along encouraged this influx because of a population base having ethnic affinity with main land India is always favourable to their long term security perspective. This is one of India's major aspects of colonial occupation of Assam.

(தற்காப்புக்காக ஆயுதப் போராட்டம்: நிச்சயமான கண்கூடான உண்மை.

அஸ்ஸாமிய மக்கள் பல பிரச்சினைகளை எதிர்கொள் கிறார்கள். அவற்றில் மிக அடிப்படையானது தேசிய அடையாளம். இந்தியா பாகிஸ்தான் பிரிவினையைத் தொடர்ந்து நடந்த மதக்கலவரங்களின் விளைவாக இந்தியாவிலிருந்து பலர் அஸ்ஸாமில் குடியேறினர். அது எங்கள் குடிமைக்குப் பேராபத்தைக் கொண்டு வந்தது. இந்தியா இந்தக் குடியேற்றத்தை எப்போதும் ஆதரித்து வந்திருக்கிறது. ஏனென்றால் இந்தியாவை ஆதரிக்கும் மக்கள் தளம் இங்கு உருவாக்கப்பட்டால், அது இந்தியாவின் நீண்டகாலப் பாதுகாப்பு நோக்கங்களுக்குச் சாதகமாக இருக்கும். இந்தியாவின் காலனிய ஆக்கிரமிப்பின் முக்கிய அம்சங்களில் இது ஒன்று.)

பிரசுரம் வளைந்து நெளிந்து பல பிரச்சினைகளைத் தொட்டுச் செல்கிறது. கடைசியாக இயக்கத்தில் உறுப்பினராகச் சேர்வதற்கான விதிமுறைகளுக்கு வருகிறேன். அது நிச்சயமாக ஆங்கிலம் போன்ற ஒரு மொழியில் எழுதப்பட்டிருக்கிறது.

பதின்மூன்று விதிகள் இருந்தன. என்னைக் கவர்ந்தது 13ஆம் விதி.

Clause 1: must be a permanent resident of Assam. However, the volunteers from any other countries will be recognised conditionally.

(அஸ்ஸாமின் நிரந்தரக் குடிமகனாக இருக்க வேண்டும். மற்றைய நாட்டுத் தொண்டர்கள் நிபந்தனைக்கு உட்பட்டு அங்கீகரிக்கப்படுவார்கள்.)

Clause-2: must have the firm determination to wage armed struggle until the successful conclusion of national liberation struggle.

(நாட்டு விடுதலைப் போராட்டம் முடிவடையும்வரை ஆயுதம் தாங்கிப் போராடும் உறுதியுடன் இருக்க வேண்டும்.)

Clause-3: must have the mental ability. Membership may be provided to the physically handicapped regarding their integrity.

(மன உறுதியுடன் இருக்க வேண்டும். உடல் ஊனமுற்றவர் களுக்கும் நாணயத்தைக் கருதி உறுப்பினர் தகுதி வழங்கப் படலாம்.)

Clause-4: must have maintained secrecy.

(இரகசியத்தைக் காப்பாற்றியிருக்க வேண்டும்.)

Clause-5: must submit totally to the constitution of the party for the interest of the emancipation of Assam.

(கட்சியின் அமைப்பு விதிமுறைகளுக்கு முழுவதுமாகக் கட்டுப்பட வேண்டும்.)

Clause-6: must have the age above 18 years old. May be change with respect to time.

(18 வயதிற்கு மேலாக இருக்க வேண்டும். காலத்திற்கு ஏற்றபடி இந்த விதி தளர்த்தப்படலாம்.)

Clause-7: must be disqualified any person, addicted to porno book-magazine, cinema and ordinary songs.

(ஆபாசப் புத்தகங்கள், திரைப்பட மற்றும் சாதாரணப் பாடல்கள் போன்றவைகளின் மயக்கத்தில் இருப்பவர்கள் உறுப்பினர் நிலையிலிருந்து நீக்கப்படுவார்கள்.)

Clause-8: mustn't take any intoxicating material.

(போதைப் பொருள்களைப் பயன்படுத்தக் கூடாது.)

Clause-9: must be disqualified for membership; anybody involved in the anti-social activities.

(சமூக விரோதச் செயல்களில் ஈடுபடுபவர்கள் உறுப்பினர் நிலையிலிருந்து நீக்கப்படுவார்கள்.)

Clause-10: must be disqualified for membership, anybody with Indian sentiment or spies of enemy side etc. however, if anybody submit himself totally to the constitution of the party or severs all relations with other organisation, may be qualified for the membership through observation.

(இந்தியத் தேசப்பற்று உடையவர்கள், எதிரித்தரப்புக்காக உளவு வேலைசெய்பவர்கள் உறுப்பினர் நிலையிலிருந்து நீக்கப்படுவார்கள். ஆனால் கட்சியின் அமைப்பு விதிமுறை

களுக்கு முழுவதும் கட்டுப்பட்டு நடந்துகொள்பவர்கள் கண்காணிக்கப்பட்டு உறுப்பினராக அனுமதி பெறும் நிலையை அடையலாம்.)

Clause-11: every member of the party must be ready for any task and he/she must be whole-time worker.

(உறுப்பினர்கள் எந்த வேலையையும் செய்யத் தயாராக இருக்க வேண்டும். ஆணோ பெண்ணோ முழுநேர உறுப்பினராக இருப்பது அவசியம்.)

Clause-12: must comply the responsibility of any appointment at any place heartily and without protest after receiving the membership.

(உறுப்பினரான பின் எல்லாப் பொறுப்புகளையும் மறுப்பில்லாமல் ஏற்றுக்கொள்ளத் தயாராக இருக்க வேண்டும்.)

Clause-13: irrespective of male or female, anybody will be illegible to be the member of the party.

(உறுப்பினராக அனைவருக்கும் – ஆணாக இருந்தாலும் பெண்ணாக இருந்தாலும் – தகுதி உண்டு.)

‘இந்த விதி எனக்குப் புரியவில்லையே. What is illegible?’

‘சார், இவர்கள் ஆங்கில முனைவர்கள் அல்ல. போராளி கள். என்ன சொல்கிறார்கள் என்பது உங்களுக்கு நன்றாகத் தெரியும். ஆண் பெண் வித்தியாசம் இயக்கத்தில் கிடையாது என்பதைச் சொல்கிறது இந்த விதி.’

‘அனுபமா, இவர்களுடைய போர்த்தந்திரமும் இவர் களுடைய ஆங்கிலம்போல இருக்க வேண்டும் என்று எல்லாம் வல்ல இறைவனைப் பிரார்த்திப்போம்’

என்ன சொல்கிறோம்? எனக்கே மனம் உறுத்தியது.

‘Sorry, அனுபமா. நான் சொன்னது தவறு. விமர்சிப்பது மிக எளிது. அஸ்ஸாமிய மொழியில் இந்த விதிமுறைகள் தெளிவாக எழுதப்பட்டிருக்கும் என்பது எனக்குத் தெரியும். அதைத்தான் இயக்கத்தில் சேர விரும்புபவர்கள் படிப்பார்கள். நான் இப்படித் தடித்தனமாகப் பேசியிருக்கக் கூடாது.’

வெளியில் ஆட்கள் நடமாடும் ஓசை. நான் ஜன்னல் வழியாகப் பார்க்கிறேன். மெலிந்த மனிதர் ஒருவர் காற்றில் பறக்கும் தாடி

யுடன் குடியிருப்புகள் பக்கம் வருகிறார். அவரைச் சுற்றிச் சீருடை அணிந்த போராளிகள் வைர அணிவகுப்பில் வருகிறார்கள்.

நீலச்சட்டை எங்கள் குடியிருப்பிற்குள் வருகிறார்.

'தலைவர் வந்துவிட்டார்.'

'நானும் பார்த்தேன். எங்களை எப்போது அழைக்கப் போகிறார். மணி நான்காகிவிட்டது.'

'ஐந்து நிமிடங்களில் அழைப்பு வந்துவிடும், மிஸ்டர் சந்திரன்.'

சரியாக ஐந்து நிமிடங்களில் அழைப்பு வருகிறது. நானும் அனுபமாவும் அழைக்கப்படுகிறோம்.

தலைவர் வாசலில் நின்று வரவேற்கிறார். எங்கள் கைகளைப் பலமாகக் குலுக்குகிறார். ஒதுங்கி நின்று எங்களை அவரது குடியிருப்பின் உள்ளே செல்ல அனுமதிக்கிறார். அவரது குடில் சற்றுப் பெரிது. ஆனால் இங்கும் மூன்று நாற்காலிகள் மட்டும் இருக்கின்றன. இரண்டு தடியர்களுடன் நீலச்சட்டை முதலில் உள்ளே நுழைகிறார். தடியர்கள் கைத்துப்பாக்கிகளுடன் கதவிற்கு இருபுறமும் நிற்கிறார்கள். தலைவர் பின்னால் வருகிறார்.

அனுபமா பேச்சைத் தொடங்குகிறாள்.

'எங்களை அழைத்ததற்கு நான் முதலில் உங்களுக்கு நன்றி சொல்ல வேண்டும். இந்தப் பேச்சுவார்த்தை வெற்றி கரமாக முடிந்தால் நன்றாக இருக்கும்.'

தலைவர் ஆங்கிலம் கலந்த ஹிந்தியில் பேசுகிறார். அஸ்ஸாமிய உச்சரிப்பு.

'அது தில்லியிலிருந்து வந்திருக்கும் இந்தத் தோழரைப் பொறுத்திருக்கிறது.'

நான் முதல் கேள்வியைக் கேட்கிறேன்.

'மிஸ்டர் கோஷ் எப்படி இருக்கிறார்?'

'மிக நன்றாக இருக்கிறார். அவரை நன்றாகக் கவனித்துக் கொள்வது எங்கள் கடமை. நாங்கள் மனிதர்கள். மிருகங்கள் அல்ல.'

'நிச்சயமாக, மனிதர்கள்தான் கடத்துவார்கள். மிருகங்களுக்கு அந்த வித்தை தெரியாது' என்று சொல்ல நினைக்கிறேன்.

‘கோஷை உடனடியாக விடுதலை செய்ய வேண்டுகிறேன்.’

‘என்ன தரத் தயாராக இருக்கிறீர்கள்?’

‘நாங்கள் பூராவின் மூலம் என்ன செய்யப்போகிறோம் என்பதைச் சொல்லிவிட்டோம். எனது நிறுவனத்தின் சார்பில் நான் உறுதியளிக்கிறேன். ராணிகட்டாவையும் அதன் சுற்றுப் புறங்களையும் முற்றிலும் மாற்றிக்காட்டுவோம்.’

‘இது இந்தியா எப்போதும் கடைப்பிடிக்கும் தந்திரம். உங்கள் கை உயர்ந்திருக்கும்போது எங்களைப் புழுதியில் போட்டு மிதிப்பீர்கள். எங்கள் கை உயர்ந்தால் வாலை ஆட்டிக் கொண்டு வருவீர்கள். கோஷ் தான் நினைத்ததையெல்லாம் செய்துகொண்டிருந்தபோது நீங்கள் எங்கே இருந்தீர்கள்? இதோ புள்ளிவிவரங்கள்.’

நீலச்சட்டை புள்ளிவிவரங்களைக் கொடுத்தார். ‘துணை மின்நிலையத்தில் தினக்கூலி அடிப்படையில் வேலைசெய்ப வர்கள் எழுபத்து ஐந்து பேர். அவர்களில் எழுபது பேர் அஸ்ஸாமிற்கு வெளியிலிருந்து வந்தவர்கள். போன வருடம் மட்டும் ஐம்பது சிறிய ஒப்பந்தங்கள் வழங்கப்பட்டன. அவற்றில் ஒன்றுகூட அஸ்ஸாமைச் சேர்ந்தவருக்கு . . .’

நான் அவசரமாக இடைமறிக்கிறேன்.

‘எனக்கு இந்தப் புள்ளிவிவரங்கள் எல்லாம் தெரியும். இதற்கெல்லாம் கோஷ் காரணமல்ல. தினக்கூலியில் வேலை செய்பவர்கள் கோஷ் இங்கு வருவதற்கு முன்னாலேயே சேர்ந்துவிட்டார்கள். ஒப்பந்தங்களைப் பொறுத்தவரை . . .’

பேச்சு, ஒப்பந்தத்தையும் வேலைவாய்ப்பையும் சுற்றிச் சுற்றி வருகிறது. கடைசியில் தலைவர் தலையிடுகிறார்.

‘பேசியதெல்லாம் போதும். இந்தியா காலம் காலமாக இதைத்தான் செய்துகொண்டிருக்கிறது. சாதுரியமாகப் பேசுவது. கண்மூடித் திறக்கும் நேரத்தில் எங்களிடம் இருப்பதைக் கொள்ளை அடிப்பது. எங்களுக்கும் எந்த வளர்ச்சித் திட்டங் களும் தேவையில்லை. பணம் தேவை. பணம்.’

‘எங்களது நிறுவனம் அரசுக்குச் சொந்தமானது. எங்களால் ஒரு பைசாகூடக் கொடுக்க முடியாது. தோழர், நான் உங்களிடம் ஒன்று சொல்ல விரும்புகிறேன். கோஷ் கொல்லப்பட்டால் இந்திய அரசிலிருந்தோ எனது நிறுவனத்திலிருந்தோ யாரும் ஒரு துளிக் கண்ணீர்கூடச் சிந்தமாட்டார்கள். அவருடன் வேலை பார்த்தவர்கள் சில நாட்கள் வருத்தப்படுவார்கள், அவ்வளவு தான். எனக்கு ஏன் இந்தப் பேச்சுவார்த்தை நடத்தும் வேலை

யைக் கொடுத்தார்கள்? என்னை அவர்களுக்குச் சுத்தமாகப் பிடிக்காது. என்னைப் பிடித்துவைத்துக்கொண்டு கோஷை நீங்கள் விடுவித்தால் அவர்கள் மிகவும் மகிழ்ச்சியடைவார்கள்.'

என்ன பேசுகிறேன்?

எனக்கே என் சீழ் வடியும் பேச்சின் நாற்றத்தைத் தாங்க முடியவில்லை. நிறுத்திக்கொண்டேன். அனுபமா என் உதவிக்கு வந்தாள்.

'பணம் உங்களுக்கு அவ்வளவு முக்கியம் அல்ல என்பது எனக்கு நன்றாகத் தெரியும். போன வாரம்தான் உங்களது கொள்கைப் பரப்புச் செயலாளர் ஒரு அறிக்கைவிட்டிருக்கிறார். இயக்கம் இனிக் கடத்தல் நடவடிக்கைகளில் ஈடுபடாது என்று தெளிவாகக் குறிப்பிட்டிருக்கிறார். ராணிகட்டா மக்கள் எங்கள் துணை மின்நிலையத்தின் மீது மிகுந்த கோபமாக இருப்பதை எங்களுக்கு உணர்த்தியதற்கு நன்றி. கோஷ் விடுதலை செய்யப்பட்டதும் நாங்கள் கிராம மக்களுக்குத் துணை மின்நிலையத்தில் வேலைவாய்ப்புகளை நிச்சயம் அளிப்போம்.'

'இந்தப் பேச்சு எதற்கும் உதவாது. தெளிவாகச் சொல்கிறேன், எங்களுக்கு வளர்ச்சி தேவையில்லை. பணம் தேவை. கடைசியாகச் சொல்கிறேன். மூன்று கோடி ரூபாய் கொடுங்கள். கோஷை அழைத்துச் செல்லுங்கள். அரசும் உங்கள் நிறுவனமும் பிணைத்தொகையைக் கொடுக்க முடியும் என்பது எனக்கு நன்றாகத் தெரியும். நீங்கள் எப்படிக் கொள்ளையடிக்கிறீர்கள் என்பதும் தெரியும். ஒரு பெரிய ஒப்பந்தத்திற்கு உங்கள் நிறுவனத்தின் பெரிய தலைகள் வாங்கும் கள்ளப்பணத்தின் சிறிய பகுதியை மட்டும் நாங்கள் கேட்கிறோம். நமது அடுத்த சந்திப்பு, நீங்கள் பணம் கொடுக்கச் சம்மதித்தால் மட்டுமே நடைபெறும். அந்தச் சந்திப்பு எங்களிடம் பணம் எப்படிக் கொடுக்க வேண்டும் என்பதைப் பற்றி இருக்கும். மிக்க நன்றி மிஸ்டர் சந்திரன். நன்றி, அனுபமா.'

'எனக்கு நான்கைந்து நாட்கள் அவகாசம் கொடுங்கள். அடுத்த சந்திப்பு அஸ்ஸாமிற்கு வெளியே இருக்கலாமா?'

'என்னிடம் உங்களது தொலைபேசி எண்கள் இருக்கின்றன. நாங்களே உங்களைத் தொடர்புகொள்வோம். நமஸ்தே. புத்திசாலித்தனமாக நடந்துகொள்ளுங்கள்.'

நீலச்சட்டை எங்களுடன் கார்வரை நடந்து வருகிறான். சீருடை அணிந்த போராளிகள் காரைச் சூழ்ந்திருக்கிறார்கள்.

எங்களைப் பார்த்ததும் சல்யூட் அடித்துவிட்டு மாமரத்திற்குப் பின்னால் மறைகிறார்கள்.

'நான் போய் வரட்டுமா?'

'மிக்க நன்றி.' அவன் பெயரைக் கேட்கலாமா? வேண்டாம். உண்மைப் பெயரைச் சொல்லப்போவதில்லை.

'நானும் வெஜிடேரியன்,' அனுபமா நான் மாமிசம் சாப்பிட மாட்டேன் என்று சொல்லியிருக்க வேண்டும். 'கௌஹாத்தி வந்தால் உட்லண்ட்ஸில் சாப்பிடுவேன்.' உட்லண்ட்ஸ் கௌஹாத்தியின் பெயர்பெற்ற தென்னிந்திய ஹோட்டல். நீலச்சட்டை என்மீது வைத்திருக்கும் நம்பிக்கை எனக்கு ஆச்சரியத்தை அளிக்கிறது. இந்தச் செய்தியை நிச்சயம் பூயானிடம் சொல்லக் கூடாது என்று எனக்குள்ளே உறுதி யெடுத்துக்கொள்கிறேன்.

'நான் அனு. மிஸ் ஃபூகனிடம் ஒரு நிமிடம் பேசலாமா?'

அனுபமாவிடம் எந்தச் சலனமும் இல்லை.

'தாராளமாக. நான் காருக்குள் இருக்கிறேன். இருட்டத் தொடங்கிவிட்டது. சிறிது நேரம் கண்ணை மூடுகிறேன்.'

டிலைட் ஹோட்டலுக்குத் திரும்பி வரும்போது அனுபமாவிடம் கேட்கிறேன்.

'என்னை ஏன் பிடித்துவைத்துக்கொள்ளவில்லை?'

அனுபமா சில கணங்கள் பேசாமல் இருக்கிறாள். 'நீங்கள் சொன்னதை அவர்கள் நம்பினார்கள் என நினைக்கிறேன். உங்களைப் பிடித்துவைத்துக்கொண்டால் பணம் பெயராது என்பது அவர்களுக்கும் தெரியும். மற்றொன்று. நான் கலிதா விடம் கேட்டேன். உங்களைப் பார்த்துச் சுட்டது போடோக்கள் என்று சொல்கிறார். நம்முடைய பையன்களுக்கும் அவர் களுக்கும் ஏதோ தகராறு. போடோக்கள் கொக்ராஜாரில் தாங்கள் நினைத்தால் என்ன வேண்டுமானாலும் செய்யலாம் என்பதை நம் பையன்களுக்குக் காட்டுவதற்காக அவ்வாறு செய்தார்களாம். பேச்சுவார்த்தை நடந்து எல்லாம் சுமுகமாகி விட்டது. என்கிறார்.'

'நம்முடைய பையன்கள்? யார் இந்தப் பையன்கள்?'

'*Sorry*, சார்.' அனுபமா சிரிக்கிறாள். 'கோஷைக் கடத்தியவர்கள்.'

'நீலச்சட்டையின் பெயர் கலிதா. சரிதானே?'

'சரிதான்.'

'நம் பையன்கள் நிச்சயமாகப் பிணைத்தொகை கிடைக்கும் என்று நினைக்கிறார்கள்?'

இதுவரை பேசாமல் இருந்த பூரா பேசுகிறார். 'அவர்களுக்கு எந்தச் சந்தேகமும் இருப்பதாகத் தெரியவில்லை.'

கௌஹாத்தியை அடைந்ததும் என் தலைவருக்கு ஃபோன்செய்து பேச்சுவார்த்தை தோல்வியில் முடிந்துவிட்ட செய்தியைத் தெரிவிக்கிறேன். அவர் மகிழ்ச்சியடைந்ததாகத் தெரியவில்லை. அவரது மன உளைச்சலை அதிகப்படுத்துவதற்காக நிறுவனத்தின் ஒப்பந்தங்களைப் பற்றி இந்த இயக்கம் என்ன நினைக்கிறது என்பதையும் சொல்கிறேன்.

அழமாட்டாத குறையாக அவர் பேசுகிறார். 'நம் அதிகாரியைச் சீக்கிரம் விடுவிக்க எல்லா ஏற்பாடுகளையும் செய்ய வேண்டும். தொழிலாளர்கள் வேலைநிறுத்த நோட்டீஸ் கொடுத்துவிட்டார்கள். நாம் ஐம்பது லட்சம்வரை கொடுக்கலாம் என்று தீர்மானித்திருந்தோம். அதை அவர்களிடம் சொன்னீர்களா, சந்திரன்?'

'உங்களால் எவ்வளவு பணம் தர முடியும் என்ற கேள்வியை அவர்கள் என்னிடம் கேட்கவே இல்லை. என்ன தர முடியும் என்று கேட்டார். நான் வளர்ச்சி தர முடியும் என்றேன். அவர்கள் எவ்வளவு பணம் எதிர்பார்க்கிறார்கள் என்பது பற்றியே அவர்கள் தலைவர் சொன்னார். மூன்று கோடிக்கு இறங்கிவந்திருக்கிறார்கள். நமக்கு இரண்டு வழிகள் இருக்கின்றன. ஒன்று அவர்கள் கேட்டதைக் கொடுத்துக் கோஷை மீட்பது. இரண்டாவது அமைதியாகக் காத்துக் கொண்டிருப்பது. நாம் அசையமாட்டோம் என்பது தெரிந்தால் அவர்கள் இறங்கிவரலாம்.'

'நீங்கள்தான் ஒருங்கிணைப்பாளர், சந்திரன். நீங்கள் என்ன சொல்கிறீர்கள்?'

'காத்திருக்கலாம் என்று நினைக்கிறேன். நான் விவரமான குறிப்பு எழுதிக்கொண்டிருக்கிறேன். எழுதி முடித்ததும் ஃபாக்ஸ்செய்கிறேன். Good Night.'

கண்களைத் தூக்கம் அழுத்தும்போது பூயான் ஃபோன் செய்கிறார்.

‘வெகுநேரமாக உங்கள் நம்பரை டயல்செய்துகொண்டிருக்கிறேன். எப்படி நடந்தது?’

நடந்ததைச் சொல்கிறேன்.

‘இதைவிட அருமையாக நடந்திருக்க முடியாது. நன்றாகப் பேச்சுவார்த்தையை நடத்தியிருக்கிறீர்கள், ரமேஷ். அவர்கள் இன்னொருதடவை சந்திக்கலாம் என்று சொன்னால் அதன் பொருள் அவர்களால் என்ன செய்யலாம் என்பதைத் தீர்மானிக்க முடியவில்லை என்பதுதான். கோஷ் நிச்சயம் கொல்லப்பட மாட்டார்.’

‘ஆனால் அவர்கள் அடுத்த சந்திப்பைப் பற்றித் தீர்மானமாகச் சொல்லவில்லை.’

‘நிச்சயம் அடுத்த சந்திப்பு நடக்கும். எனக்கு அதில் சந்தேகம் இல்லை.’

‘என்னை நோக்கிச் சுட்டவர்கள் போடோக்கள்தானாம். அனுபமாவிடம் அவர்கள் சொல்லியிருக்கிறார்கள்.’

‘முழுப்பொய். எனக்குக் கிடைத்த தகவலின்படி துப்பாக்கிச் சூடு நாடகத்தை நடத்தியது இந்த அயோக்கியர்கள்தான். தங்களால் எந்த இடத்திலும் என்ன வேண்டுமானாலும் செய்ய முடியும் என்பதை உங்களுக்குக் காட்டுவதற்காக நடத்தப்பட்டது அது.’

‘யார் இந்தக் கலிதா?’

‘எந்தக் கலிதா? கலிதா என்பது இங்கு அதிகமாகப் புழங்கும் பெயர்.’

‘இந்தக் கலிதா எங்களைக் குழுவின் தலைவனிடம் அழைத்துச் சென்றார். அழகாக ஆங்கிலம் பேசுகிறார்.’

‘பார்க்க எப்படி இருப்பார்?’

‘உயரமாக, சுருட்டை முடியுடன். குழந்தை முகம். தாடி வளர்ந்த அடையாளமே இல்லாத முகம். அனுபமா கலிதாவைப் பார்த்ததும் அதிர்ச்சி அடைந்துவிட்டாள். அவளுக்கு அவரை முன்னமே தெரியும் என்று எண்ணுகிறேன்.’

பூயான் சற்று நேரம் பேசாமல் இருக்கிறார்.

‘கலிதா அவளுடைய தொலைந்த நண்பரா?’

‘அவரைப் பார்க்காமல் என்னால் பதில் சொல்ல முடியாது.’

‘அவர் எப்படியிருந்தார் என்பதைச் சொல்லிவிட்டேனே.’

‘என்னால் எதுவும் சொல்ல முடியவில்லை, ரமேஷ்.’

‘அவளை நம்பலாமா?’

‘யாரை? ஓ, அனுபமாவையா? நீங்கள் அவளைச் சரியாகப் புரிந்துகொள்ளவில்லை, ரமேஷ்.’

இரவில் பிரியா வருகிறாள். நீல ஆடை அணிந்திருக்கிறாள். நாள் முழுவதும் என்னுடன் இருந்தேன் என்கிறாள். ‘அந்த அங்கிளின் சட்டைல நீலமா இருந்தேன்.’

‘கலிதாவா?’

‘அவர் பேர் எனக்குத் தெரியாது. சட்டை நீலம் நான் தான். நாள் முழுவதும் இருந்தேன். உன்னைப் பாத்துண்டே இருந்தேன். அம்மா எப்படி இருக்கா?’

‘நன்னா இருக்கா, கொழந்தை. நீ எப்போ திரும்பி வரப்போறாய்?’

சிரிக்கிறாள். ‘நீ நா இருக்கற இடத்துக்கு வாயேன்.’ சற்று யோசிக்கிறாள். பிறகு பேசுகிறாள். ‘என்ன எவ்வளோ தேடினாலும் நான் கிடைக்கமாட்டேன். நா இருக்கற இடத்துக்கு நீ வரவே முடியாது.’

பன்னிரெண்டு

1

தில்லி செல்வதற்கு முன்னால் கல்கத்தாவில் இறங்கி சுபிரைச் சந்திக்கிறேன்.

'பதிப்பாளர்கள் என் புத்தகத்தைத் திருத்த எடிட்டர் ஒருத்தியை நியமித்திருக்கிறார்கள். அவளுக்கு மேற்கோள் என்றாலே கோபம் வருகிறது.'

'சுபிர், என்னைப் பேசவிடு. அஸ்ஸாமில் என்னை நோக்கிச் சுட்டார்கள்.'

'பொம்மைத் துப்பாக்கியாலா?'

சுபிருக்குத் தான் சொல்ல வந்ததைச் சொல்லியாக வேண்டும். எந்தத் தடையும் அவனைப் பின்னடைய வைக்காது. 'என் புத்தகத்திலிருந்து ஓடன் நாஷ் மேற்கோளை எடுக்க வேண்டும் என்கிறாள். ஹௌஸ்மன் வேண்டாம். லியர் வேண்டாம். காபிரைட் மீறுதல் நடந்துவிடுமோ என்று ஒரே பயம்.'

'அவள் உன்னுடைய புத்தகத்தில் பிற எழுத்தாளர்களின் கறை படிய வேண்டாம் என நினைத்திருக்கலாம்.'

'சொல்வதைக் கேள். நேற்று அவளைப் பழிவாங்கி விட்டேன். அவளிடம் மெதுவாகக் கேட்டேன் 'இந்த வரிகள் நீக்கப்பட வேண்டுமா?' 'என்ன வரிகள்' என்று கண்கள் பளபளக்கக் கேட்டாள். 'இறகுகள் உள்ள பறவைகளுக்கு முன் வலை விரிப்பது வீண். இதனால் அவர்கள் தங்கள் உயிருக்கே உலை வைத்துக்கொள்கிறார்கள்.' யார் எழுதியது என்று கேட்டாள். தெரியாது என்றேன். ஆனால் கடவுள் ஒருவேளை காபிரைட் விதி

களை மீறியதற்காக வழக்குத் தொடரலாம். இது பைபிளி லிருந்து எடுக்கப்பட்டது என்றேன். என்னை முறைத்துப் பார்த்துவிட்டுப் பேசாமல் போய்விட்டாள்.'

'சுபிர், இந்தக் கோமாளி விளையாட்டை நிறுத்து. நான் சொல்வதைக் கேள்.'

சொல்வதை மௌனமாகக் கேட்கிறான்.

'பேச்சுவார்த்தை நடத்துவதற்குப் பயிற்சிபெற்றவர்கள் தேவை. நீ பயிற்சிபெற்றவனா?'

'இல்லை.'

'சொந்த வேலையையே சரியாகப் பார்க்கத் தெரியாத உதவாக்கரை நீ. எப்படி இந்த வேலையை ஒழுங்காகச் செய்ய முடியும்? முட்டாள், முட்டாள், உனக்குப் புரியவில்லையா? தில்லிக்காரர்கள் உன்னைச் சரியாக மாட்டிவிட்டிருக்கிறார்கள். பெரிய புள்ளிகளின் தில்லுமுல்லுகளைக் கண்டுபிடித்து விட்டாயா?'

'அதெல்லாம் ஒன்றும் இல்லை, சுபிர். இப்போது விலக முடியாத சூழ்நிலை. எனக்கு உன்னுடைய உதவி தேவை. உனக்கு அஸ்ஸாமில் நிறைய நண்பர்கள் இருக்கிறார்கள்.'

'உன்னையெல்லாம் திருத்தவே முடியாது. எனக்குத் தெரிந்து ஒரு தடியன் இருக்கிறான். உருவத்திலும் பெருந் தடியன். கஷ்னபீஸ் என்று பெயர். தினமும் டிவியில் வந்து பிதற்றுவான். அவனிடம் கேட்டுப் பார்க்கிறேன்.'

2

எங்கள் தலைவர் மிகுந்த மகிழ்ச்சியில் இருக்கிறார். ஆப்கானிஸ்தானில் ஒரு பெரிய ஒப்பந்தம் கிடைத்திருக்கிறது. நான் அவரது மகிழ்ச்சியின் ஒளியை மங்கலாக்க விரும்ப வில்லை.

'எல்லாம் உங்கள் முயற்சி, சார்.'

அவர் முகம் மலர்கிறது. 'இன்று இரவு விருந்து இருக்கிறது. வந்துவிடு. மிஸஸ் சந்திரனையும் அழைத்துக் கொண்டு வா.'

விருந்து மிகப் பெரிய அளவில் மிகப் பெரிய ஹோட்டல் ஒன்றில் நடைபெறுகிறது. சுகன்யா வெளிர்நீலப் புடவையில் இருக்கிறாள். எல்லோரும் அவளை வைத்த கண் மாறாமல்

பார்த்துக்கொண்டிருக்கிறார்கள். பிரியாவின் மறைவிற்குப் பிறகு நாங்கள் செல்லும் முதல் விருந்து இது. அவள் வர மாட்டேன் என்று சொல்வாள் என நினைத்தேன். வருகிறேன் என்றுவிட்டாள். நான் ஒரு தூணுக்குப் பின்னால் நின்று கொண்டிருக்கிறேன். சுகன்யாவிடம் இரண்டு கிழங்கள் வழிந்து கொண்டிருப்பதைப் பார்க்கிறேன். அவள் கண்கள் என்னைத் தேடுவது தெரிகிறது. தூண் என்னை மறைக்கிறது.

என்னுடைய சட்டையை யாரோ பிடித்து இழுப்பதுபோல உணர்கிறேன். திரும்பிப் பார்க்கிறேன். ஒரு முதியவர் முழுப் போதையில் தள்ளாடிக்கொண்டிருக்கிறார். அவர் அணிந் திருப்பது ஒரு காலத்தில் வெள்ளையாக இருந்த கசங்கிய குர்தா. அழுக்கான சாம்பல்நிற ஜீன்ஸ். உடையைப் பார்த்தால் அழைக்கப்பட்டவர் மாதிரி தெரியவில்லை. அவராக வந்திருக்க வேண்டும்.

'அவள் யார்?'

'எவள் யார்?'

'அந்த அழகான பெண்.' சுகன்யாவைக் காட்டுகிறார்.

'அவள் என் மனைவி.'

'அப்படியா? என் பெயர் அடல் பிஹாரி வாஜ்பேயி. இந்தியப் பிரதமர். உங்களைச் சந்தித்ததில் மகிழ்ச்சி அடை கிறேன்.' வெடிச்சிரிப்பு சிரித்துக்கொண்டு என் இடுப்பை லேசாகக் குத்துகிறார். சுகன்யாவுக்குச் சிரிப்பு கேட்கிறது. என்னைப் பார்க்கிறாள். கண்கள் விரிய என்னை நோக்கி வருகிறாள். கையில் பழச்சாறுக் கோப்பை. வரும் வேகத்தில் பழச்சாற்றின் துளிகள் அதிர்ந்து சிதறுகின்றன.

'எங்கக் காணாமப் போயிட்ட?. தேடுதேடுன்னு தேடறேன்.'

'ஹலோ' முதியவர் கையை நீட்டுகிறார். தடுமாறுகிறார்.

சுகன்யாவும் புரியாமல் விழிக்கிறாள். பிறகு சுதாரித்துக் கொண்டு கையை நீட்டுகிறாள். 'நான் சுகன்யா சந்திரன். நீங்கள்?'

'மிஸ்ரா.'

மிஸ்ரா. எங்கள் நிறுவனத்தில் ஒரு மிஸ்ராவுக்குக் கட்டாய ஓய்வுகொடுக்கப்பட்ட கதையை அடிக்கடிச் சொல் வார்கள். ஒருவேளை அவராக இருக்குமோ? அவரும் குடிகாரர். ஒரு மாதிரியானவர்.

அந்த மிஸ்ரா எல்லோரையும் போலத்தான் இருந்தார். ஒரு நாள் அவருடைய அந்தரங்கச் செயலாளரின் மேஜைமீது ஆணுறைகள் சிதறிக்கிடந்தன. செயலாளர் திருமணமாகாத இளம்பெண். தன் மேலதிகாரியிடம் புகார் செய்யலாம் என்று உள்ளே சென்றபோது மேலதிகாரி மேஜைமீது நின்றுகொண்டு மேலே சுற்றிக்கொண்டிருந்த மின்விசிறியைப் பார்த்துக் கொண்டிருந்தார். உடலில் ஒரு துணிகூட இல்லாமல். அவரது உறுப்பும் விரைப்பில் மின்விசிறியைப் பார்த்துக்கொண்டிருந்தது. அந்தப் பெண் அலறி அடித்துக்கொண்டு வெளியே ஓடிச் சகபணியாளர்களிடம் நடந்ததைச் சொன்னாள். அவர்கள் தயங்கித் தயங்கி மிஸ்ராவின் அறையில் நுழைந்தபோது அவர் இன்னும் மின் விசிறியைப் பார்த்துக்கொண்டிருந்தார். உறுப்பு மட்டும் அடங்கித் தரையைப் பார்த்துக்கொண்டிருந்தது. அந்தப் பெண் மற்றபடி மிஸ்ரா நல்லவர் என்று சொன்னதால் அவருக்கு எச்சரிக்கைக் கடிதம் மட்டும் கிடைத்தது. ஆனால் இரண்டு மாதங்கள் கழித்துப் பெண்களின் ஓய்வறையில் வரவேற்பாளராகப் பணியாற்ற மிஸ்ரா தீர்மானித்தார். அறையின் வாசலில் பெண்கள் அணியும் உள்ளாடைகளை அணிந்து கொண்டு நின்றார். இந்தமுறை அவருக்குக் கட்டாய ஓய்வு கொடுப்பதைத் தவிர நிறுவனத்திற்கு வேறு வழி தெரியவில்லை.

அவரைப் போலச் சட்டவியல் வல்லுநர் கிடைப்பது அரிது என்று எல்லோரும் சொன்னார்கள். ஒப்பந்தச் சட்டங்களில் புலியாம்.

சுகன்யாவுக்கும் அவருக்கும் இடையில் என்னை நுழைத்துக்கொண்டு அவளிடம் தமிழில் பேசுகிறேன். 'ஒரு நிமிஷம், சுகன்யா. இந்த ஆள்கிட்ட நிறைய விஷயம் இருக்கு. தனியாப் பேசணும்.'

சுகன்யா அவரைப் பார்த்துச் சிரிக்கிறாள். 'மன்னிக்க வேண்டும், சார். மற்ற பெண்கள் காத்துக்கொண்டிருக்கிறார்கள்.'

'உன் மனைவி?'

'ஆமாம்.'

'அதிர்ஷ்டம் செய்தவன். அவர்களை ஏன் துரத்தினாய்?' ஹிந்தியின் 'தும்' போட்டுப் பேசுகிறார். சுகன்யாவிற்கு மரியாதைச் சுட்டுப் பெயர்.

நான் பதிலேதும் சொல்லாமல் நிற்கிறேன்.

'உன் பெயர் என்ன? சந்திரன்? நான் ஒரு முட்டாள். இப்போதுதான் அவர்கள் தங்கள் பெயர் சுகன்யா சந்திரன்

என்று சொன்னார்கள். புதிதாகச் சேர்ந்திருக்கும் வேவுபார்ப்பவன் நீதானா?'

'ஆமாம், சார். உங்கள் சட்டவியல் திறமையைப் பற்றி இன்னும் பேசிக்கொண்டிருக்கிறார்கள்.'

'வேறு என்ன பேசிக்கொண்டிருக்கிறார்கள்?'

நான் பேச்சை மாற்றுகிறேன். 'நீங்கள் என்ன செய்து கொண்டிருக்கிறீர்கள்.'

'என்னைப் பற்றிக் கவலைப்படாதே. நீ என்ன செய்து கொண்டிருக்கிறாய்? அவர்கள் செய்ததைக் கண்டுபிடித்து விட்டாயா? அவர்கள்மீது என்ன நடவடிக்கை எடுக்கப் போகிறாய்?'

'எவர்கள்மேல், சார்.'

'வேவு பார்ப்பது நீயா நானா? யார் என்று கண்டுபிடிப்பது உன் வேலை. எவ்வளவு பெரிய ஏமாற்று வேலையைச் செய் திருக்கிறார்கள்! கோடிக்கணக்கில் கம்பெனியை ஏமாற்றி யிருக்கிறார்கள். உனக்கு ஒரு துப்புக்கூட இல்லை. உன்னை யெல்லாம் யார் வேலைக்குச் சேர்த்தார்கள்? எனக்கு வாந்தி வருகிறது.'

அவர் உருவக அணியில் பேசவில்லை என்பது தெரிவதற்கு எனக்குச் சில விநாடிகள் எடுக்கின்றன. அதற்குள் அவர் முகம் வெடிக்கத் துடிக்கும் பலூன் மாதிரி உப்பிவிடுகிறது.

'இந்த ஜன்னல் கதவைத் திற. எனக்கு வாந்தி வருகிறது.' வயிற்றிலிருந்து வந்ததை வாயில் ஒதுக்கிவைத்துக்கொண்டு பேசுவது தெரிகிறது. ஜன்னலுக்குக் கீழ் ஒரு சீன உணவு விடுதி. இவர் வாயிலிருந்து வருவதை அவர்கள் ஏற்கத் தயாராக இருக்கமாட்டார்கள்.

முதுகில் கையை வைத்துத் தள்ளி ஓய்வறைக்கு அழைத்துச் செல்கிறேன். 'இந்தக் கைகுட்டையை வைத்துக் கொள்ளுங்கள்.'

ஓய்வறைப் பணியாளர் என்னை முறைத்துப் பார்க்கிறார். அவர் கையில் நூறு ரூபாய் நோட்டைத் திணிக்கிறேன். 'இவரைப் பார்த்துக்கொள்ளுங்கள். நான் வெளியில் நிற்கிறேன்.'

அவர் வெளியே வருவதற்கு நேரமாகிறது. முகம் வாடி, கைகளைக் குர்தாவில் துடைத்துக்கொண்டு வருகிறார். குரல் அடங்கியிருக்கிறது.

'திரும்பிப் பெற வேண்டிய பணம். கவனி.'

'நான் பார்த்துக்கொள்கிறேன், சார். உங்கள் உடல் நலம் சரியில்லை. வீட்டிற்குச் செல்லுங்கள்.'

ஹோட்டலுக்கு வெளியே சென்று அவரை ஆட்டோவில் அமர்த்துகிறேன்.

திரும்பிப் பெற வேண்டிய பணம்? என்ன சொல்கிறார் இவர்?

3

இந்த நிறுவனத்தில் சேர்ந்த புதிதில் திறன் செலுத்தீடு சார்ந்த சொற்களைக் கேட்டபோதெல்லாம் தலையைச் சுற்றியது. ஹை வோல்டேஜ் ட்ரான்ஸ்மிஷன், 400 கேவி, 800 கேவி, சர்க்யூட் ப்ரேக்கர், லைட்னிங் அரெஸ்டர், க்ளாஸ் இன்சுலேடர் போன்ற சொற்கள் நான் திக்குத் தெரியாத காட்டில் நிற்கிறேனோ என நினைக்கவைத்தன. ஆனால் இவை எல்லாம் என்ன என்பதை எனக்குக் கற்றுக்கொடுத்தவள் அனுபமா. அவளிடம் பாடம் கேட்பதற்காகவே நான் அஸ்ஸாமிலுள்ள எங்களது திறன் செலுத்தீட்டுப் பாதைகளைப் பரிசீலிக்கத் தொடங்கினேன்.

நானும் அனுபமாவும் வடலக்கிம்பூர்ச் சாலையில் உணவு விடுதி ஒன்றில் அமர்ந்திருக்கிறோம். பார்க்க மிகச் சாதாரண மாக இருக்கிறது. ஆனால் உணவு நன்றாக இருக்கும் என்று அனுபமா சொல்கிறாள். உணவுப் பட்டியலின் மொழி அஸ்ஸாமிய, ஆங்கில, ஹிந்தி மொழிகளை வடித்தெடுத்த சாறு.

'மோட்டார் சேஸ் கோறி? அப்படியென்றால் என்ன?'

'மட்டர் சீஸ் கறி. பட்டாணியும் பாலாடைக் கட்டியும் கலந்த கறி, சார்.'

உணவு உண்மையிலேயே நன்றாக இருக்கிறது. கோஷ் இப்போதெல்லாம் கனவில் வந்து பயமுறுத்துவதில்லை. என்னை நானே பாராட்டிக்கொள்ளும் மனநிலையில் இருக் கிறேன். நான் முட்டாள் அல்ல. எனக்கும் திறன் செலுத்தீட்டைப் பற்றித் தெரியும். அன்றுதான் ஒரு செலுத்தீட்டுப் பாதை போகும் வழியெல்லாம் நடந்து சென்று பரிசீலித்திருக்கிறேன்.

'பரிசீலனை நன்றாக நடந்தது என்று நினைக்கிறேன்.'

'நடந்தது.'

'இருக்கும் குறைகளையெல்லாம் கண்டுபிடித்துவிட்டோம்.'

'ஏறக்குறைய.'

அனுபமாவின் குரலில் உற்சாகம் இல்லை.

'ஏறக்குறைய என்றால்?'

'இங்கு நிலத்தை வெட்டி மண்ணெடுப்பதற்கு நம்முடைய ஒப்பந்தக்காரருக்கு எவ்வளவு கொடுக்கிறோம் என்பது உங்களுக்குத் தெரியுமா?'

'தெரியாது.'

'நாம் ஒரு கன மீட்டருக்கு இருநூறு ரூபாய் கொடுக்கிறோம். அவர் தன் துணை ஒப்பந்தக்காரருக்கு முப்பது ரூபாய் கொடுக்கிறார். இந்த ஒரு வேலையில் மட்டும் 650 சதவீதம் லாபம்.'

'அதனால் என்ன, அனுபமா. நாம் அவரிடம் மொத்தமாக ஒப்பந்தம் செய்திருக்கிறோம். சில வேலைகளில் லாபம் கிடைக்கும். சிலவற்றில் நஷ்டம் ஆகும். மொத்தமாகச் சரியாக இருக்கிறதா என்பதைத்தான் நாம் பார்க்க வேண்டும்.'

அனுபமா சிரிக்கிறாள்.

'மொத்தமாகவும் சரியாக இல்லை. இந்த ஒப்பந்தம் நாம் மதிப்பிட்டதைவிட மூன்று பங்கு அதிகத் தொகையில் வழங்கப்பட்டிருக்கிறது. அதற்குச் சொல்லும் காரணம் இந்த இடத்தில் போராளிகள் நடமாட்டம் அதிகம், வேலைசெய்ய யாரும் வரமாட்டார்கள் என்பது. ஆனால் ஒப்பந்தம் எடுத்த நிறுவனத்தின் ஆட்கள் யாரும் இங்கு வருவதே இல்லை. எல்லாவற்றையும் செய்வது துணை ஒப்பந்தக்காரர்கள். அவர்கள் உள்ளூரைச் சேர்ந்தவர்கள். அவர்களுக்கு என்ன கிடைக்கிறது என்பதை இப்போதுதான் சொன்னேன். முப்பது ரூபாய். நிறுவனத்திற்கு இருநூறு ரூபாய். எது நடந்தாலும் லாபம் இந்த நிறுவனங்களுக்குத்தான்.'

'நீ சொல்வது சரியாக இருக்கலாம், அனுபமா. ஆனால் இங்கு யாரும் ஒப்பந்தம் எடுக்க விரும்புவதில்லை என்பது உண்மை. அது உனக்கும் தெரியும். வேலை நடக்க வேண்டாமா?'

'நடக்க வேண்டாம்' அனுபமா தலையைக் குனிந்து கொண்டு பேசினாள். 'சார், இந்த லைன் வழியாகப் போக விருக்கும் மின்திறன் உற்பத்தி ஆகப்போவது அருகில் இருக்கும் ஒரு பெரிய நீர் மின்நிலையத்தில். இந்த மின்

நிலையத்தைக் கட்டி முடிக்கக் குறைந்தது இருபது ஆண்டுகளாகும். மேலேகூட ஆகலாம். நமது வேலை மூன்று ஆண்டுகளுக்குள் முடிந்துவிடும். இந்தப் பாதை அடுத்த பதினேழு வருடங்கள் மின்திறனுக்காகக் காத்திருக்க வேண்டும். இவ்வளவு பணம் இப்போது முதலீடுசெய்ய வேண்டிய கட்டாயம் என்ன? இதில் மிகச் சிறிய பகுதியை இந்த இடத்தின் வளர்ச்சிக்காக, மக்களுக்காகச் செலவழித்தால் போதும். போராளிகளின் செல்வாக்கு வெகுவாகக் குறைந்துவிடும்.'

'எனக்கு இந்த வாதங்களைக் கேட்டுக் கேட்டுப் புளித்துப் போய்விட்டது அனுபமா. பிரச்சினை அவ்வளவு எளிதானதல்ல. உங்களுக்கு ஏதாவது குறை சொல்லிக்கொண்டிருக்க வேண்டும். அது உண்மையான குறையா என்பதைப் பற்றி நீங்கள் கவலைப் படப்போவதில்லை.'

அனுபமா மௌனமாக இருக்கிறாள்.

'நான் உன்னைப் புண்படுத்த விரும்பவில்லை, அனுபமா. இதைப் போன்ற திட்டங்களில், மக்களுக்கு உடனடியாகப் பயன் தராத திட்டங்களில், பணத்தை விரயம் செய்வது அயோக்கியத்தனம் என்பது எனக்கும் தெரியும். ஆனால் எல்லா அரசுகளும் இவ்வாறுதான் இயங்குகின்றன. எல்லா இடங்களிலும். அஸ்ஸாம் விதிவிலக்கல்ல. அரசிற்கு அமைதியாகச் சொன்னாலே புரியாது. போர்க்குரல் கொடுத்தால் அவர்களது பிடிவாதம் அதிகமாகும். அவ்வளவுதான்.'

'நீங்கள் சொல்வது சரியாக இருக்கலாம். ஆனாலும் இந்த ஒப்பந்தத்தை நீங்கள் சரியாகப் படிக்க வேண்டும். இதற்கு முன்பாரம் அதிகம்.'

'முன்பாரமா?'

'திறன் செலுத்தீட்டுப் பாதை மூன்று கட்டங்களில் அமைக்கப்படுகிறது. முதல் கட்டம் அடித்தளம் போடுவது. இரண்டாவது கட்டம் செலுத்தீட்டுக் கோபுரங்களைக் கட்டுவது. கடைசியாக இந்தக் கோபுரங்களைக் கம்பிகளால் இணைப்பது. இவற்றுக்குச் செலவு கிட்டத்தட்ட 40:30:30 என்ற விகிதத்தில் ஆகிறது. நூறு ரூபாய் செலவென்றால் அடித்தளத்திற்கு நாற்பது ரூபாயும் கோபுரம் கட்டுவதற்கு முப்பது ரூபாயும் கம்பிகளை இணைப்பதற்கு முப்பது ரூபாயும் செலவழியும். நமது ஒப்பந்தக்காரர்கள் முதல் கட்டத்திற்குக் கொடுக்கும் விலைப்புள்ளி மிக அதிகம். அடுத்த கட்டங்களுக்கு மிகக் குறைவு.'

‘புரிகிறது. இந்த ஆட்கள் அடித்தளம் போடும்போதே கொள்ளை லாபம் அடிக்க விரும்புகிறார்கள், சரிதானே?’

‘அவர்கள் அந்தக் கட்டத்தில் சிறிது லாபம் பார்த்தால் பரவாயில்லை. ஆனால் அவர்கள் முதல் கட்டத்திலேயே மொத்த ஒப்பந்தத்தில் 80 சதவீதத்திற்கு மேல் எடுத்து விடுகிறார்கள். அதனால் அவர்களுக்கு அடுத்த கட்டங்களில் முனைந்து வேலைபார்க்க வேண்டிய கட்டாயம் இல்லை. யாரை வைத்தாவது மண்ணைத் தோண்டிவிடலாம். அடுத்த கட்டங்களில்தான் திறமையான தொழிலாளிகள் தேவை. இதில் இன்னொரு அபாயம் இருக்கிறது.’

அனுபமா பேசிக்கொண்டேபோகிறாள். நானும் வாயைப் பிளந்துகொண்டு கேட்கிறேன். இந்த முட்டாளை எப்படித் தலைமைக் கண்காணிப்பு அதிகாரியாக நியமித்தார்கள் என அவள் நினைக்கிறாள் என்னும் உறுத்தல் என்னுள் இருந்தாலும் அவள் சொல்வதைக் கேட்பதைத் தவிர எனக்கு வேறு வழி தெரியவில்லை. கேட்டால் நானும் தற்குறிக் கட்டத்தை ஒருவேளை தாண்டிவரலாம்.

‘செலுத்தீட்டுக் கோபுரங்கள் நிறுவுவதிலும் அவற்றைக் கம்பிகள் மூலம் இணைப்பதிலும் தில்லுமுல்லுகளுக்கான வாய்ப்புகள் அனேகமாக இல்லை. ஒப்பந்தத்தில் என்ன எழுதியிருக்கிறதோ அதை நிச்சயம் செய்தாக வேண்டும். ஆனால் அடித்தளம் அமைப்பது வேறு விஷயம். அதில் பெரிய புரட்டல்களைச் செய்ய வாய்ப்பு இருக்கிறது. உதாரண மாக ஒப்பந்தம் ஐம்பது உலர்ந்த அடித்தளங்களும் ஐம்பது ஈர அடித்தளங்களும் அமைக்கப்பட வேண்டும் என்று சொல்வதாக வைத்துக்கொள்வோம். ஆனால் அதே ஒப்பந்தம் இந்த அளவுகளைத் தோராயமாகத்தான் சொல்கிறது. நடை முறையில் அமைக்கப்படும் தளங்கள் நிலத்தின் தன்மை எப்படி இருக்கிறது என்பதைக் கணிப்பிட்டு அமைக்கப்படும் என்றும் சொல்கிறது. எனவே நமது பொறியாளரும் ஒப்பந்தக் காரரும் கூட்டுச்சேர்ந்து 20 உலர்ந்த அடித்தளங்களையும் 80 ஈரத்தளங்களையும் அமைக்கலாம். ஒப்பந்தத்தில் விலைப் புள்ளி உலர்ந்த அடித்தளத்திற்கு மிகக் குறைவாகவும் ஈர அடித்தளத்திற்கு மிக அதிகமாகவும் இருக்கும். எனவே ஒப்பந்தக்காரர் இதில் ஒரு பெரிய தொகையைப் பார்த்து விடுவார். இதை முன்பாரத்தோடு சேர்த்துக்கொண்டால் அவர் அடிக்கும் கொள்ளை லாபத்தைக் கணக்கிடுவது கடினம். அதில் ஒரு பகுதியை அவர் மற்றவர்களுடன் பகிர்ந்துகொள்கிறார். எல்லோரும் மகிழ்ச்சியடைகிறார்கள். ஒப்பந்தக்காரர்,

இங்குள்ள பொறியாளர், தில்லித் தலைமையகத்திலிருந்து இயங்கும் நமது ஒப்பந்தத் துறையில் வேலைசெய்பவர்கள் – இவர்கள் அனைவருக்கும் இன்பமோ இன்பம்.'

நான் மெதுவாகக் கேட்கிறேன்.

'நாம் நிலத்தின் தன்மை பற்றி விரிவாக ஆராய்ந்து அதன் அடிப்படையில்தான் எந்த மாதிரி அடித்தளம் அமைப்பது என்பதை நிர்ணயிப்பதாகப் படித்திருக்கிறேன். அந்த ஆராய்ச்சியால் என்ன பயன்?'

'ஆராய்கிறோம் என்பது உண்மை. அது விரிவானது என்பதும் உண்மை. ஆனால் ஆராய்ச்சி கண்டறிந்ததை நம் பொறியாளர் பல காரணங்களைக் காட்டி ஒதுக்க முடியும். அவர்தான் இந்தப் பாதையை முன்னிருந்து அமைக்கிறவர். மண் தோண்டப்படும்போது கூடவே நிற்பவர். அதனால் அவர் பேச்சுதான் எடுபடும். அவர் கோபுரத்தின் பாதுகாப்பைக் காரணம் காட்டி எடுக்கும் முடிவை மாற்ற எவருக்கும் துணிச்சல் வராது.'

என் முகத்தைப் பார்த்து, 'என்ன சார், ஒரு மாதிரியாக இருக்கிறீர்கள்,' என்கிறாள்.

'அதெல்லாம் ஒன்றும் இல்லை.'

'சரி, நான் இப்போது உங்களை ஓர் இடத்திற்கு அழைத்துச் செல்லப்போகிறேன். அஸ்ஸாமிலேயே மிக நல்ல சந்தேஷ் கிடைக்கும் இடம்.'

போகும் வழியில் கேட்கிறேன்.

'இதற்கு வேறு வழி ஏதும் இல்லையா?'

'ஏன் இல்லை? மிக எளிமையான வழி இருக்கிறது. ஒப்பந்தத்தில் எத்தனை ஈர அடித்தளம் அமைக்கலாம் எனக் குறிப்பிடப்பட்டிருக்கிறது, இல்லையா? குறிப்பிடப்பட்டிருக்கும் அடித்தள எண்ணிக்கைக்கும் மட்டுமே விலைப்புள்ளி பொருந்தும்; அந்த எண்ணிக்கை பத்து சதவீதத்திற்கு அதிகமானால், சந்தை விலை நிர்ணயிக்கப்பட்டு அந்த விலை கொடுக்கப்படும் என்று ஒப்பந்தத்திலேயே மற்றொரு விதி அமையுங்கள். சந்தை விலையை நிர்ணயிப்பதில் அதிகக் கோளாறு செய்ய முடியாது.'

சந்தேஷ் வண்ணத்துப்பூச்சி வடிவில் அமைக்கப்பட்டிருக்கிறது. அதன் இறக்கைகளில் சிகப்புப் பொட்டுகள். சீனியால் செய்யப்பட்டவை. பச்சை நிறப் பிஸ்தாத் தூவல்கள். பிரியாவின் நினைவு வருகிறது. நானும் அவளும் ரூப்குண்ட்

சென்ற வழியில் அழகான பட்டாம்பூச்சியைப் பிடிக்க முயன்றோம். அதன் இறக்கைகளிலும் இதே வண்ணங்கள். பிடிக்க முடியவில்லை. முடியாமல் போனதே எங்களுக்குச் சிரிப்பை வரவழைத்தது. சிரிப்பு சுகன்யா போட்ட அதட்டலில் தான் அடங்கியது.

தில்லி சென்றதும் ஒரு வாரம் ஆராய்கிறேன். பிறகு தலைவரைச் சந்தித்து அவரிடம் முன்பாரம் பற்றிக் கேட்கிறேன். என்னுடைய புதிய ஞானோதயத்தை வியந்து அவர் என்னைப் பாராட்ட வில்லை.

'இந்த ஒப்பந்தங்கள் எல்லாம் உலக வங்கியின் உதவி கொண்டு வரையப்பட்டவை, ரமேஷ். நீங்கள் சொல்கிறீர்கள் என்பதற்காக அவற்றை மாற்றி அமைக்க முடியாது. நான் ஒப்பந்தப் பிரிவின் அதிகாரிகளை அழைத்துப் பேசி இதற்கு ஒரு முடிவுகட்டுகிறேன். எப்படியிருந்தாலும் இப்போது செயல் பட்டுக்கொண்டிருக்கும் ஒப்பந்தங்களை மாற்ற இயலாது.'

'செயல்பட்டுக்கொண்டிருக்கும் ஒப்பந்தங்களை நான் மாற்றச் சொல்லவில்லை, சார். வரக்கூடிய ஒப்பந்தங்களிலாவது இது நடக்காமல் பார்த்துக்கொள்ள வேண்டும். போன மூன்று வருட ஒப்பந்தங்களில் இருந்து சேர்த்த புள்ளிவிவரம் இது. ஒவ்வொரு ஒப்பந்தத்திலும் முன்பாரம் அதிகமாக இருக்கிறது. சிலவற்றில் 90 சதவீதத்திற்கும் மேல். அடித்தளம் அமைக்கும் போது மிகக் கவனமாக இருக்குமாறு களங்களில் வேலை பார்க்கும் பொறியாளர்களை நாம் எச்சரிக்க வேண்டும். ஒப்பந்தத்தில் குறிப்பிடப்பட்டிருக்கும் அடித்தளத்தை மாற்றி னால் அது கண்காணிப்புத் துறையால் தீவிரமாக ஆராயப் படும் என்று நான் ஒரு சுற்றறிக்கை விடப்போகிறேன். உலக வங்கிக்கும் எழுதப்போகிறேன். அஸ்ஸாமிலிருந்து திரும்பி வந்ததும்.'

இப்போதெல்லாம் அஸ்ஸாமில் வாரத்திற்கு இரண்டு நாட்கள் இருக்கிறேன்.

4

நான் ஹோட்டலை அடைந்தபோது அனுபமாவை வரவேற் பறையில் பார்க்கிறேன். கண்கள் சிவந்து முகம் வீங்கியிருக்கிறது. குரலில் நடுக்கம்.

'கலிதா இறந்துவிட்டார்.'

‘எந்த கலிதா? வெஜிடேரியன்? நீலச்சட்டை?’

‘ஆமாம். இயக்கம் நம்மைத்தான் சந்தேகிக்கும். போலீஸுக்குத் தகவல் கொடுத்துவிட்டதாக நினைக்கும்.’

‘பேச்சுவார்த்தை நடந்த இடத்தைப் பற்றிய விவரம் அது நடந்து முடியும்வரை போலீஸுக்குத் தெரியக் கூடாது என்பது நமக்கும் அவர்களுக்கும் இடையே இருந்த எழுதப் படாத ஒப்பந்தம். அந்த ஒப்பந்தத்தை நாம் மீறவில்லை.’

‘மீறவில்லை. ஒப்புக்கொள்கிறேன். ஆனால் இதுவரை போலீஸ் வாடையே படாத அந்தக் கிராமம் இன்று அவர்களால் நிரம்பி வழிகிறது.’

‘நானோ நீயோ போலீஸிடம் அவர்களுக்கு ஏற்கனவே தெரியாதது எதையும் சொல்லவில்லை. அது சரி, யார் உனக்கு இந்தத் தகவலைச் சொன்னது?’

‘பூராவிடமிருந்து ஃபோன் வந்தது. அவர் வீட்டிற்கும் போலீஸ் வந்ததாம். கலிதாவின் ஃபோட்டோவைக் காட்டி அடையாளம் தெரியுமா என்று கேட்டதாம். தெரியவே தெரியாது என்று சொன்னாராம். பிறகு போலீஸ் அவரிடம் அந்தக் கிராமம் சூழப்பட்டதையும் கலிதா கொல்லப் பட்டதையும் பற்றிச் சொல்லியிருக்கிறது. பூரா மிகுந்த பயத்தில் இருக்கிறார். கொக்ராஜாரைவிட்டு வேறெங்காவது செல்லப் போகிறாராம். ஓரிரு மாதங்களுக்காவது.’

‘நமக்கும் இயக்கத்திற்கும் இடையே இருந்த ஒரே தொடர்பு அறுபடப்போகிறது.’

‘ஆமாம். அவர்கள் வேறு ஒருவரைப் பூராவிற்குப் பதிலாக அனுப்பலாம். ஆனால் அது நடக்கும் என்று எனக்கு நம்பிக்கை இல்லை.’

‘உனக்கு உடம்பு சரியில்லையா?’

‘காய்ச்சல் வருவதுபோல இருக்கிறது.’ என்னிடமிருந்து திரும்பிக் கண்ணீரை மறைத்துக்கொள்கிறாள்.

‘வீட்டிற்குப் போ. நான் பார்த்துக்கொள்கிறேன்.’

பூயானின் குரலில் மகிழ்ச்சியின் தடம் தெரிகிறது. ‘ஆமாம் நானும் போலீஸ் நடவடிக்கையைப் பற்றிக் கேள்விப்பட்டேன். கொல்லப்பட்டவன் இயக்கத்தின் பெரிய தலைவர்களில் ஒருவன். ஆனால் நீங்கள் அங்குச் சென்றதற்கும் இதற்கும் எந்தத் தொடர்பும் கிடையாது. அவர்கள் ஆட்களிலேயே

ஒருவன் போலீஸுக்குத் தகவல் கொடுத்திருக்கிறான். அவர்களுக்கும் போலீஸ் பெருமளவில் குவியப்போவது தெரிந்திருக்கிறது. போலீஸ் சென்றபோது கிராமமே காலியாக இருந்தது. ஒரு தடயமும் கிடைக்கவில்லை. எங்கோ சென்றிருந்த கலிதா திரும்பி வந்தபோது மாட்டிக்கொண்டான். அவனுக்குத் தகவல் போய்ச் சேரவில்லை என நினைக்கிறேன். மிகக் கடுமையான சண்டைக்குப் பிறகுதான் அவனைக் கொல்ல முடிந்தது.'

'கோஷ் விடுதலை பற்றிய பேச்சு இன்னும் இரண்டு மூன்று மாதங்களுக்கு இருக்காது.'

முதல்தடவையாகப் பூயானின் குரலில் எரிச்சல் தெரிந்தது.

'ரமேஷ், எப்போதும் கோஷ் புராணமா? எங்களுக்கு அவர் முக்கியமல்ல. இந்த இயக்கத்தை உடைப்பதுதான் முக்கியம்.'

'கலிதா அனுபமாவின் நண்பனா?'

'ஆமாம். எனக்கும் ஒரு காலத்தில் நண்பனாக இருந்தான்.'

5

கௌஹாத்தியிலிருந்து வரும் *கார்ட்* பத்திரிகை அலறுகிறது: **கலிதா, அஸ்ஸாமின் மிகப் பெரிய பயங்கரவாதி, சுட்டுக் கொல்லப்பட்டார்.** முதல்பக்கச் செய்தி. அவரது பழைய மங்கலான புகைப்படம் ஒன்று அச்சிடப்பட்டிருக்கிறது. கலிதா தில்லி இந்தியத் தொழில்நுட்பக் கழகத்தில் மின்பொறியியல் பட்டம் பெற்றவர். அமெரிக்காவில் சில வருடங்கள் வேலையிலிருந்தார். அந்த வேலையை உதறித் தள்ளிவிட்டு அஸ்ஸாம் இயக்கத்தில் சேர்ந்தார். வெடிபொருள்களைப் பற்றிய எல்லா ஆலோசனைகளுக்கும் இயக்கம் அவரை அணுகியது. பல எண்ணெய்க் குழாய்களை வெடி வைத்துத் தகர்த்ததில் அவருக்குப் பெரிய பங்கு இருந்தது. இந்தியத் தேயிலை நிறுவனங்களைப் பயமுறுத்தி அவர்களிடமிருந்து கோடிக்கணக்கான ரூபாய்களை இயக்கத்திற்காகக் கறந்த குழுவின் தலைவராகக் கலிதா இருந்தார்.

கார்ட் மேலும் கூறுகிறது: இந்திய அரசியல் சட்டத்தின் கீழ் பிரச்சினைக்குத் தீர்வுகாண முடியும் என்ற கொள்கையைப் பிடிவாதமாக எதிர்த்த இயக்கத் தலைவர்களில் இவர் முதன்மையானவர்.

நான் அவரை எடுபிடி வேலைசெய்பவர் என்று நினைத்துக் கொண்டிருந்தேன்.

கலிதா கொல்லப்பட்டு ஒரு வாரத்திற்கு மேல் ஆகிறது. இன்றுதான் பத்திரிகையில் செய்தி வந்திருக்கிறது. போலீஸ் கொடுத்த தகவலாக இருக்க வேண்டும்.

முதலமைச்சரைப் பார்க்கச் செல்லும் வழியில், நிர்மல் பூயானிடம் கேட்கிறேன்.

'நிர்மல், கலிதா ஏன் எங்களுக்கு எடுபிடி வேலை செய்தார்?'

'தவறு செய்ததற்குத் தண்டனையாக இருக்க வேண்டும். இவர்கள் போல்ஷிவிக் கட்சி போன்று செயல்படுபவர்கள்.'

'அவர் முகத்தில் எந்த வருத்தத்தையும் பார்க்கவில்லை.'

'இவர்கள் உரமேறியவர்கள், ரமேஷ். இல்லாவிட்டால் நாங்கள் ஏன் பாடுபட வேண்டும்?'

'ஆனாலும் இயக்கத்தின் பெரிய தலைவர் இவ்வளவு எளிதாகக் கொல்லப்பட்டது எனக்கு ஆச்சரியமாக இருக்கிறது.'

'இன்னொரு சாத்தியமும் இருக்கிறது. இயக்கத் தலைமை அவனை அழித்தொழிக்க நினைத்திருக்கலாம். அவர்களே கொல்வதற்குப் பதிலாக அவனை ஒரு தட்டில் வைத்து இந்தா எடுத்துக்கொள்ளுங்கள் என்று எங்களிடம் கொடுத்திருக்கிறார்கள். எங்களுக்குப் பெரிய பயங்கரவாதி ஒருவன் கொல்லப்பட்டான் என்பதில் மகிழ்ச்சி. இயக்கத்திற்கு ஒரு தியாகி கிடைத்துவிட்டான். மற்ற எல்லோருக்கும் போலீஸ் வருவது தெரியும். ஆனால் இவனுக்கு மட்டும் தெரியாமல் போய்விட்டது என்பதை என்னால் நம்ப முடியவில்லை. நான் ஈரப்பசையில்லாமல் பேசுகிறேனோ?'

நான் பதில் சொல்லவில்லை. நான் கொல்லப்பட்டால் பத்திரிகைகள் எவ்வாறு எழுதும்?

நேற்று கொடூரமான முறையில் கொல்லப்பட்ட ரமேஷ் சந்திரன் தன்னலமில்லாத அரசு அதிகாரி. நாட்டிற்காக இருபது ஆண்டுகள் அயராது உழைத்தவர். பவர் ட்ரான்ஸ்மிஷன் கார்ப்பரேஷன் பொறியாளர், திரு. சுதிர் கோஷ், ஆறு மாதத்திற்கு முன்னால் அஸ்ஸாமில் கடத்தப்பட்டது உங்களுக்கு நினைவிருக்கலாம். அவரைக்

கடத்திய இயக்கத்தோடு பேச்சுவார்த்தை நடத்துவதற்காகச் சந்திரன் அனுப்பப்பட்டார். அவரது பேச்சுவார்த்தைத் திறன்மீது பொறாமைகொண்ட அந்த இயக்கம் அவர்மீது மிகுந்த கோபம்கொண்டதால் இந்தப் படுகொலையை நடத்தியிருக்கிறது. அவர் கொலை குறித்து மக்கள் ஆத்திரம் அடைந்திருக்கிறார்கள். அதன் விளைவாக இயக்கம் கடத்தப்பட்ட பொறியாளரை இன்னும் ஓரிரு தினங்களில் விடுதலை செய்வதாக அறிவித்திருக்கிறது. இந்திய அரசின் எல்லா அலுவலகங்களிலும் சந்திரன் மறைவிற்காக அரை நாள் விடுமுறை விடப்பட்டிருக்கிறது.

இப்படி என் கனவில்தான் எழுதப்படும்.

உண்மையில் நான் கொல்லப்பட்டால் ஒரு பத்திரிகை யிலும் செய்தி வராது. சுகன்யா பணம் கொடுத்து மறைவுச் செய்தியை வெளியிட வேண்டும்.

'அவர் என்னை நினைவுவைத்துக்கொண்டிருப்பாரா?'

'எவர்?'

'முதலமைச்சர்.'

'அவர் எந்த முகத்தையும் மறப்பது இல்லை.'

'என்னை ஏன் பார்க்க விரும்புகிறார்?'

'உங்களுக்கே இன்னும் சில நிமிடங்களில் தெரியும்.'

இரவல் சிறுநீரகம் அருமையாக வேலைசெய்து கொண்டிருக்கிறது. முதலமைச்சரின் முகம் தெளிவாக இருக்கிறது. ஆனால் கோபமாக இருக்கிறார். என் பின்னால் பேசா வரம் பெற்ற அதிகாரிகள் கூட்டமாக அமர்ந்திருக்கிறார்கள்.

'மிஸ்டர் சந்திரன், நீங்கள் இந்த விவகாரத்தில் தலையிடக் கூடாதென்று முன்னமே எச்சரித்திருந்தேன். உங்களை அங்கே போக யார் அனுமதித்தது?'

நான் பூயானைப் பார்க்கிறேன். அவர் தரையைப் பார்க்கிறார். மெல்லச் சிரிக்கிறாரோ?

'போலீஸிடம் சொன்னேன், சார்.'

'போலீஸ்? யாரிடம் சொன்னீர்கள்?'

'திரு. பூயானிடம்.'

அவர் பூயானைப் பார்க்கிறார். பூயான் தரையைப் பார்த்து முடித்துவிட்டு முதலமைச்சரைப் பார்க்கிறார்.

'என்னிடம் பொதுவாக இந்தக் கும்பலைப் பார்க்க விரும்புவதாகச் சொன்னார். நான் அது ஆபத்தானது என்று சொன்னேன். நான் சொன்னதைக் கேட்கவில்லை...' பூயான் பொய்களை அடுக்கிக்கொண்டேபோகிறார். எனக்குச் சிரிப்பு வருகிறது. கஷ்டப்பட்டு அடக்கிக்கொள்கிறேன்.

'மிஸ்டர் சந்திரன், நீங்கள் அங்கே சென்றதன் விளைவு பயங்கரவாதிகள் கிராமத்தை உடனே காலிசெய்துவிட்டார்கள். அந்த அயோக்கியர்களைப் பிடிக்க எல்லா ஏற்பாடுகளையும் செய்துவைத்திருந்தோம். நீங்கள் போனதால் போலீஸ் பின்னாலேயே வருவார்கள் என்பது தெரிந்துவிட்டது. உங்களால் எல்லாம் நாசமாகிவிட்டது.'

'பெரிய தீவிரவாதி கொல்லப்பட்டிருக்கிறான்.'

'யார், அந்தக் கலிதாவா? அவன் உதவாக்கரை. பத்திரிகை கள் அவனைப் பெரிய பயங்கரவாதியாக ஆக்கிவிட்டன.'

அஸ்ஸாமில் அறிவுபூர்வமாகப் பேசுவது மிகக் கடினம். உண்மைக்கு இங்குப் பல அடுக்குகள் இருக்கின்றன. இவருக்குப் பதில் சொல்வது வீண்.

'மிஸ்டர் சந்திரன். நான் மத்திய மின் துறை அமைச்சருக்கு இன்று கடிதம் அனுப்புகிறேன். உங்களைத் திரும்பி அழைக்கச் சொல்லி. நீங்கள் இனி இங்குப் பாதுகாப்பாக இருக்க முடியும் என்று என்னால் சொல்ல முடியாது.'

'நான் நாளைக்குத் தில்லி செல்கிறேன், சார்.'

'நல்லது. திரும்பி வாருங்கள். சுற்றுலாப் பயணியாக.'

'அவர் சொன்னதில் ஒரு வார்த்தைகூட நம்பாதீர்கள்' பூயான் திரும்பிச் செல்லும்போது சொல்கிறார். 'சொன்ன தெல்லாம் இந்தக் கும்பலின் ஒற்றர்களின் காதுகளுக்காக.'

'ஒற்றர்களா?'

'எங்களுடைய அதிகாரிகளில் சிலர் முதலமைச்சரின் அறையில் என்ன நடக்கிறது என்பதை உடனுக்குடன் இயக்கத் திற்குத் தெரிவித்துவிடுவார்கள். முதலமைச்சர் உங்களுடன் கண்டிப்புடன் பேசினார் என்பதும் நடந்தது அவருக்கு அதிக மகிழ்ச்சி அளிக்கவில்லை என்பதும் அவர்களுக்கு இன்றே தெரிந்துவிடும். இந்தமுறை வெற்றி அவருக்குத்தான். ஆனால் அதை மறைக்க இந்த நாடகம் நடத்தினார்.'

'நிர்மல். நீங்கள் கூசாமல் பொய்சொல்கிறீர்கள்.'

'மிக்க நன்றி. முதலமைச்சர் அனுமதியில்லாமல் உங்க ளுக்கு இந்தத் திருடர்களைச் சந்திக்க ஒப்புதல் கிடைத்திருக் காது. இது உங்களுக்குப் புரிந்திருக்கும் என நினைக்கிறேன்.'

'ஆக, கலிதாவின் மரணம் முக்கியமானது. சரிதானே?'

'எனக்குப் பதில் தெரியவில்லை, ரமேஷ்.'

கார்க் திறப்பானைக் கொண்டு என் தலையை யாரோ குடைவதுபோல இருக்கிறது.

6

எங்கள் துறையின் தலைவருடன் என் சந்திப்பு நல்ல முறையில் தொடங்கவில்லை.

'சந்திரன், உலக வங்கிக்கு எழுத வேண்டாம் என்று நான் உங்களிடம் படித்துப் படித்துச் சொன்னேன். அவர்கள் உதவியில் நடக்கும் நமது திட்டப்பணிகளை மறு ஆய்வு செய்ய உலக வங்கியிலிருந்து உத்தரவு வந்திருக்கிறது. மின் துறை அமைச்சகத்தினர் மிகுந்த கோபத்தில் இருக்கின்றனர். நமது நிறுவனத்திற்கு இது ஒரு பெரிய பின்னடைவு.'

உலக வங்கிக்கு எழுதியது என்னவோ உண்மைதான். அமைச்சரகத்திற்கும் எழுதினேன். அவர்கள் எனக்குப் பதில் எழுதலாம் என்று நினைத்ததாகவே தெரியவில்லை. உலக வங்கி தகுந்த நடவடிக்கை எடுப்பதாகப் பதில் எழுதியது.

'நான் என் வேலையைச் செய்ய வேண்டும், சார்.'

'உங்கள் வேலை இந்த நிறுவனத்திற்கு நன்மை செய்வதாக இருக்க வேண்டும்.'

'நான் அரசுக்கு நன்மை செய்ய வேண்டும்.'

'சந்திரன். இது என்ன பேச்சு? அரசு உங்கள் தலையிலா ஓடுகிறது? நான் இந்த நிறுவனத்தை நடத்த வேண்டும். நான் எத்தனை பிரச்சினைகளைச் சந்திக்க வேண்டியிருக்கிறது என்பது உங்களுக்குத் தெரியாது. அவற்றைத் தயவுசெய்து அதிகமாக்காதீர்கள்.'

என் அறைக்குத் திரும்பியதும் தலைவர் ஃபோன் செய்கிறார்.

'மின் துறை அமைச்சர் உங்களை உடனே வரச் சொல்லுகிறார்.'

'என்ன காரணம்?'

'கோஷ் விவகாரம் என்று நினைக்கிறேன். சந்திரன், நான் இதில் தலையிட விரும்பவில்லை. இது உங்களுக்கும் அமைச்சருக்கும் இடையில் இருக்கட்டும்.'

'அது எப்படி முடியும், சார்? நான் இந்த நிறுவனத்தில் வேலைசெய்கிறேன். நீங்கள் அதன் தலைவர். கோஷ் உங்கள் அதிகாரி.'

'இதைப் பற்றி அப்புறம் பேசலாம். சீக்கிரம் செல்லுங்கள். அமைச்சர் காத்துக்கொண்டிருப்பார். குரல் கொஞ்சம் சூடாகக் கேட்டது.'

அமைச்சர் கோபமாக இருக்கிறார். என்மீது அல்ல..

'அஸ்ஸாம் முதலமைச்சரிடமிருந்து கடிதம் வந்திருக்கிறது. இவர் என்ன நினைத்துக்கொண்டிருக்கிறார்? நீங்கள் அஸ்ஸாமுக்கு வர வேண்டாம் என்று எழுதியிருக்கிறார்.'

'நான் அவரைத் திஸ்பூரில் சந்தித்தேன். நான் போராளி களோடு பேச்சுவார்த்தை நடத்துவதை அவர் விரும்பவில்லை. கோஷ் விடுதலை அடைய எல்லா முயற்சிகளையும் அஸ்ஸாம் போலீஸ் மட்டும் செய்யும் என்று அவர் சொல்கிறார்.'

'அஸ்ஸாம் போலீஸ்? அது அவன் கொல்லப்படுவதற்குத் தேவையான எல்லா முயற்சிகளையும் செய்யும். அவர் யார் உன்னை அஸ்ஸாம் வர வேண்டாம் எனச் சொல்வதற்கு? இந்தியா சுதந்திர நாடு. நாளைக்கே ப்ளேனைப் பிடித்துக் கௌஹாத்தி செல்லுங்கள். அவருக்குத் தைரியம் இருந்தால் உங்களைக் கைதுசெய்யட்டும்.'

அஸ்ஸாம் சிறைகளைப் பற்றி எனக்கு அவ்வளவு நல்ல அபிப்பிராயம் இல்லை. அதை அவரிடம் சொல்ல நான் விரும்பவில்லை.

'நான் அங்கே சென்றால் என்னை நிச்சயம் கைது செய்வார்கள்.'

அவர் சிறிது நேரம் யோசிக்கிறார்.

'ட்ரான்ஸ்மிஷன் லைன்களைப் பரிசீலிக்க வேண்டியது உங்கள் வேலை. சரிதானே? பரிசீலிப்பது பற்றிய ஒரு நிரல் தயாரித்து எனக்கு அனுப்புங்கள். நான் அதை முதலமைச்சருக்கு என் வாழ்த்துகளுடன் அனுப்புகிறேன். உங்களுக்குப் போலீஸ் பாதுகாப்பு அளிக்கவும் சொல்கிறேன்.'

‘நான அஸ்ஸாம் வருவது பற்றித் தீவிரவாதிகளுக்குச் சிலர் தெரிவிக்கலாம். என் நிலைமை மிகவும் அபாயகரமாகி விடும்.’

நான் பதில் சொல்லியிருக்கக் கூடாது. அமைச்சர் புத்திசாலி.

‘யார் அந்தச் சிலர்? முதலமைச்சருக்கும் தேச விரோதச் சக்திகளுக்கும் தொடர்பு இருக்கிறது என்கிறீர்களா?’

நான் வாயைத் திறக்கவில்லை.

வெற்றிக்கொடி நாட்டியதில் அவருக்கு நிறைவு. அருகில் வந்து என் தோளைத் தட்டுகிறார்.

‘நீங்கள் அதிகமாகப் பயப்படுகிறீர்கள். எதுவும் நடக்காது. அவர்கள் உங்களைக் குறிவைத்திருந்தால் நீங்கள் இன்று என்னிடம் இந்த அறையில் உட்கார்ந்து பேசிக்கொண்டிருக்க மாட்டீர்கள்.’

அவர் நினைப்பு கோர்வையாக இருக்கிறது. ஆனால் போராளிகள் கோர்வையாகச் சிந்திக்கக்கூடியவர்கள் என்பது நிச்சயம் அல்ல. அலுவலகத்திற்கு வந்தபின்பு போராளிகளுடன் நடந்த சந்திப்பைப் பற்றி நான் அவருக்கு அனுப்பியிருந்த குறிப்பின் நினைவு வந்தது. அவர் அதைப் பற்றி ஒரு வார்த்தை கூடக் கேட்கவில்லை. பத்திரிகைகளிலும் கோஷைப் பற்றி ஏதும் காணோம். அவர்கள் எழுதி எழுதி அலுத்துவிட்டார்கள் என நினைக்கிறேன்.

பதின்மூன்று

1

விமான நிலையத்திலிருந்து எங்களை அழைத்துச் செல்லும் டாக்ஸி சிவப்பு வண்ணப் போலீஸ் அட்டையைத் தாங்கியிருக்கிறது. பூயான் உபயம். இருந்தாலும் அது எல்லாத் தடைகளிலும் நிறுத்தப்படுகிறது. நிறுத்தும் போலீஸ்காரர்கள் சுகன்யாவை வெறித்துப் பார்த்துக்கொண்டு தடையை விலக்குகிறார்கள்.

'கோவில் பக்கம் கெடுபிடி இன்னும் அதிகம், சார்,' என்கிறார் டாக்ஸி ஓட்டுபவர். 'எல்லாக் கடைகளையும் மூடிச் சாவிகளை எடுத்துச்சென்றுவிட்டார்கள். கோவில் அருகில் இருப்பவர்களுக்கு வீடுகளுக்குள்ளேயே சிறை வாசம். கோவில் வாசல் அருகில் இருப்பவர்கள் வீடுகளில் சோதனை நடக்கிறது. இவற்றுக்கெல்லாம் காரணம் நம் பிரதமர் காமாக்யா அன்னையின் முன்னால் நின்று இரண்டு நிமிடங்கள் பிரார்த்தனை நடத்த விரும்புகிறார்.'

'அவரை யார் இங்கு வரச் சொன்னது?' சுகன்யா கேட்கிறாள். அவள் இந்தமுறை பிடிவாதம் பிடித்து என்கூட வந்துவிட்டாள். என்னை நோக்கிச் சுட்டதைப் பற்றி அவளிடம் சொல்லவில்லை.

'வரச் சொன்னது நிச்சயமாக அஸ்ஸாம் மக்கள் அல்ல. காலித் தெருக்கள் அவரை வரவேற்கும். என்ன இருந்தாலும் அவர் பிரதமர். அவருக்கும் பிரார்த்தனை செய்ய உரிமை இருக்கு.' பெருமூச்சுவிடுகிறேன்.

'சுகன்யா, அரசோட வலிமைய அளவிட முடியாது. நாம தங்கற ஓட்டலில் மேல் மாடியில சின்ன நீச்சல்

குளம் இருக்கு. ஒரு டியெஸ்பி தினமும் அங்கே நீச்சல் அடிக்க வருவான். அவன் மட்டும்தான் குளிப்பான். யாரும் குளத்தில இருக்கக் கூடாது. ஒரு நாள் அவன் வந்தபோது இரண்டு பசங்க – ஒரு பெண், ஒரு ஆண் – குளத்தில் இருக்கறதப் பார்த்துட்டான். அவன் வருவாங்கறது பசங்களுக்குத் தெரியும். அசட்டையாக இருந்துட்டா. குளிக்காமல் திரும்பிப் போன அவன் நாலைந்து போலீஸ்காரங்களக் கூட்டிண்டு வந்து இவங்கள ஸ்டேஷனுக்கு இழுத்துண்டு போய்ட்டான். பத்து பதினைஞ்சு மணிநேரம் ஸ்டேஷன்ல இருக்க வேண்டி வந்தது. ஹோட்டல்காரா வந்து பசங்க ஷில்லாங்காரா, சென்னைக்குப் படிக்கப் போறவான்னு சொல்லியும் அவன் விடல்லை. மேலிடத்திலிருந்து ஃபோன் வந்தப்பறம் வேற வழியில்லாமவிட்டான்.'

'அநியாயமா இருக்கே.'

'இதவிட அநியாயம் என்ன தெரியுமா? மறுநாள் பேப்பர்ல் இரண்டு தீவிரவாதிகள் ஹோட்டல்லேருந்து கைது செய்யப்பட்டாங்க, விசாரணை நடக்கறதுன்னு ஹெட்லைன்.'

'தில்லி பரவாயில்லை.'

'நமக்குப் பரவாயில்லை. அதிகாரம் நம்ம பக்கம் வரல்லை. வந்தா சூடு தாங்க முடியாது. இந்தக் கதையக் கேளு, இங்கப் பிரம்மபுத்திரா கரைல நல்ல ஹோட்டல் இருக்கு. நான் எப்போதும் அங்கதான் தங்குவேன். இந்தத்தடவை ரூம் இல்லைன்னு சொல்லிட்டா. முக்கால் ஹோட்டல் காலியாக இருந்ததுன்னு எனக்குத் தெரியும்.'

'ஏன்?'

'ஏன்னா ப்ரைம் மினிஸ்டர் ஆபிஸிலருந்து சில பெரிய புள்ளிகள் வந்திருந்தா. அவங்களுக்கு மத்தவாளோடு தங்கறது பிடிக்காதாம். இது அதிகாரம். பாத்துக்கோ.'

சுகன்யா எனக்கு நெருக்கமாக உட்கார்ந்துகொள்கிறாள். அவளது தொடை என் தொடையை அழுத்துகிறது. முகத்தைப் பார்த்தால் என்னுடன் இருப்பது அவளுக்குப் பிடித்திருப்பதாகத் தோன்றுகிறது.

2

நாங்கள் இருவரும் நீலாசலமலை உச்சிக்கு நடந்தே செல்லத் தீர்மானிக்கிறோம். மலை உச்சியில் காமாக்யா அன்னை இருக்கிறாள். ஏறுவது அவ்வளவு கடினமாக இல்லை.

வளைந்து வளைந்து போகும் பாதையில் மரங்கள் நிழல் தருகின்றன. ஆனாலும் சூரியனின் வெப்பம் அவற்றின் ஊடே வழிந்து எங்களை வியர்வையில் குளிக்கவைக்கிறது. வழி யெல்லாம் சம்பங்கி மலர்கள் உதிர்ந்து காற்றில் மணம்.

'இதற்கு ஃபிரங்கிபானின்னு ஏன் பெயர்? கொஞ்சம் கூடப் பொருத்தமில்லாத பெயர். பிங்க் ஜாஸ்மைன் – இந்தப் பெயர் நேராவும் அழகாவும் இருக்கு.'

'ஃபிரங்கிபானி இத்தாலியப் பெயர். வாசனைப் பொருள் களின் நிபுணர் ஒருத்தரோட பெயர். நீ சொல்றது சரிதான். பூக்கு யாராவது ஆம்பிளப் பெயரை வைப்பாளா?'

'இங்க நதிக்கும் ஆம்பிளப் பெயர் வைச்சுருக்கு' என்றேன் நான்.

'பிரம்மபுத்திராவைச் சொல்றயா? பாக்கப்போனா பிரம்ம புத்திரின்னுதான் இருக்கணும்.'

அன்னையின் கோவிலை அடைகிறோம். எங்கள் வழி காட்டிக்குப் புருவங்களே இல்லை. புருவ மேடுகள்தான் கண்களுக்கு மேல் இருக்கின்றன.

'சிவபெருமான் என்னை மாதிரி கல்யாணம் செய்து கொண்டார் – தன்னுடையதைவிட உயர்ந்த குடும்பத்தின் பெண்ணை. ஆனால் பெண்ணின் அப்பா என் மாமனாரைப் போல சாது அல்ல. அவர் சிவனை மன்னிக்கவே இல்லை.'

'எங்களுக்கு இந்தக் கதை தெரியும்.'

'எனக்குத் தெரியாது' என்கிறாள் சுகன்யா. அவளுக்குத் தெரியும். ஆனால் வழிகாட்டி வாயால் கதையைக் கேட்க விரும்புகிறாள்.

அவர் தட்சன் செய்த யாகத்தின் கதையை விவரமாகச் சொல்கிறார். சிவன் தாட்சாயிணியின் உடலைச் சுமந்து கொண்டு திரிந்த கதையைச் சொல்கிறார்.

எங்களை வேகமாகத் தாண்டிச் சிவப்பாடை அணிந்த பூசாரிகள் செல்கிறார்கள்.

'ஏன் இவ்வளவு வேகம்?'

'கையில் என்ன இருக்கிறது என்பதைப் பார்க்கவில்லையா? பலிக்கு நேரமாகிவிட்டது.'

பூசாரி ஒருவர் கையில் வெட்டுக்கத்தி இருக்கிறது. ரத்தம் படிந்த கத்தி. கூடவே கறுப்பாக ஒட்டிக்கொண்டிருப்பது முடியாக இருக்க வேண்டும்.

'ஒரு காலத்தில் இங்கே நரபலி கொடுத்தாங்களாம். பதினாறாம் நூற்றாண்டில இந்தக் கோவில் திறந்தப்போ நூத்து நாப்பது ஆட்கள் தலையச் செம்புத் தட்டுகள்ள வைச்சு மாதா முன்னால வைச்சாளாம்.'

'சும்மா சொல்லாத. எங்க படிச்ச?' சுகன்யா நான் சொன்னதை வழிகாட்டியிடம் ஹிந்தியில் சொல்கிறாள்.

'உங்களுக்கு என்னைவிட இந்தக் கோவிலைப் பற்றி அதிகம் தெரிந்திருக்கிறது. என்னைப் பிழைக்கவிடுங்கள், சார்.'

சுகன்யா என்னை முறைத்துப் பார்க்கிறாள். 'அவரை முடிக்கவிடு.'

'சிவன் அப்படிப் போனதால் சூரியன் ஒளி இழந்து விட்டான். பூமி குளிர்ந்துபோனது. உடனே விஷ்ணு தனது சக்கரத்தை விட்டார். சக்தியின் உடல் துண்டு துண்டுகளாக வெட்டப்பட்டு இங்கு ஒரு பகுதி விழுந்தது. சக்தியின் யோனி விழுந்த இடம் இது.'

'பிரம்மாண்டத்தின் யோனி விழுந்த இடம் இது, சுகன்யா. அதன் ரத்தமே நீலமாக உறைந்து இந்த நீலமலையாக மாறித்துன்னு கதை.'

கோவிலில் அன்னையின் வடிவம் இல்லை. அவள் ஒரு குகையின் அடித்தளத்தில் சுனையாகப் பிரவாகிக்கிறாள். இறங்கிச் செல்லும் வழியெல்லாம் இருட்டு. பெயர் கூற முடியாத திரவங்களால் பிசுபிசுக்கும் சுவர். சுனையின் விளிம்பில் உட்கார்ந்துகொண்டிருக்கும் பூசாரி சுகன்யாவின் நெற்றி முழுவதையும் குங்குமத்தால் அப்புகிறார். சுகன்யா கண்களை மூடிக்கொண்டு பிரார்த்திக்கிறாள். கன்னமெல்லாம் செந்நீர் வடிகிறது. பிரியாவை நினைக்கிறாளா? தனது வயிற்றில் பிரியா திரும்ப உருவாக வேண்டும் எனப் பிரார்த்திக்கிறாளா? சுகன்யாவை அந்த இடத்திலிருந்து நகர்த்துவதற்குள் போதும் போதும் என்றாகிவிடுகிறது.

'ஜூலை மாதத்தில் சுனையின் நீர் சிவப்பாக மாறுகிறது. கோவில் மூன்று நாட்கள் மூடப்படுகிறது. அஸ்ஸாம் முழுவதும் பூமிக்கு அந்த நாட்களில் விடுமுறை. உழவர்கள் வயலுக்குச் செல்லமாட்டார்கள்.'

சுகன்யா பணம் கொடுக்கும்போது வழிகாட்டி நெளிகிறார்.

'உங்களிடம் பணம் வாங்கினால் பூயான் சாகிப் கோபித்துக்கொள்வார்.'

‘அவரிடம் நாங்கள் சொல்லப்போவதில்லை. எங்களுடைய ஆசிரியர் நீங்கள். இது குருதட்சிணை.’

திரும்பிச் செல்லும்போது சுகன்யா சொல்கிறாள். ‘அம்மா வோட கர்ப்பப்பைக்குள்ள திரும்பப் போறதுபோல இருந்தது. மறக்க முடியாத அனுபவம்.’

‘நான் உணர்ச்சியில்லாத மரக்கட்டை. எனக்கு வேர்வை நாத்தத்திலிருந்தும் ஆட்டு ரத்தத்தோட கவிச்ச வாடையி லிருந்தும் எப்படா வெளில வரப்போறேன்னு ஆயிடுத்து. சுகன்யா, இந்துக்கள் பழங்குடி மக்கள் வழிபடற இடத்த வளைச்சுப் போட்டு நம்ம காதில பூக்குப் பதிலா கதை சுத்தற இடம் இது. உண்மைல காஸி பழங்குடியினரோட . . .’ அவள் கண்களில் கோபத்தைப் பார்க்கிறேன்.

‘*Sorry*, சுகன்யா. எனக்குப் புத்தி கிடையாது. எந்த நேரத்தில என்ன சொல்றோம்கற விவஸ்தை கிடையாது. சரி. என்ன பிரார்த்தனை செய்தாய்? அன்னைகிட்ட என்ன கேட்டாய்?’

‘உண்மைல கேக்கறயா கேலிபண்ணறத்துக்குக் கேக்கறயா?’

‘உண்மையா கேக்கறேன்.’

‘குழந்தை கேட்டேன். பெண் குழந்தை. இல்லை, பிரியா திரும்ப வரணும்னு கேட்கல்ல. அவளுக்காகவும் பிரார்த்திச்சேன். அவ எங்க இருக்காளோ அங்க நன்னா இருக்கட்டும். எனக்கு இன்னொரு குழந்தை வேணும்.’

3

ராஜ்வன்ஷியின் உடல் நலம் சரியில்லை என்று அனுபமா ஃபோன்செய்கிறாள். நாங்கள் நேராக மருத்துவமனைக்குச் செல்கிறோம். போராளிகளோடு பேச்சுவார்த்தை நடந்த போதுகூட அவருக்கு உடம்பு அவ்வளவாகச் சரியில்லை. எந்த உடன்பாடும் ஏற்படவில்லை என்று அவரிடம் கூறும்போது, ‘அப்படி ஏதாவது நடந்திருந்தால் நான் ஆச்சரியப்பட்டிருப்பேன். பொறுமையாக இரு. இன்னும் நான்கைந்துமுறை பேச வேண்டிவரும்’ என்று சொல்கிறார்.

மகிழ்ச்சியோடு இருக்கிறார். எப்போதும்போல, அவர் முகம் என்னைப் பார்த்த பரவசத்தில் சுருக்கங்களுக்குள் மறைகிறது.

'படுக்கையில் உட்கார்ந்துகொள். உடம்பு சரியாகிவிட்டது. கொஞ்சம் ஓய்வெடுக்க வேண்டும். அவ்வளவுதான். இது உன் மனைவிதானே. பெயர்... நானே சொல்கிறேன். சுகன்யா. சரிதானே?' தன்னுடைய நினைவாற்றலை நினைத்துத் தானே சிரித்துக்கொள்கிறார்.

நான் அவரிடம் முதலமைச்சரைப் பார்த்தது பற்றியும் அஸ்ஸாம் வந்துள்ள காரணத்தைப் பற்றியும் கூறுகிறேன். மறுபடியும் சிரிக்கிறார். 'அது என்ன அமெரிக்க எக்ஸ்ப்ரஷன்? Yes, scoring Brownie points. அதைத்தான் இவர்கள் செய்து கொண்டிருக்கிறார்கள். அதிகார அரசியலின் விளையாட்டுகள் இவை. எப்போதும் தங்கள் அதிகாரங்களின் எல்லைகளைச் சோதித்துப் பார்த்துக்கொண்டேயிருக்க வேண்டும். அந்தச் சோதனையின் விளைவுகள் தங்களை ஏதும் செய்யாது என்பது உறுதியாகத் தெரியும். இவர் உன்னைக் கைது செய்தால் அவர் உதவிக்கு வருவாரா?'

'நிச்சயம் வரமாட்டார். ஆனால் இவர் என்னைக் கைது செய்யமாட்டார் என்பது எனக்குத் தெளிவாகத் தெரியும். இவர் மக்கள் தலைவர். இவர் உருவாக்கப்பட்ட பட்டறை வேறு. நான் உங்களை ஒன்று கேட்க நினைத்தேன். காந்தி இந்த மாதிரி கடத்தல் விவகாரங்களைப் பற்றி ஏதாவது சொல்லியிருக்கிறாரா?'

'சொல்லியிருக்கிறார். கடத்தலுக்கு உள்ளாக்கப்பட்டவர் அகிம்சை வழியில் போராட இயலாதவராக இருக்கும்போது கடத்தலுக்கு எதிராக எப்படிப்பட்ட வன்முறை நடவடிக்கைகளில் ஈடுபட்டாலும் அதை நியாயப்படுத்தலாம் என்று சொல்லி யிருக்கிறார். இன்னொன்றும் சொல்லியிருக்கிறார் கடத்தப் பட்டவர் வன்முறையில் ஈடுபட முடியாவிட்டால் அவரது குடும்பத்தினரோ குழுவினரோ உதவிக்கு வரலாம் என்று. நீ போகும் பாதை சரிதான். அதைப் பற்றிக் கவலைப் படாதே. காந்தி நீ செய்வதை நிச்சயம் ஆமோதித்திருப்பார்.'

அவருடைய ஆமோதிப்பைப் பெறும் அளவிற்கு நான் பெரிய மனிதன் அல்ல என்று சொல்ல நினைக்கிறேன்.

'கடத்தப்பட்டவரை மீட்கப் பிணைத்தொகை கொடுப் பதைப் பற்றி காந்தி என்ன சொல்கிறார்?'

'தெரியவில்லை. நான் மேலே போனால் அவரிடம் இந்தக் கேள்வியைக் கேட்கிறேன். பிழைத்துத் தரையில் இருந்தால் பணம் ஏதும் கேட்காமல் விடுதலை செய்யுங்கள் என்று இவர்களிடம் வலியுறுத்துவேன்.'

'அஸ்ஸாமில் நடப்பது தன்னாட்சி, அஸ்ஸாமியர் அவர்கள் நினைத்ததைச் செய்யலாம் என்று காந்தி உண்மையிலேயே சொல்லியிருக்கிறாரா?'

'நிச்சயமாகச் சொன்னார். அவர் சொன்னபோது இருந்த சூழ்நிலை வேறு. பெங்காலிகள் அஸ்ஸாமின் மீது அதிகாரம் செலுத்தக் கூடாது என்பதற்காகச் சொன்னார். இந்தக் கூற்றைப் போராளிகள் தங்களுக்குச் சாதகமாகப் பயன்படுத்திக் கொள்கிறார்கள்.'

வெளியில் வரும்போது சுகன்யா கேட்கிறாள்.

'இவர் நிஜமானவரா?'

'நிஜமானவர், சுகன்யா. இவரைப் போன்றவர்களால்தான் அஸ்ஸாம் பெருமை பெறுகிறது.'

4

டெலிஃபோன் ஒலிக்கும்போது சுகன்யா அயர்ந்து தூங்கிக் கொண்டிருக்கிறாள் – கைகளைத் தொடைகளுக்கு இடையில் இடுக்கிக்கொண்டு. நான் கலவியின் மகிழ்ச்சியும் களைப்பும் கலந்த நிலையில் இருக்கிறேன். இருவரும் ஒரே படுக்கையில் படுத்திருப்பது இரண்டு வருடங்கள் கழித்து.

'மிஸ்டர் சந்திரன்?'

குழுவின் தலைவரின் குரல்.

'நாங்கள் எங்களுக்குள் கலந்தாலோசித்து ஒரு முடிவுக்கு வந்திருக்கிறோம். அடுத்த வாரத்தில் ஒரு நாளில் மீண்டும் பேச்சுவார்த்தை தொடங்கும். கூப்பிட்டவுடன் வருவதற்கு நீங்கள் தயாராக இருக்க வேண்டும்.'

'சந்திப்பு எங்கே நடைபெறப்போகிறது? அஸ்ஸாமிற்கு உள்ளேயா வெளியிலா?'

'நாங்கள் வெளியில் திரிய முடியாத கட்டாயத்தில் இருக்கிறோம் மிஸ்டர் சந்திரன். நாளைக்கு நான் மீண்டும் தொடர்புகொள்கிறேன்.'

எனக்குப் பூயானை எழுப்புவதைத் தவிர வேறு வழி தெரியவில்லை.

'என்ன பேசப்போகிறான் என்பதைப் பற்றி ஏதாவது சொன்னானா?'

'இல்லை.'

'பிணைத்தொகையைப் பற்றி?'

'இல்லை. ஆனால் மிகுந்த அவசரத்தில் இருந்தார். நாளை பேசுவதாகச் சொன்னார்.'

'இவ்வளவு சீக்கிரம் மனம் மாறிவிட்டார்கள் என்று எனக்குத் தோன்றவில்லை. இது உங்களுக்கு வைக்கப்படும் கண்ணிபோலத் தோன்றுகிறது. கலிதா கொல்லப்பட்டதைப் பற்றி ஏதாவது பேசினானா?'

'இல்லை.'

'எனக்குப் புரிந்துவிட்டது. அவர்கள் எதைப் பற்றிப் பேச வில்லையோ அதைப் பற்றித்தான் அதிகம் நினைத்துக் கொண்டிருப்பார்கள். அஸ்ஸாமுக்கு வெளியேதான் பேச்சு நடக்க வேண்டும் என்பதில் உறுதியாக இருங்கள். இவர்களுடன் நீங்கள் எந்தத் தொடர்பும் கொள்ளக் கூடாது என்ற தடையை முதலமைச்சர் விதித்திருக்கிறார் என்பதை ஞாபகத்தில் வைத்துக்கொள்ளுங்கள். அஸ்ஸாமுக்கு வெளியில் நீங்கள் என்ன செய்தாலும் அதைப் பற்றி எங்களுக்கு அக்கறை யில்லை.'

பேச்சு அஸ்ஸாமிற்கு வெளியில் நடக்க வேண்டும் என்று நான் மறுநாள் சொல்கிறேன். தலைவனின் கோபம் தொலைபேசி வழியாக என்னைச் சுடுகிறது.

'நீங்கள் கொஞ்சமாவது புத்தியுடன் பேசுகிறீர்களா, மிஸ்டர் சந்திரன்? எங்களால் வெளியே வர முடியாது. உங்களுக்குக் கோஷ் உயிருடன் வேண்டுமானால் அஸ்ஸாமில் சந்திப்பு நாங்கள் குறிப்பிடும் இடத்தில், குறிப்பிடும் நாளில் நடைபெறும். நாங்கள் வெற்று எச்சரிக்கைகள் விடுவதில்லை.'

'நான் எதுவும் செய்ய முடியாத நிலையில் இருக்கிறேன். என்னுடைய மேலதிகாரிகளுக்குப் பதில் சொல்ல வேண்டும். அவர்களுக்குக் கீழ் வேலைசெய்கிறவன் நான்.'

தலைவன் பதில் ஏதும் சொல்லவில்லை. அவர் கொடுத்தது வெற்று எச்சரிக்கை அல்ல என்பது எனக்குத் தெரியும். கோஷின் மரண சாசனத்தில் நான் கையெழுத்திட்டுவிட்டேன் எனத் தோன்றுகிறது.

5

'அஸ்ஸாமில் இன்னும் ஒரு நாள் தங்கினால் போதும். நான் ஜதிங்காவைப் பாக்கணும்.'

'ஜதிங்கா? சுகன்யா, நீ பறவைகளின் தோழி என்று நினைச்சேன்.'

ஜதிங்கா பறவைகளின் பலிபீடம். ஒவ்வொரு இலையுதிர் காலத்திலும், குளிர்ந்த, மேகமூட்டமான இரவுகளில், ஜதிங்கா கிராமத்திற்கு மேல் பறக்கும்போது, ஆயிரக்கணக்கான பறவைகளுக்குப் பைத்தியம் பிடிக்கின்றது. பறப்பதைவிட்டுத் தரையை நோக்கிப் பாய்கின்றன. உள்ளூர்க்காரர்கள் அவற்றைக் கவரப் பல உத்திகளைக் கையாளுகிறார்கள். மின்விளக்குகள், அரிக்கேன்விளக்குகள், இலைகளை எரித்தல் போன்ற வெளிச்சத்தை ஏற்படுத்தும் உத்திகள். தரையில் இறங்கியதும் அவை மீண்டும் பறக்க முனைவதில்லை. இருந்த இடத்தி லேயே மயங்கி இருக்கின்றன. தடியால் அடிக்கப்பட்டுக் கொல்லப்படுகின்றன. அல்லது எடுத்துச் செல்லப்படுகின்றன, சாவகாசமாகக் கொல்லப்படுவதற்காக.

‘ஆசையாக இருக்கு. பறவைகள் கூட்டம் கூட்டமாகத் தற்கொலை செஞ்சுக்கறதை எப்போ பாக்கப்போறோம்?’

‘இந்த மாசம் அதிகம் பறவைகள் வராதுன்னு சொல்றா. ஏமாந்து திரும்பி வரத்துக்கு சான்ஸ் நிறைய இருக்கு.’ அவள் நிச்சயம் போக வேண்டும் என்கிறாள். போகும் வழியில் கசிரங்கா இருக்கிறது. அதை அடுத்ததடவை பார்த்துக் கொள்ளலாம் என்கிறாள். ‘பறவைகள் முதலில், விலங்குகள் பிறகு’ என்று ஆங்கிலத்தில் சொல்கிறாள்.

ஜதிங்காவின் வானம் வெறிச்சிட்டிருக்கிறது. நீல வானம் பறவைகளை எதிர்பார்த்துக்கொண்டிருப்பவர்களுக்கு ஏமாற் றத்தை உண்டாக்குகிறது. வானம் மூட்டம் போடுவதற்கு அதிக நேரம் ஆகாது என்று எங்கள் வழிகாட்டி சொல்கிறான்.

இருள் சூழும்போது இளைஞர்கள் பலர் வருகிறார்கள். கைகளில் மூங்கிற்கம்புகள், வாளிகள். நாங்கள் அவர்களைப் பின்தொடர்ந்து இடுகாடு ஒன்றின் விளிம்பிற்கு வருகிறோம். இடுகாடு மேட்டில் இருக்கிறது. தாண்டினால் பள்ளம்.

‘காக்கை, குருவி, புறா எல்லாம் இங்க இருக்கு. அதுங் களுக்கு மயக்கம் ஒண்ணும் வரதாத் தெரியல்லை. ஜதிங்கா இந்தப் பறவைகளை எதுவும் செய்ய முடியல்ல.’

‘பச்சைப் புறாக்கள், மீன்கொத்திகள், மலைக் கௌதாரிகள், கருங்குருவிகள், செங்குருகுகள்’ சுகன்யா அடுக்கிக்கொண்டேபோகிறாள். ‘இவையெல்லாம் இங்கு மோட்சம் அடையறதுக்காக வரது.’

‘ஒரு மைக்ரேடரி பறவைகூட இங்க வரதில்லை. வரதெல்லாம் பக்கத்தில இருக்கற முட்டாள் பட்சிகள்.’

சுகன்யா ஏதும் பேசாமல் வானத்தைப் பார்க்கிறாள்.

வெளிச்சமும் இருட்டும் கலந்த அந்த மாலைப்பொழுது இடுகாட்டுக்கு விவரிக்க முடியாத மூட்டத்தைக் கொடுக்கிறது. வெளிச்சம் வெவ்வேறு விதங்களில் வருகிறது. வாளிக் குள்ளிருந்து ஒளிவிடும் மின்விளக்குகள், பெட்ரோமாக்ஸ் விளக்குகள், இலைகளை எரித்து உண்டாக்கும் தீ, ஹரிக்கேன் விளக்குகள் என எல்லாம் சுகன்யாவோடு சேர்ந்து வானத்தைப் பார்த்துக்கொண்டிருக்கின்றன. அருகே இருக்கும் கண்காணிப்புக் கோபுரத்தின் சுழல்விளக்கும் வானத்தில் ஒளியைப் பாய்ச்சுகிறது.

நான் வானத்தில் மின்னும் ஒற்றை நட்சத்திரத்தைப் பார்க்கிறேன். பறவைகள் வராது என்று நினைக்கும்போது மழை தூற ஆரம்பிக்கிறது. எங்களுடைய வழிகாட்டியின் கண்கள் மின்னுகின்றன. பனிமூட்டம் வேகமாக இறங்குகிறது. பேசிக்கொண்டிருந்த இளைஞர்கள் மௌனமாகிறார்கள். சுகன்யா என் கையைப் பிடித்துக்கொள்கிறாள்.

'அதோ பாருங்கள்' வழிகாட்டி ஒரு வேலிமீது அமர முயலும் பறவையைக் காட்டுகிறான். சுழல்விளக்கு வெளிச்சத்தில் அதுவும் சுழல்வதுபோலத் தெரிகிறது.

வானம் பறவைகளால் நிரம்புகிறது. மூங்கில் தடிகள் சுழல்கின்றன. கவண்கள் கற்களை எறிகின்றன. சில பறவைகள் தரையில் இறங்கிச் சலனமின்றி நிற்கின்றன. சிலவற்றின் இறகுகள் முறிந்திருக்கின்றன. சில வேகமாக இறங்குகின்றன. சில மெதுவாக வானத்தைச் சுற்றித் தரையில் விழுகின்றன. பறப்பதை மறந்த பறவைகள். கிறக்கமுற்ற முட்டாள் பறவைகள். காலொடிந்த பறவைகள்.

இளைஞர்கள் அவற்றை நெருங்குகிறார்கள். கண்களி லிருந்து நீர் வழிய, சுகன்யா இந்தப் படுகொலையைப் பார்க்கிறாள். வாய் திறந்து பேசத் திராணியில்லாமல்.

நான் கலிதாவை நினைக்கிறேன். நான் அந்தக் கிராமத் திற்குப் போகாமல் இருந்திருந்தால் அவர் இன்று உயிருடன் இருந்திருக்கலாம். நான் அவர் தரையில் இறங்கப் பயன்பட்ட விளக்கு. சுகன்யாவின் தோளைப் பற்றிக்கொள்கிறேன்.

பதினான்கு

1

'ஒரு கெட்ட செய்தி, ரமேஷ்' பூயான் சொல்கிறார். 'ஹோட்டல் டிலைட்டிற்கு மிக அருகில் ஆணின் உடல் கிடப்பதாகத் தகவல் கிடைத்துப் போலீஸ் அங்கே சென்றிருக்கிறார்கள். எனக்கு வந்த தகவலின்படி உடல் மிக அழுகிய நிலையில் இருக்கிறது. ஆடை ஏதும் இல்லை.'

'பிரேதப் பரிசோதனை முடிந்துவிட்டதா?'

இல்லை. ஆனால் தலையில் சுட்டிருக்கிறார்கள். நாற்பது ஐம்பது வயதுக்குள் இருக்கும். கோஷின் உடல்வாகு.'

'திருமதி கோஷிடம் சொல்லிவிட்டீர்களா?'

'இல்லை. எங்களுக்கு அவர்தான் என்பதற்கு எந்தத் தடயமும் இதுவரை கிடைக்கவில்லை. நீங்கள் பிணத்தைப் பார்க்க விரும்புகிறீர்களா?'

'இல்லை. நான் கோஷை நேரில் பார்த்ததில்லை. அவருடன் வேலைசெய்தவர்கள் யாரையாவது அடையாளம் காட்டச் சொல்லலாம்.'

'இப்போது வேண்டாம். அநாவசியமாகத் தண்டோரா போட விரும்பவில்லை.'

கதை முடிந்துவிட்டது.

எனக்குள் அமைதி. உடனே அனுபமாவை வர வழைக்கிறேன். அது நிச்சயமாக கோஷின் உடல் அல்ல என்கிறாள் அவள்.

'கேஸை முடிப்பதற்காகப் போலீஸ் போடும் நாடகம் இது. இது மாதிரி மாதத்திற்கு இருபது முப்பது பிணங்கள் எடுக்கப்படுகின்றன. அது கோஷின் உடல் என்று அவசரமாக உங்களிடம் சொல்ல வேண்டிய அவசியம் என்ன? பிரேதப் பரிசோதனைகூடச் செய்யாமல்?'

அவள் சொல்வதில் அர்த்தம் இருக்கிறது. திடீரென்று எரிச்சல் வருகிறது. இந்த ஆள் கிடைக்க வேண்டும். உயிருடனோ பிணமாகவோ. இல்லையென்றால் நான் பிணமாகிவிடுவேன்.

மறுநாள் காலையில் தூக்கம் கலையச் சற்று நேரமாகிறது. எழுந்தவுடன் காலைப் பத்திரிகைகளைப் பார்க்கிறேன். எல்லாப் பத்திரிகைகளும் கோஷ் மரணத்தை முதல் பக்கத்தில் வெளியிட்டிருக்கின்றன. அவர்களுக்கு அதைக் குறித்து எந்தச் சந்தேகமும் இருப்பதாகத் தெரியவில்லை.

The Guard பத்திரிகை என்னை இவ்வாறு கழுவேற்றுகிறது:

எங்களுக்குக் கிடைத்த நம்பகமான தகவல்களின்படி, போராளிகளுடன் பேச்சுவார்த்தை நடத்த மத்திய அரசு ஓர் அதிகாரியை அனுப்பியிருந்திருக்கிறது. அவர் திறமையோடு செயல்பட்டிருந்தால் கோஷ் நம்மிடையே இன்று நிச்சயம் இருந்திருப்பார். இந்த அதிகாரிக்குப் பதிலாக அனுபவமுள்ளவரை அனுப்பச் சொல்லித் திருமதி கோஷ் மத்திய அரசுக்குப் பல கடிதங்கள் எழுதினாராம். ஆனால் மத்திய அரசு கண்டுகொள்ள வில்லை. நம் முதலமைச்சரும் இந்த அதிகாரியின் செயல் பாடுகளைப் பற்றிக் கடும் கண்டனம் தெரிவித்து மின் துறை அமைச்சருக்குக் கடிதம் எழுதியிருந்தாராம். அந்தக் கடிதத்திற்கும் இன்றுவரை பதில் வந்ததாகத் தெரியவில்லை. கோஷின் மரணத்திற்கு இந்த அதிகாரியும் மத்திய அரசுமே பொறுப்பு.

எல்லாப் பத்திரிகைகளும் இந்தத் தொனியிலேயே எழுதியிருக்கின்றன. The Anchor பத்திரிகையைத் தவிர. அது இவ்வாறு கூறுகிறது:

மத்திய அரசால் பேச்சுவார்த்தை நடத்துவதற்கு அனுப்பப்பட்ட அதிகாரி தனது உயிரைப் பணயம்வைத்துச் செயல்பட்டார். பலதடவை போராளிகளைச் சந்தித்துக் கோஷ் அவர்களை விடுதலை செய்யும்படி மன்றாடிக் கேட்டுக்கொண்டார். கோஷை வைத்துப் பராமரிப்பதில் ஏற்பட்ட சிக்கல்களாலும் பராமரிப்புச் செலவு

கலங்கிய நதி 187

கட்டுக்கடங்காத நிலையை எட்டியதாலும் அவரைக் கொலைசெய்ய இயக்கம் தீர்மானித்தது என எங்களுக்குச் செய்தி கிடைத்திருக்கிறது.

மிரட்டல்களுக்கு மத்திய அரசு ஒருபோதும் அடிபணியாது என்று இயக்கத்திற்கு நிச்சயம் புரிந்திருக்கும். இது கடத்தல் தொழிலில் ஈடுபடுபவர்களுக்கு ஒரு பாடம். இதனால் அஸ்ஸாமில் கடத்தல்கள் குறைய வாய்ப்பு இருக்கிறது. திரு. சந்திரனைக் கண்டித்து மின் துறை அமைச்சருக்கு முதலமைச்சர் கடிதம் எழுதினார் என்ற செய்தியை அவரது அலுவலகம் மறுத்திருக்கிறது.

2

'உங்களுக்குத் தீபாவளிதான்.'

'நீங்கள் தவறாக நினைக்கிறீர்கள், மிஸஸ் கோஷ். நான் ஏன் கொண்டாட வேண்டும்? எனக்கு அவர் எதிரியா? மேலும் கிடைத்த உடல் நிச்சயமாக உங்கள் கணவருடையது அல்ல என்பது எனக்குத் தெரியும். அஸ்ஸாம் பத்திரிகைகள் மிகைப்படுத்துவதிலும் பரபரப்பூட்டுவதிலும் பெயர்போனவை. போலீஸ் எந்தத் தீர்மானத்திற்கும் வரவில்லை. நான் இன்னும் முழுநம்பிக்கையுடன் இருக்கிறேன்.'

'அவர்கள் கேட்ட பணத்தை நீங்கள் ஏன் கொடுக்கவில்லை?'

'நான் அவ்வளவு எளிதாகச் செயல்பட முடியாது, மிஸஸ் கோஷ். அப்படிச் செயல்பட முடிந்திருந்தால் மிஸ்டர் கோஷ் உங்களிடம் என்றோ வந்தடைந்திருப்பார். சீக்கிரம் உங்களிடம் வந்தடைவார். அது நிச்சயம்.'

'நான் அடுத்த திங்கட்கிழமை கௌஹாத்தி வருகிறேன். அங்குப் பத்திரிகைச் சந்திப்பு நடைபெறவிருக்கிறது.' நான் நிம்மதிப் பெருமூச்சுவிடுகிறேன். கோஷ் இறந்துவிட்டார் என்று நந்திதா இன்னும் நம்பவில்லை. தில்லிப் பத்திரிகைகளில் இது பற்றி ஒரு வரிகூட வரவில்லை என்று சுகன்யாவும் ஃபோனில் சொன்னாள்.

உடல் கோஷுடையது என்று நிர்மல் பூயான் நிச்சயமாகச் சொல்கிறார். 'இடம், கிடைத்த நாள், இறந்தவரின் வயது இவை எல்லாம் அவர்தான் என்று உறுதிசெய்கின்றன. மரபணுச்சோதனை நடத்தலாம் என நினைக்கிறோம்.'

‘நிர்மல், என் நண்பர் ஒருவர் இது போலீஸ் நடத்தும் நாடகம் என்று சொல்கிறார். கேஸை முடிப்பதற்காக நீங்கள் எப்போதும் இதே போன்று செய்வீர்களாம். திடீரென்று பிணம் தோன்றியது அந்த நாடகத்தின் ஓர் அங்கமாம்.’

‘பேத்தல். நாங்கள் கேஸை ஏன் முடிக்க வேண்டும்? இதே போன்ற கேஸ்கள் ஆயிரக்கணக்கில் அஸ்ஸாமில் இருக்கின்றன. ஒரு கேஸ் கூடுதலாக இருந்தால் எங்களுக்கு ஏதும் நேர்ந்துவிடாது. ரமேஷ், உங்களுக்கு வேண்டுமானால் இந்தக் கேஸ் முக்கியமாக இருக்கலாம். என்னைப் பொறுத்த வரை இது நூற்றோடு நூற்றொன்று. கோஷ் உயிரோடு கிடைத்தால் நான் நிச்சயம் மகிழ்ச்சியடைவேன். கிடைத்தது அவருடைய பிணமென்று உறுதியானால் நான் அவருடைய குடும்பத்தினருக்கு ஆழ்ந்த இரங்கலைத் தெரிவித்துவிட்டு என் வேலையைப் பார்க்கச் சென்றுவிடுவேன்.’

‘அஸ்ஸாம் பத்திரிகைகளுக்கு என்னை மிகவும் பிடித் திருக்கிறது.’

‘அவர்கள் சொல்வதைப் பற்றிக் கவலைப்படுவது முட்டாள்தனம். அஸ்ஸாமில் பத்திரிகைகளால் தாக்கப்படுபவர் கள்தான் இங்குப் பெரிய புள்ளிகளாகக் கருதப்படுகிறார்கள். நீங்கள் இப்போது ஒரு வி.ஐ.பி.’

இயக்கத்தை நெருக்குவதற்கு அஸ்ஸாம் அரசு செய்யும் தந்திரம் இது என்கிறார் ராஜ்வன்ஷி. ‘கோஷை வைத்துக் கொண்டிருந்தால் எந்தப் பணமும் பெயராது என்பது அவர் களுக்கு இப்போது தெரியவந்திருக்கும். ஏதும் செய்ய முடியாத நிலையில் இருக்கிறார்கள். நிச்சயம் பேச்சுவார்த்தை நடத்த அழைப்பு வரும்.’

தில்லிக்கு எப்போது ஓடிப்போகப் போகிறேன் என்று இருக் கிறது. என்னுடைய அஸ்ஸாம் நடவடிக்கைகளைக் குறித்து விசாரணை நடத்துவதற்காக அமைச்சர் அலுவலகத்திலிருந்து அழைப்பு வருகிறது.

3

விசாரணை தொடங்கி ஒரு மணிநேரத்திற்கு மேல் ஆகிவிட்டது. முடிகிற வழியாகத் தெரியவில்லை. அமைச்சர் இன்னும் வரவில்லை. அவர் வருவதற்காக இழுத்தடிக்கிறார்கள். அந்த முந்திரிப்பருப்பு மங்கை, ஊர்மிளா, முக்கால் மணிநேரம் பேசியிருப்பாள். முடிப்பதாகத் தெரியவில்லை. ‘இது போன்ற வேலைகளுக்கு நன்றாகப் பயிற்சி பெற்றவர்களையும்

அனுபவம் உள்ளவர்களையும் அனுப்ப வேண்டும். ஒரு கற்றுக்குட்டியை அனுப்பினால் வேறு எந்த விளைவை நாம் எதிர்பார்க்க முடியும்? நான் ரமேஷைக் குற்றம் சொல்ல மாட்டேன். அவர் கடினமாக உழைத்தார் என்பதில் எந்தச் சந்தேகமும் இல்லை. ஆனால் அவரது திறமைக்கு மீறிய வேலை இது. இதைப் பழுத்த அதிகாரிகளிடம் ஒப்படைத்திருக்க வேண்டும். 'பழுத்த அதிகாரிகள்' என்பதுடன் 'நம்மைப் போன்ற' என்னும் சொற்களை அவள் சேர்க்கவில்லை. சேர்க்காவிட்டாலும் அவள் சொல்வது அதைத்தான் என்று அங்கு இருந்தவர்களுக்குப் புரிகிறது.

செயலர் ஊர்மிளா சொல்வதை ஆமோதிக்கவில்லை. எனக்குத் தண்டனை கொடுக்கும் தீர்மானத்தில் இருக்கிறார்.

'நீ தன்னிச்சையாகச் செயல்பட்டிருக்கிறாய். உன்னைக் கேள்வி கேட்பதற்கு ஆளில்லை என்று நினைத்துக்கொண்டிருக்கிறாயா? யாருடைய அனுமதியுடன் நீ அவர்களுடன் பேச்சுவார்த்தை நடத்தினாய்?'

'என் நிறுவனத்தின் தலைவரின் அனுமதியுடன், சார்.'

'அவருக்கு யார் அனுமதி கொடுத்தது?'

'அதை நீங்கள் அவரிடம் கேட்க வேண்டும். அமைச்சர் என நினைக்கிறேன்.'

'எங்களை ஏன் ஒதுக்கிவைத்தாய்? நான் இது பற்றி ஓர் அறிக்கைகூடப் படிக்கவில்லை.'

'அமைச்சரகத்திலிருந்து யாரும் இதில் சம்பந்தப்பட விரும்பவில்லை என்று என்னிடம் சொல்லப்பட்டது. நானும் முதலில் சம்பந்தப்பட விரும்பவில்லை.'

செயலருக்கு முகம் சிவக்கிறது. 'ரமேஷ், இது திமிரான பேச்சு. இந்தத் திமிர்தான் தீவிரவாதிகளை எரிச்சலடைய வைத்திருக்கிறது. நேராக ஏன் பேசமாட்டேன் என்கிறாய்?'

'நேராகத்தான் பேசுகிறேன். கௌஹாத்திக்கு நான் விரும்பிச் செல்லவில்லை. இந்த வேலை என்மீது திணிக்கப்பட்டது.'

'ரமேஷ், நீ பேசுவது சரியல்ல. என்னிடம் தினமும் ஆயிரம் வேலைகள் வருகின்றன. நான் செய்ய விரும்பாத வேலைகள். அதனால் நான் அந்த வேலைகளை ஒழுங்காகச் செய்யமாட்டேன் என்று சொல்ல முடியுமா? நீ அரசுப் பணியாளன். அரசு கொடுக்கும் வேலையைத் திறமையோடும் கவனத்தோடும் செய்ய வேண்டியது உன் பொறுப்பு.'

புத்திமதிகள் யமுனைநதிபோலப் பெருகிவருகின்றன. சாக்கடைப் பெருக்கம்.

அமைச்சர் வந்ததும் முந்திரிப்பருப்பு மங்கை அஸ்ஸாமிய நாளிதழ்களில் என்னைப் பற்றி எழுதப்பட்டிருப்பதைப் படிக்கிறாள். நான் பதிலுக்கு The Anchor சொல்லியிருப்பதைப் படிக்கிறேன்.

அதுவரை விசாரித்துக்கொண்டிருந்த முட்டாள்கள் யாரும் கேட்காத கேள்வி ஒன்றை அமைச்சர் கேட்கிறார்.

'உங்களுக்குக் கோஷ் கொல்லப்பட்டார் என்பது நிச்சயமாகத் தெரியுமா?'

'நிச்சயம்' ஊர்மிளா சொல்கிறாள். மாநில அரசு சொல்கிறது. நமது உளவுத் துறை சொல்கிறது.'

'மாநில அரசு சொல்வதை நாம் என்று நம்பியிருக் கிறோம்? உளவுத் துறை. அதுதான் பத்திரிகைகளுக்கு இந்தச் செய்தியைக் கொடுத்திருக்கிறது. ஏன் கொடுக்க வேண்டும்? தீவிரவாதிகள் என்ன நினைக்கிறார்கள் என்பதைத் தெரிந்து கொள்ளும் தந்திரமாக இருக்கலாம் அல்லவா? இப்போது தீவிரவாதிகள் பதில் சொல்ல வேண்டிய கட்டாயத்தில் இருக் கிறார்கள்.

'மிஸஸ் கோஷ் கௌஹாத்தியில் பத்திரிகையாளர்களைச் சந்தித்திருக்கிறார்.'

'எனக்கு அந்தச் சந்திப்பைப் பற்றிக் குறிப்பு அனுப்பப் பட்டிருந்தது. படித்துப் பார்த்தேன். அவர் வேறு என்ன சொல்லியிருக்க முடியும்? தன் கணவர் கொல்லப்பட்டதைக் குறித்து அரசுக்கு வாழ்த்துகளைத் தெரிவித்திருக்க முடியுமா?'

'ரமேஷைக் கடுமையாகத் தாக்கியிருக்கிறார்.'

'அதையும் படித்தேன். ரமேஷ் தன் வேலையைத் திறமையாகச் செய்தார் என்பதில் எனக்கு எந்தச் சந்தேகமும் இல்லை. எனக்கு அவர் கௌஹாத்தியிலிருந்து தவறாமல் குறிப்புகள் அனுப்பிக்கொண்டிருந்தார். கோஷ் கொல்லப் பட்டதற்கு அவரைக் குறைகூற முடியாது. கோஷ் கொல்லப் பட்டிருந்தால் . . .'

செயலரை நோக்கி அமைச்சர் சொல்கிறார். 'நான் ரமேஷுக்கு ஒரு பாராட்டுக் கடிதம் அனுப்ப விரும்புகிறேன். உடனடியாக வரைவை என்னிடம் அனுப்புங்கள்.'

4

'அமைச்சர் எனக்கு சாதகமாப் பேசுவார்னு நான் நினைக்கக் கூட இல்லை. என்னை அவமானப்படுத்தறதுக்காகவே இந்த மீட்டிங்கை ஏற்பாடு பண்ணிருக்கான்னு நினைச்சேன். இந்த அரசியல்வாதிகளுக்குள்ள நமக்குத் தெரியாம ஒரு மனுஷத் தன்மை மறைஞ்சிண்டிருக்கு.'

'அதெல்லாம் இல்லை. அவர் உன் செக்ரடரி மூக்கை உடைக்கறத்துக்காக இதச் செய்திருக்கலாம்.'

'இல்லை சுகன்யா. அப்போ பாராட்டி லெட்டர் கொடுக்க வேண்டிய அவசியம் என்ன?'

'நீ சொல்றது சரியா இருக்கலாம்.'

'நந்திதா தன் புருஷன் இன்னும் உயிரோட இருக்கார்னு தான் நினைக்கறா. DNA டெஸ்ட் வேண்டாம்னு சொல்லிட்டா. செத்துப்போயிட்டானா இல்லையாங்கறதை டெஸ்ட் பண்ணிப் பாக்க அவ விரும்பல்ல. பத்து பதினைஞ்சு நாள் காத்திருக்க லாம்னு சொல்றா. நானும் அவர் உயிரோட இருக்கார்ன்னு நினைக்கறேன். அந்தப் பொணம் நிச்சயமா அவரோடது அல்ல. உண்மையச் சொல்லணும்னா அவர் செத்து, இந்த விளையாட்டு முடிய எனக்கு விருப்பம் இல்லை. என்னைப் போகச் சொன்னா திரும்பப் போவேன். போகமாட்டேன்னு சொல்லுவேன், ஆனாப் போவேன்.'

எப்போதும்போல நாங்கள் பிரியாவிடம் திரும்புகிறோம்.

'நம்ம பிரியாவை யாராவது கடத்தியிருந்தா, இப்ப மாதிரி திரும்பியே வரமாட்டாங்கற எண்ணம் இருக்காது இல்லையா? அவ வரப்போறாள்னு காத்துண்டே காலத்தைத் தள்ளிடலாம்.'

'அவ நமக்காக எங்கோயோ காத்திண்டு இருக்கா.'

சுகன்யாவின் கண்களில் கண்ணீரின் சுவடுகள் இல்லை. 'தினம் காலைல எழுந்திருக்கும்போது பிரியாவைப் பத்திப் பேசக் கூடாதுங்கற சபதத்தோடு எழுந்திருக்கறேன். தினம் சபதத்தைக் காப்பாத்த முடியாமத் தூங்கப் போறேன்.'

5

என் நிறுவனம் முதல் நாள் வரிகட்டுகிறது அடுத்த நாள் அதைத் திரும்பப் பெறுகிறது. வரி வாங்கியது தவறு, மன்னி யுங்கள், இதோ திரும்பப் பெற்றுக்கொள்ளுங்கள் என்று ஒவ்வொரு அரசுத் துறையும் கடிதங்களை அனுப்பிய

வண்ணம் இருக்கின்றன. இந்தக் கடிதங்களின் குவியல்களில் மிஸ்ரா சொன்ன திரும்பப்பெற்ற பணத்தைத் தேடுவது மிகக் கடினமாக இருக்கிறது. மிஸ்ராவிற்கு ஓய்வுகொடுக்கப்பட்டதற்கு முந்தைய ஐந்து வருடங்களில் திரும்பிப்பெற்ற தொகையின் புள்ளிவிவரங்களைக் கேட்டு நிறுவனத்தின் நிதிப் பிரிவுக்கு ஒரு குறிப்பை அனுப்புகிறேன். முணுமுணுக்கிறார்கள். ஆனால் புள்ளிவிவரங்களை அனுப்புகிறார்கள். என் துறையைச் சார்ந்தவர்கள் இரவு பகலாக விழித்திருந்து புள்ளிவிவரங்களை அலசுகிறார்கள். மோசடியின் நிழல்கூட அவற்றில் தெரிய வில்லை. என் தலைவர் என்னை அழைத்து நேரத்தின் அருமை பற்றியும் நிதிப் பிரிவுக்கு வேறு வேலைகள் இருப்பது பற்றியும் நீண்ட சொற்பொழிவை ஆற்றுகிறார்.

மிஸ்ராவைத் திரும்பச் சந்திக்க முயல்கிறேன். யமுனை யின் மறுகரையில் அவரது இல்லம் இருக்கிறது. அவருடைய மகன் என்னைச் சந்திக்கிறார். என்னிடம் அதிகம் பேச விரும்ப வில்லை. ஆமாம், அப்பாவிற்கு உடல்நலம் சரியில்லை. இல்லை, அவர் வீட்டில் இல்லை. ஆமாம், மருத்துவமனையில் சேர்த்திருக்கிறோம். இல்லை, உடனே வரமாட்டார். மருத்துவ மனையில் ஒரு மாதமாவது இருப்பார். ஆமாம், தேர்ந்த மனநல மருத்துவர்கள் அவரைக் கவனித்துக்கொள்கிறார்கள்.

நான் நிதிப் பிரிவை மீண்டும் குடைகிறேன். மிஸ்ரா காலகட்டத்தில் நிறுவனத்திற்கு வர வேண்டிய திரும்பப் பெற வேண்டிய எல்லாத் தொகைகளும் வந்துவிட்டன என உறுதி யளித்து எனக்கு ஒரு குறிப்பு அனுப்பப் பணிக்கிறேன். பிரிவின் எல்லா அதிகாரிகளும் புரட்சிசெய்யப்போவதாகப் பயமுறுத்து கிறார்கள். புரட்சிசெய்யாமல் கேட்ட குறிப்பை அனுப்பு கிறார்கள் – அடுத்தமுறை நிச்சயம் களத்தில் இறங்குவோம் என்ற எச்சரிக்கையோடு.

அவர்களுக்கு என்னைக் கண்டாலே எரிச்சல் வருவதற்குப் பல காரணங்கள் இருக்கின்றன. உலக வங்கி கண்டிப்பான கடிதம் ஒன்று அனுப்பியிருக்கிறது. அதில் புதிய ஒப்பந்தங்களில் நான் கூறியிருந்த திருத்தங்களைச் செய்யாவிட்டால் நிதி உதவி நிறுத்தப்படலாம் என்று எச்சரித்திருந்தது. எனக்கு எதிராகத் தலைமைக் கண்காணிப்பு ஆணையரிடம் அனாமதேயக் கடிதங்கள் குவிகின்றன.

தலைமைக் கண்காணிப்பு ஆணையர் ஆக்ஸ்போர்ட், கேம்ப்ரிட்ஜ் உச்சரிப்புடன் ஆங்கிலம் பேசுபவர். வேதியியலில் முனைவர் பட்டம் பெற்றவர். டோரதி ஹாட்கினின் மாணவர். இவர் இங்கு வந்து எப்படிச் சேர்ந்தார் என்பது புதிர்.

வேதியியலைவிட்டு அரசுப் பணியில் அந்தக் காலத்தில் சேர்ந்த மிகச் சிலரில் இவர் முக்கியமானவர்.

‘கடிதங்கள் என்ன சொல்கின்றன, சார்.’

‘எதைச் சொல்லவில்லை? நீ குடிகாரன். பார்க்கிற பெண்களையெல்லாம் புணரத் துடிப்பவன். தில்லியில் ஒரு வீடும் சென்னையில் ஒரு வீடும் இருக்கின்றன. உன் மனைவி யிடம் இருக்கும் நகைகளைக் கொண்டு பெரிய நகைக் கடையே வைக்கலாம். ஒப்பந்தக்காரர்களைப் பயமுறுத்தி லஞ்சம் வாங்குவதில் புதிய சாதனை படைத்துவிட்டாய்.’

‘சார், நான் மதுவைத் தொடுவதுகூட இல்லை. எனக்கு என் மனைவி போதும். அவர்கள் சொல்கிற அளவிற்கு எனக்கு வீரியம் கிடையாது. அரசு கொடுத்திருக்கும் வீட்டில் இருக்கிறேன். எனக்கோ என் மனைவிக்கோ எந்த அசையாச் சொத்தும் கிடையாது. அவள் தென்னிந்தியப் பெண்கள் அணியும் தாலிகூட அணிவது இல்லை. இதுவரை நான் எந்தப் பெரிய ஒப்பந்தக்காரரையும் கண்ணால் பார்த்ததுகூட இல்லை. அவர்களைக் கோப்புகளில் சந்தித்திருக்கிறேன். நேரில் பார்க்க விருப்பம் இல்லை.’

‘எனக்கு உன்னைப் பற்றித் தெரியும். அதனால்தான் உன்னைக் கவனமாக இரு என்று சொல்லுகிறேன். ஆமாம், நீ ஏதோ கடத்தல் விவகாரத்தில் மூக்கை நுழைத்திருக்கிறா யாமே? உன் புகைப்படத்தை ஹிந்துஸ்தான் டைம்ஸில் சில நாட்கள் முன்பு பார்த்தேன்.’

கோஷ் கதையை அவரிடம் சொல்கிறேன்.

‘உனக்கும் இதற்கும் என்ன தொடர்பு? உன்னை ஊழலைக் கண்காணிக்க அனுப்பியிருக்கிறோமா கடத்தல் காரர்களுடன் பேச்சுவார்த்தை நடத்துவதற்கா?’

‘என் அமைச்சருக்குக் கடிதம் எழுதி என்னை இந்தக் கேஸிலிருந்து விடுதலை செய்தால் நான் உங்களுக்கு மிகவும் நன்றியுடையவனாக இருப்பேன்.’

அவர் நிச்சயம் எழுதமாட்டார் என்று எனக்குத் தெரியும்.

6

என் அந்தரங்கக் காரியதரசி, கதவைத் தட்டி ‘உள்ளே வரலாமா?’ என்று கேட்ட பிறகே உள்ளே வருவாள். இன்று தட்டாமலே வேகமாக வருகிறாள். கையில் ஒரு கத்தைக் காகிதங்கள்.

'இந்த ஃபாக்ஸ் வந்திருக்கிறது'.

கௌஹாத்தி அலுவலகத்திலிருந்து வந்திருக்கிறது.

அன்புள்ள ஐயா,

எனது அலுவலகத்தின் தபால் பெட்டியில் இன்று காலை ஓர் உறை கிடந்தது. அதனுள்ளே கோஷ் அவர்களின் இந்தப் புகைப்படம் இருந்தது. அவர் The Anchor பத்திரிகையைப் படித்துக்கொண்டிருப்பதைக் காணலாம். தன் மரணச் செய்தியை அவரே படித்துக்கொண்டிருக்கிறார்! புகைப்படத்தைப் பார்த்தால் நல்ல உடல் நலத்தோடு இருப்பதாகத் தெரிகிறார். உறையில் அவர் மனைவி பெயருக்கு மூடிய கடிதமும் இருந்தது. இயக்கத்தின் லச்சினையால் முத்திரையிடப்பட்டிருக்கிறது. போலீஸுக்குத் தெரிவிக்க வேண்டுமா?

உங்கள் ஆணையை எதிர்பார்க்கும்.

ஹிரன் கொஹைன்
முதுநிலை மேலாளர்.

தொலைபேசியில் கொஹைன் மிகுந்த உற்சாகமாகப் பேசுகிறார். 'கோஷ் சார் கொல்லப்படவில்லை என்று அனுபமா மேடம் எப்போதும் சொல்லிக்கொண்டிருப்பார்கள். போலீஸுக்குச் சொல்ல வேண்டுமா?'

'வேண்டாம். அவர்களுக்கும் தகவல் போயிருக்கும். அவர்கள் தங்கள் விசாரணையை முழுமையாகச் செய்யட்டும். கண்டுபிடித்த பிணம் கோஷுடையது அல்ல என்பதை உறுதி செய்துகொள்ளட்டும். திருமதி கோஷ் அவர்களிடம் பேசிச் செய்தியைத் தெரிவியுங்கள். அவருக்கு எழுதப்பட்ட கடிதத்தைக் கூரியரில் அனுப்புங்கள்.'

நான் நந்திதாவுடன் பேச விரும்பவில்லை. அவளது பதில் எப்படி இருக்கும் என்பது எனக்குத் தெரியும். 'அவர் உயிரோடு இருப்பது எனக்குத் தெரியும். இதில் என்ன புதிது? எங்கு இருக்கிறார்? அவர் எப்போது திரும்ப வரப்போகிறார்? என்னையும் குழந்தைகளையும் எப்போது சந்திக்கப்போகிறார்?'

'அனுபமா எங்கே?'

'அவருக்கு உடல் நலம் சரியில்லை. விடுப்பில் இருக்கிறார்.'

அனுபமாவின் வீட்டிற்கு ஃபோன்செய்கிறேன். யாரும் இல்லை என்று தோன்றுகிறது. மணி அடித்துக்கொண்டே இருக்கிறது.

வெற்றியடைந்த உற்சாகத்தில், கொஹைன் அனுப்பிய காகிதங்களின் பிரதிகளை எடுத்து என் துறைத் தலைவருக்கும் அமைச்சருக்கும் அனுப்புகிறேன்.

நிர்மல் பூயான் அன்று இரவு என்னுடன் பேசுகிறார்.

'I am sorry, Ramesh. நீங்கள் நினைத்தது சரி. நாங்கள் நினைத்தது தவறு. புகைப்படங்கள் அவருடையவை என்பது தெளிவு. எந்த மாற்றமும் செய்யப்படாதவை.'

'புகைப்படங்கள்? எனக்கு வந்தது ஒரே புகைப்படம்.'

'எங்களுக்கு ஒரு கொத்து வந்திருக்கிறது. எல்லாவற்றிலும் கோஷ் அவரது இறப்புச் செய்தியைப் படித்துக்கொண்டிருக்கிறார். எங்களுக்கு இது மிகுந்த சங்கடத்தை ஏற்படுத்தப் போகிறது. போலீஸைப் பற்றி ஏற்கனவே மக்களுக்கு நல்ல அபிப்பிராயம் கிடையாது. இப்போது எல்லாப் பத்திரிகைகளும் வரிந்து வரிந்து எழுதும். இந்தப் புகைப்படங்கள் எந்த ஸ்டூடியோவில் ப்ரிண்ட் செய்யப்பட்டன என்பதையும் கண்டு பிடித்துவிட்டோம். மஜோலியில் உள்ள ஒரு ஸ்டூடியோவில்.'

'அந்தத் தீவா?' மஜோலி பிரம்மபுத்திரா நதியில் இருக்கும் தீவு. நதியின் நடுவில் இருக்கும் தீவுகளில் உலகிலேயே மிகப் பெரியது அது என்று பயண வழிகாட்டி நூல்கள் கூறுகின்றன.

'ஆமாம்.'

'இதனால் ஏதாவது தடயம் கிடைக்குமா?'

'கடினம். ஸ்டூடியோக்காரர் இரண்டு இளைஞர்கள் வந்தார்கள் என்று சொல்கிறார். அவர்கள் போனதுமே போலீஸிடம் விவரத்தைச் சொல்லிவிட்டார். அவர்களைக் கண்டுபிடிப்பது முடியாத காரியம். தீவில் திருவிழா நடக்கிறது. பக்தர்களால் நிரம்பி வழிகிறது. ரமேஷ், உன்னிடம் இன்னொன்று சொல்ல வேண்டும். முதலமைச்சர் உன்னைச் சந்திக்க விரும்புகிறார்.'

தில்லிப் பத்திரிகைகள்கூடக் கோஷ் தனது மரணச் செய்தியைத் தானே படிக்கும் புகைப்படங்களை வெளியிடுகின்றன. தலைநகரத்தின் பத்திரிகைகள் நாட்டில் வடகிழக்குப் பகுதி ஒன்று இருக்கிறது என்பதைக்கூடக் கண்டுகொள்வதில்லை. ஆனால் இந்தச் செய்தி வாசகர்களைக் கவரும் என்பதால் வெளியிட்டிருக்கிறார்கள். ஒரு பத்திரிகை இவ்வாறு தலைப்பிட்டிருக்கிறது. Ghosh! I am alive!

நந்திதா என்னைச் சந்திக்க வருகிறாள். குழந்தைகளுடன் சுகன்யா குழந்தைகளை அழைத்துக்கொண்டு உள்ளே சென்றதும் நந்திதா என்னிடம் கூறுகிறாள். 'கடைசி நிமிடத்தில் கைவிட்டுவிடாதீர்கள்.'

'ஏன்? இது நீங்கள் பத்திரிகை நிருபர்களிடம் சொன்னது.' ஒரு பத்திரிகைக் குறிப்பை எடுத்துப் படித்துக் காட்டுகிறேன்.

தன் கணவரை விடுவிக்கும் முயற்சிகளில் ஈடுபட்டிருக்கும் மத்திய அரசின் அதிகாரி ரமேஷ் சந்திரனைப் பற்றித் திருமதி கோஷ் மிகக் கடுமையாகப் பேசினார். அவர் எதற்கும் உதவாதவர் என்றார். அஸ்ஸாமிற்கு அவர் வந்திருப்பது அரசுச் செலவில் மனைவியுடன் சுற்றுலாத் தலங்களுக்குச் செல்வதற்காக என்றார்.

நான் அஸ்ஸாமுக்குப் பலதடவை சென்றிருக்கிறேன், மிஸஸ் கோஷ். என் மனைவி ஒருமுறைதான் என்னோடு வந்தாள். சொந்தப் பணத்தைச் செலவழித்துக்கொண்டு வந்தாள். அதில் என்ன தவறு? அவளை ஏன் இந்த விவகாரத்தில் இழுத்தீர்கள்?'

நந்திதா அயரவில்லை. 'சார், என் கணவரை விடுவிப்பதற்காக நான் எந்த ஆயுதத்தையும் கையாளத் தயங்கமாட்டேன். நான் நிருபர்களிடம் நளினமாக, மெதுவாக, ஒரு சாதாரண, வீட்டைவிட்டு வெளியில் வராத பெண்போலப் பேசியிருந்தால், எந்தப் பத்திரிகையும் இந்தச் செய்தியை வெளியிட்டிருக்காது. என் கணவர் இறந்துவிட்டார். இனி ஏதும் செய்ய முடியாது அனைவருக்கும் நன்றி என்று என்னால் சொல்லியிருக்க முடியுமா? சொல்லியிருந்தால் இந்த விவகாரம் புதைகுழிக்குப் போயிருக்கும். நான் இந்தப் பேட்டிக்குப் பிறகு சுகன்யாவிடம் பேசி மன்னிப்புக்கேட்டுக்கொண்டேன். எதற்காக அவ்வாறு பேசினேன் என்பதையும் சொன்னேன். அவள் புரிந்துகொண்டாள். இப்போது இந்த அயோக்கியர்கள் புகைப்படங்களை வெளியிட்டிருப்பதற்கு முக்கியக் காரணம் நான் போட்ட கூச்சல்.'

'நீங்கள் அதிர்ஷ்டம் செய்தவர், மிஸஸ் கோஷ். விவகாரம் வேறுவிதமாகத் திரும்பியிருக்கலாம். கோஷ் உயிரோடு இல்லை என்பதற்கு அவர்கள் சான்றுகள் அனுப்பியிருக்கலாம். இவர்களைக் கோபப்படவைப்பது அவ்வளவு சரியாகப் படவில்லை.'

'அவர்கள் கோபப்படுவது பணம் கிடைக்காததால். சீக்கிரம் பணத்திற்கு ஏற்பாடு செய்யுங்கள்.'

பதினைந்து

1

எங்கள் நிறுவனத்தில் பருப்பு வரைமுறை ஒன்று நீண்ட நாட்களாக நடைமுறையில் இருக்கிறது. இந்த வரைமுறையின்படி தலைவரின் கூட்டங்களில் பாதாம் பருப்பு இருக்கும். இயக்குநர்களில் ஒருவர் கூட்டத் திற்குத் தலைமை தாங்கினால் முந்திரிப்பருப்பு. என்னைப் போன்ற செயல் இயக்குநர்களுக்கு வெறும் வேர்க்கடலை.

தடையற்ற சந்தை வந்ததிலிருந்து இந்தப் பருப்பு வரைமுறை ஆட்டம் கண்டுவிட்டது. தில்லிச் சந்தையில் முந்திரிப்பருப்பு பாதாம்பருப்பைவிட அதிக விலையில் விற்கிற நிலைமையில் தலைவர் பருப்பின் விலை இயக்குநர் பருப்பைவிடக் குறைவாக இருந்தது. இதனால் நிறுவனத்தில் ஒரே குழப்பம். நான் CEOவின் அலுவலகத்தில் நுழைந்தபோது, இதைப் பற்றிச் சர்ச்சை நடந்துகொண்டிருக்கிறது.

'ஒரு சேரை இழுத்துப்போட்டு உட்காருங்கள், சந்திரன். இந்தப் பருப்பு விவகாரம் தலைவலியைக் கொடுக்கிறது.'

'நான் வேர்க்கடலை மனிதன், சார். எனக்கும் இதற்கும் சம்பந்தம் இல்லை.'

'ஏதாவது ஆலோசனை?'

'பருப்பை மாற்றுங்கள். தலைவருக்கு முந்திரி. இயக்குநர்களுக்கு பாதாம்.'

'அது பற்றி யோசித்தோம். இன்று பாதாம் விலை குறைவாக இருக்கலாம். ஆனால் நாளை அது முந்திரி விலையை விட அதிகரிக்கலாம்.'

'தலைவருக்கு இரண்டு வகை பருப்புகள். இயக்குநருக்கு ஒரே வகை.'

CEO இந்த யோசனையை விரும்புகிறார். நிதி இயக்குநர் என்னைக் கோபத்துடன் பார்க்கிறார்.

'அது எப்படி முடியும்? இரண்டு பருப்புகளைக் கூட்டங்களில் வைத்தால் செலவு அதிகமாக ஆகாதா?'

தலைவர் குறுக்கிடுகிறார். 'வாரத்திற்கு ஒருமுறை நான் கூட்டம் நடத்துகிறேன். அது இரண்டு பருப்புக் கூட்டமாக இருந்தால் எவ்வளவு செலவாகிவிடும்? செலவைக் குறைக்க வேண்டுமென்றால் இயக்குநர்கள் வேர்க்கடலைக்கு இறங்கி வர வேண்டும்.'

நான் இந்தப் பருப்பு விவகாரத்திலிருந்து விடுதலை பெற விரும்புகிறேன். 'சார், ப்ளைட்டிற்கு நேரமாகிறது.'

'மன்னிக்க வேண்டும்' என்னைத் தனியாக அழைத்துத் தலைவர் சொல்கிறார். 'இந்தச் சந்திப்பு முடிந்ததும் அமைச்சரிடம் உடனே பேசுங்கள். அவர் செய்தி அனுப்பியிருக்கிறார்.'

'சந்திப்பு நடக்கும் என்று உறுதியாகச் சொல்ல முடியாது. நடந்தால் உடனே பேசுகிறேன்.'

கோஷின் இறக்கவில்லை என்ற செய்தி கிடைத்த சில நாட்களில் முதலமைச்சரிடமிருந்து அழைப்பு வந்தது. சந்திப்பு அவர் வீட்டில் நடந்தது. அவர் ராணிகட்டா வளர்ச்சித் திட்டங்களைப் பற்றி விரிவாகப் பேசினார். கோஷ் சமாச்சாரம் பற்றி மூச்சுவிடவில்லை. பூயான் மத்திய அரசுக்கும் மாநில அரசுக்கும் இடையே இருக்கும் நல்லுறவைப் பற்றி நீண்ட சொற்பொழிவு ஆற்றியபோது முதலமைச்சரின் கண்கள் மூடியிருந்தன. தலை இரண்டு நிமிடங்களுக்கு ஒருமுறை அசைந்துகொண்டிருந்தது. தூக்கத்தில் தலையை அசைக்கும் முறையில் அவர் பயிற்சி பெற்றிருக்க வேண்டும். அவரது உடல் நலம் அவ்வளவு சரியாக இருப்பதாகத் தோன்றவில்லை. மிகவும் களைப்போடு இருந்தார். விடைபெறும்போது மரத்தால் செய்யப்பட்ட சிறிய காண்டா மிருகச் சிலை ஒன்றைப் பரிசாக அளித்தார். வெளியில்

வந்ததும் பூயான் என்னிடம் சொன்னார், ‘அவர் “வருந்துகிறேன்” என்று சொல்லாமல் சொல்கிறார்.’

நான் ராஜ்வன்ஷியிடம் பேசினேன். அவர் மகிழ்ச்சி தெரிவித்தார். ‘நான் சொன்னேனே’ என்ற பூரிப்பு அவரிடம் இல்லை. கடவுளுக்கு நன்றி சொன்னார். பேச்சுவார்த்தை திரும்பத் தொடங்க ஏற்பாடு செய்கிறேன் என்றார்.

‘அஸ்ஸாமிற்கு வெளியில் நடக்க வேண்டும், சார்.’

‘கேட்டுப் பார்க்கிறேன்.’

அவர் முயற்சியால் இப்போது சந்திப்பு நடக்கப்போகிறது. இடம் விசாகப்பட்டினம்.

2

நான் விசாகப்பட்டினம் செல்லப்போகிறேன் என்று தெரிந்ததுமே சுகன்யா என்னை நச்சரிக்கத் தொடங்குகிறாள்.

‘பக்கத்திலதானே இருக்கு சிம்மாசலம். நிச்சயம் போயிட்டு வா.’

‘நேரமிருந்தாத்தான் போவேன்.’

‘நேரத்த பிடிச்சி நீதான வச்சிண்டிருக்கே. அது இல்லாம எங்கப் போயிடும்?’

சந்திப்பு சிம்மாசலத்தில் ஏற்பாடு ஆகியிருக்கிறது என்பதை நான் சுகன்யாவிடம் சொல்ல விரும்பவில்லை.

நான் தங்கியிருக்கும் ஓட்டல் பழைய பிரிட்டிஷ் பாணியில் கட்டப்பட்டிருக்கிறது. திறந்த வெளிகள் அதிகம். நீச்சல் குளம் பெரியது. கூட்டமில்லாதது. கௌஹாத்தியின் மூச்சைப் பிடிக்கும் ஹோட்டல்களில் இருந்துவிட்டு இந்த ஹோட்டலுக்கு வருவது இதமாக இருக்கிறது. பஞ்சாபி மசாலாக்கள் கலக்காத தென்னிந்திய உணவை இதன் உணவு விடுதிகள் அளிப்பது ஆறுதலாக இருக்கிறது.

என் அறையின் ஜன்னல்கள் கூரையில் முடிகின்றன. ஜன்னல்களுக்குப் பின்னால் கடல். விசாகப்பட்டினக் கடலின் நீலம் கண்களுக்கு இதமானது. பாட்டியின் மடிபோலக் கதகதப்பைத் தருகிறது. கடற்கரையும் எனக்குப் பிடித்திருக்கிறது. முன்னால் இருப்பவரின் வியர்வை நாற்றத்தை நுகர்ந்துகொண்டே நடக்க வேண்டிய அவசியம் இல்லை. மனிதர்கள் இடைவெளிவிட்டு நடக்க முடியும். காலையில்

நடக்கிறேன். மாலையில் நடக்கிறேன். இரவில் கனவுகள் இல்லாமல் தூங்குகிறேன். அழைப்புக்காக மற்ற நேரங்களில் காத்துக்கொண்டிருக்கிறேன்.

ஹோட்டலின் முன்னால் பெரிய விளம்பரப்பலகை இருக்கிறது. இரண்டு சிறுவர்கள் பாழடைந்த பற்களுடன் என்னை நோக்கிச் சிரிக்கிறார்கள். அவர்களுக்குக் கீழ் தெளி வாகப் பல வண்ணங்களில் வாசகம் ஒன்று எழுதப்பட்டிருக் கிறது. Brush your teeth regularly, we gems still sneak in! The only proven fighter against gems - Pepsodent! ஆங்கிலம் மன்னிப்பே அளிக்காத மொழி. அதில் எழுத எனக்கு எப்போதும் தயக்கம்.

எங்கள் நிறுவனத்தில் எல்லோருக்கும் நான் அஸ்ஸாமில் செய்துகொண்டிருப்பது என்ன என்பது தெரியும். விசாகப் பட்டினத்தில் இருக்கும் எங்கள் மின்நிலைய அதிகாரிக்கும் நான் மின்நிலையத்தைப் பரிசீலிக்க வரவில்லை என்பது தெரியும். ஆனாலும் பிரதமர் அந்த மின்நிலையத்திற்கு வருகிறார். அதற்கான ஏற்பாடுகள் எந்த அளவிற்குச் செய்யப்பட்டிருக்கின்றன என்பதை ஆராய்வதற்காக நான் வந்திருப்பதாக அவரிடம் சொல்லப்பட்டிருந்தது. அவரும் பொறுமையாக ஏற்பாடுகளைப் பற்றிச் சொல்லிக்கொண்டிருக் கிறார். நானும் கேட்டுக்கொண்டிருக்கிறேன்.

அழைப்பு வருகிறது.

3

சிம்மாசலமலை உச்சிவரை கார் செல்லலாம். நான் அடிவாரத்திலிருந்து நடந்தே செல்கிறேன். என்னுடன் நடந்தவர்களில் மனிதர்களைவிடக் கன்றுகள்தான் நிறைய இருக்கின்றன. பெரும்பாலும் காளைக்கன்றுகள். பிறந்து சில நாட்களே ஆன கன்றுகள். நடக்க விரும்பாத கன்றுகள் இழுத்துச் செல்லப்படும் கன்றுகள். காலொடிந்து ஓரத்தில் கிடக்கும் சில கன்றுகளையும் நான் பார்க்கிறேன்.

“நேர்த்தி, சார். எல்லாம் கோவிலுக்கு நேர்த்திக்கு விடுவதற்காகக் கொண்டுபோகிறார்கள்.”

“காளையை வைச்சுக் கோவிலில் என்ன செய்வார்கள்?”

“வெள்ளிக்கிழமை கோவிலில் ஏலம் நடக்கும் சார். இந்தக் கன்றுகள் எல்லாம் ஏலத்தில் போயிடும். சிம்மாசலம் பக்கம் மட்டன் விலை ரொம்பக் குறைச்சல்.”

சிம்மாசலம் கோவில் ஆந்திரத்தில் மிகப் பழமையான கோவில்களில் ஒன்று. இந்தக் கோவிலில் இரு முக்கியமான தமிழ்க் கல்வெட்டுகள் இருக்கின்றன. ஒன்று முதலாம் குலோத்துங்கனின் (1070 – 1120) அதிகாரிகள் இருவர் கோவிலில் பூசைசெய்யும் வைணவக் குடும்பங்களைப் பராமரிப்பதற்காகக் கொடுத்த நிலங்களைப் பற்றியது. மற்றொன்று தமிழ் வணிகர்கள் கோவிலிற்குச் செய்த தானங்களைப் பற்றியது. குலோத்துங்கன் கலிங்கப் போருக்குச் சென்ற பாதையில் இந்தக் கோவில் இருந்திருக்க வேண்டும். விஷ்ணு கோவில்கள் கிழக்கு நோக்கியே இருக்கும். இது மேற்கு நோக்கி இருக்கிறது. கலிங்க, ஹொய்சாள, சோழ சிற்பக் கலைகளின் கலவை. அழகிய கலவை. கோவில் பிராகாரத்தில் திருப்பாவைப் பாடல்கள் முப்பதும் தெலுங்கில் எழுதப்பட்டிருக்கின்றன.

கடவுள் சந்தனத்தால் மறைக்கப்பட்டிருக்கிறார். வருடத்தில் ஒரு நாள்தான் சந்தனம் நீக்கப்படும். வராகக் கடவுளும் நரசிம்மரும் இணைந்து தோன்றும் விக்கிரகம் என்று சொல்கிறார்கள். சிலர் சந்தனத்திற்குப் பின்னால் இருப்பது சிவலிங்கம் என்கிறார்கள். ராமானுஜர் சிவனை விஷ்ணுவின் அவதாரங்களாக மாற்றினார் என்கிறார்கள்.

பட்டர் தமிழ் பேசுகிறார். தெலுங்கு விரவிய தமிழ்.

‘சந்தனக் காப்பு. எடுத்தா உக்ரத்தில லோகம் பஸ்பமாயிடும்.’

கர்ப்பக்ருஹத்தைச் சுற்றியிருக்கும் சுவர்களில் பல அழகிய சிற்பங்கள். ஒன்றில் நரசிம்மம் நின்றுகொண்டே ஹிரண்ய கசிபுவைக் கிழிக்கிறது. இடது தொடையில் அவன் வில்லாக வளைந்துகிடக்கிறான். நரசிம்மத்தின் மேலே காளிங்க நர்த்தனம்.

‘இன்றைக்கு இப்படிக் கிழிக்க வேண்டும் சார்.’ மின் நிலைய அதிகாரி நரசிம்மத்தைப் பார்த்ததும் உக்கிரமாகிறார்.

‘எத்தனை பேரைக் கிழிக்கறது? நகம் மழுங்கிப்போயிடும்.’

கன்றுகளை என்னால் மறக்க முடியவில்லை.

‘நீங்கள் சொன்னது உண்மையா?’

‘எது சார்?’

‘அந்தக் கன்றுக்குட்டிகளைப் பத்தி.’

‘ஆமா சார். எல்லாம் கசாப்புக் கடைக்குப் போகின்றன. சார், நான் மற்ற இடங்களில் மாமிசம் சாப்பிடுவேன். ஆனால்

விசாகப்பட்டினத்தில அதைத் தொடமாட்டேன். இந்தக் கன்றுக்குட்டிகளைக் கொல்கிற பாவிகள்தான் கோவிலையும் நிர்வகிக்கிறார்கள். இவர்களைக் கிழிக்க வேண்டும் சார். இவர்களையாவது கிழிக்கணும்.'

நான் பேசாமல் இருக்கிறேன். அவர் கண்ணோரங்களின் ஈரம் மின்னுகிறது.

'சரி, உங்களுக்கு நேரமாகிவிட்டது என்று எண்ணுகிறேன்.'

'நான் காரை அடிவாரத்திற்கு வரச் சொல்லியிருக்கிறேன். உங்களுக்காக மின்நிலையத்தில் காத்துக்கொண்டிருப்பேன்.'

பதினாறு தூண் மண்டபத்தின் படிக்கட்டில் அமர்கிறேன். பார்க்கும் முகங்களெல்லாம் தென்னிந்திய முகங்களாக இருக்கின்றன. குளிர்ந்த காற்று வீசுகிறது. கன்றுக்குட்டிகளுக்கு நடப்பது இந்து மதத்தின் கணக்கில்லா முரண்களில் ஒன்று. உலகம் முழுவதும் கன்றுகள் கொல்லப்படுகின்றன. ஆனால் இந்த இடத்தில் மட்டும் கன்றுகள் கசாப்புக் கடைக்குச் செல்வது கோவிலின் வழியாக. அந்தக் கோவிலின் கடவுள் ஆநிரையைப் பேய் மழையிலிருந்து காப்பதற்காக ஒற்றை விரலால் மலையைத் தூக்கியவன்.

'ஹலோ, மிஸ்டர் சந்திரன்.'

கண்ணைத் திறந்து பார்க்கிறேன். தடித்த கண்ணாடி அணிந்த மனிதர் ஒருவர் என்னைப் பார்த்துச் சிரிக்கிறார். அவரது நரைத்த தாடி சுருள் சுருளாக அடர்ந்து முகத்தை மறைக்கிறது.

'நமஸ்தே.'

'நமஸ்தே, என் பெயர் பேஸ்பருவா.'

'நீங்கள் என்ன புரபசரா? பார்த்தால் அப்படித் தெரிகிறீர்கள்.'

'ஒரு காலத்தில் விரிவுரையாளராகப் பணியாற்றிக் கொண்டிருந்தேன். கணித விரிவுரையாளர். அஸ்ஸாம் விடுதலை பெற்றதும் திரும்ப ஆசிரியராகப் பணியாற்றுவேன்.'

'ப்ரொஃபசர், கனவுகளைப் பற்றிய தர்க்கங்களில் நான் ஈடுபட விரும்பவில்லை.'

அவர் சிரிக்கிறார். 'சந்திரன், எங்களுக்கு உங்களைப் பற்றிய எல்லா விவரங்களும் தெரியும். நீங்கள் ஒரு காலத்தில் மார்க்சியவாதியாக இருந்தீர்கள், சரிதானே?'

'அதைப் பற்றியும் நான் பேச விரும்பவில்லை. நான் இங்கு வந்திருப்பது கோஷ் கடத்தல் விஷயமாக.'

அவர் கோஷ் பற்றி உடனடியாகப் பேசத் தயங்குகிறார்.

'மார்க்சியத்தைப் பற்றி அறிந்திருப்பதால், ஒவ்வொரு நாடும் எத்தகைய ஆட்சியை அமைத்துக்கொள்ள வேண்டும் என்பதைச் சுயமாகத் தீர்மானித்துக்கொள்ளும் அடிப்படை உரிமையைப் பெற்றிருப்பது உங்களுக்கு நன்றாகத் தெரியும்.'

'அப்படியா? ரோஸா லக்சம்பர்க் என்ற மார்க்சியவாதியைப் பற்றி உங்களுக்குத் தெரியும் என்று நினைக்கிறேன். அவர் சுய ஆட்சி என்பது அராஜகத்தின் பிதற்றல்களில் ஒன்று என்று சொல்கிறார். புரபசர், நாம் இங்குத் தர்க்கங்களில் பொழுதை வீணாக்க வேண்டாம். கோஷ் பற்றிப் பேசுவோம்.'

அவர் தர்க்கத்திலிருந்து விலகத் தயாராக இல்லை. இருவரும் மார்க்சியச் சுழல்களில் சிக்கிக்கொள்கிறோம். அவர் அஸ்ஸாம் மக்களுக்கு நீதி கிடைக்க வேண்டிய கட்டாயத்தைப் பற்றி வலியுறுத்துகிறார். நான் முதலில் அமைதி வேண்டும் என்கிறேன். அமைதியே நிரந்தர நீதிக்கு வழிவகுக்கும் என்கிறேன். கோஷ் அவர் இருக்கும் இடத்தில் இருக்கிறார்.

'புரபசர், நீங்கள் இங்கு எப்படி வந்தீர்கள்? நடந்து தானே? வழியில் கன்றுக்குட்டிகளைப் பார்த்தீர்களா? அவை அனைத்தும் இந்தக் கோவிலுக்கு நேர்த்திக்காக விடப்பட்டவை. ஒன்றுவிடாமல் கசாப்புக் கடைக்குச் செல்கிறது. அஸ்ஸாமின் ஆயிரக்கணக்கான ஆண்களும் பெண்களும் இந்தக் கன்று களைப் போல. தனி நாடு என்ற கடவுளுக்கு நேர்த்திக்கு விடப்பட்டுப் பலியாகிக்கொண்டிருக்கிறவர்கள்.'

சிறிது நேரம் பேசாமல் அடிவாரத்தை நோக்கி நடக்கிறோம்.

நான் என் வாகனத்திற்கு அருகே வந்ததும் பேஸ்பருவா மெதுவாகச் சொல்கிறார்.

'இரண்டு கோடி ரூபாய். ஐநூறு ரூபாய் நோட்டுகளில் கொடுக்கப்பட வேண்டும். இன்னும் பதினைந்து நாட்களில்.'

எனக்கு அவரைப் பார்த்தால் வருத்தமாக இருக்கிறது. அறிவுஜீவி ஒருவர் பிணைத்தொகைக்காகப் பேரம்பேசும் நிலைமைக்குத் தள்ளப்பட்டிருக்கிறார்.

'இரண்டு கோடி? கோஷை நீங்களே வைத்துக் கொள்ளுங்கள், எங்களது முழுவாழ்த்துகளுடன்.'

பேசுகிறோம். பேசிக்கொண்டே இருக்கிறோம். விடை பெற்றுக்கொள்கிறோம்.

ஹோட்டலுக்குத் திரும்பி வந்ததும் அமைச்சரிடம் பேசுகிறேன்.

'ஒரு கோடி கேட்கிறார்கள். என்ன பதில் சொல்லலாம்?'

'அவர்கள் தரப்பில் யார் வந்தார்கள்?'

'வயதான ப்ரொஃபசர் வந்தார். அவர் கேட்டது இரண்டு கோடி. இரண்டு மணி நேரத்திற்குப் பிறகு ஒரு கோடிக்கு வந்திருக்கிறார்.'

'நீங்கள் என்ன சொல்கிறீர்கள்?'

ஒரு கோடிக்கு ஒத்துக்கொள்ளலாம் என்று பதில் சொல்லியிருக்கலாம்.

'இன்னும் கொஞ்ச நாட்கள் இழுத்துப்பிடிக்கலாம். இறங்கி வருவார்கள் என்பது நிச்சயம். இன்னும் மூன்று நான்கு மாதங்கள் காத்திருக்க வேண்டும்.'

'சரி. ஐம்பது லட்சத்திற்கு இறங்கி வந்தால் ஒத்துக் கொள்ளலாம்.'

4

விமான நிலையத்திற்குச் சென்ற பிறகுதான் விமானம் தாமதமாகப் புறப்படுவது தெரிகிறது. ஒரு மூலையில் நானும் எங்கள் மின்நிலைய அதிகாரியும் வரைபடத்தைப் பிரித்து வைத்துக்கொண்டு பிரதமருக்குத் தேநீர் அளிக்கும் இடத்தை முடிவுசெய்ய முயன்றுகொண்டிருக்கிறோம்.

'What is this?'

நிமிர்ந்து பார்க்கிறேன். ஆறேழு வயதுச் சிறுவன். அழகின் வடிவம். பக்கத்தில் அவனை ஒட்டிக்கொண்டு நிற்கும் சிறுமி. நான்கு வயது இருக்கும். கொழுக்கட்டை.

'இது வரைபடம். உன் பெயரென்ன?' ஆங்கிலமும் ஹிந்தியும் கலந்த மொழியில் நாங்கள் பேசத் தொடங்குகிறோம்.

'வரைபடம்னா? இது ஷைலஜா. நான் ஸ்ரீஜித்.'

'வரைபடம்னா? பெரிசா இருக்கறத ஒரு பேப்பருக்குள்ள வரைஞ்சு வச்சுக்கறது. பின்னால வரைஞ்சதப் பாத்து பெரிசா

இருக்கறது எப்படி இருக்கும்னு மத்தவாகிட்டச் சொல்லறத்துக்கு அது உதவியா இருக்கும்.'

'எவ்வளவு பெரிசையும் வரைய முடியுமா?'

'முடியும்.'

'இந்த ஏர்போர்ட்ட?"

'முடியும்.'

'இந்த ஊரை.'

'முடியும்'.

'வரைஞ்சு இந்த ஊர்ல இந்த ஏர்போர்ட்டில நான் எங்க இருக்கேன்னு சொல்ல முடியுமா?'

எனக்குப் பதில் சொல்லத் தெரியவில்லை.

ஸ்ரீஜித்தின் கவனம் பக்கத்தில் இருப்பவரின் சூட்கேஸின் மீது திரும்புகிறது.

'இது என்ன கலர் சொல்லு?' தங்கையிடம் கேட்டான்.

'சிவப்பு.'

'முட்டாள். இது பிங்க்.'

பருமனான, சிவப்பான, குழப்பம் நிறைந்த கண்களுடைய பெண் ஒருத்தி வேகமாக வருகிறாள்.

'எங்கெல்லாம் தேடறது? உன்னை நான் எங்க நிக்கச் சொன்னேன்? இங்க என்ன செய்யறே?'

ஸ்ரீஜித் வரைபடத்தைப் பற்றிச் சொல்கிறான்.

'என்னை, இந்த ஏர்போர்ட்ட, இந்த ஊரை எல்லாத்தையும் ஒரு பேப்பர்ல அடைச்சிடலாம்னு இவர் சொல்லறார்.'

'I am awfully sorry, sir. They are just impossible.'

தாயார் பெருமையோடு அலுத்துக்கொள்கிறாள். தகப்பனார் கடலோடி. சென்னைக்கு வந்திருக்கிறார். குழந்தைகளோடு வரவேற்கச் சென்றுகொண்டிருக்கிறாள்.

IC 562 இன்னும் ஒரு மணிநேரம் தாமதமாகப் புறப்படும் என்ற அறிவிப்பு ஒலிபெருக்கியில் அலறுகிறது. எல்லோரும் முணுமுணுத்துக்கொள்கிறார்கள் நான் குழந்தைகளைப்

பார்த்துக்கொண்டிருக்கிறேன். கேள்விகள் நிறைந்த உலகம் அவர்களுடையது. எல்லாக் கேள்விகளுக்கும் பதில் கிடைக்காது என்பது அவர்களுக்குத் தெரிந்திருக்கிறது. அதைப் பற்றி அவர்கள் கவலைப்படுவதாகத் தெரியவில்லை. வயது ஏறும்போதுதான் கவலை வரும். அப்போது கேள்விகளும் குறைந்துவிடுகின்றன. எஞ்சியிருப்பவை பதில்களை இறுக்கி வைத்துக்கொண்டிருக்கும் பாறைக் கேள்விகள். அவற்றின் மீது முட்டி மோதி ஓய்ந்துபோகும்போது வாழ்க்கை முடியும் தருவாய்க்கு வந்துவிடுகிறது.

விமானத்தில் எனக்கு ஜன்னலோர இருக்கை கிடைக்கிறது. நேர் எதிர் ஜன்னலில் ஸ்ரீஜித். ஆரஞ்சுப் பழத்தை உரித்துக் கொண்டே என்னைப் பார்த்துச் சிரிக்கிறான். எனது கையில் ஷ்யாம் செல்வதுரையின் *The Funny Boy* புத்தகம். கண்கள் வரிகள்மீது ஓட முடியாதபடி தூக்கம் தடுத்துக்கொண்டிருக்கிறது. வானில் ஏறும் விமானம் ஒரு தூக்க ஊக்கி.

ஒரு வெடிச் சப்தம் எனது தூக்கத்தைக் கலைக்கிறது. விமானம் வானத்தில் ஏறுவதை இழுத்துத் தடுக்க யாரோ முயன்றுகொண்டிருப்பதாகக் கனவு. கண்விழித்துப் பார்க்கிறேன். உண்மையாகவே விமானம் உயரத்தை அடையக் கடுமையாக முயன்றுகொண்டிருக்கிறது. சென்னை நகரத் தெருக்களில் சந்திக்கும் பழைய அம்பாசடர் வண்டிகளைப் போல. முயற்சி பலன் அளிப்பதாகத் தெரியவில்லை. ஜன்னல் வழியே பார்க்கிறேன். மேல்பாகம் இல்லாத இடது புற இஞ்சின் தெரிகிறது. மேல்பாகம் உதறப்பட்டச் சத்தம் தான் என்னை விழிப்படைய வைத்திருக்க வேண்டும். ஆடை இழந்த, நின்றுபோன இஞ்சின். நீல வானின் பின்புலத்தில் அதன் நிர்வாணம் மிகக் குரூரமாகத் தெரிகிறது. நல்ல வேளையாக இஞ்சினில் தீப்பிடிக்கவில்லை. விமானம் பறந்து கொண்டிருப்பது வலது புறத்து இஞ்சின் உயிரைப் பிடித்து வைத்துக்கொண்டிருப்பதால்தான். இது பாதி நுரையீரலுடன் மூச்சுவிடும் விவகாரம். சமதளத்தில் சாதாரணமாக மூச்சு விடலாம். மலை ஏறும்போது மூச்சுவிடுவது முடியாத காரியம். அந்த முடியாத காரியத்தைத்தான் விமானம் செய்ய முயன்றுகொண்டிருக்கிறது.

விமானப் பணியாளர்கள் அங்கும் இங்கும் சென்று கொண்டிருக்கிறார்கள். முகங்களில் மாறாத முறுவல். எனக்கு என்ன செய்வதென்று தெரியவில்லை. செல்வ துரையின் புத்தகத்தைப் பிரிக்கிறேன். முதல் அத்தியாயத்தின் தலைப்பு: Pigs have wings. இங்கு விமானத்திற்குக்கூடச் சிறகுகள் இருப்பதாகத் தெரியவில்லை. பறக்க முயன்று,

கலங்கிய நதி 207

பறக்கும் திறனை வெகுவேகமாக இழந்துகொண்டிருக்கும் விமானத்தில் நான் இருக்கிறேன். நான் இழக்கப்போவது பறப்பை மட்டும் அல்ல என்ற எண்ணம் எனக்கு ஓர் அசாதாரண மான சமன்பாட்டை அளிக்கிறது. ஸ்ரீஜித் என்னைப் பார்த்து மீண்டும் சிரிக்கிறான். அவன் தாய் அயர்ந்து தூங்கிக் கொண்டிருக்கிறாள்.

விசாகப்பட்டினத்தைச் சுற்றி மலைகள். விமானம் ஏதோ ஒரு மலையின் பக்கத்தில் பறந்துகொண்டிருக்கிறது. ஜன்னலுக்கு வெளியே கையை நீட்டித் தொட முடியும் என்று தோன்றுகிறது. விமானம் மலையைத் தொடாமல் இருக்க வேண்டும். எல்லாப் பயணிகளுக்கும் என்ன நடந்தது என்பது தெரியவில்லை. ஆனால் எல்லோருக்கும் விமானம் உயரப் பறக்க முயன்று தோல்வியடைந்துவிட்டது என்பது தெரிந்து விட்டது. விமானம் இப்போது தரையைத் தேட வேண்டும். தரை சென்றடைவது அவ்வளவு எளிது என்று எனக்குத் தோன்றவில்லை.

விமானம் கடல்மீது பறக்கிறது. கடலுக்கு மிக அருகாமை யில். ஜன்னலுக்கு வெளியே வானத்தின் நீலத்திற்குப் பதிலாகக் கடலின் நீலம் தண்ணீரின் ஜொலிப்புடன் தெரிகிறது.

'நமக்கு ஜல சமாதியா?' என் பக்கத்தில் இருந்தவர் சிரித்துக்கொண்டே கேட்கிறார்.

'இல்லை சார். பைலட் எரிபொருளைக் கடல்ல தள்ளறான். பிளேனோட எடை குறையும்' என்று அவருக்குப் பக்கத்தில் இருந்தவர் சொல்கிறார். அவர் சொல்வதுதான் சரி என்று பட்டது. விமானம் கடலைவிட்டு விலகி நிலத்தின் மீது பறக்கத் தொடங்கியது.

'பயணிகளுக்கு ஓர் அறிவிப்பு. விமானம் இன்னும் சிறிது நேரத்தில் விசாகப்பட்டினத்தில் தரை இறங்கும்' என்று விமானி அறிவிப்பது எங்களுக்கு வேடிக்கையாக இருக்கிறது. அவர் ஒருவருக்குத்தான் விமானம் நிச்சயம் தரை இறங்கும் நம்பிக்கை இருக்கிறது. கட்டடங்களுக்கு மேலாக, மரங்களுக்கு மேலாக விமானம் தாழ்வாகப் பறக்கிறது. கீழே சில மக்கள் அண்ணாந்து பார்த்துக்கொண்டிருக்கிறார்கள். பலர் சிதறி ஓடுகிறார்கள். தங்கள்மீது விமானம் இறங்கிவிடும் என்ற பேரச்சம் ஓடவைக்கிறது.

கடைசியில் விமானம் ஓடுதளத்தில் இறங்குகிறது. ஒரு பக்கமாக இழுத்துச் செல்லப்படுவதுபோல ஓர் எண்ணம். இழுத்துச் செல்லப்படும் பக்கம் மரங்கள் அடர்ந்த பகுதி.

விமானத்தின் சத்தத்தையும் மீறித் தீயணைக்கும் வண்டிகளின் ஓலம். விமானம் நின்ற இடத்திற்கும் மரங்களுக்கும் இடையே அதிக இடைவெளி இல்லை. எங்களுக்கும் மரணத்திற்கும் இடையே இருந்த இடைவெளி இதைவிடக் குறைவாக இருந்திருக்க வேண்டும்.

ஸ்ரீஜித்தின் தாய் விமானம் தரை இறங்கும்வரை தூக்கத்தி லிருந்து மீளவில்லை.

5

விமானி ப்ரிதிவி கிருஷ்ணன் மந்திரவாதியாக எங்களுக்குத் தோன்றுகிறார். கடலுக்கும் விமானத்திற்கும் இடையே ஆறு அடிதான் இருந்ததாக அவர் சொல்கிறார்... அவரது தேர்ந்த ஓட்டுமைதான் இந்த விபத்திலிருந்து மீண்டதற்குக் காரணம் என்று பல பயணிகள் சொல்கிறார்கள். வேறு சிலர் போயிங் விமானம் எந்த நெருக்கடியிலிருந்தும் மீண்டுவரும் முறையில் கட்டமைக்கப்பட்டது என்கிறார்கள். ஸ்ரீஜித் விமானியின் கையைப் பிடித்துக்கொண்டு சிறிது நேரம் நிற்கிறான். பிறகு ஒரு ட்ராலியில் தங்கையை வைத்துக் கொண்டு வேகமாக ஓடுகிறான். அவன் தாய் அவன் பெயரைச் சொல்லிக்கொண்டே அவன் பின்னால் ஓடுகிறாள்.

சுகன்யாவிடம் நடந்ததைச் சொல்கிறேன். அவள் பதற்றப்படுவதாகத் தெரியவில்லை.

'நீ பிழைச்சதுக்குக் காரணம் ஸ்ரீஜித் தரைக்குத் திரும்ப வர வேண்டியிருந்ததால. கடவுளுக்குக் குழந்தைகளப் பிடிச்சு வைச்சுக்க வேண்டிய கட்டாயம் என்ன?'

எனக்கு கிப்ளிங்க் எழுதிய கவிதை ஒன்று நினைவிற்கு வருகிறது

So through the Void the Children ran homeward
 merrily hand in hand,
Looking neither to left nor right
 where the breathless Heavens stood still.
And the Guards of the Void resheathed their swords,
 for they heard the Command
'Shall I that have suffered the Children to come to Me
 hold them against their will?'

(வெறுமையின் ஊடே குழந்தைகள் ஓடினார்கள், வீடு நோக்கி, மகிழ்ச்சியோடு, கையோடு கை கோர்த்து,

(ஆச்சரியத்தால்) மூச்சடைத்து, அசைவிழந்த சொர்க்கங் கள் நின்ற இடப்புற வலப்புறங்களைப் பார்க்காமல்.

வெறுமையின் காவலர்கள் தங்கள் கத்திகளை உறைகளில் இட்டனர். (தேவ குமாரனின்) கட்டளை அவர்களுக்குக் கேட்டது.

'குழந்தைகளை என்னிடம் வருவதற்கு அனுமதித்த நான் குழந்தைகள் விருப்பமின்றி அவர்களை வைத்துக் கொள்வேனா?')

ஸ்ரீஜித்தும் அவன் சகோதரியும் தேவகுமாரனுடன் இருக்க விருப்பப்படவில்லை என்று எனக்குத் தோன்றுகிறது. அதனால் தான் என் வாழ்க்கையின் கதவுவரை வந்த மரணம் திரும்பிச் சென்றிருக்க வேண்டும்.

'என்ன பேசாமலே இருக்க?'

'நம்மோட பிரியா ஏன் திரும்ப வல்லை?'

'அவளுக்கு வரப் பிரியமில்லையோ என்னவோ. ரமேஷ், நீ நூறு வயது இருப்பாய்.' இப்போது உடைந்து அழுகிறாள். அழுகை அன்பின் தூதுவன். நான் அவளைத் தடுக்க விரும்ப வில்லை. அவள் தன்னிலைக்கு வரச் சில நிமிடங்கள் ஆகின்றன.

'அடுத்த ஃப்ளைட் எப்போ?'

'நாளைக்கு?'

'கோஷ் விவகாரம் என்ன ஆச்சு?'

'ஒண்ணும் ஆகல்ல. பேச்சுவார்த்தை முறிஞ்சுபோயிடுத்து.'

அறைக்குச் சென்று மிக அருகாமையில் கண்ட கடலை மறுபடியும் வெகுநேரம் பார்த்துக்கொண்டிருக்கிறேன்.

திடீரென்று கன்றுக்குட்டிகளின் நினைவு வருகிறது.

6

மாற்று விமானம் ஹைதராபாத் வழியாகத் தில்லி செல்கிறது. இன்னொரு விபத்து ஏற்படும் சாத்தியக்கூறு மிகக் குறைவு என்பதைப் பயணிகள் உணர்ந்திருக்க வேண்டும். பார்க்கும் முகங்களிலெல்லாம் பூரிப்பு, பரவசம், விவரிக்க முடியாத நிறைவு. என் அருகில் அமர்ந்திருப்பவர் கையில் ஜோசப்

ப்ராட்ஸ்கியின் புத்தகம் ஒன்று இருக்கிறது. ஹைதராபாத்தில் தூங்க ஆரம்பித்தவர் விழிக்கும் வழியைக் காணோம். குறட்டை பலமாகக் கேட்கிறது. நானும் கண் அயர்கிறேன். திரும்பவும் சப்தம். பயப்பட வேண்டிய சப்தம் அல்ல. ப்ராட்ஸ்கி தரையில் விழும் சப்தம். புத்தகத்தைக் குனிந்து கையில் எடுக்கிறேன். நண்பர் இன்னும் தூங்கிக்கொண்டிருக்கிறார். அவரது நாக்கு வெளியே எட்டிப்பார்த்து உதடுகளை ஸ்பரிசித்துவிட்டுத் திரும்ப ஒளிந்துகொள்கிறது. எனக்குப் பொதுவாகப் புலம்பெயர்ந்தவர்கள் எழுதிய புத்தகங்களின் மீது அவ்வளவு ஆர்வம் இல்லை. ப்ராட்ஸ்கி விதிவிலக்கு. புத்தகத்தைப் புரட்டுகிறேன். தாமஸ் ஹார்டி பற்றிய கட்டுரை மீது கண் விழுகிறது. ஹார்டி இருபதாம் நூற்றாண்டுத் தொடக்கத்தில் எழுதிய கவிதையைப் பற்றி ப்ராட்ஸ்கி அந்தக் கட்டுரையில் பேசுகிறார். The Darkling Thrush (கரிய குருவி). ஹார்டியின் குருவி வயதானது, மெலிந்தது, அளவில் சிறியது. ஆனால் அதன் பாடலில் நம்பிக்கையின் உயிர் இருக்கிறது என்கிறார் ஹார்டி. பாடலின் கடைசி வரிகள் மறக்க முடியாதவை:

That I could think there trembled through
    His happy good-night air
Some blessed Hope whereof he knew
    And I was unaware.

(ஆசீர்வதிக்கப்பட்ட நம்பிக்கை ஒன்று
அந்த மகிழ்ச்சியான, இனிய இரவுக் காற்றில்
அதிர்ந்துகொண்டு வந்தது (அதன் குரலில்) என்ன
(நம்பிக்கை) என்பது அதற்குத் தெரியும்,
எனக்குத் தெரியாது.)

இந்தக் கவிதை எழுதப்பட்டு நூறு ஆண்டுகள் கழித்து நான் அதைப் படிக்கிறேன். ஒரு ராட்சதப் பறவையின் வயிற்றினுள் அமர்ந்துகொண்டு. இந்தப் பறவை திடமானது, அளவில் பெரியது. ப்ராட்ஸ்கி இந்தக் கவிதையில் நம்பிக்கைக் கும் நம்பிக்கையின்மைக்கும் இடைவெளி இல்லை என்கிறார். அவர் சொல்வது சரி. ஆனால் இந்தப் பறவையின் வயிற்றில் இந்தத் தூங்கும் நண்பரும் உபசரிக்கும் பெண்களும் மற்ற பயணிகளும் நம்பிக்கையின் உச்சத்தில் இருக்கிறார்கள். அவர் களுக்கும் நம்பிக்கையின்மைக்கும் இடைவெளி அதிகம். நான் தனியாக இருக்கிறேன். நம்பிக்கையின்மையின் தோழன்.

நண்பர் விழித்துக்கொண்டிருக்கிறார். மெதுவாகப் பேசுகிறார், 'ஹார்டியின் மிகப் புகழ்பெற்ற கவிதை. எந்த ஆங்கிலக் கவிதைத் திரட்டிலும் இது இடம்பெற்றிருக்கும்.'

'கொஞ்சம் வார்த்தைகளை அள்ளித் தெளித்திருக்கிறார். ஆனால் அழகான கவிதை.'

'உங்களுக்குப் பிடித்திருக்கிறதா? நீங்களும் நம்பிக்கை இழந்ததை நினைத்து வருந்துகிறீர்கள் என்று நினைக்கிறேன். ஹார்டியைப் போல.'

'ஆமாம். நேற்று நான் சிம்மாசலத்தில் இருந்தேன். வழிபட முயன்றேன். முடியவில்லை. மனம் உடைந்து போனேன்.'

'ஓ, அந்த விசாகப்பட்டினம் ப்ளைட்டில் நீங்களும் இருந்தீர்களா?'

'ஆமாம். மரணம் என்னைக் கண்விழிக்காமல் பார்த்துக் கொண்டிருந்தபோதும் கடவுளை நினைக்கத் தோன்றவில்லை.'

'நம்பிக்கை. நம்பிக்கை இறைவன்மீது இருக்கலாம். அறிவியல்மீது இருக்கலாம். பகுத்துணர்தல்மீது இருக்கலாம். மனித குலத்தின் வளர்ச்சியைத் தடுக்க எந்தச் சக்தியாலும் முடியாது என்ற கூற்றின் மீது இருக்கலாம். ஆனால் நம்பிக்கை தான் நமக்குள் இருக்கும் வாழ்வூற்றைச் சுரக்கச் செய்கிறது. வாழ்வதற்கு வலுவான காரணத்தைக் கொடுக்கிறது.'

'என்னுள்ளே இருந்த ஊற்று வற்றி வெகுநாட்களாகி விட்டன. ஏதாவது அதிசயம் நடக்காதா வற்றிய ஊற்று மீண்டும் சுரக்காதா என்று எதிர்பார்த்துக்கொண்டிருக்கிறேன். இதுவரை ஏமாற்றம்தான்.'

'ஹார்டியும் அந்த ஊற்றைத்தான் இந்தக் கவிதையில் தேடுகிறார். ஆனால் கவிதை நம்பிக்கையின் பக்கத்திலிருந்து சந்தேகத்தின் பக்கம் திரும்பிவிடுகிறது. இந்தக் கவிதையில் சந்தேகமும் நம்பிக்கை இல்லாமையும் ஒருபுறம். நம்பிக்கையும் evolutionary meliorism என்ற கோட்பாடும் மறுபுறம். வெற்றி யடைவது சந்தேகமும் நம்பிக்கை இல்லாமையும். ஹார்டிக்கு இந்த வெற்றி சிறிதும் பிடிக்கவில்லை.'

'Evolutionary meliorism?'

'ஆமாம். உலகில் மனித முயற்சியால் நல்ல மாற்றங் களைக் கொண்டுவர முடியும் என்ற கோட்பாடு. ஹார்டிக்கு மனித குலம் ஆசீர்வதிக்கப்பட்டது என்ற நம்பிக்கை முதல் உலகப் போர் தொடங்கும்வரை இருந்தது. ஆனால் போர் அவரை மாற்றிவிட்டது. இருபதுகளில், இறப்பதற்குச் சற்று முன்னால் அவர் சொன்னது இது:

'Peace upon earth' was said. We sing it/ And pay a million priests to bring it / After two thousand years of mass/ We have reached as far as poison gas.'

('உலகில் அமைதி நிலவட்டும்' என்று சொல்லப்பட்டது. நாமும் அந்தப் பாடலைப் பாடுகிறோம். பத்து லட்சம் பாதிரி களுக்குச் சம்பளம் கொடுக்கிறோம் – அமைதியைக் கொண்டு வருவதற்காக.

இரண்டாயிரம் ஆண்டுக் கால வழிபாட்டிற்குப் பின், நாம் வந்தடைந்திருப்பது – நச்சுப்புகை மூட்டத்திற்குள்.)

'நாம் அதையும் தாண்டி வெகுதூரம் வந்துவிட்டோம்.'

'ஆமாம். ஆனால் இதனால் என் நம்பிக்கை தகர்ந்துவிட வில்லை. எனக்குப் பிரார்த்தனையில் நம்பிக்கை இருக்கிறது. அவ்வளவு அழிவுகளுக்கு மத்தியிலும் மகாத்மா காந்தி பிரார்த்தனையைக் கைவிடவில்லை என்பதை நாம் மறக்கக் கூடாது .

'உங்களை நான் எங்கோ பார்த்திருக்கிறேன்.'

'இருக்கலாம். டெலிவிஷனில் பார்த்திருப்பீர்கள்.'

'ஒரு நிமிடம். நீங்கள் கஷ்னபீஸ்!'

'ஆமாம்.'

'என் பெயர் சந்திரன். சுபிர் என்னைப் பற்றிச் சொல்லி யிருப்பான் என நினைக்கிறேன்.

'சந்திரன்! அந்த அஸ்ஸாம் மனிதர்!'

அன்புள்ள சுகன்யா,

என்னுடைய நண்பன் இந்த மாதிரி அடிக்கடிப் படித்து வைத்திருக்கும் கவிதைகளைச் சொல்லிச் சுற்றியிருப்பவர் களைப் பயமுறுத்துவான். ரமேஷையும் அவன் கவிதை களால் வளைத்துப் போட்டுவிட்டான் என்பது எனக்கு இதற்கு முன்பு தெரியாது. நாவல் இதுவரை தொய் வில்லாமல் செல்கிறது. ஆனால் இது போன்ற கடத்தல் நாவல்களில் மத்திய அத்தியாயங்களில் தொய்வு அதிகம் ஏற்பட வாய்ப்பு இருக்கிறது. அப்படி நடக்காமல் ரமேஷ் பார்த்துக்கொள்ள வேண்டும்.

ட்ரான்ஸ்மிஷன் பற்றிய செய்திகள் எளிதான மொழியில் எழுதப்பட்டிருக்கின்றன. ஆனாலும் எனக்கு அதிகம் புரியவில்லை. படிப்பவர்களின் – அவர்களில் பெரும்பாலானவர்களின் என்று வைத்துக்கொள்ளேன்! – மூளை அளவு என்னுடையதைவிடக் குறைவாகத்தான் இருக்கும். ரமேஷ் எழுதும்போது அவர்களைக் கணக்கில் எடுத்துக்கொள்ள வேண்டும். தொழில்நுட்பத் தகவல்கள் நுழைந்தால் நாவலின் இலக்கியக் கற்பு பறிபோகும் அபாயம் இருப்பதாகச் சில வல்லுநர்கள் கருதுகிறார்கள்.

அன்புடன்,
சுபிர்.

'ஹெர்பர்ட் எதாவது எழுதியிருக்கிறானா?'

'இதுவரை இல்லை. நிச்சயம் எழுதுவான்.'

அவன் முகத்தில் சதைகள் தளர்ந்து தொங்கிக் கொண்டிருப்பது போன்ற ஒரு தோற்றம்.

'நான் சாதாரணப் பொண்ணு, இல்லையா? காலைல எழுந்திருந்த உடனே உன் காலத் தொட்டு சேவிக்கறவ. கணவனே கண்கண்ட தெய்வம் டைப்.'

அவன் சிரித்தான்.

‘நான் சுயசரிதை எழுதல்ல, சுகன்யா. நாவல் எழுதறேன்.’

‘நான் எப்படி இருக்கணும்கறத மனசுல நினைச்சுண்டுருக்கயோ அப்படி எழுதியிருக்க.’

‘அவ்வளவு சிம்பிள் இல்ல. வாழ்க்கைல, நம்ம வாழ்க்கைல பல பரிமாணங்கள் இருக்கு. எல்லாத்தையும் நாவல்ல கொண்டு வரது முடியாத காரியம். எல்லாத்தையும் எளிமைப்படுத்த வேண்டிய கட்டாயம். கொஞ்சம் மசாலா சேர்க்கணும். வாழ்க்கைல பல நாட்கள் உப்புசப்பு இல்லாமத் தான போயிண்டுருக்கு?’

‘அதுக்காக மசாலா சேத்தயா? அனுபமா அந்த மசாலாவா?’

‘நீதான் சொல்லணும். நீதான வாசகி?’

‘நீ விசாகப்பட்டனத்தில பார்த்தேன்னு சொல்றவர் நம்முடைய பழைய சிநேகிதர்ங்கறத ஏன் மறைச்சுட்ட?’

‘அதை ஏன் சொல்லணும்? கதைக்கும் அதுக்கும் என்ன சம்பந்தம்?

‘சொல்லணும்னு நான் நினைக்கறேன். ஆனா உன் இஷ்டம்.’

அவன் பதில் சொல்லவில்லை. எந்த மாற்றத்தையும் அவன் விரும்பமாட்டான் என்பது சுகன்யாவிற்குத் தெரிந்திருந்தது.

ஹெர்பர்ட்டிடமிருந்து மறுநாள் கடிதம் வந்தது.

அன்புள்ள சுகன்யா,

பெப்பரோடெண்ட் பற்றிப் படித்ததும் அடக்க முடியாத சிரிப்பு வந்தது. அந்த விளம்பரத்தை ஒரு நாள் நேரு ப்ளேஸில் ரமேஷ் எனக்குச் சுட்டிக்காட்டிய ஞாபகம்.

இன்று காலை ரிச்மாண்ட் ஹில் பகுதியில் காலாற நடந்தேன். தெம்ஸ் நதியின் அழகு விவரிக்க முடியாதது. மறுகரையில் புல்வெளிகள் அதன் விளிம்பிலிருந்து தொடங்குகின்றன. அவற்றில் மேயும் பெருத்த மடிகள் கொண்ட பசுக்கள் கான்ஸ்டபிள் ஓவியங்களை நினைவு படுத்துகின்றன. பதினெட்டாம் நூற்றாண்டு காட்சி ஒன்று இந்த நூற்றாண்டில், அதுவும் லண்டன் நகரத்திற்கு மிக அருகாமையில் கிடைப்பது ஆச்சரியத்திலும்

ஆச்சரியம். ஆனாலும் எனக்கு எப்போது கல்கத்தா செல்லப்போகிறோம் என்று இருக்கிறது. அந்தக் காற்றில்லாத அறையை நினைத்து மனம் ஏங்குகிறது.

நாவல் தேர்ந்த இசை அமைப்பாளனின் படைப்பு போல ஒலிக்கத் தொடங்கிவிட்டது. இடையிடையே வரும் பொய்க்குரல்களும் பிசிறுகளும் மொத்தப் படைப்பின் சமன்பாட்டைச் சீர்குலைக்கவில்லை.

கஷ்னபீஸ் மிகவும் சுவாரசியமாக இருக்கிறான்! அவன் என்ன செய்யப்போகிறான் என்பதை அறிவதற்கு நான் மிகவும் ஆவலாக இருக்கிறேன்!

அன்புள்ள,
ஹெர்பர்ட்.

அன்புள்ள சுபிர், ஹெர்பர்ட்,

நாவலில் என்னை எனக்கே அடையாளம் காண முடிய வில்லை. என் கணவன் கொடுக்கும் சிறிய பரிசுகளால் நான் பூரிப்படைகிறேன். அவன் என்னை மனைவியாக ஏற்றுக்கொண்டதற்காக மனத்தால் தினமும் நன்றி சொல்லிக்கொண்டிருக்கிறேன். அவன் நிச்சயம் ஒத்தெல்லோ அல்ல. நான் நிச்சயம் டெஸ்டமோனா!

இருந்தாலும், அவன் என்மீது வைத்திருக்கும் அன்பு நாவல் முழுவதும் நடு இழையாக வருகிறது. சில பக்கங்களைப் புரட்டிப் பார்ப்பவருக்கும் அது விளங்கி விடும். அந்த அன்பின் ஆழமும் வீச்சும் எத்தகையன என்பது எனக்கு நன்றாகத் தெரியும். தினமும் அதை உணர்ந்துகொண்டிருக்கிறேன். ஆனாலும் நாவலில் அதைப் பற்றிப் படிக்கும்போது மிகவும் இதமாக இருக்கிறது.

எங்கள் இருவருக்கும் இடையே ஏற்பட்ட விரிசல் களையும் சண்டைகளையும் பற்றி ரமேஷ் மிகவும் நளினமாகக் கூறியிருக்கிறான். ஆனால் அவை உண்மையில் தாங்க முடியாமல் இருந்தன. பிரியாவின் மரணம் எங்களை வெவ்வேறு திசைகளில் அல்லாட வைத்துவிட்டது. அந்த ஐஸ் குச்சியை வாங்கிக் கொடுத்ததற்காக அவன்மீது நான் கொலைக்குற்றம் சாட்டினேன். நானும் அதற்கு உடந்தை என்று அவன் பதில் சொன்னான். எங்கள் சண்டைகளில் எப்போதும் வன்முறைகள் இருந்ததில்லை. ஆனால் அவற்றில் பிறந்த பொறிகள் மனத்தில் பெருந்தீயை உருவாக்கின. அணைக்க முடியும் என்ற நம்பிக்கை எங்களுக்கு இல்லை. பிரியா

மறைந்த துயரம் எங்களை மனப் பிறழ்வின் விளிம்பிற்குத் தள்ளிவிட்டது. தனியாகவும் சேர்ந்தும், நாங்கள் தற்கொலை செய்துகொள்ள, விவாகரத்துசெய்துகொள்ள, பிரிந்து வாழ முடிவெடுத்தோம். எங்கள் இருவருக்கும் இடையே இருக்கும் இறவாத அன்பே எங்களை விளிம்பிலிருந்து மீட்டு வாழ்வின் மையத்திற்கு எங்களைக் கொண்டுவந்திருக்கிறது. முட்டாள்தனமான முடிவுகளை எடுக்கவிடாமல் தடுத்திருக்கிறது. இந்த அன்பிற்கு நாவல் முழுவதும் ரமேஷ் நன்றி சொல்கிறான்.

ராஜ்வன்ஷியால் அடுத்த சந்திப்பை அஸ்ஸாமிற்கு வெளியே ஏற்பாடு செய்ய முடியவில்லை. சந்திப்பு நடந்தது விசாகப்பட்டினத்தில் அல்ல. மஜொலியில். நானும் அவனுடன் சென்றிருந்தேன். தீவைச் சுற்றிப் பார்ப்பவர்கள்போலச் சென்றோம். போலீஸுக்குத் தகவல் கொடுக்கவில்லை. அனுபமா எங்களுடன் வந்திருந்தாள். ரமேஷ் போராளிகளைச் சந்தித்தான். நான் உண்மையாகத் தீவைச் சுற்றிப் பார்த்தேன். அனுபமா துணையுடன்.

பேஸ்பருவா எங்களுடைய முன்னாள் ஆசிரியர். உண்மையான பெயர் பருவா. எங்களுக்கு மார்க்சீயம் சொல்லிக்கொடுத்தவர். சந்திரன் ஏன் இதைப் பற்றி எழுதத் தயங்கினான் என்பது பற்றி எனக்குத் தெரிய வில்லை. ஒருவேளை அவனுடைய மேற்கத்திய வாசகர் களுக்குப் (அப்படிச் சிலர் உண்மையாகவே கிடைத்தால்) பிடிக்காது என நினைத்தானோ என்னவோ. பருவா அபூர்வமான மனிதர். சந்திரனின் பேஸ்பருவாவிடம் அவருடைய நிழல்கூட இல்லை.

பருவா படேல் நகரில் ஒரு பர்ஸாதியில் வாழ்ந்து கொண்டிருந்தார். அவருடைய வீட்டின் சொந்தக் காரருக்குப் பருவாவின் கூரிய அறிவைப் பற்றி ஒரே பெருமை. தன் நண்பர்களைப் பர்ஸாதிக்கு அழைத்து வந்து பருவா குவித்துவைத்திருக்கும் புத்தகங்களைக் காட்டுவார். போலீஸ் அவரைக் கண்காணிக்கிறார்கள் என்பது அவருக்குத் தெரியாது. பருவாவும் அதைப் பற்றிக் கவலைப்பட்டதாகத் தெரியவில்லை. இந்திரா காந்தியின் அவசரகாலச் சட்டத்தை எதிர்த்துப் பல துண்டுப் பிரசுரங்களை எழுதினார். அவற்றைத் திரைப்பட அரங்குகளில் விநியோகித்தார். புரட்சியைப் பற்றி எங்களிடம் விடாமல் பேசினார். அது தில்லிக்கு வெளியில் காத்துக்கொண்டிருக்கிறது, ஏறி இங்கு வருவதற்கு நல்ல வாகனம் அமைய வேண்டும்

அவ்வளவுதான் என்று எங்களை நம்பவைத்தார். எனக்கு அப்போது பதினேழு வயது இருக்கும். நான் தீவிரமாக நம்பினேன். ரமேஷும் நம்பினான். நாங்கள் மாவோ இறந்ததற்குத் துக்கம் காத்தோம். அமெரிக்கா வியட்நாமில் படுதோல்வி அடைந்ததைக் கொண்டாடினோம். அரசின் உளுத்துப்போன சக்திக்கும் உழைக்கும் மக்களின் வலுமிக்க புரட்சி சக்திக்கும் உள்ள வித்தியாசங்களைப் பற்றி விடாமல் பேசினோம். அரசின் மேல்கட்டுமானங்கள் பிரமாண்டமாகத் தெரிகின்றன. ஆனால் அதன் அடித்தளம் ஆடிப்போய்விட்டது என்றார். மக்கள் சக்தி உரம் மிக்கது, அதைச் செயலிழக்கச் செய்வது முடியாத காரியம் என்றார். மக்கள் அனைவரும் சேர்ந்து வாயால் ஊதினால் போதும், அரசின் சுவர்கள் – பைபிளில் சொல்லப்படும் ஜெரிகோ நகரத்தின் சுவர்கள்போல – இடிந்து வீழ்ந்துவிடும் என்றார்.

அவரை முழுவதுமாக நம்பினோம்.

போலீஸ் பருவாவை ஒரு நாள் அதிகாலையில் கைதுசெய்தது. வன்முறை அதிகம் இல்லை. வீட்டின் சொந்தக்காரர் ஏன் கைதுசெய்கிறீர்கள் என்று கேட்டதால் தனது முன்பற்கள் இரண்டை இழக்க நேரிட்டது, அவ்வளவுதான். ரமேஷ் பயந்துபோய்ச் சென்னைக்கு ஓடினான். நான் பம்பாய்க்கு மூட்டைகட்டப்பட்டேன். சில மாதங்கள் கழித்துத் தில்லிக்குத் திரும்ப வந்தோம். எங்கும் அமைதி.

பருவாவை அநேகமாக மறந்துவிட்டோம். புரட்சியை மறந்ததுபோல. ஆனால் ஒரு நாள் ரீகல் சினிமா வாசலில் அவரைப் பார்த்தோம். மிகவும் மெலிந்திருந்தார். தாடியில் நரை மண்டியிருந்தது. 'ரமேஷ், சிகரெட் வாங்கிக்கொடு' என்றார். ரமேஷ் நான்கைந்து பாக்கட்டுகள் வாங்கித் தந்தான்.

'பசிக்கிறது. கரீமுக்குக் கூட்டிக்கொண்டு போ' என்றார். ரமேஷ் தயங்கினான். நான் போகலாம் என்றேன். எங்கள் இருவரின் மனங்களிலும் அவரது சிறைவாசம் பற்றிய எண்ணம் கவிந்திருந்தது. அவரது ஆசனவாய் பெரிதாகிவிட்டதாக ஒரு நண்பன் சொல்லியிருந்தான். மூலநோயைக் குணமாக்குவதற்கான புதிய உத்திகள் எவ்வாறு வேலைசெய்கின்றன என்பதைக் கண்டறிய அவரைப் பயன்படுத்திக்கொண்டார்களாம். ஆசனவாயில் புதுப் புதுப் பொருள்களைத் திணித்து அவரைப் பல மணி நேரம் நிற்கவைத்தார்களாம்.

அவருக்குக் கரீம் உணவு விடுதி சொர்க்கமாகத் தெரிந்திருக்க வேண்டும். மட்டன் பிரியாணியை ஒரு பிடி பிடித்தார். நாங்கள் பார்த்துக்கொண்டிருந்தோம்.'

'நீ எதை இழக்கிறாய் என்பது உனக்குத் தெரிய வில்லை, ரமேஷ். பிரியாணி சாப்பிடு.'

ரமேஷ் பேச்சைப் புரட்சியின் பக்கம் திருப்ப நினைத்தான். புரட்சி என்ற சொல் அவரது கண்களுக்கு உயிர் கொடுக்கும் என்று நினைத்தான்.

'தோழர், நான் சில நாட்களுக்கு முன்னால் லெனினின் State and Revolution படித்தேன்.'

'எனக்குப் போலீஸ் என்ன செய்தார்களோ அதை லெனினுக்குச் செய்யாமல்விட்டது பெரிய தவறு' என்றார் பருவா.

'லெனின் ஒழிக, State and Revolution ஒழிக, கரீம் பிரியாணி வாழ்க' என்று உரத்தக் குரலில் சொன்னார். கண்களில் நீர் நிரம்பியிருந்தது. அவருக்கு அஸ்ஸாம் செல்வதற்கு டிக்கட் வாங்கிக்கொடுத்தோம். போய்ப் பதில் எழுதுவதாகச் சொன்னார். நாங்கள் எந்தப் பதிலையும் எதிர்பார்க்கவில்லை.

அவர் எங்கள் வாழ்வில் திரும்ப வந்தது தற்செயல் அல்ல. போராளிகள் தங்களது ஆராய்ச்சியைச் சரியாகச் செய்திருக்கிறார்கள் என்பதை அது காட்டுகிறது. கம்யூனிசத்திலிருந்து இப்படிப் பிரிவினை வாதக் குழியில் விழுந்தது பற்றிப் பேசினாயா என்று ரமேஷிடம் கேட்டேன். ஆனால் அதற்கெல்லாம் நேரம் கிடைக்க வில்லை என்றான். பேசியிருந்தால் அவர் க்ராம்ஸியின் எதிர்த் தலைமைத் துருப்புச் சீட்டை வீசியிருப்பார் என்பதில் சந்தேகம் இல்லை. நான் அஸ்ஸாமில் இருந்த போது அனுபமாவும் இதைப் பற்றிப் பேசிக்கொண்டிருந் தாள். இந்தியத் தேசியத்திற்கு எதிராகக் கொடுக்கும் குரல் அஸ்ஸாமிய மக்களின் கலாச்சாரக் குரல் என்று அவள் திரும்பத் திரும்பச் சொன்னாள்.

அனுபமாவுக்கும் கலிதாவிற்கு இடையே இருக்கும் உறவைப் பற்றி ஒரு மர்ம வலையைப் பின்னத் தொடங்கிய ரமேஷ் அதைப் பாதியில் விட்டுவிடுகிறான். அந்த உறவின் தன்மையைப் பற்றி அவனுக்குச் சரியாகத் தெரியவில்லை என்று எண்ணுகிறேன். பூயான், கலிதா, அனுபமா மூவரும் ஒரே பொறியியல் கல்லூரியில் பயின்றதாகப் பூயானே என்னிடம் சொன்னார். கலிதாவும் அனுபமாவும் ஒரே

வகுப்பில் இருந்தார்கள். பூயான் இவர்களுக்குச் சில ஆண்டுகள் மூத்தவர். இதற்கு மேல் எந்தத் தகவலையும் அவர் சொல்ல விரும்பவில்லை. கலிதாவின் மரணம் அனுபமாவை மிகவும் பாதித்தது. ரமேஷ் அனுபமாவைப் பற்றி அதிகம் எழுதவில்லை. என்ன தயக்கமோ தெரியவில்லை. அவள் மிக அருமையான பெண், சுபிர். அவள் தன் தந்தையின் மீது உயிரையே வைத்திருக்கிறாள். அவரும் என் மாமனார் போன்றவர் – வெறுப்பின் சிறிய கறைகூடப் படாத மனிதர். உண்மையில் நாங்கள் மருத்துவ மனையில் சந்தித்தது ராஜ்வன்ஷியை அல்ல. அனுபமாவின் தந்தையை.

மிக்க அன்புடன்,
சுகன்யா.

அவள் அனுபமாவின் தந்தையுடன் சில மணிநேரம் இருந்தாள். அவர் பலவீனமாக இருந்தார். ஆனால் தெளிவுடன்.

'எங்கள் குல வரலாறு 1671 வரை செல்கிறது. அந்த வருடம் புகழ்பெற்ற சரைகாட் போர் நடந்தது. என்னுடைய மூதாதையர்கள் ஜெனரல் லசித் போர்ஃபூகன் தலைமையில் முகலாய ராணுவத்தை எதிர்த்துப் போரிட்டார்கள். அந்தப் போரில் அஹோம் வீரர்கள் முகலாய ராணுவத்தைத் தோற்கடித்தார்கள். அவர்கள் ரத்தம் என்னுடைய மகள் உடலில் ஓடுகிறது. அதே போர்க்குணம். அதே சுடர் மிகும் அறிவு. எங்கள் வம்சத்தின் கடைசிச் செடி.'

'ஏன் அப்படிச் சொல்கிறீர்கள்? அவளுக்கு என்ன வயதாகிவிட்டது? திருமணம் செய்துகொண்டு குழந்தைகளைப் பெற்றெடுப்பாள்.'

'எனக்கு அவள் திருமணம் செய்துகொள்வாள் எனத் தோன்றவில்லை, மகளே. அஸ்ஸாமிய இனம் சபிக்கப்பட்ட இனம். இதன் அறிவுஜீவிகளும் வழிகாட்டிகளும் இளமையிலேயே உயிரை விட்டுவிடுவார்கள். அனுபமா இந்த விதிக்கு விலக்கல்ல. நான் அவளுக்கு முன்னால் விடைபெற விரும்புகிறேன். மன்னியுங்கள். மரணத்தைப் பற்றிப் பேசி என்ன பயன்? அஸ்ஸாமின் பழைய வீடு ஏதாவது பார்த்திருக்கிறாயா? இல்லையா? அனுபமா உன்னை என் வீட்டிற்கு அழைத்துச் செல்வாள். வீட்டிற்கு வயது இருநூறு வருடங்கள்.'

ஒரு தாமரைக் குளத்தருகில் வீடு இருந்தது. சுற்றியிருந்த மரங்களும் செடிகளும் வீட்டைத் தனியாக, அரவமே அற்றதாகக் காட்டின. பார்த்தால் அத்தனை வயதான மாதிரி தெரிய

வில்லை. தகரக் கூரை. அனுபமாவின் மொழியில் வீட்டின் சுவர்களுக்கு வலைப்பூச்சு இடப்பட்டிருந்தது. இரும்பு வலைக்கு மேல் சிமெண்ட் பூசப்பட்டிருந்ததையே அவள் அவ்வாறு கூறுவதாக சுகன்யா நினைத்தாள். சுவரில் சாய்வதற்கே சுகன்யாவிற்குப் பயமாக இருந்தது. சுவர்கள் அவ்வளவு மெல்லியதாக இருந்தன. அவற்றிற்கு ஐம்பது வயதாகிறது என்று அனுபமா சொன்னாள். கூரையின் பாரம் சுவர்கள்மீது இறங்கவில்லை. அதைத் தாங்கிக்கொண்டிருப்பவை மரத் தூண்கள். சீரமைக்கப்படாத, அங்கும் இங்கும் புடைப்புகள் கொண்ட தூண்கள். பார்க்கத் திடமாக இருந்தன. வீட்டின் சதுரங்களுக்கும் செவ்வகங்களுக்கும் முக்கோணங்களுக்கும் நடுவே தூண்களின் ஒழுங்கற்ற தோற்றம் அவற்றிற்கு அசாதாரண மான வீரியத்தைக் கொடுத்தது.

சுகன்யாவின் கவனம் சுவரிலிருந்த சித்திரத்தின் மீது சென்றது. மேற்கத்திய ஓவியங்களைப் பற்றித் தெரிந்தவர்களுக்குப் பரிச்சயமான ஓவியம். ஆல்பர்ட் ஹெர்பர்ட் வரைந்த ஜோனாவும் திமிங்கிலமும் என்ற ஓவியத்தின் மறுவரைவு. ஓரளவு நன்றாகவே வரையப்பட்டிருந்தது.

'மிக அழகாக வரையப்பட்டிருக்கிறது. நீ வரைந்ததா?'

'இல்லை. என் நண்பன் ஒருவனால் வரையப்பட்டது.'

'அவர் கிறிஸ்தவரா?'

அனுபமா லேசாகப் பற்கள் தெரியாமல் சிரிக்கிறாள்.

'அவன் இருக்கும்வரை கடவுள் நம்பிக்கை இருந்ததாக என்னிடம் சொல்லவில்லை.'

'இப்போது இல்லையா?'

'இல்லை. போலீஸால் சுட்டுக் கொல்லப்பட்டான்.'

சுகன்யாவுக்குச் சுளீர் என்று உறைத்தது. கலிதாவைச் சொல்கிறாள்.

'அவனுக்கு மிகவும் பிடித்த ஓவியம். அஸ்ஸாமின் கதையைச் சொல்கிறது என்பான். திமிங்கிலம் இந்திய அரசு. விழுங்குவது என்றால் நம் நினைவில் வருவது பாம்பு என்பதனாலோ என்னவோ திமிங்கிலத்தை ஒரு பெரிய பாம்புபோல ஹெர்பர்ட் வரைந்திருப்பார். எங்களுக்கு அது ஏகாதிபத்தியப் பாம்பு. ஜோனாதான் அஸ்ஸாம்.'

'பைபிளில் உள்ள கதை வேறு மாதிரி, அனுபமா. அது நம்பிக்கையையும் இரக்கத்தையும் பற்றிப் பேசுகிறது. செய்த குற்றத்தை நினைத்து வருத்தப்படுவதைப் பற்றிப் பேசுகிறது.'

‘எங்களுக்கு ஓவியம் வேறொரு செய்தியைக் கூறுகிறது. கலிதா மிகவும் சோர்வான மனநிலையில் இருக்கும்போது வரைந்த ஓவியம் இது. இந்திய அரசு அஸ்ஸாமை வெளியே துப்பிவிடலாம் – ஜோனா துப்பப்பட்டதுபோல. அல்லது முழுவதுமாக விழுங்கிவிடலாம். மற்றொரு தருணத்தில் எனக்குள் நம்பிக்கை ஊற்றெடுக்கும்போது இந்தத் திமிங்கிலம் மானஸாவாகத் தெரிகிறது.’

‘மானஸா?’

‘மானஸா அஸ்ஸாமின் பாம்புத் தெய்வம். மானஸாவின் வாயில் நாங்கள் பத்திரமாக இருப்போம். இந்திய ஏகாதிபத்தியம் ஒன்றும் செய்ய முடியாது.’

‘இந்த ஓவியத்தில் கடற்கரையில் ஏன் யாருமே இல்லை? ஹெர்பர்ட் வரைந்த ஓவியத்தில் ஒரு சிறுமி இருப்பாள். கூடவே வாத்து ஒன்று இருக்கும் என நினைக்கிறேன்.’

‘எங்கள் கரையில் யாரும் இல்லை, சுகன்யா. இந்தியாவுக்கும் அஸ்ஸாமுக்கும் இடையே நடப்பதை யாரும் கவனிப்பதில்லை.’

அனுபமா பார்க்கப் பொலிவுடன் இருந்தாள். அவள் கர்ப்பமாக இருந்ததாக சுகன்யா நினைத்தாள்.

எங்கே மறைந்துவிட்டாள்?

சுகன்யா அவளைக் கடைசியாகப் பார்த்தது மஜொலியிலிருந்து ஜோர்ஹாட்டிற்குச் சென்ற ஒரு படகின் மேல் தளத்திலிருந்து. அனுபமா நதிக்கரையிலிருந்து கையசைத்துக் கொண்டிருந்தாள். கண்களில் விழிவில்லைகள் அணிந்திருக்கவில்லை. தடிமனாகக் கண்ணாடி அணிந்திருந்தாள். கண்கள் சிவந்து வீங்கியிருந்தன. அழுதிருக்கிறாளோ? கை அசையும் வேகத்தில் கண்ணாடியைத் தட்டியது. கண்ணாடி கீழே விழுந்ததை சுகன்யா பார்த்தாள். படகு ஒரு வளைவில் திரும்பி மறைந்தபோது, அனுபமா குனிந்து மண்ணைத் துழாவிக்கொண்டிருந்தாள்.

அவளைப் பற்றி நினைக்கும்போதெல்லாம் குனிந்து தேடிக்கொண்டிருந்த, சிறிது மேடிட்ட வயிறு கொண்ட அனுபமாதான் கண்முன் நிற்கிறாள்.

குழந்தை பிறந்துவிட்டதா?

பதினாறு

1

என் உதவிக் கண்காணிப்பு அதிகாரியின் முகமே சரியில்லை.

'சார், நாங்கள் இரண்டு மாதங்களாக இந்த வேலையை மட்டும் செய்துகொண்டிருக்கிறோம். வேறு எந்த வேலையும் செய்யவில்லை. மிஸ்ராவுக்குக் கட்டாய ஓய்வுகொடுக்கப்பட்ட வருடத்திற்கு முந்தைய பத்து வருட ஆவணங்களைப் பார்த்தாகிவிட்டது. எந்த முறை கேடும் நடந்ததாகத் தெரியவில்லை. எல்லோரும் மிகுந்த களைப்பில் இருக்கிறார்கள். யார் இதை உங்களிடம் சொன்னார்கள் என்பது தெரியவில்லை. நம்மைத் திசைதிருப்பும் எண்ணத்தில் சொல்லியிருக்கலாம். நினைத்ததைச் சாதித்துவிட்டார்கள்.'

'இந்த வாரக் கடைசிவரை பார்ப்போம்.'

அன்று மாலை மிஸ்ராவின் மகனிடமிருந்து ஒரு கடிதம் வருகிறது.

அன்புள்ள ஐயா,

என் தந்தையின் மறைவு போன வாரம் நிகழ்ந்தது. அமைதியான மரணம். அவர் விட்டுச்சென்ற ஆவணங்களில் உங்கள் பெயரிட்ட உறை கிடைத்தது. அதை இந்தக் கடிதத்துடன் அனுப்புகிறேன்.

அன்புள்ள,
ஆதேஷ் மிஸ்ரா.

உறைக்குள் 1988ஆம் வருடத்திய தீர்ப்பு ஒன்று இருக்கிறது. டவர் ஃபேப்ரிகேட்டர்ஸ் லிமிட்டெட்டுக்கும் கல்கத்தா ஆயத் துறை ஆட்சியருக்கும் இடையே நடந்த வழக்கில் மத்திய ஆயத் துறைத் தீர்ப்பு மன்றம் வழங்கிய தீர்ப்பு அது. டவர் ஃபேப்ரிகேட்டர்ஸ் லிமிட்டெட் இந்தியாவின் மிகப் பெரிய நிறுவனங்களில் ஒன்று. அதன் முதலாளி மலை முழுங்கி மகாதேவன்.

நான் உடனடியாகச் சட்ட ஆலோசகரை வரவழைக்கிறேன்.

அவர் மிகக் கூர்மையான மூக்குடைய சீக்கியர். தீர்ப்பைக் கவனமாகப் படிக்கிறார். என் அந்தரங்கச் செயலாளரை நான்கு ஐந்து பிரதிகள் எடுக்கச் சொல்கிறார்.

'நான் முதல்முறையாக இந்தத் தீர்ப்பைப் பார்க்கிறேன். நமது நிறுவனம் இந்த வழக்கில் சேர்க்கப்படவில்லை.'

'தீர்ப்பு என்ன சொல்கிறது?'

'மின்செலுத்தீட்டுக் கோபுரங்கள் அமைப்பதற்கு எஃகு ஆங்கிள்களை வாங்கி அவற்றைத் தேவையான அளவுக்குத் துண்டாக்கிக்கொள்ள வேண்டும். அவற்றில் துளைகள் இட வேண்டும். பிறகு துருப்பிடிக்காமல் இருக்கத் துத்தநாகம் பூச வேண்டும். இந்தச் செயல்பாடுகளெல்லாம் 'தயாரிப்பு' வரையறைக்குள் வராது என்று இந்தத் தீர்ப்பு சொல்கிறது. இந்தச் செயல்பாடுகள் மூலம் இரும்புத் துண்டு புதிய பொருளாக மாறுவதில்லை, இரும்புத் துண்டாகவே இருப்பதாக நீதிபதிகள் சொல்லியிருக்கிறார்கள். எப்படி இவ்வாறு சொல்ல முடிந்தது என்பது எனக்குப் புரியவில்லை. ஆனால் மிகத் தெளிவாகச் சொல்லியிருக்கிறார்கள்.

'அதனால்?'

'மின்செலுத்தீட்டுக் கோபுரங்களைத் தயாரிப்பவர் தனியாகக் கோபுரங்களைத் தயாரிப்பதற்கு எந்த ஆயமும் அரசுக்குச் செலுத்தத் தேவையில்லை. ஏனென்றால் எஃகுத் துண்டுகள் தயாரிப்பதற்கு ஆயம் ஏற்கனவே செலுத்தப்பட்டு விட்டது. ஒரு பொருளைத் தயாரிப்பதற்கு இரண்டுமுறை ஆயம் வசூலிக்கக் கூடாது என்பது அடிப்படையான விதி.'

எனக்குப் புரிய ஆரம்பிக்கிறது. பரபரப்பை அடக்கிக் கொண்டு பேசுகிறேன். இந்த மர்மத்தின் முடிச்சு அவிழ ஆரம்பிக்கிறது.

'ஆனால் மின்செலுத்தீட்டுக் கோபுரம் தயாரிப்பவர்கள் நிச்சயம் ஆயம் செலுத்துகிறார்கள். நானே ஆயிரக்கணக்கான

ஆய ரசீதுகளைப் பார்த்திருக்கிறேன். இந்தத் தீர்ப்பால் நம் நிறுவனம் எவ்வாறு பாதிக்கப்பட்டிருக்கிறது?'

'எனக்கும் புரியவில்லை. நமது வரி ஆலோசகரைக் கலந்து பேசிவிட்டுச் சொல்கிறேன்.'

'நான் இன்று கல்கத்தா செல்கிறேன். திரும்பி வந்ததும் மீண்டும் உங்களுடன் பேசுகிறேன்.'

2

நான் அலுவலகத்திலிருந்து புறப்பட்டபோது ராமனிடமிருந்து ஃபோன் வந்தது. அவன் என்னிடம் பேசிப் பல நாட்கள் ஆகிவிட்டன.

'நான் அங்க வரலாமா?'

'கல்கத்தா போறேன்.'

'என் ஆபிஸுக்கு வா.'

அவன் அலுவலகம் ஏர்போர்ட் போகும் வழியில் இருக்கிறது.

'எனக்கு நேரமில்லடா. ப்ளைட்டைக் கோட்டைவிட்டு விடுவேன்.'

'சொல்றதைக் கேளு. உன் ட்ரைவரை என் ஆபீசில உன்னைவிடச் சொல்லு. நான் என் கார்ல உன்னை ஏர்போர்ட்ல விடறேன். உன்னோட தனியாகப் பேசணும்.'

ராமன் ஒன்றை நினைத்தால் அதை நிறைவேற்றாமல் விடமாட்டான்.

நாங்கள் ஏர்போர்ட் செல்லும் வழியில் அவன் நிர்வாண அழகி ஒருத்தியின் புகைப்படத்தைக் காட்டுகிறான். நீண்ட, மாசில்லாத முகம். நிமிர்ந்த முலைகள். அவனுக்கு மிகவும் விருப்பமான பெண்ணாம்.

'இப்போ தில்லியிலயும் லண்டன் மாதிரி. லிபரலைசேஷன் வந்ததால இந்தத் தொழிலுக்கும் விடுதலை கிடைச்சிடுத்து. நெட்ல ப்ரவுஸ் பண்ணு. பொண்ணத் தேர்ந்தெடு. கூப்பிடு. இதுவரை நான் ஏமாறல்ல.'

'நீ யாரோடப் படுத்தாலும் ஏமாறமாட்டேன்னு எனக்குத் தெரியும்.'

கலங்கிய நதி

‘முன்னாலெல்லாம் படுக்கற விவகாரத்த ரொம்பக் கஷ்டப்பட்டு நடத்தணும். பாம்பேல கொலாபாத் தெருக்கள்ள எத்தனை நாள் திரிஞ்சிரிப்பேன்! முதல்ல ஒரு ப்ரோக்கரைப் பிடிச்சு அவன் மூலமாப் பொண்ணப் பிடிக்கணும். இப்போ ரொம்ப ஈசி. நீ பணம் கொடுக்கத் தயாரா இருந்தா கூப்ட இடத்துக்கு ஒரு மணிநேரத்துக்குள்ள கேட்ட பொண்ணு வருவா. இவ பேர் நளினி. எனக்கு இவள்ட அலுப்பே தட்டல்ல. நீயும் ஒருதடவ கூப்டுப் பாரேன். நான் டிலக்ஸ் சர்வீஸ் தரச் சொல்றேன். நீ கேக்கறதையெல்லாம் செய்வா.’

‘உனக்குப் பைத்தியம் பிடிச்சுருக்கா? நான் உன்னை மாமா வேலைபாக்கச் சொன்னேனா?’

‘சும்மா பெரிய ரிஷி மாதிரி நடிக்காத. நான் சுகன்யாகிட்ட சொல்லமாட்டேன். இது நளினி நெட்ல கொடுத்திருக்கற மெஸேஜ். படிச்சுப் பாரு’

அவளது செய்தி ஆங்கிலத்தில் இருந்தது.

நான் 22 வயதான பெண். மிகவும் செக்ஸியானவள் என்று பார்ப்பவர் அனைவரும் சொல்கிறார்கள். உயர்குடியைச் சேர்ந்தவள். புத்தம் புதியவள். பெரிய அதிகாரிகளும் அயல் நாட்டவரும் தம்பதிகளும் இன்பமாக இருக்க விரும்பினால் என்னை அணுகலாம்.

எனது புள்ளிவிவரங்கள்: 33:23:33 உயரம்: 5’4’’ நீண்ட கரிய தலைமுடி.

என்னுடைய கட்டணங்கள்:

1 மணிநேரம் $200

3 மணிநேரம் $ 500

7 மணிநேரம் (முழு இரவு) $ 800.

இந்தியாவில் பாலியல் தொழில் செய்வது சட்ட விரோத மானது. நான் செய்வது நிச்சயமாகப் பாலியல் தொழில் அல்ல. உங்களுடன் சிநேகிதியாக இருந்து சில மணி நேரங்கள் செலவிடுவதற்கான கட்டணங்களையே நான் மேலே குறிப்பிட்டிருக்கிறேன். உங்களோடு இருக்கும் போது நமக்குள் நெருக்கம் ஏற்பட்டு ஏதாவது நடந்தால் அது நண்பர்களுக்கு இடையே நடைபெறுவது.

நான் வெளியூர்களுக்கும் வரத் தயாராக இருக்கிறேன். எந்தவிதமான வழக்குகளும் என்மீது ஒப்பந்தத்தை மீறியதற் காகப் போட முடியாது.

நான் வெளிநாட்டவர்களுடன் மட்டும் நட்போடிருக்க விரும்பு கிறேன். இந்தியர் யாரும் இந்த விளம்பரத்தைப் பார்த்துத் தொடர்புகொள்ள வேண்டாம். அப்படித் தொடர்புகொண்டால் அவர்கள்மீது என்னைத் தொந்தரவுசெய்ததற்காக வழக்குத் தொடர்வேன்.

நான் எதிர்பார்ப்பது கச்சிதமாக நடந்துகொள்வது; நமக்குள் நடப்பவற்றை நமக்குள்ளே வைத்துக்கொள்வது.

'200 டாலரா? நான் ஒரு ராஜகுமாரிக்குக்கூட அவ்வளவு பணம் கொடுக்கமாட்டேன். அப்புறம் இந்தியன் பக்கத்தில வந்தாலே நாயை ஏவிவிடுவேன்னு சொல்றா?'

'அதெல்லாம் அவ நேரத்த வீணாக்கறவனுக்காக. டாலர் ரேட் வாயில் வாளியத் தொங்கப் போட்டுண்டு வர வெள்ளைக் காரனுக்கு. நமக்கெல்லாம் தனி ரேட்.'

ஏர்போர்ட் நெருங்கிக்கொண்டிருக்கிறது.

'நேரமாறது, ரமேஷ். உன் கெஸ்டவுஸ்ல ஒரு ரூம் வேணும்.'

'என் கெஸ்டவுஸ்லயா?'

'அதாம்பா உங்க கம்பனி கெஸ்டவுஸ். ஸூரஜ்குண்ட்ல எனக்கு ஒரு ட்ரெயினிங். மூணு நாள்.'

'அதனாலே? அங்கயே ரூம் இருக்குமே.'

'என் கஷ்டத்தக் கேளு ரமேஷ். அங்க ஒரு ரூம்ல இரண்டு பேர் இருக்கணும். என்கூட அந்த அகர்வால். ஊத்தப் பல்லு. நாத்தம் தாங்க முடியல்ல.'

அகர்வால் நல்ல நண்பன். அவன் பற்களை நன்றாக வைத்துக்கொள்பவன் என்பது எனக்குத் தெரியும்.

'சரி. விஷயத்துக்கு நேரடியா வரேன். நான் நளினியோட ராப்பூராத் தங்கப்போறேன். உங்க கெஸ்டவுஸ் ரொம்ப வசதியா இருக்கும்.'

'உனக்கு நிச்சயம் பைத்தியம்தான். எங்க கெஸ்டவுஸ் மதுரை லாட்ஜ் அல்ல.'

'எனக்கு எல்லாம் தெரியும், ரமேஷ். யார் எவளோட அங்க என்ன செய்யறான்னு. சும்ம உச்சாணிக்கொம்புல உக்காந்துக்காதே.'

3

‘உனக்கு ஒரு விஷயம் தெரியுமா, ரமேஷ்? ஒரு சிறிய வெள்ளைக்காரக் குடும்பத்துக்கு ஐம்பத்து ஏழு வேலைக் காரர்கள் தேவையாக இருந்தார்கள். கோடைக்காலத்தில் இன்னும் பன்னிரண்டு வேலைக்காரர்கள் தெர்மாண்டிடோடை ஓட்டுவதற்குத் தேவைப்பட்டார்கள்.’

சுபிரின் பேச்சு இன்று வேலைக்காரர்களைச் சுற்றிச் சுழன்றது. ஃபாரோவின் காலத்தில் ஆரம்பித்து இப்போது பத்தொன்பதாம் நூற்றாண்டு வந்திருக்கிறான்.

‘தெர்மாண்டிடோட்? அது என்னது?’

‘கூலர், ரமேஷ். பழைய காலத்துக் கூலர். அதை ஓட்டு வதற்குப் பன்னிரண்டு பேர் ஏன் தேவை என்பது விளங்க வில்லை. அதை விடு. ஐம்பத்து ஏழு வேலைக்காரர்கள்! அவர்களுக்கு மொத்தச் சம்பளம் எவ்வளவு தெரியுமா? 270 ரூபாய். ஆளுக்கு ஐந்து ரூபாய்கூடத் தேறாது.’

‘உனக்கு வாயில் நுரைதள்ளிப் பேசுவதற்கு ஏதாவது விஷயம் வேண்டும். வெள்ளைக்காரர்கள் சம்பளத்தைத் தங்கள் சொந்தப் பணத்திலிருந்து கொடுத்தார்கள். இன்று ஒரு மந்திரி வீட்ல எத்தனை வேலைக்காரர்கள் தெரியுமா? அத்தனை பேருக்கும் அவரா சம்பளம் கொடுக்கிறார்? அரசு கொடுக்கிறது. அல்லது எங்களைப் போன்ற நிறுவனங்கள் கொடுக்கின்றன. கஷ்னபீஸை எப்போது பார்க்கப் போகிறோம்?’

‘பதறாதே. மாலை ஆறு மணிக்கு ஃபோன்செய்வதாகச் சொல்லியிருக்கிறான். உனக்குத் தெரியுமா? சிலர் கதை தூக்குபவர்கள் இரண்டு பேரை வேலைக்கு வைத்திருந்தார்கள். சிலரிடம் நாயைப் பார்த்துக்கொள்ள மூன்று பேர்.’

‘சேனலை மாற்று, சுபிர். காலையிலிருந்து இந்தப் புராணத்தைக் கேட்டுக்கொண்டிருக்கிறேன்.’

‘என்னை எடுத்துக்கொள். ஒரு வேலைக்காரன்கூட இல்லாமல் இருக்கிறேன். அந்த டீ போடும் கிழவி கணக்கில் வரமாட்டாள்.’ அவன் கிழவி என்று சொல்வது சொக்க வைக்கும் பெங்காலிக் கறுப்பழகி. அவனுக்கு மூன்று வேளையும் சமைப்பவள்.

‘ஓ மார்க்ஸ்! ஓ எங்கல்ஸ்! இங்கே ஒரு கம்யூனிஸ்ட் சொர்க்கத்திற்காக ஏங்கிக்கொண்டிருப்பதைப் பாருங்கள்! சோம்பேறிகளின் சொர்க்கம். முதுகு துடைத்துவிடுவதற்குக் கூட வேலைக்காரர்கள் இருக்கும் சொர்க்கம்.’

'இது குட்டி பூர்ஷ்வா அவதூறு. வாழும் எளிமையான வாழ்க்கையை நான் உண்மையாகச் சித்தரிப்பதைத் தாங்க முடியாதவன் செய்யும் அவதூறு.'

'போதும் இந்த விளையாட்டு, சுபிர். அவன் என்ன சொன்னான்?'

'எவன்?'

'கஷ்னபீஸ்.'

'நீ அவனைவிடமாட்டாய்போலிருக்கிறது. ஒன்றும் சொல்லவில்லை. முதலில் நீ சொல்வதைக் கேட்பான்.'

'நீ ஏற்கனவே நடந்ததையெல்லாம் சொல்லவில்லையா?'

'நான் மிகைப்படுத்துகிறேன் என்று அவன் நினைக்கிறான். நான் மிகைப்படுத்துகிறவனா?'

'இல்லவே இல்லை.'

விசாகப்பட்டினத்திற்குப் பிறகு அவர்களிடமிருந்து எந்தத் தகவலும் இல்லை. அனுபமாவும் நீண்ட விடுப்பில் சென்று விட்டாள். நான் ஃபோன் செய்யும்போதெல்லாம் அவளுடைய தந்தை எடுக்கிறார். அவள் எங்கே சென்றிருக்கிறாள் என்பது தெரியாது என்கிறார். பூயான் உருப்படியாக ஒன்றும் சொல்வதில்லை. பூராவிடம் கேட்டால் அவர் இந்தக் கொள்ளைக்காரர்களிடமிருந்து சிறிது ஒதுங்கியே இருக்கிறேன் என்கிறார். அஸ்ஸாமிலிருந்து வந்துகொண்டிருந்த எல்லா ஓடைகளும் வற்றிவிட்டதாகத் தோன்றுகிறது.

'என்ன செய்ய வேண்டும் என்பது தெரியவில்லை. என் மூளை வேலைசெய்ய மறுக்கிறது.'

'அது பற்றி ஆச்சரியம் எனக்கு ஏதும் இல்லை.'

'சுபிர், கோஷைத் தேடி ஏன் அலைகிறேன் என்பது எனக்கே தெரியவில்லை. அஸ்ஸாமில் கோஷ் கடத்தலுக்குப் பிறகு முப்பது கடத்தல்கள் நடைபெற்றுவிட்டன என்று பூயான் சொல்கிறார். யாரும் அவரைப் பற்றிக் கவலைப்படுவதில்லை. நானும் அவர் குடும்பமும் தவிர. கம்பெனி அவன் பெயரை மறந்துவிட்டது. அமைச்சரகம் கோஷ் என்றாலே கோபித்துக்கொள்கிறது.'

நான் மனச்சோர்வுடன் இருக்கிறேன் என்பது சுபிருக்குத் தெரிகிறது. என் தோளைத் தட்டுகிறான். 'இவன் நல்ல தொடர்புகள் உள்ள ஆள், ரமேஷ். இவன்மீது நம்பிக்கை வைக்கலாம்.'

கஷ்னபீஸ் ஒரு பன்னாட்டுச் செய்தி நிறுவனத்தின் கல்கத்தா செய்தியாளன். வடகிழக்கில் இயங்கும் போராளிகள் அனைவரும் அவனிடம் தொடர்பு வைத்திருப்பதாக சுபிர் சொல்கிறான். அவனுடைய சேனல் ஒன்றுதான் எல்லாத் தரப்புகளுக்கும் இடம்கொடுக்கிறது. கோஷ் உயிரோடு இருக்கிறானா கொல்லப்பட்டானா என்பதையாவது அவன் கண்டு பிடித்துச் சொல்லட்டும்.

சுபிர் உணவு விடுதி ஒன்றின் பெயரைச் சொல்லி அங்கே என்னைப் போகச் சொல்கிறான்.

'அவனுக்கு மட்டும் இரண்டு பிளேட் பிரியாணி ஆர்டர் செய்.'

நந்திதா தனக்குத் தெரிந்த எல்லா உத்திகளையும் கையாண்டாள். ஆனால் இரு குழந்தைகளோடு அல்லல்படும் அபலையின் கதை சில நாட்கள் தொடர்ந்து கேட்ட பிறகு யாருக்கும் அலுப்பூட்ட ஆரம்பித்துவிடும். அவளுடைய கடிதங்களுக்கு அரசு பதிலளிக்க மறந்து பல நாட்கள் ஆகிவிட்டன. மிஞ்சியிருப்பது நான் ஒருவன்தான். அழுகைக்கு இடையே என்னிடம் நந்திதா அப்படித்தான் சொன்னாள்.

4

ஆறடி மூன்றங்குலம் உயரமாக இருக்கும் கஷ்னபீஸ் பருமனாகவும் இருக்கிறார். அந்த உயரத்தில் இருக்கும் ஆண்கள் ஓரளவு தங்கள் பருமனை மறைத்துக்கொள்ள முடியும். ஆனால் கஷ்னபீஸின் பருமன் மறைக்கக்கூடியதாக இல்லை.

நான் அவருக்கு இரண்டு பிளேட் பிரியாணி வரவழைக்கிறேன். கஷ்னபீஸின் கண்கள் மகிழ்ச்சியால் சுருங்குகின்றன.

'நன்றி, நன்றி. சுபிர் சொல்லியிருப்பான் என நினைக்கிறேன். எனக்கு இந்த ரெஸ்டாரண்ட் பிரியாணி ரொம்பப் பிடிக்கும். நீங்கள் ஏன் இவ்வளவு குறைவாகச் சாப்பிடுகிறீர்கள்? வெஜிடேரியனா? வாழ்க்கை உங்களுக்கு சூன்யமாகத் தெரியும். தாமஸ் ஹார்டி எவ்வாறு இருக்கிறார்?'

அவரை ஆங்கிலக் கவிதை உலகிலிருந்து திரும்பி அழைத்து வருவதற்குள் பெரும் பாடுபட வேண்டியிருக்கிறது. ஹார்டியிலிருந்து பெட்ஜமன்; அவரிடமிருந்து ஓவன்; பிறகு ஆடென்; கடைசியில் ஹ்யூஸ். இனிப்பு வரும் முன்னர் கோஷ் நினைவு வருகிறது. நான் சொல்வதைக் கவனமாகக் கேட்கிறார்.

'நான் இந்தக் கடத்தலைப் பற்றிப் படித்தேன். போடோக்கள் காரியம் என்று நினைத்தேன். இதைப் பற்றி கவரேஜ் செய்ய நினைத்தேன். ஆனால் எங்கள் சேனலுக்கு அவ்வளவாக விருப்பம் இல்லை. இவ்வளவு நாட்கள் ஆகிவிட்டன. இதற்குள் அவர் திரும்ப வந்திருக்க வேண்டும், உயிரோடு இருந்தால். இருக்கிறார் என்ற நம்பிக்கை எனக்கு இல்லை. கடத்தியவர்கள் உங்களோடு தொடர்பில் இருக்கிறார்களா?'

'இப்போது இல்லை. கடைசியாகப் பார்த்தது விசாகப் பட்டினத்தில்.'

'அதற்குப் பிறகு ஏதாவது செய்தி?'

'இல்லை.'

'ஆச்சரியமாக இருக்கிறது. கடத்தப்பட்டவரை உயிரோடு வைத்துக்கொள்வதற்குப் பணம் நிறையச் செலவழியும். நீங்கள் நினைப்பதைவிட அதிகமாக. இடம்விட்டு இடம் மாற வேண்டும். இருபத்து நான்கு மணிநேரமும் கண்காணிப்பில் வைத்திருக்க வேண்டும். தேவையான உணவு அளிக்க வேண்டும். மருத்துவ வசதி அருகில் இருக்க வேண்டும். இந்தப் போராளிகள் கடத்தப்பட்டவர்களை நன்றாகப் பார்த்துக் கொள்பவர்கள். செலவு நிச்சயம் வானத்தைத் தொட்டிருக்கும்.'

'அவர்களிடம் பணம் குவிந்துகிடப்பதாகக் கேள்விப்பட்டேன்.'

'தலைவர்களிடம் குவிந்துகிடக்கிறது. களத்தில் இருப்பவர்கள் கையில் அதிகம் இருக்காது.'

இனிப்பு வந்தது. Bombe Bailey Rabri with ice-cream.

'கொல்ல நினைத்தால் உடனே கொன்றுவிடுவார்கள். எந்தத் தயக்கமும் இல்லாமல். அவர் உயிரோடு இருக்கிறாரா? உங்களுக்கு நிச்சயமாகத் தெரியுமா?'

'தெரியாது. ஆனால் அவர் இறந்துவிட்டார் என்ற செய்தியும் எங்களுக்கு வரவில்லை.'

கண்களைச் சில கணங்கள் மூடிக்கொள்கிறார்.

'இதில் சிக்கல் என்னவென்றால் நான் அவர்களைத் தொடர்புகொள்ள முடியாது.'

எனக்கு வயிற்றை ஏதோ செய்கிறது. இந்த முயற்சியும் தோல்வியில் முடியப்போகிறதா?

கலங்கிய நதி

‘ஆனால் அவர்கள் நிச்சயமாக என்னை மாதம் ஒரு முறை தொடர்புகொள்வார்கள். உலகச் சேனல்களில் அவர்களைப் பற்றிய செய்தி இருந்துகொண்டே இருக்க வேண்டிய அவசியம் அவர்களுக்கு. என்னைத் தொடர்புகொண்டால் பெருந்தலைவருடன் பேச வேண்டும் என்ற வேண்டுகோளை அனுப்புகிறேன். அவர் பாங்காக்கில் இருக்கிறார். என்ன நடக்கிறது என்று பார்ப்போம்.

‘இன்னொன்று சொல்ல வேண்டும், மிஸ்டர் சந்திரன். நான் இதை சுபிரின் நட்புக்காகச் செய்கிறேன். நீங்கள் வெளியில் ஏதாவது சொல்லிப் போலீஸ் என்னிடம் வந்தால் எனக்கும் உங்களுக்கும் தொடர்பு இருந்ததாகவே காட்டிக் கொள்ளமாட்டேன். இந்த அருமையான டின்னரைப் பற்றியும் சொல்லமாட்டேன்.’

எனக்குக் கஷ்னபீஸை மிகவும் பிடித்திருக்கிறது.

பதினேழு

1

நான் என் அலுவலக அறையில் நுழையும்போது சட்ட ஆலோசகர் எனக்காகக் காத்திருக்கிறார்.

'என்ன நடந்தது என்பது இப்போது தெளிவாகி விட்டது. இப்போதுள்ள விதிகள் செலுத்தீட்டுக் கோபுரங் களைத் தயாரிப்பது 'தயாரிப்பு' என்னும் வரையறைக் குள் அடங்கும் என்பதை அடிக்கோடிட்டுச் சொல்கின்றன. ஆனால் 1988க்கு முன்னால் இருந்த ஆயத் துறை விதிகளில் 'தயாரிப்பு' சரியாக வரையறுக்கப்படவில்லை.'

'இந்தத் தீர்ப்பின்படி 1988க்கு முன்னால் தயாரிக்கப் பட்ட செலுத்தீட்டுக் கோபுரங்களுக்கு ஆயம் வசூலிக்கப் பட்டிருக்கக் கூடாது, அல்லவா?'

'நீங்கள் கூறுவது சரி. எண்பதுக்கும் எண்பத்து எட்டிற்கும் இடைப்பட்ட வருடங்களுக்கு மட்டும் இந்தத் தீர்ப்பு பொருந்தும் என்று அதுவே தெளிவாகச் சொல் கிறது.'

'நம்மிடம் கோபுரங்கள் தயாரித்துக்கொடுப்பதாக ஒப்பந்தம் செய்துகொண்டவர்கள் இந்த வருடங்களில் ஆயத்தைச் செலுத்தியிருப்பார்கள், அல்லவா?'

'நிச்சயமாக.'

'நாம் அவர்களிடம் செய்துகொண்ட ஒப்பந்தம் என்ன சொல்கிறது?'

'நமது எல்லா ஒப்பந்தங்களிலும் ஒரு வாசகம் இருக்கிறது. ஒப்பந்தக்காரர்கள் முதலில் ஆயத்தைச்

செலுத்த வேண்டும். செலுத்திய ரசீதைக் காட்டி அந்தத் தொகையை நிறுவனத்திலிருந்து திரும்பப் பெற்றுக்கொள்ள வேண்டும்.'

'இந்த எட்டு வருடங்களிலும் அவர்கள் ஆயத்திற்காகச் செலுத்திய பணத்தைத் திரும்பப் பெற்றிருக்கிறார்கள். நான் சொல்வது சரிதானே?'

'ஆமாம்.'

'எப்போதாவது அவர்கள் இந்த வழக்கைப் பற்றியும் அது குறித்து வந்த தீர்ப்பைப் பற்றியும் சொல்லியிருக்கிறார்களா?'

'எனக்குத் தெரிந்து இல்லை. ஒப்பந்தப் பிரிவிற்குத் தெரிந்திருக்கலாம்.'

'இந்தத் தீர்ப்பின் வாயிலாக ஆயத் துறையிலிருந்து அவர்கள் திரும்பப் பெற்ற பணம் நம்முடைய பணம். அதை அவர்கள் நமக்குத் திருப்பிக் கொடுத்திருக்க வேண்டும்.'

'நிச்சயமாக. நாம் அவர்களுக்குப் பணம் கொடுத்தது ஆயம் கட்டியதற்காக. ஆயமே இல்லை என்று ஆகிவிட்ட போது பணம் நம்முடையது. திருப்பித் தராதது எனக்கு ஆச்சரியத்தை அளிக்கிறது.'

'மிக்க நன்றி. நான் CEOவிடம் இதைச் சொல்கிறேன்.'

சொன்னதும் அவர் மேலும் கீழும் குதிக்கிறார்.

'அவர்களுக்குப் பணம் திரும்பக் கிடைத்திருக்கிறது என்று உங்களுக்கு எப்படித் தெரியும்? வழக்கு இன்னும் நிலுவையில் இருக்கலாம். டவர் ஃபேப்ரிகேட்டர்ஸ் மதிப்பு மிக்க நிறுவனம். அவர்கள்மீது தவறாக, கவனம் இல்லாமல், குற்றம்சாட்டினால் விளைவு விபரீதமாக இருக்கும்.'

'நான் அவர்கள்மீது போர்தொடுக்கவில்லை, சார். ஒரு கடிதம் எழுதி உண்மை என்ன என்பதைக் கேட்கப்போகிறேன்.'

'என்ன வேண்டுமானாலும் செய்துகொள்ளுங்கள். தலைமைக் கண்காணிப்பு அதிகாரிக்கு எழுதியாயிற்றா?'

'அவருக்கு ஏன் எழுத வேண்டும்? இந்தக் கேஸ் இப்போது ஆரம்ப நிலையில் இருக்கிறது.'

'நீங்கள் எல்லாவற்றிற்கும் அவரிடம் ஓடுவீர்களே? அதனால் கேட்டேன்.'

பி.ஏ. கிருஷ்ணன்

நான் பதில் சொல்லவில்லை. அவர் சிடுசிடுக்கக் காரணம் இருக்கிறது. தலைமைக் கண்காணிப்பு அதிகாரி நேற்றுத்தான் அவருக்கு ‘முன்பாரம்’ பற்றிக் கடுமையான கடிதம் எழுதியிருந்தார்.

முகத்தில் சோகம் ததும்ப என்னிடம் சொல்கிறார்.

‘செலுத்தீட்டுப் பாதைகள் பற்றிய ஒப்பந்தங்களை மறு ஆய்வுசெய்ய ஒரு குழு அமைத்திருக்கிறேன். உங்களையும் அதில் உறுப்பினராகச் சேர்த்திருக்கிறேன்.’

நான் நினைத்ததிற்கு மேல் நடந்துவிட்டது. அனுபமாவுக்கு நன்றி சொல்ல வேண்டும். என் அறைக்குத் திரும்பியதும் அவளுக்கு ஃபோன்செய்கிறேன். பதில் இல்லை.

2

எனக்குத் தூக்கம் வரும்போது ஃபோனும் வருகிறது. சுகன்யாவை எடுக்கச் சொல்கிறேன். அவள் போர்வைக்குள் நுழைந்து தலையை மூடிக்கொள்கிறாள். நான் கிணுகிணுப்புகள் அடங்கக் காத்திருக்கிறேன். அடங்க மறுக்கின்றன. படுக்கையிலிருந்து எழுந்து மெதுவாகத் தொலைபேசிப் பக்கம் செல்கிறேன்.

‘சார், நான் சாகர் பேசுகிறேன். ராமன் சாகிப் உடல்நலம் மிகவும் மோசமாக இருக்கிறது. உடனே வாருங்கள்.’ சாகர் எங்கள் விருந்தினர் விடுதியின் மேனேஜர்.

‘என்ன நடந்தது? ரொம்ப மோசமா? நான் அவனிடம் பேசலாமா?’

பின்னால் ஒரு பெண்ணின் குரல் கேட்கிறது. ‘தயவுசெய்து என்னைப் பேசவிடுங்கள்’. அந்தப் பெண் பேசுகிறாள். ‘சார், என் பெயர் நளினி. நீங்கள் உடனே வர வேண்டும். ராமன் மூச்சுவிட முடியாமல் திணறுகிறார்.’

ராமனுக்கு எங்கள் விடுதியில் அறையைப் பதிவு செய்வதைத் தவிர எனக்கு வேறு வழியில்லை. அறை சென்னையிலிருக்கும் என் நண்பர் பெயரில் பதிவுசெய்யப் பட்டிருந்தது. தன் பெயரில் பதிவுசெய்ய ராமன் விரும்பவில்லை. மேலும் தில்லி வாசிகளுக்கு விருந்தினர் விடுதியில் தங்க இடம் கொடுப்பதில்லை. அவர்கள் தங்கினால் என்ன செய்வார்கள் என்பது நிர்வாகத்திற்குத் தெரியும். எனக்குத் தவறு செய்கிறேன் என்பது தெரியும். ஆனால் ராமன் விடாக்கண்டன்.

சாகரிடம் ராமன் ஒரு பெண்ணையும் அழைத்துவருவான் என்று சொன்னபோது, அது அங்கு அடிக்கடி நடக்கக்கூடிய சமாச்சாரம் என்று எனக்கு ஆறுதல் அளித்தார்.

என் வீட்டிலிருந்து விடுதி ஐந்து நிமிடத் தொலைவு. நளினி வாசலில் நின்றுகொண்டிருக்கிறாள். புகைப்படத்தில் எப்படி இருந்தாளோ அப்படியே இருக்கிறாள். முலைகள் உறுத்துகின்றன.

'சாகர் எங்கே?'

'டாக்டரைக் கூப்பிடப் போயிருக்கிறார்.'

'அறை எண்?'

'ஸ்வீட் நம்பர் 2.'

சில தாவல்களில் படி ஏறி அறையை அடைகிறேன். ராமன் படுக்கையில் விரிந்துகிடக்கிறான். ஆடைகள் ஏதுமின்றி. ஒரு போர்வையை அவன்மீது போர்த்துகிறேன். மூச்சு இல்லை. டாக்டரின் வருகைக்காகக் காத்திருக்கிறேன்.

அவருக்கு ராமன் இறந்துவிட்டான் என்று சொல்வதற்கு அதிக நேரம் பிடிக்கவில்லை.

'போலீஸைக் கூப்பிட வேண்டுமா?' டாக்டர் எனக்குத் தெரிந்தவர்.

'பயங்கரமான மாரடைப்பால் இறந்திருக்கிறார். அதில் எந்தச் சந்தேகமும் இல்லை. குடும்பத்திற்குச் சொல்லி அனுப்பலாம். என்ன செய்யலாம் என்பதை அவர்கள் தீர்மானிக்கட்டும். யார் இந்தப் பெண்?'

'ராமனுடைய மருமகள்.'

டாக்டர் புத்திசாலி. 'உறவினர்கள் வரும்போது இந்த மருமகள் இங்கிருந்தால் அவ்வளவு நன்றாக இருக்காது.'

'நளினி, நீ இங்கு இருக்க வேண்டிய தேவை இல்லை.'

அவள் தலையை அசைக்கிறாள். ஏதும் பேசாமல் வெளியே செல்கிறாள்.

நான் ராமன் குடும்பத்தின் வருகைக்காகக் காத்துக் கொண்டிருக்கிறேன். முதல்முறையாக வாயை மூடிக்கொண்டு பேசாமல் இருக்கும் ராமனைப் பார்க்கிறேன். மரணம் மட்டுமே அவன் வாயை அடைக்க முயன்று வென்றிருக்கிறது.

3

டவர் ஃபேப்ரிகேட்டர்ஸ் லிமிட்டெட்டின் தலைமை இயக்குநர் மூச்சே இல்லாமல் என் அறையில் நுழைகிறார். ஏழு மாடி ஏறி வர வேண்டிய கட்டாயம். மின்வெட்டுச் சமயத்தில் ஜெனரேட்டரும் வேலைநிறுத்தம் செய்ததால் வந்த விளைவு. நாற்காலியில் உட்கார்ந்து கண்ணை மூடிக்கொள்கிறார். நான் குடிப்பதற்குத் தண்ணீர் வரவழைக்கிறேன். பேசுவதற்குத் தண்ணீர் கொஞ்சம் தெம்பைக் கொடுக்கிறது. இந்தியா முழுவதற்கும் மின்சாரம் கொடுக்கும் நிறுவனத்தின் அலுவலகத்தில் மின்சாரம் இல்லாததன் நகைமுரண் பற்றிப் பேசுகிறார். நான் அவரை மூச்சுவிட்ட பிறகு பேசுமாறு கேட்டுக்கொள்கிறேன்.

விருந்தினர் விடுதி நிகழ்ச்சிகளுக்குப் பின் முழுவதுமாக மூச்சுவிடுவதற்கு எனக்குப் பத்து நாட்களுக்கு மேல் ஆயின. ராமனின் மனைவி இது மாதிரி ஏதாவது நேரும் என்று பயந்து கொண்டிருந்ததாக என்னிடம் சொன்னாள். இது ராமனுக்கு மூன்றாம் மாரடைப்பாம். விருந்தினர் விடுதியில் அவன் உயிர் துறந்த விசித்திரத்தைப் பற்றி அவள் பேசவே இல்லை. அவனுடைய மதனகாமராஜன் விளையாட்டுகளைப் பற்றி அவளுக்கு நிச்சயம் தெரிந்திருக்கும்.

தலைமை இயக்குநருக்கு இப்போது மூச்சு சீராக வரத் தொடங்கிவிட்டது. 'நாங்கள் எங்கள் சட்ட நிபுணர்களைக் கலந்தாலோசித்தோம். ஆயத் துறையிலிருந்து நாங்கள் பெற்ற தொகையை உங்களுக்குத் திருப்பித் தர வேண்டிய அவசியம் இல்லை என்று கூறுகிறார்கள்.'

'இதுதான் உங்கள் முடிவு என்றால் நாம் இன்று சந்தித்துப் பேச வேண்டிய அவசியமே இல்லை.'

'நான் சொல்வதை முழுவதும் கேளுங்கள். நிபுணர்கள் கருத்து அவ்வாறாக இருந்தாலும், நமக்கிடையே இருக்கும் நல்ல உறவைக் கருத்தில் கொண்டு கிடைத்த தொகையில் அறுபது சதவீதம் உங்களுக்குத் திருப்பித் தரலாம் என்று இருக்கிறோம். இந்த வழக்கை எங்களுக்கு வென்று தந்த வழக்கறிஞர்கள் மலிவானவர்கள் அல்ல என்பது உங்களுக்கே தெரியும்.'

'ஆயத் துறையிடமிருந்து பெற்ற முழுத்தொகையையும் எங்களுக்குத் திருப்பித் தர வேண்டும். இந்தத் தொகையைத் தவிர வட்டிவேறு நீங்கள் தர வேண்டும். வழக்கறிஞர்களுக்கு நீங்கள் கொடுத்த தொகையை நிச்சயம் திருப்பித் தருவோம் – அந்தத் தொகை அவர்களது வருமான வரி ஆவணங்களில் குறிப்பிடப்பட்டிருந்தால்.'

‘வட்டியா? என்ன வட்டி?’

‘எங்கள் பணம் உங்களிடம் பத்து வருடங்கள் இருந்திருக்கிறது. இந்தக் காலகட்டத்தில் எங்களுக்குக் கடுமையான பணத் தட்டுப்பாடு இருந்தது. அதனால் பொதுமக்களிடமிருந்து கடன் பத்திரங்கள் மூலம் பதினாறு சதவீத வட்டியில் பணம் பெற்றிருந்தோம்.’

தலைமை இயக்குநர் பதில் கூறவில்லை. தடித்த உறை ஒன்றை என் பக்கம் தள்ளுகிறார்.

‘மறுபடியும் தேநீருக்குச் சொல்லட்டுமா?’

‘ஸ்ட்ராங்க் காபி இருந்தால் நன்றாக இருக்கும்.’

அவர் என் அறையைவிட்டு வெளியே செல்லும்போது மின்சாரம் திரும்ப வருகிறது. அதை அவர் நல்ல சகுனமாகக் கருதவில்லை என்பது அவரது முகத்திலிருந்து தெரிகிறது. நான் வழி அனுப்ப மின்தூக்கிவரை செல்கிறேன். மின்தூக்கியின் கதவுகள் மூடியதும் என் அறைக்கு விரைகிறேன். அவர் கொடுத்த உறையைப் பிரிக்கிறேன். ஆயத் துறையிடமிருந்து திரும்பிப்பெற்ற தொகை வருடவாரியாகப் பட்டியலிடப் பட்டிருக்கிறது. கடைசிப் பக்கத்திற்கு வேகமாக வருகிறேன். என் பார்வை மொத்தத் தொகையில் விழுகிறது. பெரிய எழுத்துகளில் எழுதப்பட்டிருக்கிறது. ஆயத் துறையிடமிருந்து திரும்பப்பெற்ற மொத்தத் தொகை பன்னிரண்டு கோடியே இருபத்து ஏழு லட்சத்து எழுபத்து ஐந்தாயிரத்து முந்நூறு ரூபாய்.

4

எனக்கு இருக்கும் பதற்றத்தில் மற்றொரு காகிதத்தை உறையிலிருந்து எடுக்கத் தவறிவிடுகிறேன். உறையை என் மேஜை மீது வைக்கும்போதுதான் அதைக் கவனிக்கிறேன். 12 ஜூலை 1988ஆம் ஆண்டு எழுதப்பட்ட கடிதத்தின் ஒளிநகல்.

அன்புள்ள அய்யா,

செலுத்தீட்டுக் கோபுரங்கள் தயாரிப்பதற்கு ஆயம் வசூலிக்கக் கூடாது என்று ஆயத் துறையுடன் பல ஆண்டுகளாக விவாதித்துக்கொண்டிருக்கிறோம்.

சமீபத்தில் மத்திய ஆயத் துறைத் தீர்ப்பு மன்றம் எங்களுக்குச் சாதகமான தீர்ப்பு ஒன்றை வழங்கியிருக்கிறது. அதன்படி, 1980ஆம் ஆண்டிலிருந்து 1988ஆம்

ஆண்டுவரை தயாரிக்கப்பட்ட கோபுரங்களுக்கு நாங்கள் செலுத்திய ஆயத் தொகை திருப்பித் தரப்படும். தொகை எவ்வளவு என்பதைக் கணக்கிட்டு ஆயத் துறைக்கு அனுப்பியிருக்கிறோம். இது அவர்கள் பரிசீலனையில் இருக்கிறது.

நாங்கள் இந்த வழக்குக்காக மிகுந்த அளவில் பொருளும் நேரமும் செலவிட்டிருக்கிறோம். அதனால் ஆயத் துறையிடமிருந்து திரும்பப்பெறும் தொகையில் இருபத்து ஐந்து சதவீதம் நாங்கள் நிறுத்திவைத்துக் கொண்டு, மீதத்தைத் தங்களுக்கு அனுப்பலாம் என்று முடிவுசெய்திருக்கிறோம்.

இந்த முடிவு உங்களுக்கும் சம்மதம் என்பதை எழுத்து மூலம் எங்களுக்குத் தெரிவிக்க வேண்டுகிறோம்.

மிக்க நன்றி,

உங்கள் உண்மை ஊழியன்,
டவர் ஃபேப்ரிகேட்டர்ஸ் லிமிட்டெட்.

கடிதம் நிறுவனத்தின் தலைவருக்கு எழுதப்பட்டிருக்கிறது. அதன் நகல் ஒப்பந்தத் துறையின் பொதுமேலாளருக்கு அனுப்பப்பட்டிருக்கிறது.

நான் என் அந்தரங்கச் செயலாளரை அழைக்கிறேன். '1988ஆம் ஆண்டு ஒப்பந்தப் பிரிவின் ஜெனரல் மேனேஜராக யார் இருந்தார்கள்?'

'இதோ சொல்கிறேன், சார். என்னிடம் எல்லா ஆண்டு டயரிகளும் இருக்கின்றன.'

அவள் நிறுவனத்தின் 1988ஆம் ஆண்டின் நாட்குறிப்பை எடுத்துவருகிறாள். 'நம் சேர்மன், சார். அவர்தான் 1988ஆம் ஆண்டு ஒப்பந்தத் துறையின் ஜெனரல் மேனேஜராக இருந்தார்.'

'அப்போது யார் சேர்மன்?'

அவள் பெயரைச் சொன்னாள். 'அவர் இறந்து ஒரு வருடம் ஆகிறது.'

1988ஆம் வருடத்தியக் கடிதத்தை நான் தலைவரிடம் கொடுக்கிறேன்.

அவர் அதை இருமுறை படித்துப் பார்க்கிறார்.

'ரமேஷ், நான் உனக்கு என்ன கெடுதல் செய்தேன்? என்னை ஏன் பழிவாங்குகிறாய்?'

'நான் அப்படி என்ன செய்தேன், சார்?'

'இந்தக் கடிதத்தை எங்கிருந்து தோண்டி எடுத்தாய்?'

'நான் தோண்டவில்லை. இது நம்முடைய நண்பர், டவர் ஃபேப்ரிகேட்டர்ஸின் தலைமை இயக்குநர், கொடுத்தது.'

'அவர்கள் இதை வேண்டுமென்றே செய்கிறார்கள். எண்பத்து எட்டில் இருந்த CMD இறந்துவிட்டார். நான் ஒருவன்தான் மிஞ்சியிருக்கிறேன்.'

'நீங்கள் இந்தக் கடிதத்தை முதல்முறையாகப் பார்க்கிறீர்கள், இல்லயா?'

'முதல்முறையாகப் பார்க்கிறேன். 88இல் எழுதியிருப்பதாகச் சொல்கிறார்கள். பத்து வருடங்களுக்கு மேல் ஏன் பேசாமல் இருந்தார்கள்? இதை 88இல் அனுப்பினார்கள் என்பதற்கு என்ன அத்தாட்சி?'

அவர் கூறுவது சரி என்று எனக்குத் தோன்றுகிறது. இந்தக் கடிதம் அனுப்பப்படாமலே இருந்திருக்கலாம். அல்லது அப்போதைய தலைவரும் இப்போதைய தலைவரும் கொள்ளையடிப்பதில் கூட்டுச் சேர்ந்திருக்கலாம். பத்து வருடங்களான பிறகு புதிருக்கு விடை கண்டுபிடிப்பது கடினம்.

'இந்தக் கடிதம் அவ்வளவு முக்கியம் அல்ல, சார். நமக்கு இப்போது பணம் திரும்பப் பெறுவது முக்கியம். பன்னிரண்டு கோடிக்கும் மேல் ஆயத் துறையிடமிருந்து திரும்பக் கிடைத்திருக்கிறது. அது நமக்குச் சேர வேண்டிய பணம்.'

'இந்த விவகாரத்தில் நான் உங்களுக்கு முழுச்சுதந்திரம் தருகிறேன். என் பக்கமே வர வேண்டாம்.'

5

சுபிரின் புதிய புத்தகம் வெளிவந்துவிட்டது. பத்தொன்பதாம் நூற்றாண்டின் பெங்காலி அறிவுஜீவி ஒருவரைப் பற்றியது. மிகச் சிறப்பான மதிப்புரைகள் வந்திருக்கின்றன. ஆனாலும் சுபிர் புலம்புகிறான்.

'தில்லிக் குப்பைகள் ஒன்றின் ஆசிரியர் இவன். எழுதப் படிக்கத் தெரியுமா என்பதே எனக்குச் சந்தேகமாக இருக்கிறது.

மதிப்புரைக்கு ஒரு பிரதி அனுப்புமாறு கேட்டான். அனுப்பி னேன். இரண்டு வாரங்கள் கழித்து அனுப்பியது கிடைத்ததா என்று கேட்டேன். கிடைத்தது ஆனால் தொலைத்துவிட்டேன், இன்னொரு பிரதி அனுப்பு என்றான். என் பதிப்பாளர் ஒன்றுக்குப் பதிலாக இரண்டு பிரதிகள் அனுப்பினார். நேற்று ஃபோன்செய்தேன். "எனக்கு மிகுந்த வருத்தம் தரக்கூடிய விஷயம் ஒன்றே ஒன்றுதான்" என்றான். நான் அது என்ன என்று கேட்டேன். ஒரு புத்தகத்தை எழுதியவர் அதன் மதிப்புரைக்காக இப்படிப் பத்திரிகைகளின் பின்னால் நாயாக அலைவது என்றான். காயத்தில் உப்பைத் தூவுவது மாதிரி "புத்தகத்தை என் உதவியாளரைப் படித்துப் பார்க்கச் சொன்னேன். புத்தகம் எங்கள் பத்திரிகையில் மதிப்புரை பெறும் அளவிற்கு இலக்கியத் தகுதி பெற்றதல்ல என்பது அவன் கருத்து" என்றும் சொன்னான். நான் பதில் சொன்னேன்: "காண்டாமிருகங்களுக்குப் பொதுவாகவே கண்பார்வை குறைவு. அலிப்பூர் மிருகக்காட்சி சாலையில் இருக்கும் ராமு என்ற காண்டாமிருகத்திற்குக் கண்பார்வை அதன் தோழர்களைவிட மிகவும் குறைவு. ஆனால் ராமுவின் நோக்கு உங்கள் இலக்கிய நோக்கைவிடத் துல்லியமானது." "ராமுவிற்கு வேறு எந்தக் குறையும் கிடையாது" என்றும் சொன்னேன்.'

'கஷ்னபீஸ் பேசினானா?'

'பேசினான். உன்னைப் பார்க்க வேண்டும் என்கிறான்.'

'இதை ஏன் முதலில் சொல்லவில்லை? இந்தக் காண்டா மிருகத்தைப் பற்றி யார் கேட்டார்கள்?'

பதில் பேசாமல் சிரிக்கிறான்.

கஷ்னபீஸின் அலுவலகம் தரைக்குக் கீழ் காற்றே புகாத ஒரு நிலவறையில் இருக்கிறது. அறை முழுவதும் கட்டுக் கட்டாகப் பத்திரிகைகள். நடுவில் கஷ்னபீஸ். என்னை அவனுக்கு எதிராக இருக்கும் ஒரு முக்காலியில் அமரச் சொல்கிறான். அசைந்தாலே ஆடிக் கீழே தள்ளத் தருணம் பார்த்துக்கொண்டிருக்கும் முக்காலி. தலைக்கு மேல் தெருவில் ஓடிக்கொண்டிருக்கும் வண்டிகளின் உறுமல் எனக்குத் தலை வலியை ஏற்படுத்துகிறது. கஷ்னபீஸ் கவலைப்படுவதாகத் தெரியவில்லை.

'நீ அதிர்ஷ்டம் செய்தவன், ரமேஷ். இன்று காலையில் பெரியவன் பேசினான். பாங்காக்கிலிருந்து. கோஷ் விவகாரத் தைப் பற்றி அவனிடம் சொன்னேன்.'

'அவர் என்ன சொன்னார்?'

'ஒரு நீண்ட பிரசங்கம் செய்தான். அவன் இந்த மாதிரி விவகாரங்களில் தலையிட விரும்பவில்லை என்றான். முடிவு எடுப்பது உள்ளூர் ஆட்கள் கையில் இருக்கிறது தன்னால் ஏதும் செய்ய முடியாது என்றான். முடிவு எடுப்பவர்களின் குடுமிகள் அவன் பிடியில் இருக்கின்றன என்று நான் பதில் சொன்னேன். சில நாட்களில் திரும்பப் பேசுகிறேன் என்றான்.'

'சில நாட்கள்?'

'அவனது மொழியில் சில நாட்கள் என்பது ஒன்றிலிருந்து இரண்டு மாதங்கள்.'

'பிணைத்தொகை பற்றிப் பேசினாரா?'

'அவன் அதைப் பற்றி இப்போது பேசமாட்டான், ரமேஷ். முதலில் கோஷ் உயிரோடு இருக்கிறானா இல்லையா என்பது தெரிய வேண்டும்.'

'என்னிடம் அவர் பேசுவாரா?'

'மாட்டான். பேசினால் மிகப் பெரிய அரசியல்வாதிகளுடன் தான் பேசுவான். அல்லது மிகப் பெரிய பத்திரிகையாளர்களுடன்.'

என் முகத்தைப் பார்த்துவிட்டு, ஆறுதல் சொல்கிறான்.

'கவலைப்படாதே. இவன் என்னிடம் பணம் அதிகம் கேட்கமாட்டான்.'

பதினெட்டு

1

கஷ்னபீஸைப் பார்க் ஹோட்டலில் இறக்கி விடுகிறேன். அவனுடைய குடிகார நண்பர்கள் இரண்டு பேர் அங்குத் தங்கியிருக்கிறார்கள். மத்தியக் கல்கத்தா விலிருந்து அதன் விளிம்பை நோக்கி விரைகிறேன். உப்பு ஏரி நகரம் விமான நிலையத்திற்குச் செல்லும் வழியில் வலது புறத்தில் இருக்கிறது. பார்க்கச் சுத்தமாகப் பரந்த சாலைகளுடன். மேற்கு வங்கத்தின் முதலமைச்சர் இங்கு வசிக்கிறார். பழைய கல்கத்தாவின் உப்பு உறைப்பு இல்லாமல் சப்பென்று இருக்கிறது. இந்த நகரத்தில் எங்கள் விருந்தினர் விடுதி இருக்கிறது. வேடிக்கையான கட்டடம். உள்ளே நுழைந்தால், கோவணம்போல நீளம் அதிகமாக அகலம் குறைவாக இருக்கும் வரவேற்பு அறை. அதன் சுவர்களில் நீல வண்ணப் பூச்சு. அறைக்கு நடுவில் கொப்புளம்போலக் குவிமாடம் ஒன்று எழுகிறது. அதன் உட்பூச்சு இளஞ் சிவப்புவண்ணத்தில். சுவர்களில் இடையிடையே புடைத்திருக்கும் கொரிந்திய முறைச் சதுரத் தூண்கள் அறையின் குறுகலை இன்னும் அதிகப்படுத்திக் காட்டு கின்றன. வரவேற்பறை முடியும் இடத்தில் படிகள் வளைந்து மேலே செல்கின்றன. என் அறை முதல் தளத்தில் இருக்கிறது. அறைக்கதவில் கையைக் குத்தும் மர வேலைப்பாடுகள்.

உப்பு ஏரி நகரத்தின் காற்றில் எப்போதுமே ஈரம் இருக்கும். அந்த ஈரக்காற்று மூடப்பட்ட அறை ஒன்றில் அகப்பட்டுக்கொண்டு பல நாட்கள் கழித்து வெளியில் வந்தால் கிளம்பும் துர்நாற்றத்தைத் தாங்க முடியாது.

ஆனால் இன்று கதவைத் திறந்ததும் ஏதோ அமில வாடை வீசுகிறது. விடுதி மேனேஜரை அழைக்கிறேன்.

'இது என்ன வாடை?'

மூக்கை உறிஞ்சி நுகர்கிறார். முகம் மலர்கிறது.

'ரூம் ஃப்ரெஷனர், சார்.' அறையில் இருந்த அலமாரியைக் குடைந்து ஒரு குழாயை எடுத்துக்காட்டுகிறார். அதில் 'அழுத்துக! காட்டு ரோஜாக்களின் வாசத்தால் காற்று நிறையும்!' என்று எழுதியிருக்கிறது.

'ஈர வாசமே பரவாயில்லை.'

'சார்?'

'ஒன்றுமில்லை. வேறு அறை இருக்கிறதா?'

கையைப் பிசைகிறார். 'இந்தத் தளத்தில் இல்லை. வேண்டுமானால் அடுத்த அறையில் தங்கியிருப்பவரைக் காலிசெய்யச் சொல்கிறேன்.'

'அதெல்லாம் வேண்டாம். மேல்தளத்தில்?'

'ஓர் அறை காலியாக இருக்கிறது. ஏஸி வசதி இல்லை.'

'எனக்கு ஏஸி தேவையில்லை. அந்த அறையைத் தயார்செய்யுங்கள்.'

இரவு இனிமையாக இருக்கிறது. குளிர்ந்த காற்று வீசுகிறது. ஆனால் கொசுவலைக்குள் நுழைய வேண்டிய கட்டாயம். மேலே மின்விசிறியைச் சுழலவிட்டுக் கொசுவத்தி ஒன்றை ஏற்றி ஓரத்தில் வைத்துக்கொண்டு வலைக்குள் நுழைகிறேன். தூக்கம் உடனே வருகிறது.

திடீரென்று எழுந்திருக்கிறேன். ஒரேயடியாக வியர்க்கிறது. மின்விசிறி சுழலவில்லை. மின்வெட்டாக இருக்க வேண்டும். கொசுவத்தியின் கங்குக்கண் என்னையே பார்த்துக்கொண்டிருக்கிறது. கோஷ் இப்போது எங்கே தூங்கிக்கொண்டிருப்பான்? அவன் தலைக்கு மேல் மின்விசிறி சுழன்றுகொண்டிருக்குமா? ஏதாவது கூரையின் கீழ், நான்கு சுவர்களுக்கு இடையே உறங்குகிறானா அல்லது திறந்தவெளியிலா? எழுந்து ஜன்னலை நோக்கி நடக்கிறேன். மின்விசிறி சுழல ஆரம்பிக்கிறது. எனக்கு எதிர் அறையின் ஜன்னல் வழியாக வரும் வெளிச்சம் வலுவானதாக இல்லை. ஆனால் அந்த

அறைக்குள் நடப்பதைக் காட்டுவதற்குப் போதுமானது. நான் திரும்பிப் படுக்கையை நோக்கி நடக்கிறேன். அடுத்தவன் படுக்கை அறையை ஒளிந்திருந்து பார்க்கும் அளவிற்கு நான் கேடுகெட்டவன் அல்ல.

கேடுகெட்டவனாக இருப்பது அப்படி ஒன்றும் மோசம் அல்ல.

ஜன்னல் பக்கம் திரும்பிச் சென்று திரையைச் சற்று விலக்கிப் பார்க்கிறேன். எதிர் அறை ஜன்னலை வயதான தம்பதிகள் வியாபித்திருக்கிறார்கள். முதியவருக்கு எழுபதிற்கு மேல் இருக்கும். மூதாட்டி அறுபதைத் தாண்டியவர். அவளது தொங்கும் முலைகளை முதியவர் நடுங்கும் கைகளால் பிசைந்து கொண்டிருக்கிறார். மூதாட்டியின் கை கிழவரின் மடியில் இருக்கிறது. அவரது ஆண்மையை எழுப்ப முயன்றுகொண் டிருக்கிறது. அவளது கண்கள் செருகிக்கொண்டிருக்கின்றன.

இவர்கள் கலவியைப் பார்க்க எனக்கு விருப்பம் இல்லை. படுக்கையை நோக்கி நடக்கிறேன். உலகத்திலேயே மிக அருவருக்கத்தக்க காட்சி ஆண் பெண்ணைப் புணர்வதுதான். தூக்கம் வரவில்லை. கிழவனுக்கு எழுந்துவிட்டதா என்பதைப் பார்க்க ஆவலாக இருக்கிறது. ஜன்னலை நோக்கி விரைகிறேன். அவர்கள் அறை ஜன்னலின் திரைகள் மூடப்பட்டிருக்கின்றன.

காலையில் தூக்கம் கண்ணைவிட்டுப் போக மறுக்கிறது. தேநீர் கொண்டுவந்தவரிடம் கேட்கிறேன்.

‘பக்கத்து அறையில் யார் இருக்கிறார்கள்?’

‘எனக்குத் தெரியாது, சார். நேற்று இரவு வந்திருக்க வேண்டும். கேட்டுச் சொல்கிறேன்.’

கேட்டுச் சொல்கிறார். ‘பெயர் பார்த்தா சட்டர்ஜி. கோஷ் சாருக்குச் சொந்தக்காரராம்.’

‘எந்தக் கோஷ். அஸ்ஸாம் கோஷா?’

‘ஆமாம்.’

காலையில் நடக்கும்போது அவரைச் சந்திக்கிறேன். கையில் கைத்தடி வைத்துக்கொண்டிருக்கிறார். ஆனால் தடி தேவை எனத் தோன்றவில்லை. வேகமாக நடக்கிறார். அவரைப் பிடிப்பதற்குக் கொஞ்சம் சிரமப்பட வேண்டியிருந்தது. பார்த்த வுடன் ‘ஹலோ’ என்கிறார்.

'ஹலோ, நான் உங்கள் பக்கத்து அறையில் இருக்கிறேன்.'

'விடுதியிலா? என் பெயர் பார்த்தா சட்டர்ஜி.'

நான் யார் என்பதைச் சொல்கிறேன்.

'நீங்கள் உயர் அதிகாரி. உங்கள் நிறுவனத்தைப் பற்றி உங்களிடமே குறைசொல்லக் கூடாது. ஆனால் சொல்ல வேண்டிய கட்டாயம். உங்கள் நிறுவனத்திற்கு மனிதத் தன்மையே கிடையாது.'

'ஏன் அப்படிச் சொல்கிறீர்கள்?'

'என்னுடைய மருமகள் உங்கள் நிறுவனத்தில் வேலை செய்யும் கோஷ் என்பவருடைய மனைவி. அவள் தேவதை. எனக்கு அவளை மிகவும் பிடிக்கும். கோஷைப் பிடிக்காது. உதவாக்கரை. குடிகாரன். என் மருமகள் தேவதை. அவளை அவன் வேலைக்காரிபோல நடத்துவான். மற்ற எந்தப் பெண் ணாக இருந்தாலும் விவாகரத்து கேட்டிருப்பாள். என் மருமகள் பொறுமையாக இருக்கிறாள். தேவதை சார், தேவதை.'

இந்தத் தேவதை விவகாரம் கட்டுக்கடங்காமல்போக எனக்கு விருப்பமில்லை.

'வேலைசெய்பவர்களின் குடும்ப விவகாரங்களில் தலையிட நாங்கள் விரும்புவதில்லை.'

'உங்களைத் தலையிட வேண்டும் என்று நான் கேட்டேனா? கோஷ் அஸ்ஸாமில் கடத்தப்பட்டது உங்களுக்குத் தெரியும் என்று நினைக்கிறேன். நடந்து ஒரு வருடம் ஆகப்போகிறது. அவருக்கு என்ன ஆயிற்று என்பதைப் பற்றி யாரும் கண்டு கொண்டதாகத் தெரியவில்லை. எனக்கு அவனைச் சுத்தமாகப் பிடிக்காது. அதற்காக அவன் அஸ்ஸாம் காடுகளில் அழுகி நாசமாய்ப்போக வேண்டியதில்லை.'

'எங்களால் முடிந்த அளவு முயற்சிகள் எடுத்துக்கொண் டிருக்கிறோம்.'

'உங்களுக்குக் கோஷ் ஏன் கடத்தப்பட்டான் என்பது பற்றி ஏதாவது தகவல் தெரியுமா?'

இவர் என்னுடன் விளையாடுகிறாரா? பத்திரிகைகளைப் படிப்பதில்லையா? தன் மருமகளுடன் பேசமாட்டாரா?

'அவ்வளவாகத் தெரியாது.'

'நான் சொல்கிறேன். நீங்கள் மதராஸி. அதனால் பஞ்சாபிகள்மீது அவ்வளவு பாசம் இருக்காது என்பது எனக்குத்

தெரியும். உங்கள் கம்பெனித் தலைமை முழுவதும பஞ்சாபி களால் நிரம்பியிருக்கிறது. என் மருமகன் கோஷ் ராட்சசன். ஆனால் வேலையில் கில்லாடி. இன்னும் சில வருடங்களில் தலைவர் பதவிக்கு வரக்கூடிய தகுதிபெற்றுவிடுவான். இது பஞ்சாபிகளுக்குப் பிடிக்கவில்லை.'

'பஞ்சாபிகள் தூண்டுதலால் அவருடைய கடத்தல் நடை பெற்றது என்கிறீர்களா?'

'இல்லை. ஆனால் இவன் கடத்தப்பட்டது பஞ்சாபி களுக்குச் சாதகமாகிவிட்டது என்கிறேன்.'

நிறுவனத்தைப் பற்றிய வதந்திகளை வெளிமனிதர் வாயிலிருந்து கேட்பது சுவாரசியமாக இருக்கிறது. ஆனால் அவர் சொன்னதில் நந்திதா தேவதை என்பது எவ்வளவு உண்மையோ அவ்வளவு உண்மை நிறுவனத்தைப் பற்றிச் சொன்னதும். என் நிறுவனத்தின் ஐந்து இயக்குநர்களில் மூவர் பெங்காலிகள். மற்ற இருவர் பீஹாரிலிருந்து வந்தவர்கள். எங்கள் தலைவருக்குப் பெங்காலிகளைப் பிடிக்காது. ஆனால் பஞ்சாபிகளை அதைவிடப் பிடிக்காது. நிர்வாகம் பொறுப்பில்லா தது. ஆனால் நல்ல இஞ்சினியர்களை இழக்க விரும்பாதது. நல்ல இஞ்சினியர்கள் அஸ்ஸாமிற்கு நாடு கடத்தப்படு வதில்லை. கோஷ் நல்ல இஞ்சினியர் என்று நிறுவனத்தில் எல்லோரும் சொல்கிறார்கள். ஆனால் அவர் அஸ்ஸாமுக்குத் தன்னை மாற்றச் சொல்லித் துடியாய்த் துடித்தவர். நந்திதா விடமிருந்து தப்பிப்பதற்காக இருக்கலாம். எல்லாவற்றிற்கும் மேலாகக் கோஷ் தலைவர் பதவிக்குத் தகுதிபெற பல வருடங்கள் இருக்கின்றன. சட்டர்ஜியிடம் இவற்றைச் சொன்னால் என்மீது கோபப்படுவார். பெங்காலிகள் ஒன்றைப் பிடித்துக்கொண்டால் அதை அவர்களிடமிருந்து பிரிப்பது கடினம். மார்க்சீயச் சித்தாந்தத்தை அவர்களிடமிருந்து பிரிக்க முடிகிறதா?

'நீங்கள் சொல்வது சரியாக இருக்கலாம். நான் நிறுவன அரசியலிலிருந்து ஒதுங்கியிருப்பவன். எனக்குக் கோஷ் பற்றி நினைத்தால் வருத்தமாக இருக்கிறது. அவர் நிச்சயம் திரும்ப வந்துவிடுவார்.'

'சந்திரன், உங்களைப் பற்றிச் சொல்லுங்கள். எத்தனை குழந்தைகள்? அவர்கள் என்ன செய்கிறார்கள்?'

நாங்கள் பேசிக்கொண்டே இருக்கிறோம். எனக்கு யாரோடாவது பேச வேண்டும். அவருக்கு என்னைப் பற்றித் தெரிந்துகொள்ள ஆவல்.

சட்டர்ஜியின் மகன் மிச்சிகன் அரசுப் பல்கலைக்கழகத்தில் ஆசிரியராகப் பணியாற்றுகிறான். மகள் கலிபோர்னியா, மவுண்டன் வியூ நகரத்தில் இருக்கிறாள். மொழியியல் படித்து ஒரு கணினிப் பொறியாளரை மணந்திருக்கிறவள்.

'கிழக்கு லான்சிங்! ராஷ்பிஹாரி அவென்யூ வீட்டை விற்றுவிட்டு அந்தக் குளிரில் உறைவதற்குப் போனேன். பெங்காலிகளுக்குக் கொஞ்சமும் சரிப்பட்டு வராத இடம் அது. மூக்கு நுனியில் குளிர் கீறி ரத்தம் வந்துவிடும்.'

'மவுண்டன் வியூவில் நல்ல வெயில் இருக்குமே?'

'நான் அங்கே போக விரும்பவில்லை. நான் ஆங்கிலம் பேசும் பாணியை என் பேத்தி கேலிசெய்கிறாள்.'

'உங்கள் மனைவி?'

'என் மாப்பிள்ளைக்கு அவளைப் பிடிக்காது. அவளுக்கு லான்சிங்கில் இருக்கும் என் மருமகளைப் பிடிக்காது.'

'இப்போது எங்கு இருக்கிறீர்கள்?'

'சாந்தி நிகேதன். எங்கே இருந்தால் என்ன, சந்திரன். வாழ்க்கையே பிடிக்கவில்லை. நாட்களை எண்ணிக்கொண் டிருக்கிறோம்.'

புணர்ந்துகொண்டே நாட்களை எண்ணிக்கொண்டிருக் கிறீர்களா?

சட்டர்ஜியின் புலம்பல் முதலில் எரிச்சலூட்டியது. பிறகு அவர் என் கொள்ளிக்கண்ணிலிருந்து தப்புவதற்காக அவ்வாறு சொல்லியிருக்கலாம் எனத் தோன்றியது. குழந்தையில்லாத வன் இரு குழந்தைகள் இருப்பவனைப் பார்த்து நிச்சயம் பொறாமைப்படுவான்.

நான் சுபிரிடம் சட்டர்ஜி பற்றிச் சொல்கிறேன். அவன் ஹிதோபதேசத்திலிருந்து மேற்கோள் காட்டுகிறான்.

கிழவர்களால் இளமையின் சுகங்களை அனுபவிக்க முடியாது. ஆனால் அவற்றை மறக்கவும் முடியாது. அவர்கள் பல்லிழந்த நாய் போன்றவர்கள். கிழநாயால் எலும்புத் துண்டை நக்கத்தான் முடியும்.

'எவ்வளவு ஈரமற்ற வாக்கு?'

'அது சொல்வதும் சரியல்ல. கிழவனுக்குப் புணர்வின் அசைவுகளே போதும். ஏதாவது நிகழ வேண்டிய கட்டாயம்

இல்லை. எலுமபுததுணடு ஒனறு நாவால் தடவிப் பார்க்கப் பக்கத்தில் இருப்பது எலும்புத்துண்டே இல்லாததற்கு மேல் அல்லவா? ரமேஷ், நீ ஹிதோபதேசக் கொள்கையில் மூழ்கிப் போனவன்.'

'இது என்ன உளறல்?'

'சட்டர்ஜி ஏன் உண்மையாகவே நாட்களை எண்ணிக் கொண்டிருக்கக் கூடாது? புணர்ச்சிக்கும் அதற்கும் என்ன தொடர்பு? பொழுதுபோகாமல் உதவாக்கரை சமாச்சாரங் களைப் பற்றிப் பேசுவதில் என்ன தவறு?'

'கோஷைப் பற்றி ஏன் அவதூறாகப் பேசுகிறார்? அவர் சொன்னது எதிலும் உண்மை இருப்பதாக எனக்குத் தெரிய வில்லை. நந்திதா ஒரு போர்க் கோடாரி. அவளிடம் யாராலும் விளையாட முடியாது. அவளிடமிருந்து தப்பிக்கக் கோஷ் படாதபாடுபட்டிருக்க வேண்டும். அவன் அஸ்ஸாமில் மகிழ்ச்சி யோடு இருந்தான் என்று எல்லோரும் சொல்கிறார்கள். நந்திதா தொந்தரவு இல்லாமல்.'

'நீ Country Girl படம் பார்த்திருக்கிறாயா? க்ரேஸ் கெல்லி நடித்தது.'

'இல்லை.'

'அதில் வரும் வில்லியம் ஹோல்டன்போல நடந்து கொள்கிறாய். உனக்கு நந்திதாமேல் ஒரு கண்.'

எனக்கு சுபிரைக் கொல்லத் தோன்றுகிறது.

2

'அமிர்தம்' என்கிறாள் சுகன்யா. பாதாம் துணுக்கு அவள் மேல் உதட்டில் ஒட்டிக்கொண்டிருக்கிறது. நாங்கள் தில்லியில் ஒரு சீன உணவு விடுதியில் இருக்கிறோம்.

'மானோசோடியம் க்ளூடமேட். இதுதான் சாப்பாட்டை அமிர்தமாக்கறது.'

'எப்பவோ பொட்டலம் மடக்கற பேப்பர்ல படிச்சதை என்கிட்டச் சொல்லாதே. நீ எப்போ சைனீஸ் சாப்பாடுல பிஎச்டி வாங்கின?'

பார்க்க மிக அழகாக இருக்கிறாள். நான்காம் மாதம். வாந்தியெடுப்பது நின்றுவிட்டது. நான் வெளியில் சென்று சாப்பிடலாம் என்று சொன்னபோது அவள் இந்த விடுதியைத் தேர்ந்தெடுத்தாள்.

'எதுக்கு இந்த டின்னர்னு சொல்லவேயில்லையே?'

'இதுக்குத்தான்',

நான் ஒரு காகிதக் கொத்தைக் காட்டுகிறேன். 'அந்த டவர் கம்பெனி எங்களோடு செஞ்சுண்ட ஒப்பந்தம். இன்னும் ஒரு மாதத்தில பன்னண்டு கோடியும் கொடுத்துடறதா சொல்லியிருக்காங்க.'

'வட்டி பத்தி என்ன எழுதியிருக்கு?'

'படிக்கறேன், கேளு.' நான் படிக்கிறேன்.

கொடுப்பதாக ஒத்துக்கொண்ட தொகைக்கு மேலாக, வருடத்திற்குப் பதினாறு சதவீதம் கூட்டுவட்டி (மூன்று மாதத்திற்கு ஒருமுறை வட்டி கணக்கிடப்பட வேண்டும்) எந்த மாதத்தில் ஆயத் தொகை திரும்பக் கிடைத்ததோ அந்த மாதத்திலிருந்து கணக்கிடப்பட்டுக் கொடுக்கப்பட வேண்டும் என ட்ரான்ஸ்மிஷன் கார்ப்பரேஷன் நிறுவனம் சார்பில் வலியுறுத்தப்பட்டது. டவர் ஃபேப்ரிகேட்டர்ஸ் லிமிட்டெட் அசலோ வட்டியோ சட்டபூர்வமாக ஏதும் கொடுக்க வேண்டிய தில்லை. ஆனாலும் நல்லுறவுக்காக அசல் கொடுக்கப்படுவ தாகப் பதிலளித்தது. அவர்கள் பதிலைக் கண்டிப்பாக மறுத்த ட்ரான்ஸ்மிஷன் கார்ப்பரேஷன் நிறுவனம் வட்டி பற்றிய ஆவணங்கள் நிறுவனத்தின் இயக்குநர் குழுமத்தின் முன்பு இறுதி முடிவு எடுப்பதற்காக வைக்கப்படும் என்றது.

'இது தப்பறத்துக்கான வழி' என்கிறாள் சுகன்யா.

'நீ சொல்றது சரிதான். ஆனா என்னைத் தவிர எல்லா டைரக்டர்களும் டவர் ஃபேப்ரிகேட்டர்ஸ் முன்னால வழிய றாங்க. இந்த அக்ரிமெண்ட்ல கையெழுத்து வாங்கறதே போறும் போறும்னு ஆயிடுத்து.'

அந்த நிறுவனம் பணத்தைத் திருப்பித் தராமல் இருக்க எத்தனை வழிகள் உண்டோ அத்தனை வழிகளையும் கையாண்டது. கடைசியாக இனி எந்த ஒப்பந்தமும் எங்களுடன் செய்துகொள்ள முடியாத அளவுக்கு அதற்குத் தடைவிதிக்க ஏற்பாடு செய்வேன் எனப் பயமுறுத்திய பிறகே பணத்தைக் கொடுக்க ஒப்புக்கொண்டது. அதுவும் தவணை முறையில். அறுபது தவணைகளில். எங்கள் இயக்குநர்களும் சரி என்று தலைகளை அசைத்தார்கள். எங்கள் நிறுவனம் குளிர்சாதனப் பெட்டிகள் விற்கும் கடை அல்ல என்று அவர்களுக்கு நினைவு படுத்த வேண்டியிருந்தது.

‘வட்டி எவ்வளவு வரும்.’

‘கிட்டத்தட்ட முப்பது கோடி.’

‘இப்போ புரியறது, ஏன் இழுத்தடிக்கறான்னு. வாங்க முடியும்னு நினைக்கறயா?’

‘முயற்சிபண்ணலாம்னு இருக்கேன்.’

‘நீ விடாக்கண்டனாச்சே. அவங்கள சும்மாவிடுவயா?’

3

இயக்குநர் குழுமத்திற்கு முடிவிற்கு வர அதிக நேரம் எடுக்கவில்லை. எங்களை மறுபடியும் டவர் ஃபேப்ரிகேட்டர்ஸுடன் பேசச் சொல்கிறது. வட்டியைத் தருமாறு வற்புறுத்தச் சொல்கிறது. நான் இயக்குநர் குழுமத்தை அந்நிறுவனத்தின் தலைவரை அழைத்துப் பேசச் சொல்கிறேன். வட்டி தரா விட்டால் ஏற்படும் விளைவுகளை அவரிடம் கண்டிப்பாகச் சொல்லுமாறு கேட்டுக்கொள்கிறேன். ஆனால் என் வேண்டு கோளைக் குழுமம் மறுக்கிறது. அரசுத் தரப்பு இயக்குநர்கள் இந்த வேலை தங்கள் தகுதிக்கு மிகக் கீழானது என நினைக் கிறார்கள். நிறுவனத் தரப்பு இயக்குநர்கள் மௌனமாக இருக்கிறார்கள். பன்னிரண்டு கோடி ரூபாய் பெற்றுக்கொடுத்த தற்காகக் குழுமம் எனக்கு நன்றி சொல்லக்கூடத் தயாராக இல்லை.

வேறுவழியில்லாமல் டவர் ஃபேப்ரிகேட்டர்ஸின் தலைவரை மறுபடியும் பேச்சு வார்த்தை நடத்த அழைக்கிறேன். திட்ட இயக்குநரும் நிதி இயக்குநரும் பங்கேற்கிறார்கள்.

கூட்டம் தொடங்கியவுடனேயே அவர் மூக்கால் அழத் தொடங்குகிறார். பன்னிரண்டு கோடி கொடுத்ததால் அவர்களது பண ஓட்டம் வெகுவாகக் குறைந்துவிட்டதாம். ‘நாங்கள் உங்கள் கோரிக்கையை நிறைவேற்றினோம். அதனால் ஓட்டாண்டிகளாகிவிட்டோம்’ என்கிறார். எங்கள் நிதி இயக்குநர் தலையை ஆட்டுகிறார். அவர் மனம் உருகுவது அவரது கண்களில் தெரிகிறது. திட்ட இயக்குநர் உப்பு பிஸ்கட் ஒன்றை மெல்கிறார். நான் தொடங்குகிறேன். ‘பணம் எங்களுடையது. இவ்வளவு நாட்கள் எங்களுக்குத் தெரியாமல் வைத்துக் கொண்டிருந்தீர்கள். வட்டி நிச்சயம் தர வேண்டும். அதைப் பற்றிப் பேசுவோம். நேரத்தை வீணாக்க வேண்டாம்.’

‘வட்டி? நாங்கள் எந்த வட்டியும் உங்களுக்குத் தர வேண்டியதில்லை. சந்திரன் நீங்கள் இருந்த இடத்திலேயே இருந்தால் ஒன்றும் நடக்காது. சிறிது இறங்கி வர வேண்டும். சமரசம் செய்துகொள்ள வேண்டும்.’

பிஸ்கட்டை விழுங்கிவிட்டுத் திட்ட இயக்குநர் விவாதத்தில் கலந்துகொள்கிறார்.

‘ஆமாம். சமரசம் செய்துகொள்ள வேண்டும். ஒருவர் கழுத்தை மற்றவர் பிடிக்க முயல்வதில் எந்தப் பலனும் இல்லை.’

‘எந்த வழியில் சமரசம் செய்துகொள்ள வேண்டும்?’

‘ஒரு வழி இருக்கிறது. இருவருக்கும் பொதுவான குழுவிடம் பிரச்சினையை முன்வைப்போம். இசைவுத் தீர்ப்பு வாரியமாக இருக்கலாம் அல்லது நீதிமன்றமாக இருக்கலாம்.’

‘நான் சட்ட நிபுணன் அல்ல. ஆனால் இசைவுத் தீர்ப்பு வாரியத்திடம் செல்ல முடியாது என்று நான் நினைக்கிறேன். நமது ஒப்பந்தங்கள் முடிந்து பத்து வருடங்களுக்கு மேல் ஆகின்றன.’

மாறி மாறி விவாதிக்கிறோம். கடைசியாகத் திட்ட இயக்குநர் கூறுகிறார். ‘நான் சந்திரன் சொல்வதோடு ஒத்துப்போகிறேன். இது இசைவுத் தீர்ப்புவாரியத்திடம் செல்லக்கூடிய பிரச்சினை அல்ல. நீதிமன்றத்திற்குச் செல்லலாம்.’

‘எனக்கும் சம்மதம். நீதிமன்றத்தின் தீர்ப்பு நம் இரு நிறுவனங்களையும் கட்டுப்படுத்தும்’ என்று டவர் ஃபேப்ரி கேட்டர்ஸின் தலைவர் சொல்கிறார்.

‘எனக்குப் புரிவதற்குச் சற்று நேரம் ஆகும். சரியாகப் புரிந்திருக்கிறதா என்று சொல்லுங்கள். அதாவது நாம் வட்டிக் காக நீதிமன்றம் செல்ல வேண்டும். இவர்கள் அதை நீதி மன்றத்தில் எதிர்ப்பார்கள். சரிதானே?’

‘சரிதான்.’

எனக்குள் ஏதோ முறிகிறது.

‘மன்னியுங்கள். நான் இந்த விளையாட்டில் பங்கேற்க விரும்பவில்லை.’ வேகமாக அறையைவிட்டுச் செல்கிறேன். என் கை தட்டி ஒரு பூந்தொட்டி கீழே விழுந்து உடைகிறது.

4

‘அமெரிக்கா எச்சரிக்கிறது! இராக் விமானங்கள் இராக் வானெல்லைக்குள் பறந்தன!’ ஒரு பத்திரிகையின் தலைப்புச் செய்தியை சுபிர் படிக்கிறான். ‘நமது பத்திரிகைகளுக்கும் எழுதத் தெரிந்துவிட்டது.’

‘அறிவுஜீவிகள் கையாலாகாதவர்கள் என்பதை இது உறுதிப்படுத்துகிறது. அமெரிக்கா குண்டுவீசிக்கொண்டிருக்கும். நீங்கள் வார்த்தைகளை வீசிக்கொண்டிருப்பீர்கள்’ என்று கஷ்னபீஸ் சொல்கிறான்.

நாங்கள் பிரகாசமான உணவு விடுதி ஒன்றில் உட்கார்ந்து கொண்டிருக்கிறோம். கல்கத்தாவின் குப்பையையும் நாற்றத்தை யும் விடுதியின் கதவைத் திறந்தால் காலால் மிதிக்கலாம், மூக்கால் நுகரலாம். ஆனால் இங்கு மல்லிகை மணம் வீசுகிறது. கஷ்னபீஸ் இந்த விடுதியைத் தேர்ந்தெடுத்தான். ‘மீன்கறி அந்த ரெஸ்டாரண்டில் பிரமாதமாக இருக்கும்’ என்றான்.

‘இவனுக்குக் கொடுக்கும் காசில் பத்தில் ஒரு பங்கு கொடுத்தால் போதும், எங்கள் சௌத்ரி ஹோட்டலில் இதை விட அருமையான மீன்கறி கிடைக்கும்’ என்கிறான் சுபிர். ஆனால் ஏற்கனவே ஒரு பிளேட்டை முடித்துவிட்டு இன்னொரு பிளேட்டுக்கு ஆர்டர்செய்திருக்கிறான். நான் காலிப்ளவரைக் கடிக்கிறேன். கஷ்னபீஸ் சொல்லப்போகும் செய்திக்காகக் காத்திருக்கிறேன். ஆனால் அவனுக்கு அவசரம் ஏதும் இருப்ப தாகத் தெரியவில்லை.

‘மார்க்சியவாதிகளின் பிரச்சினையே இதுதான். ஏற்றத் தாழ்வுள்ள உலகை மாற்றி எல்லோரும் சமமாக வாழும் உலகத்தைக் கொண்டுவரும் கனவுடன் தங்கள் அறிவுலகப் பயணத்தைத் தொடங்குகிறார்கள். போகப் போக அது நடக்க முடியாத ஒன்று என்பது தெரிந்துவிடுகிறது. ஆனால் நடக்காது என்று சொல்லத் தயக்கம். எல்லோருக்கும் தமக்கென்று, தனியான, ஒதுக்கப்பட்ட இடம் வேண்டும் என்ற ஆசை இருக்கிறது. மார்க்சியவாதிகளுக்கும் இருக்கிறது. ஆனால் வெளியில் சொல்லமாட்டார்கள். சுபிர், எனக்குப் பதில் சொல். இந்த ரெஸ்டாரண்டில் ஒரு கல்கத்தாப் பொறுக்கியோடு உட்கார்ந்து ஒரே மேஜையில் சாப்பிடுவாயா?’

‘இந்த மாதிரியான கேள்விகள் பலதடவை கேட்கப்பட்டு விட்டன. மார்க்சியம் உலகளாவிய, எல்லா மனிதர்களுக்கும் பொதுவான தத்துவம். தனிமனிதனின் தோல்விகளையும் மீறல்

களையும் காட்டி அதைக் குறைகூறுவது எல்லா முதலாளித்துவ வாதிகளும் செய்யக்கூடியது. நீயும் அதைச் செய்துகொண் டிருக்கிறாய். எது எப்படி இருந்தாலும், மார்க்சியம் இன்று இறந்த தத்துவம் ஆகிவிட்டது என்று நீயே பலமுறை சொல்லியிருக்கிறாய். இப்போது நாம் பேச வேண்டியது தாராளமயமாக்குதல் பற்றி. தாராளமயமாக்குதல் இப்போது இறையியல் தளத்திற்கு உயர்த்தப்பட்டுவிட்டது. அதை எதிர்ப்ப வர்களை உயிரோடு எரிக்கலாம் என்ற சட்டமும் இன்னும் சில நாட்களில் வந்துவிடலாம். நாம் அதைப் பற்றிப் பேசுவோம். நமது தொலைக்காட்சி நிகழ்ச்சிகளில் இன்று எங்கே பார்த்தா லும் தாராளமயம்தான். தாராளமயத்தின் வழிபாடு ஒவ்வொரு விளம்பரத்திலும் நடக்கிறது.'

'நீ சொல்வது சரிதான். நேற்று ஒரு விளம்பரம் பார்த்தேன். ஒரு மாமியார் தன் மருமகளை அணைத்துக்கொண்டு அவள் அக்குளை – மருமகளுக்குத் தெரியாமல் – முகர்ந்து பார்க்கி றாள். ரோஜாப் பூக்களின் மணம் அவள் மூக்கிற்குக் கிடைத் திருக்க வேண்டும். முகம் பூரித்துக் கண்கள் விரிகின்றன. விளம்பரம் நாற்றநீக்கியின் வெற்றியைப் பறைசாற்றுகிறது. தாராளமயத்தின் அர்த்தம் அக்குள்களின் க்ளோஸப் காட்சிகள் என்றால் எனக்கு அவை குறித்துச் சிறிது தயக்கம் இருக்கிறது. நான் அந்த மாமியாரைப் போல அதிர்ஷ்டம் செய்தவனாக இருப்பேன் என்று சொல்ல முடியாது. உனக்கு எப்படிப்பட்ட அக்குள்களைப் பிடிக்கும், சுபிர்? இயற்கை வாசத்துடனா செயற்கை வாசத்துடனா?' எல்லாப் பெங்காலி அரட்டை களையும் போல இது முடிவே இல்லாது நீளும்போல இருக்கிறது. நான் சுபிரின் இடுப்பில் மெதுவாகக் குத்துகிறேன். அவனுக்கும் நான் ஏன் குத்துகிறேன் என்பது புரிகிறது.

'அக்குள்கள் பற்றி அப்புறம் பேசலாம். இவன் உன் செய்திக்காகக் காத்துக்கொண்டிருக்கிறான்.'

'செய்தி? ஓ, செய்தியா? இன்று காலை பாங்காக்கி லிருந்து ஃபோன் வந்தது. பத்து லட்சம் கொடுத்தால் விடுதலை செய்யத் தயாராக இருக்கிறார்கள்.'

எனக்கு வாய் பேச வரவில்லை. திணறிக்கொண்டு கேட்கிறேன்.

'கோஷ் உயிரோடு இருக்கிறாரா?'

'நிச்சயம் இருக்க வேண்டும். பிணத்திற்குப் பத்து லட்சம் கேட்பார்கள் என்று எனக்குத் தோன்றவில்லை. மிக மலிவாகக் கோஷ் திரும்பக் கிடைக்கிறான். உள்ளூர் ஆட்களுக்கு மிகவும்

வருத்தம் என்று கேள்விப்பட்டேன். மேலிடத்திலிருந்து வந்த உத்தரவு என்பதால் மீறமாட்டார்கள்.'

'பிணைத்தொகையைக் குறைக்க முடியாதா?'

'முடியாது. கோஷ் உயிரோடு திரும்பி வர வேண்டாமா?'

'இப்போது என் முக்கியப் பிரச்சினை பணத்துக்கு ஏற்பாடு செய்வது.'

'உங்கள் நிறுவனத்திற்குப் பணம் என்ன பிரச்சினை?'

'அவர்களுக்கு இல்லை. எனக்கு. அஸ்ஸாமில் பல கடத்தல்கள் இதற்கிடையில் நடந்துவிட்டன. அவன் இன்று கொல்லப்பட்டால் அது செய்தியாகக்கூடப் பத்திரிகைகளில் வராது. எங்கள் கம்பெனி அவனை மறந்துவிட்டது. மறக்கப் பட்டவனை மறுபடியும் உயிரோடு கொண்டுவருவதற்குப் பத்து லட்ச ரூபாய் கொடுப்பது அதிகம் என்று எங்கள் தலைவர் நினைக்கலாம்.'

'உங்கள் அமைச்சரகம்? தொழிற்சங்கங்கள்?'

'அமைச்சரகம் இந்தப் பிரச்சினையில் தன் கைகளை அழுக்காக்கிக்கொள்ள விரும்பாது. நிறுவனத்தின் முடிவு என்னவோ அதுவே அமைச்சரகத்தின் முடிவாக இருக்கும். தொழிற்சங்கம் கோஷ் கொல்லப்பட்டால் அனுதாபத் தீர்மானம் ஒன்றை நிறைவேற்றும். ராணிகட்டா மின்நிலையத் திற்கு ஒரு நாள் அல்லது அரை நாள் விடுமுறை கிடைக்கும். கோஷ் பற்றி உண்மையிலேயே கவலைப்படுகிறவர்கள், எனக்குத் தெரிந்த அளவில், இந்த உலகத்தில் இரண்டே பேர். ஒருவன் உனக்கு முன்னால் அமர்ந்துகொண்டிருக்கிறான். மற்றொருத்தி தில்லியில் இருக்கிறாள். நந்திதாவிடம் பத்து லட்ச ரூபாய் இருக்கும் என்று எனக்குத் தோன்றவில்லை. என்னிடம் நிச்சயம் இல்லை.'

'பணம் புரட்டுவது உன்னுடைய பிரச்சினை.'

திரும்பி வரும்போது சுபிர் நடந்தது என்ன என்பதைச் சொல்கிறான். கோஷை விடுதலைசெய்ய ஐம்பது லட்சத்திற்குக் குறைந்து வர அவர்கள் தயாராக இல்லையாம். கஷ்னபீஸ் அவர்களைப் பத்து லட்சத்திற்கு ஒத்துக்கொள்ளவைக்கப் படாதபாடுபட்டிருக்கிறான். அவர்களுக்குக் கஷ்னபீஸின் உதவி தேவை. அவர்கள் பெருந்தலைவனின் பேட்டி ஒன்று – உலக அளவில் கவனிக்கப்படக்கூடியது – ஒளிபரப்பாக இருக்கிறதாம். கஷ்னபீஸ் இன்னும் சில நாட்களில் பாங்காக் செல்கிறானாம்.

கேட்பதற்கு எளிதாக இருக்கிறது. ஆனால் கஷ்னபீஸ் பெருந்தலைவனுடன் நிச்சயம் பலமுறை பேசி அவனை வழிக்குக்கொண்டுவந்திருக்க வேண்டும். இந்தத் தடியன் அதிசயப் பிறவி.

‘சுபிர், எனக்கு நம்பவே முடியவில்லை. நானும் பலமுறை அஸ்ஸாம் சென்று இந்தக் கிராதகர்களுடன் யாரைப் பேச வைக்கலாம் என்ற கேள்வியைக் கேட்டுப் பார்த்து அலுத்து விட்டேன். கடைசியில் உன் நண்பன் அந்தக் காரியத்தைச் செய்திருக்கிறான். ஏன் செய்தான், சுபிர்? இது நீ சொல்கிற மாதிரி அவ்வளவு எளிதான காரியமல்ல. ஏன் எனக்காகச் செய்தான்? நான் வாங்கிக்கொடுத்த பிரியாணியும் மீனும் பிடிக்கும் என்று சொல்லாதே.’

‘நீயே சற்று முன்பு சொன்னாய். அவன் என் நண்பன். அதனால் செய்தான்.’

பத்தொன்பது

1

என் தலைமையதிகாரி செய்தியை எந்தச் சலனமும் இன்றிக் கேட்கிறார்.

'நல்லவேளை. உயிரோடு இருப்பது தெரிந்துவிட்டது. பணத்துக்கு எப்படி ஏற்பாடு செய்யப்போகிறீர்கள்? பத்து லட்சம் என்பது பெரிய தொகை, சந்திரன். நமது நிறுவனம் அரசுக்குச் சொந்தமானது. ஒவ்வொரு ரூபாய்க்கும் பதில் சொல்ல வேண்டும்.'

போன மாதம் இந்த அரசுக்குச் சொந்தமான நிறுவனம் – ஒவ்வொரு ரூபாய்க்கும் பதில் சொல்ல வேண்டிய நிறுவனம் – ஹைதராபாத் நகரில் அமைச்சருக்கு ஒரு அலுவலக அறை கட்டியது. அறை கட்டப்பட்டது ஒரு நடிகையின் வீட்டில். நடிகை அவருடைய சின்ன வீடு. தெலுங்குப் படங்களிலும் தொலைக்காட்சித் தொடர்களிலும் நடிக்கும் பேரிளம் பெண். அமைச்சர் ஹைதராபாத் சென்றால் எல்லா வேலைகளையும் அவள் வீட்டிலிருந்துதான் செய்வார்.

இதை நான் என் தலைமையதிகாரியிடம் சொல்கிறேன். அவருக்கு எரிச்சல் வருகிறது. 'எதை எதோடு முடிச்சுப்போடுகிறீர்கள். நாம் அமைச்சருக்குக் கட்டிய அறை அதிகாரபூர்வமாகக் கட்டப்பட்டது. அவர் கொடுத்த உத்தரவின் பேரில். எழுத்துமூலம் இல்லாவிட்டாலும் உத்தரவு உத்தரவுதான். நீங்கள் கேட்பது கடத்தல்காரருக்குக் கொடுக்க வேண்டிய பிணைத்தொகை. அதை எந்தக் கணக்கில் கொடுக்க முடியும்?'

'நிறுவனக் கணக்கில் கொடுக்கச் சொல்லவில்லை. இந்தக் கடத்தலால் அரசுக்கு நெருக்கடி உண்டாகும்

என்ற பயம் இருந்தபோது நாம் ஐம்பது லட்சம் கொடுக்கத் தயாராக இருந்தோம். அப்போது எந்தக் கணக்கிலிருந்து கொடுக்க நினைத்தீர்களோ அந்தக் கணக்கிலிருந்து கொடுங்கள். முன்பு கொடுக்க நினைத்ததில் ஐந்தில் ஒரு பங்கு மட்டும் கொடுத்தால் போதும்.'

'நீங்கள் என்ன சொல்கிறீர்கள் என்பது எனக்கு விளங்க வில்லை. அந்த முடிவு எனக்குத் தெரியாமல் எடுக்கப்பட்டது.'

'அமைச்சரால் எடுக்கப்பட்டது. உங்களுக்கு நிச்சயம் தெரியும். உங்களுக்கு இப்போது முடிவு எடுக்க விருப்பம் இல்லை என்றால் நான் அமைச்சரிடம் செல்ல வேண்டி வரும்.'

'இந்தச் சிறிய விஷயத்திற்காக அமைச்சரைத் தொல்லைப் படுத்த வேண்டாம். ஆனாலும் பத்து லட்சம் திரட்டுவது சாதாரண விஷயம் அல்ல.'

தலைமையதிகாரி என்னிடம் விளையாடுகிறார். நான் டவர் ஃபேப்ரிகேட்டர்ஸ் விவகாரத்தில் எழுதியிருந்த குறிப்பு அவருக்குப் பிடிக்கவில்லை.

'பணம் திரட்டுவதற்கு ஆயிரக்கணக்கான வழிகள் இருக்கின்றன, சார். உங்களுக்கு எல்லா வழிகளும் தெரியும். கதக் நடனம் ஆடும் அந்தப் பெண்மணிக்கு நாம் பணம் கொடுத்த கதை எனக்கு நினைவில் இருக்கிறது. நீங்களும் மறந்திருக்கமாட்டீர்கள் என்று நினைக்கிறேன்.'

அவர் என்னை ஒரு கணம் முறைத்துப்பார்க்கிறார். பின் வெடிச்சிரிப்புச் சிரிக்கிறார்.

'சந்திரன், நீங்கள் மிகவும் பொல்லாதவர்!'

அன்று தலைவருக்கு அமைச்சரிடமிருந்து வேடிக்கையான வேண்டுகோள் வந்திருந்தது.

'என்னால் நம்பவே முடியவில்லை, சந்திரன். கூசாமல் எப்படி இது போன்ற வேண்டுகோள்களை இவர்களால் அனுப்ப முடிகிறது?'

'நீங்கள் சொல்வது சரி, சார். நமக்கு விஸ்கி சப்ளை செய்பவர்களை அதன் பெயரை 'Labelled Dietetic Extract' என்று ரசீதுகளில் எழுதச் சொல்வது அவ்வளவு கடினம் அல்ல. ஆனால் நாட்டியக்காரிகளுக்குக் கம்பெனிச் செலவில் பணம் கொடுப்பது மிகவும் கடினம்.' அரசு நிறுவனங்கள் நடத்தும் விருந்துகளில் மது இருக்கக் கூடாது என்பது விதிமுறை. அதை

மீறக் கூடாது என்பதற்காக விஸ்கிக்குப் பெயர்மாற்றம் செய்து ரசீதுகளில் எழுதுவது வழக்கம்.

தலைவருக்கு நான் சொன்னது பிடிக்கவில்லை. இருந்தாலும் என் ஆலோசனை தேவையாக இருந்தது. சில நாட்களுக்கு முன்னால் அமைச்சர் தனிப்பட்ட முறையில் விருந்து வைத்தார். அவரது வீட்டில் நடந்த அந்த விருந்துக்கு முன்னால் நடன நிகழ்ச்சி. ஆடியவர் புகழ்பெற்ற கதக் கலைஞர். அவருக்குக் கொடுக்க வேண்டிய பணத்தை நிறுவனத்திலிருந்து கொடுக்கச் சொல்லி வேண்டுகோள் வந்திருக்கிறது. அமைச்சரின் மனைவி தனியாகத் தலைமையதிகாரியிடம் சொன்னாராம். கதக் கலைஞருக்கு வருமான வரித்துறையிலிருந்து தொந்தரவு அதிகமாக இருப்பதால் பணத்தை ரொக்கமாகக் கொடுக்க வேண்டும் என்று.

'பிருஷ்டத்தைச் சில நிமிடங்கள் ஆட்டுவதற்கு ஒரு லட்ச ரூபாயா?'

'கதக் நடனத்தில் நீங்கள் சொன்ன பாகம் அதிகம் ஆடாது என்று நினைக்கிறேன். அந்த நடனத்தில் சுழன்று சுழன்று வருவார்கள், தலைசுற்றும்வரை.'

'எனக்குக் கதக் நடனத்தைப் பற்றி விளக்கம் தேவையில்லை, சந்திரன். எப்படிப் பணம் கொடுப்பது? அதுவும் ரொக்கமாக. நாம் என்ன அரசு நிறுவனமா சினிமாப் படம் எடுக்கப் பணம் கொடுக்கும் கந்துவட்டிக்காரர்களா, பணத்தை எடுத்து வீசுவதற்கு?'

'நம் கதக் கலைஞருக்கு இவ்வளவு நுண்ணிய வித்தியாசங்கள் தெரிந்திருக்க நியாயமில்லை. நம் நிதி இயக்குநரிடம் யோசனை கேட்கலாம்.'

நிதி இயக்குநர் எப்போதும் சிரித்த முகத்தோடு இருப்பவர். அவரது சிரிப்பைக் குனிந்து பார்க்க வேண்டும். அவ்வளவு குள்ளம். ஆனால் இந்த மாதிரிப் பிரச்சினைகளுக்குத் தீர்வுகள் கண்டுபிடிப்பதில் கில்லாடி. அவரிடம் விஷயத்தைச் சொன்ன உடனேயே அவர் கேட்டார்.

'விருந்துக்கு அயல்நாட்டவர்கள் யாராவது வந்திருந்தார்களா?'

'நிச்சயம் வந்திருப்பார்கள். நம்ம ஆட்களுக்குக் கதக் பார்க்கப் பொறுமை எங்கே இருக்கிறது?' என்றார் தலைவர்.

விருந்தினர் பட்டியலை அலசினோம். நல்லவேளையாகப் பட்டியலில் கௌதமாலா நாட்டின் தூதுவர் இருந்தார். தலைவர்

அமைச்சரின் மனைவியிடம் பேசினார். அமைச்சரின் மனைவி– அமைச்சரின் தனிச் செயலரிடம் பேசினார். மறுநாளே அமைச்சரகத்திலிருந்து ஒரு குறிப்பு வந்தது.

மின் துறை அமைச்சருக்கும் கௌதமாலா தூதுவருக்கும் இடையே நடந்த பேச்சு வார்த்தை மிகப் பயனுள்ளதாக இருந்தது. இந்திய செலுத்தீட்டுக் கோபுரங்களைக் கௌதமாலா நாடு வாங்குவதற்கான முதல் கட்ட ஆலோசனை விரைவில் தொடங்கப்படும். அது சார்பாக அமைச்சர் அந்த நாட்டிற்கு இன்னும் சில மாதங்களில் செல்வார்.

மூன்று பக்கங்கள் வந்த அந்தக் குறிப்பில் கடைசியில் கூறப்பட்டிருந்தது இது: இந்தப் பேச்சு நடந்தபோது ஏற்பட்ட சில செலவினங்களை உங்கள் நிறுவனத்தின் சார்பில் ஏற்றுக் கொள்ளுமாறு அமைச்சர் ஆணையிடுகிறார். அந்தச் செலவினங் களின் பட்டியல் தகுந்த ரசீதுகளுடன் இந்தக் குறிப்போடு இணைக்கப்பட்டிருக்கிறது.

இந்தக் குறிப்பு நிதி இயக்குநருக்குப் போதுமானதாக இருந்தது. உயர்பதவியாளர்களுக்காகச் செலவுசெய்தது என்ற தலைப்பில் இந்தச் செலவை அவர் ஆமோதித்தார். பணம் ரொக்கமாகத் தரப்படவில்லை. கதக் கலைஞருக்கு வருத்தம். 'நாற்பது சதவீதம் வரி செலுத்த வேண்டும்' என்று தலைவரிடம் அலுத்துக்கொண்டாராம்.

தலைவர் என்னிடம் விளையாடி முடித்துவிட்டார் எனத் தெரிகிறது. அவரது இருக்கையிலிருந்து எழுந்து வந்து என் தோளை அழுத்தியபடியே பேசுகிறார்.

'சந்திரன், நான் உங்களிடம் வெளிப்படையாகப் பேசு கிறேன். நம் ஒப்பந்தக்காரர்களில் ஒருவரைப் பணத்துக்கு ஏற்பாடு செய்யச் சொல்ல வேண்டும். அவர் தனது சொந்தப் பணத்திலிருந்து கொடுக்கப்போவதில்லை. கொடுத்ததற்கு வட்டி சேர்த்து நம்மிடமிருந்து கறந்துவிடுவார். நமக்கு வேறு வழியில்லை. கடைசியில் பிணைத்தொகையைக் கொடுக்கப் போவது அரசுதான். அதைப் பற்றி ஒப்பாரிவைத்துப் பயனில்லை. நான்தான் உங்களை இந்தக் கடத்தல் வட்டத்திற்குள் தள்ளி னேன். அதற்காக வருந்துகிறேன். நானே வெளியில் கொண்டு வருகிறேன். எனக்குத் தெரிந்த சில ஒப்பந்தக்காரர்களிடம் பேசிப் பார்க்கிறேன். அவர்கள் நம்பகமானவர்கள். விஷயம் வெளியே போகாது. பணத்தை யார் எடுத்துச் செல்லப் போகிறார்கள்?'

'இன்னும் முடிவாகவில்லை. நான் எடுத்துச் செல்லலாம் என்று இருக்கிறேன்.'

'அந்தத் தவறை ஒருபோதும் செய்யாதீர்கள். கோஷ் குடும்பத்தினரில் ஒருவரை இந்த வேலையைச் செய்யச் சொல்லுங்கள்.'

'மிக்க நன்றி, சார்.'

'சந்திரன், உங்களிடம் இன்னொரு விஷயம் பேச வேண்டும்.'

அவர் என்ன பேசவருகிறார் என்பது எனக்குத் தெரியும்.

'இந்த விவகாரம் முடியட்டும். பிறகு அதைப் பற்றிப் பேசலாம்.'

நந்திதாவும் எந்தச் சலனமும் இல்லாமல் செய்தியைக் கேட்கிறாள். நான் அவள் வீட்டின் வரவேற்பு அறையில் அமர்ந்திருக்கிறேன். கறுப்புப் புடவையில் அவள் மிக அழகாக இருக்கிறாள். ஆனால் வீடு முழுவதும் மீன் நாற்றம், பழைய பெட்டியிலிருந்து பல வருடங்களுக்குப் பிறகு வெளியே எடுக்கப்பட்ட துணிகளின் வாடை. மூக்கைப் பொத்திக்கொண்டால் கோபித்துக்கொள்வாள்.

'இது உண்மையான செய்தியா எனக்காகச் சொல்லப்படும் செய்தியா?'

'உண்மை என்று நினைக்கிறேன்.'

'அவர் எப்போது திரும்பி வருவார்?'

நான் பிணைத்தொகையைப் பற்றிச் சொல்கிறேன். அவள் குடும்பத்தினரில் யாராவது ஒருவர் தொகையைப் போராளிகளிடம் எடுத்துச் செல்ல வேண்டும் என்கிறேன்.

'எனக்கு மிகவும் ஆச்சரியமாக இருக்கிறது மிஸ்டர் சந்திரன். என் கணவர் எங்கள் வீட்டிலிருந்து கடத்தப்பட வில்லை. மின்நிலையத்திலிருந்து கடத்தப்பட்டார். அவரை மீட்டுத் தர வேண்டியது உங்கள் பொறுப்பு. என் குடும்பத்தினரை ஏன் இழுக்கிறீர்கள்?'

'உங்களுக்குப் பல சொந்தக்காரர்கள் கல்கத்தாவில் இருக்க வேண்டும். அவர்களில் ஒருவரிடம் இந்தப் பொறுப்பை ஒப்படையுங்கள். எங்களில் ஒருவரை அனுப்புவதில் சில சிக்கல்கள் இருக்கின்றன.' பணம் கொடுக்கச் சென்றவரைப் பிடித்துவைத்துக்கொண்டால் வரக்கூடிய சிக்கல்கள் அவை என்று நந்திதாவிடம் சொல்லப் பயமாக இருந்தது.

‘எனக்கு இரண்டு நாட்கள் அவகாசம் கொடுங்கள்.’

‘நான் உங்கள் சொந்தக்காரர் ஒருவரைக் கல்கத்தா கெஸ்ட் ஹவுஸில் பார்த்தேன்.’

‘ஓ, பார்த்தா அங்கிள்! சாந்திநிகேதனில் இருக்கிறார். அவருடைய மனைவியை டாக்டரிடம் காட்டுவதற்காகக் கல்கத்தா வந்திருந்தார். நான்தான் நமது கெஸ்ட் ஹவுஸில் தங்குவதற்கு ஏற்பாடு செய்தேன்.’

‘எனக்கு ஒரு யோசனை தோன்றுகிறது,’ நந்திதா தொடர்கிறாள். ‘அவரை அனுப்பினால் என்ன?’

‘அவர் மிகவும் வயதானவர், மிஸஸ் கோஷ்.’

‘அவர் என்ன கடத்தல்காரர்களோடு குஸ்திபோடவா போகிறார்? அவர் உறுதியானவர். சமயமறிந்து நடக்கக் கூடியவர். அவரிடம் கேட்டுப் பார்க்கிறேன்.’

2

மறுநாளே இயக்கத்தின் தலைவன் என்னிடம் பேசுகிறான். கலிதாவின் தலைவன். மிகுந்த மரியாதையுடன் பணம் எப்போது கிடைக்கும் என்று கேட்கிறான்.

‘நீங்கள் எங்கே, எப்போது கொடுக்கச் சொல்கிறீர்களோ அப்போது. கோஷ் குடும்பத்தினர் ஒருவரை அனுப்புகிறோம்.’

சிரிக்கிறான். ‘உங்களை மறுபடியும் சந்திக்க இந்தத் தடவை வாய்ப்பு கொடுக்கமாட்டேன் என்கிறீர்கள், சந்திரன்.’

‘அடுத்த தடவை கிடைக்கலாம்.’ நான் உளறுவது எனக்குத் தெரிகிறது. அவன் சொன்னதை உடனே பிடித்துக் கொள்கிறான். ‘அந்த வாய்ப்பு வரக் கூடாது என்று நான் இறைவனைப் பிரார்த்திக்கிறேன். வந்தால் உங்களுக்கு நல்லதல்ல. உங்கள் தரப்பில் வருபவருடன் பூரா இருப்பார். பூரா உங்களை எங்கே சந்திக்க வேண்டும்?’

‘கல்கத்தா.’

‘அஸ்ஸாம் வர உங்களுக்கு விருப்பமில்லையா?’

‘விருப்பமிருக்கிறது. ஆனால் வர முடியாத சூழ்நிலை.’

‘அது நீங்கள் தீர்மானிக்க வேண்டியது. போலீஸிடம் ஒரு வார்த்தைகூடச் சொல்லக் கூடாது.’

'நான் போலீஸிடம் பேசிப் பல நாட்கள் ஆகிவிட்டன. பரிமாற்றம் எங்கு நடைபெறும்?'

'பரிமாற்றமா?'

'நாங்கள் பணத்தைக் கொடுப்போம். நீங்கள் கோஷை உடனடியாக விடுதலை செய்வீர்கள். எங்கள் கண் முன்னால்.'

'சந்திரன், நீங்கள் அதிகம் சினிமா பார்க்கிறீர்கள். நாங்கள் இயங்குவது அவ்வாறல்ல. நீங்கள் எங்களுக்குப் பணம் கொடுக்கும் இடத்திற்குக் கோஷை அழைத்துவருவது முடியாத காரியம். பணம் கொடுத்த பிறகு நீங்கள் சில நாட்கள் காத்திருக்க வேண்டும். கோஷ் உங்களிடம் வருவார். அவருக்குத் துணை ஏதும் தேவையில்லை. நல்ல திடமாக இருக்கிறார்.'

நான் நிர்மல் பூயானிடம் பேசும்போது மிகுந்த பதற்றத்தில் இருக்கிறேன்.

பூயான் என்னிடம் மிகுந்த நட்புடன் பேசுகிறார், ஏதோ நாங்கள் தினமும் பேசிக்கொண்டிருக்கிற மாதிரி. உண்மையில் நான் அவரோடு பேசிப் பல மாதங்கள் ஆகிவிட்டன. நான் அவரைக் குற்றம் சொல்லமாட்டேன். கோஷ் புராணத்தை விடாமல் பாடிக்கொண்டிருந்தால் யாருக்குத்தான் எரிச்சல் வராது? அதுவும் பூயான் போன்ற ஒருவருக்கு? அவருக்குத் தினமும் இது போன்ற பல புராணங்களைக் கேட்க வேண்டிய கட்டாயம்.

'இந்த வெற்றிக்குக் காரணம், உங்கள் தளராத முயற்சி, சந்திரன்.'

'விக்கிரமாதித்தன் முயற்சிபோல ஆகிவிடக் கூடாது, நிர்மல். வேதாளத்திற்கு அருகில் முருங்கை மரம் ஏதும் இருக்கக் கூடாது.'

'நீங்கள் போகிறீர்களா?'

'இல்லை, நந்திதாவின் சொந்தக்காரர் ஒருவர் போகிறார்.'

'மிகவும் நல்லது. இது எப்படி முடிந்தது என்று நான் உங்களை இப்போது கேட்கமாட்டேன். கோஷ் திரும்பி வந்ததும் சாவகாசமாகப் பேசலாம். எங்களிடமிருந்து எல்லா உதவிகளும் உங்களுக்குக் கிடைக்கும்.'

'நிச்சயம் திரும்ப வருவாரா?'

'ஏன் இந்தச் சந்தேகம்?'

'பணத்தை வாங்கிக்கொண்டு அனுப்ப மறுத்தால்? இன்னும் பணம் கேட்டால்? என்னை முட்டாள் என்று நிரூபிக்க இங்கே தில்லியில் பலர் காத்திருக்கிறார்கள். அவர்களுக்கு எனக்கும் கடத்தல்காரர்களுக்கும் இடையே வியாபார ஒப்பந்தம் இருக்கிறது என்று சொல்லத் தயக்கம் இருக்காது.'

'அவர்கள் சொன்ன வாக்கைக் காப்பாற்றுபவர்கள். காப்பாற்றாவிட்டால் அடுத்த கடத்தலை நடத்த முடியாது. இங்கு நடக்கும் கடத்தல்கள் எல்லாவற்றிலும் கிட்டத்தட்ட இதே முறைதான் கடைப்பிடிக்கப்பட்டிருக்கிறது. நீங்கள் முதலில் பணம் கொடுக்க வேண்டும். கடத்தப்பட்டவர் சில நாட்களில் திரும்புவார். எனக்குத் தெரிந்த ஒரு நிகழ்வில் கடத்தப்பட்டவர் போலீஸ் நடவடிக்கையில் தற்செயலாகக் கொல்லப்பட்டார். ஆனால் இயக்கம் வாங்கிய பணத்தைத் திரும்பக் கொடுத்துவிட்டது.'

'எங்கள் ஆட்கள் செல்லும்போது போலீஸ் நடவடிக்கை எதுவும் இல்லாமல் பார்த்துக்கொள்வது உங்கள் பொறுப்பு, நிர்மல்.'

'நிச்சயம் பார்த்துக்கொள்கிறேன். சில சமயம் அடிதடி நடக்கும். துப்பாக்கிச் சூடுவரை போகாது.'

'அடிதடியா? நந்திதாவின் சொந்தக்காரருக்கு எண்பது வயது. அவர்மீது வாயால் ஊதினால்கூட உயிரை விட்டு விடுவார்.'

'நல்ல காலம். நான் எங்கள் தடியர்களிடம் நிச்சயம் சொல்கிறேன். உங்கள் ஆட்கள் பக்கமே போகாமல் பார்த்துக் கொள்கிறேன். அவர்கூட யார் செல்கிறார்கள்? பூரா? ஓ, அந்த ஒப்பந்தக்காரரா? அவரை உள்ளூர்ப் போலீஸ்காரர்களிடம் தொடர்பு வைத்துக்கொள்ளச் சொல்லுங்கள். கோஷின் உறவினர் கல்கத்தா திரும்பும்வரை அவர்கள் கோபமடையாமல் பார்த்துக்கொள்வது அவர் பொறுப்பு. நானும் அவர்களிடம் துப்பாக்கிகள் தற்செயலாக வெடிக்காமல் பார்த்துக்கொள்ளச் சொல்கிறேன்.'

'நான் உங்களுக்கு எப்படி நன்றி சொல்வது என்பதே தெரியவில்லை, நிர்மல்.'

'எனக்காக நீங்கள் ஒரு உதவிசெய்ய வேண்டும். கோஷ் விடுதலையானவுடன் நீங்கள் கொடுக்கப்போகும் பத்திரிகை அறிக்கையில் அஸ்ஸாம் போலீஸ் உதவியில்லாமல் அவர் விடுதலை அடைந்திருக்க முடியாது என்பதைக் குறிப்பிட

மறந்துவிடாதீர்கள். முதலமைச்சருக்கும் அறிக்கையில் நன்றி சொல்லுங்கள்.'

'நான் அறிக்கையின் வரைவை உங்களுக்குக் காட்டு கிறேன். உங்கள் ஒப்புதல் இல்லாமல் அதை வெளியிட மாட்டேன். இன்னொன்று உங்களிடம் கேட்க வேண்டும். பத்து லட்சம் சிறிய தொகையா?'

'நிச்சயமாக. நீங்கள் கொடுக்கும் பிணைத்தொகை அதுவென்றால். மிகவும் மலிவு என்று சொல்வேன்.'

3

பணம் மும்பை ஒப்பந்தக்காரர் ஒருவரிடமிருந்து வருகிறது. நான் கல்கத்தாவில் இருக்கும் ஹோட்டல் அறைக்குப் பணம் வந்துசேரும் என்று என் தலைமையதிகாரி கூறுகிறார். தன் வாக்கை நிறைவேற்றிவிட்டார்.

'இதைப் பற்றி மூச்சுக்கூட விடக் கூடாது.'

'அமைச்சருக்குச் செய்தி தெரிய வேண்டும்.'

'அவரிடம் நாளை பேசிக்கொள்கிறேன். சந்திரன், நீங்கள் அனுப்பிய குறிப்பைப் பற்றி உங்களிடம் பேச வேண்டும்.'

பூந்தொட்டியை உடைத்துவிட்டு நான் வெளியேறிய கூட்டத்தைப் பற்றித் தலைவருக்குக் குறிப்பு அனுப்பியிருந்தேன். அதைப் பற்றித்தான் பேச வேண்டும் என்கிறார்.

> நமது நிறுவனத்தின் இயக்குநர் குழுமத்தின் உத்தரவின் படி, டவர் ஃபேப்ரிகேட்டர்ஸின் தலைமை இயக்குநர் பேச்சுவார்த்தைக்கு அழைக்கப்பட்டார். அந்தக் கூட்டத்தில் கலந்துகொண்டவர்கள்: நிதி இயக்குநர், திட்ட இயக்குநர் மற்றும் தலைமைக் கண்காணிப்பு அதிகாரி.
>
> கூட்டம் தொடங்கிய முதல் நிமிடத்திலிருந்து அங்கே என்ன நடக்க வேண்டும் என்பது முன்னமே தீர்மானிக்கப் பட்டுவிட்டது என்பது வெளிப்படையாகத் தெரிந்தது. மற்ற எல்லோரும் அவர்கள் என்ன சொல்ல வேண்டுமோ அதைச் சொன்னார்கள். என்னைத் தவிர. நான் இந்த நாடகத்தில் நடிக்க மறுத்துவிட்டேன்.
>
> எதற்கும் உதவாத விவாதங்கள் முதலில் நடந்தன. பிறகு டவர் ஃபேப்ரிகேட்டர்ஸின் தலைமை இயக்குநர் தன் கருத்தைச் சொன்னார். அதன் சுருக்கம் இது: அவர்கள் தர வேண்டும் என்று நாம் வலியுறுத்தும்

வட்டியைக் குறித்து நமது தரப்பிலிருந்து நீதிமன்றத்தை அணுக வேண்டும். அவர்கள் நம்மை எதிர்ப்பார்கள். நீதிமன்றத்தின் தீர்ப்பை இரு தரப்பும் மதிக்க வேண்டும்.

எங்கள் நிறுவனத்தின் இயக்குநர்கள் இருவரும் இந்தக் கருத்தை ஆமோதித்தனர். எனக்கு மிகுந்த கோபம் வந்து, அறையைவிட்டு வெளியேறினேன். என் செய்கை முட்டாள்தனமானது. அதற்கு மன்னிப்பு கேட்டுத் திட்ட இயக்குநருக்கும் நிதி இயக்குநருக்கும் கடிதங்கள் எழுதி விட்டேன். ஆனால் அந்தக் கருத்தை நான் ஏன் எதிர்த்தேன் என்பதை எழுத்தில் தெரிவிக்க விரும்புகிறேன்.

நீதிமன்றத்திற்குச் செல்வது என்பது டவர் ஃபேப்ரி கேட்டர்ஸ் லிமிட்டெட் விரும்புவதை நாம் மறுபேச்சு பேசாமல் செய்வதற்கு ஒப்பாகும். நம் தரப்பில் நியாயம் இருக்கும்போது இதை எதற்குச் செய்ய வேண்டும் என்பது எனக்குப் புரியவில்லை. ஆனால் அந்த நிறுவனம் ஏன் நீதிமன்றத்தை அணுக விரும்புகிறது என்பது எனக்குப் புரிகிறது. பணம் தருவதை எவ்வளவு தாமதப்படுத்த முடியுமோ அவ்வளவு தாமதப்படுத்த அது விரும்புகிறது. நமக்குக் கொடுக்க வேண்டிய பணத்தை வியாபாரத்தில் போட்டு லாபம் சம்பாதிக்க எண்ணுகிறது. நமது நீதி மன்றங்களில் ஏற்படும் காலதாமதத்தை அது தனக்குச் சாதகமாக்கிக்கொள்ள விரும்புகிறது. அது பாடும் பாட்டிற்கு நாம் நாட்டியமாடக் கூடாது. அப்படி ஆடினால் நமக்குச் சேர வேண்டிய வட்டித்தொகையை நாம் கண்ணால் கூடப் பார்க்க முடியாது.

சில நாட்களுக்கு முன்னால் நமது உச்ச நீதிமன்றத்தின் தலைமை நீதிபதி ஓர் அறிக்கை விடுத்திருந்தார். அதன்படி உச்ச நீதிமன்றத்தில் 20,000 வழக்குகள் நிலுவையில் இருக்கின்றன. தலைமை நீதிமன்றங்களில் 3,20,000 வழக்குகள். கீழ் நீதிமன்றங்களில் 2,50,00,000 வழக்குகள்! நமது நாட்டின் நீதித் துறைத் தலைவர் இவ்வாறு ஒன்றும் செய்ய முடியாமல் கையைப் பிசைந்துகொண் டிருக்கும்போது, நாம் நீதிமன்றங்கள் பக்கமே செல்லக் கூடாது. நமக்கு வேறு வழியே இல்லாதவரை. நமக்கு இந்த நிறுவனத்தை வழிக்குக்கொண்டுவரப் பல வழிகள் இருக்கின்றன.

நாம் அந்த நிறுவனத்தைக் கறுப்புப் பட்டியலில் வைக்கலாம். அப்படி வைத்தால் அது நம்மிடமிருந்து எந்த ஒப்பந்தத்தையும் பெற முடியாது. நம் கறுப்புப்

பட்டியலில் இருக்கிறது என்ற செய்தியே நிறுவனத்திற்கு அவப்பெயரைக் கொடுக்கும். வரக்கூடிய பல ஒப்பந்தங்களை அது இழக்க நேரிடும். நாம் இவ்வாறு செய்வோம் என்று சொன்னாலே போதும். நம் பணம் நமக்கு வந்துவிடும்.

மற்றொரு வழி நிறுவனம் நம்மிடம் கொடுத்திருக்கும் வங்கிப் பொறுப்புறுதிகளைப் பணமாக மாற்றுவது. அது அந்த நிறுவனத்தையே நீதிமன்றங்களை அணுகவைக்கலாம். நாம் நீதிமன்றத்தில் நமது தரப்பு வாதத்தை வைப்போம். தீர்ப்பு நிச்சயம் நமக்குச் சாதகமாக இருக்கும்.

இப்படிச் செய்வதால் நடக்க வேண்டிய வேலைகளில் தடை ஏற்படும், நம்மால் குறித்த நேரத்தில் நமக்குக் கொடுக்கப்பட்ட வேலைகளைச் செய்து முடிக்காமல் போகக்கூடிய அபாயம் இருக்கிறது என்ற வாதம் எழலாம். இவர்கள் வேலைசெய்யாவிட்டால் நம் நிறுவனம் இயங்கவே முடியாது என்றும் கூறப்படலாம். இப்படிச் சொல்பவர்கள் ஒன்றை மறந்துவிடுகிறார்கள். டவர் ஃபேப்ரிகேட்டர்ஸ் நிறுவனத்தின் தொண்ணூறு சதவீத ஒப்பந்தங்கள் நம்மிடமிருந்து கிடைக்கின்றன. அவற்றை இழந்துவிட்டால் அவர்களால் இயங்கவே முடியாது.

சுருக்கமாக நான் கூற விரும்புவது இது: டவர் ஃபேப்ரிகேட்டர்ஸ் லிமிட்டெட் நிறுவனத்தார் நம்மை நீதிமன்றத்தை அணுக விரும்புகிறார்கள். தங்கள் லாபத்திற்காக. நாம் அதைச் செய்யக் கூடாது. நமக்குச் சேர வேண்டியதைப் பெறுவதற்கு நாம் எல்லா முயற்சிகளையும் எடுக்கத் தயங்கக் கூடாது.

இந்தக் குறிப்பைத் தன் கையில் எடுத்துக்கொண்டு என் முகத்திற்கு முன்னால் வீசுறுகிறார்.

‘சந்திரன், என்ன எழுதியிருக்கிறீர்கள் என்பதை யோசித்துப் பார்த்தீர்களா? இந்த நிறுவனத்தில் நீங்கள் ஒருவர் மட்டும் கறைபடியாதவர், அப்படித்தானே? மற்ற எல்லோரும் டவர் ஃபேப்ரிகேட்டர்ஸிடம் மாதச் சம்பளம் வாங்குபவர்கள்.’

‘நான் அந்தத் தொனியில் எழுதவில்லை, சார். அந்த நிறுவனத்தை நாம் தைரியமாக அணுகத் தயங்குகிறோம் என்று கூறியிருக்கிறேன்.’

‘அது உங்களது அனுமானம். உண்மை அதுவல்ல. இந்தக் குறிப்பைத் திரும்பப் பெற்றுக்கொள்ளுங்கள்.’

'தயதுசெய்து மன்னியுங்கள்.'

தலைவர் சிறிது நேரம் மௌனமாக இருக்கிறார். பின் மெதுவாகச் சொல்கிறார்.

'இந்தக் கொள்ளைக்காரர்களை நான் வெறுக்கிறேன்.'

'எந்தக் கொள்ளைக்காரர்களை, சார்? நம்மைச் சுற்றி இருக்கும் பலர் அந்த வகைக்குள் வருவார்கள்.'

'அந்த நிறுவனத்தை நடத்தும் கொள்ளைக்காரர்கள். அவர்களுக்கு என்னையும் பிடிக்காது. நான் இந்தத் துறையில் போட்டி வர வேண்டும் என்பதற்காக எல்லா நடவடிக்கை களையும் எடுத்துக்கொண்டிருக்கிறேன் என்பது அவர்களுக்குத் தெரியும். அவர்கள் தனிக்காட்டு ராஜாவாக இருக்க விரும்பு கிறார்கள். அவர்களைக் கண்டாலே எனக்குப் பயமாக இருக் கிறது, சந்திரன். இது உண்மை. நீங்களும் கவனமாக இருக்க வேண்டும். அவர்கள் எந்த இடத்தில் என்ன கண்ணி வைத்திருக் கிறார்கள் என்பதைக் கண்டுபிடிக்கவே முடியாது. உதாரணமாக உங்களுக்கு அனுப்பப்பட்ட அந்தக் கடிதத்தை எடுத்துக் கொள்ளுங்கள். 1988ஆம் வருடத்திய கடிதம். அது எத்தனை குழப்பத்தை விளைவித்தது. அதை அவர்களிடமிருந்து வந்த அடுத்த கடிதம் அதிகப்படுத்தியது.'

1988ஆம் வருடத்திய கடிதம் என்னிடம் கொடுக்கப்பட்ட சில நாட்களில் அவர்களிடமிருந்து இன்னொரு கடிதம் வந்தது.

அன்புள்ள ஐயா,

உங்களிடம் 12 ஜூலை 1988 தேதியிட்ட ஒரு கடிதம் கொடுக்கப்பட்டது நினைவில் இருக்கும் என்று எண்ணு கிறோம். அந்தக் கடிதத்தின் அசல் உங்கள் தலைமை நிர்வாக அதிகாரியின் கவனத்திற்கும் நகல் ஒப்பந்தத் துறையின் பொதுமேலாளர் கவனத்திற்கும் அனுப்பப் பட்டிருந்ததாக அதிலிருந்து உங்களுக்குத் தெரிய வந்திருக்கலாம். இப்போது எங்களது ஆவணங்களைப் பரிசீலித்துப் பார்க்கும்போது ஒப்பந்தத் துறையின் பொது மேலாளருக்கு அனுப்ப வேண்டிய நகல் அனுப்பப் படாமல் எங்களது கோப்பிலேயே தங்கிவிட்டது தெரிகிறது. நீங்கள் விரும்பினால் எங்கள் கோப்பைப் பார்வையிடலாம்.

தொல்லை கொடுத்ததற்கு மன்னியுங்கள்.

தங்கள் அன்புள்ள,
டவர் ஃபேப்ரிகேட்டர்ஸ் லிமிட்டெட்.

'அவர்கள் அந்த 1988ஆம் வருடக் கடிதத்தை உங்களுக்கு அனுப்பியதன் நோக்கமே எனக்கு எச்சரிக்கை விடுக்கத்தான். அன்று நீங்கள் என் அறையைவிட்டுப் போனவுடன் அமைச்சரிடம் ஓடிச்சென்று விஷயத்தைச் சொன்னேன். இந்த ஆட்கள் எதையும் செய்யத் தயங்கமாட்டார்கள் என்பது அவருக்கும் தெரியும். உடனே கம்பெனியின் சேர்மனை அழைத்து அவரிடம் கடுமையாகப் பேசினார். அதன் விளைவு இந்த இரண்டாவது கடிதம். அவர்களுக்கு மிகவும் சௌகரியம் அல்லவா? நான் உயிரோடு இருக்கிறேன். எனக்குக் கடிதம் அனுப்பப்படவே இல்லை. அன்றைய CEO உயிரோடு இல்லை. அவருக்குக் கடிதம் போய்ச் சேர்ந்ததா இல்லையா என்பது இன்று யாருக்கும் தெரியாது.'

பேச்சை நிறுத்திவிட்டுத் தண்ணீர் குடிக்கிறார்.

'அவர்கள் அசலை ஏன் கொடுத்தார்கள் என்று நினைக்கிறீர்கள்? திடீரென்று கடவுள் நம்பிக்கை வந்து அவர் கோபத்திற்குப் பயந்து அல்ல. கொடுக்காவிட்டால் வேறு வழியில்லை என்பதால் கொடுத்தார்கள். பல வழக்கறிஞர்களிடம் ஆலோசனை கேட்டதாக நான் கேள்விப்பட்டேன். எல்லோரும் கொடுக்கத்தான் வேண்டும் என்று சொல்லியிருக்கிறார்கள். அதே வழக்கறிஞர்கள் வட்டியைப் பற்றிச் சில சட்டச் சிக்கல்கள் இருப்பதாகச் சொல்லியிருக்கிறார்கள். அவர்கள் சொன்னதை வைத்துக்கொண்டு நம்மோடு இப்போது கண்ணாமூச்சி ஆட்டம் ஆடுகிறார்கள். நீ சொல்வது சரி. அவர்கள் நமக்கு நிச்சயம் வட்டி தர வேண்டும். அந்தக் காலகட்டத்தில் நாம் 16% வட்டி கொடுத்துப் பணம் வாங்கிக்கொண்டிருந்தோம். அதே பணத்தை இவர்கள் வாங்கப்போனால் கூடுதல் வட்டி கொடுக்க வேண்டியிருந்திருக்கும். நமது பணத்தை இவர்கள் தங்கள் வியாபாரத்திற்குப் பயன்படுத்திக்கொண்டார்கள், நமக்கு எந்தத் தகவலும் இல்லாமல். ஆனாலும் இன்று அவர்கள் நமக்குத் தேவை. அவர்கள் இல்லாமல் நம் காரியம் நடக்காது. அவர்கள் ஓட்டாண்டிகளானால் நமக்குத்தான் நஷ்டம். அவர்களுக்கு வட்டியைத் திரும்பக் கொடுக்க நேரம் அளிக்க வேண்டும். சந்திரன், உங்களுக்கு எவ்வளவு அக்கறையோ அவ்வளவு அக்கறை எனக்கும் நிறுவனத்தின் மீது இருக்கிறது. ஆனால் எனக்கு இந்த நிறுவனத்தை நடத்த வேண்டிய கட்டாயம் இருக்கிறது. அது உங்களுக்கு இல்லை. இவர்களைப் பகைத்துக்கொண்டால் நம் எல்லா வேலைகளும் நின்றுவிடும். நமக்கு ஏற்படும் நஷ்டம் கடுமையாக இருக்கும். இந்த முப்பது கோடிக்குப் பல மடங்கு மேல்.'

'என்னால் ஒன்றும் சொல்ல முடியவில்லை, சார்.'

'சந்திரன், உங்கள் நோக்கு ஒற்றைப் பரிமாணமானது. உங்களுக்கு அடுத்தவர் சொல்வதில் இருக்கும் நியாயத்தை உணரும் தன்னடக்கம் இல்லை. மறுபடியும் சொல்கிறேன், இவர்களைப் பகைத்துக்கொண்டு நம்மால் இந்த நிறுவனத்தை நடத்த முடியாது.'

நான் பதில் பேசாமல் இருக்கிறேன்.

'இந்தப் பிடிவாதம் நல்லதல்ல, சந்திரன். கடைசியாக ஒன்று சொல்லட்டுமா? இந்தக் கோஷ் விவகாரத்தால் நீங்கள் தெளிவாகச் சிந்திக்கும் நிலையில் இல்லை. ஒருவேளை எனது தவறாகவும் இருக்கலாம். நான் உங்களிடம் பல நாட்கள் முன்பே மனம்விட்டுப் பேசியிருக்க வேண்டும். கோஷ் திரும்பி வந்த பிறகு மீண்டும் பேசலாம். நீங்கள் செல்லும் காரியம் வெற்றியடைய எனது மனமார்ந்த வாழ்த்துகள். அதுவரை இந்தக் குறிப்பு என்னிடமே இருக்கட்டும். கவனமாக இருங்கள். ஏதாவது தேவையானால் என்னைத் தொடர்புகொள்ளுங்கள்.'

அமைச்சரை அன்று மாலையில் சந்திக்கிறேன். அவர் தேனாகப் பேசுகிறார்.

'என் வாழ்த்துகள், சந்திரன். நீங்கள் செய்திருப்பது சாதாரணமான காரியம் அல்ல. எப்படி முடிந்தது?'

'அதை இப்போது சொல்ல இயலாது, சார். மன்னியுங்கள்.'

'அதனால் என்ன, பரவாயில்லை. கோஷ் திரும்ப வந்ததும் என்னிடம் கூட்டிவாருங்கள். வர முடியும் நிலையில் அவர் இருந்தால். எனக்கு நடந்தவைப் பற்றி விரிவான குறிப்பு எழுதி அனுப்புங்கள். உங்களைக் கட்டாயப்படுத்துவதாக நினைக்காதீர்கள். முடிந்தால் செய்யுங்கள். அஸ்ஸாமில் நமது உளவுத் துறை இருக்கவே இருக்கிறது. அவர்களுடைய குறிப்பு எனக்கு நிச்சயம் வரும். மற்றொன்று, சந்திரன். இந்த டவர் ஃபேப்ரிகேட்டர்ஸ் ஏதோ பணம் கொடுக்க வேண்டுமாமே? அந்த விஷயமாக அவர்களுக்குப் பல தொல்லைகள் கொடுக்கப் படுகின்றனவாமே? உங்களுக்கு இதைப் பற்றித் தெரியுமா? நல்லது. நீங்கள் திரும்பி வந்ததும் நாம் பேசலாம். அவசரம் ஒன்றும் இல்லை. மீண்டும் என் வாழ்த்துகள்.'

இருபது

1

'பணத்தை எடுத்துச் செல்வதற்கு இதைவிட நல்ல முறை இருக்கவே முடியாது, சார். ஒரு தடித்த அட்டையை அடித்தளமாகக் கொண்ட கோப்பு ஒன்றை எடுத்துக்கொள்ளுங்கள். அதன் மூடுபட்டை துணியால் ஆனதாக இருக்க வேண்டும். கோப்புக்குள் ரூபாய் நோட்டுக் கட்டுகளை வரிசையாக அடுக்குங்கள். பட்டையால் மூடிக் கோப்பைக் கட்டுங்கள். பார்ப்பதற்குக் காகிதங்கள் அடங்கிய கோப்புபோல இருக்கும். யாரும் சந்தேகப்படமாட்டார்கள்.'

பூரா எனக்கு அஸ்ஸாமிற்குள் பணத்தை எடுத்துச் செல்லும் நுணுக்கங்களைச் சொல்லிக்கொடுக்கிறார். அவர் சட்டர்ஜிக்குத் துணையாகச் செல்லப்போகிறார். பதற்றமே இல்லாமல் அமைதியாக இருக்கிறார். கண்கள் இங்கும் அங்கும் அலைபாயவில்லை. பக்கத்தில் வந்தால் மதுவாடை வீசவில்லை. முகமும் தெளிவாக இருக்கிறது. நீர் கோர்த்துக்கொண்டு இருக்கவில்லை. வயிறு உள்ளே தள்ளி இருக்கிறது.

'நீங்கள் பார்க்கவே வித்தியாசமாக இருக்கிறீர்கள், மிஸ்டர் பூரா.'

'உண்மையாகவா? எல்லாம் கடவுளின் அருள். நான் இப்போதெல்லாம் குடிப்பதில்லை.'

'ஆச்சரியமாக இருக்கிறதே. எப்படி நிறுத்த முடிந்தது?'

'அந்தக் கதையைக் கேட்க உங்களுக்கு நேரம் இருக்குமா?'

‘எனக்கு வேறு என்ன வேலை?’

‘நான் சொல்வதை நம்பமாட்டீர்கள்.’

‘சொல்லுங்கள். நம்புவதைப் பற்றிப் பிறகு யோசிக்கலாம்.’

எனக்கு ஏதாவது கதை கேட்க வேண்டும்போல இருக்கிறது.

‘போன மாதம் காசிக்கு யாத்திரை போயிருந்தேன். கங்கைக் கரையில் ஒரு பாபாவைப் பார்த்தேன். உடம்பெல்லாம் மயிர். சொறி. ஆனால் முகம் மட்டும் குழந்தையுடையது போன்று மாசுமறுவின்றி இருந்தது. பத்துப் பேருக்கு நடுவில் நின்றுகொண்டிருந்த என்னைக் கூப்பிட்டார். ‘ஏய் ஒக்காளோழி, மதுதாண்டா உனக்கு எமன்’ என்றார். நான் அவர் காலில் விழுந்தேன். இந்தப் பழக்கத்தைப் போக்கப் பலமுறை முயற்சி எடுத்துவிட்டேன், எந்தப் பலனும் இல்லை என்று சொன்னேன். அவர் என்மீது மறுபடியும் வசைமாரி பொழிந்தார். பின்பு சொன்னார்: “அந்த விஸ்வநாதனின் ஆணை. இந்தக் குடிப்பழக்கத்தை உன்னிடமிருந்து துரத்த வேண்டும்.” “நான் என்ன செய்ய வேண்டும்?” என்று கேட்டேன். “போடா சொறிநாய் மகனே, எனக்குச் சாப்பாடு வாங்கிக்கொடுத்தால் என்ன?” என்றார். அருகில் இருந்த ஹோட்டலுக்கு அழைத்துச் சென்று “என்ன வேண்டுமானாலும் வாங்கிக்கொள்ளுங்கள்” என்றேன். சாப்பாடு வாங்கி அதிலிருந்து ஒரு சப்பாத்தியை எடுத்து வாயில் அடைத்துக்கொண்டார். மீதத்தை ஒரு அழுக்குத் துணியில் சுற்றி எடுத்துக்கொண்டார். “இது உன் அண்ணா தம்பிகள், அக்கா தங்கைகளுக்கு” என்றார்.’

‘அண்ணா தம்பிகளா?’

‘அவர் என்ன சொன்னார் என்பது அவர் பின்னால் சென்றபோது புரிந்தது. அவரைத் தொடர்ந்து தெரு நாய்கள் குரைத்துக்கொண்டே சென்றன. அவற்றுக்குத் துணியிலிருந்த உணவை இறைத்துக்கொண்டே சென்றார். “இவர்கள் முற்பிறவியில் உனக்கு உடன் பிறந்தவர்கள்” என்று கூறிச் சிரித்தார். கங்கைக் கரையை அடைந்ததும் கடைசியில் மிச்சமிருந்த பர்ஃபியை எடுத்து ஒரு கையில் வைத்துக்கொண்டார். மற்றொரு கையை வேட்டிக்குள் விட்டு ஒரு ரோமத்தைப் பிடுங்கி எடுத்தார். பர்ஃபியில் அந்த ரோமத்தை ஒட்டி “இந்தா இதைச் சாப்பிடு. கங்கையில் குளித்துவிட்டுச் சாப்பிடு. ஈரத் துணியோடு சாப்பிடு. கூடவே ஒரு வாய் கங்கை நீரையும் குடி” என்றார்.’

‘அவர் சொன்னதைச் செய்தீர்களா?’

'செய்தேன். அவரோடு அந்த நாள் முழுவதும் கழிக்க லாம் என்று நினைத்தேன். ஆனால் அவர் "என் அடி மயிரை விழுங்கியவனோடு எனக்கு எந்த வேலையும் இல்லை" என்று சொல்லி என்னை விரட்டிவிட்டார். ஹோட்டலுக்கு வந்தவுடன் தூங்க ஆரம்பித்தவன் இரவு ஒன்பது மணிக்கு எழுந்தேன். நாக்கு விஸ்கியைத் தேடியது. பாட்டிலைத் திறந்து அப்படியே குடித்தேன். ஒரே நிமிடத்தில் கடுமையான வாந்தி வந்தது. வாந்தியோடு குடிப்பழக்கமும் கழுவப்பட்டு விட்டது.'

'ஆச்சரியமான கதை! பாபாவை மறுபடி பார்த்தீர்களா?'

'மறுநாள் கங்கைக் கரை முழுவதும் தேடினேன். அங்கே இருந்தவர்களிடம் கேட்டுப் பார்த்தேன். அவர் போன இடம் தெரியவில்லை.'

நம்பிக்கைக்குக் கணக்கிட முடியாத ரகசிய வழிகள் இருக்கின்றன. இந்த வழி பூராவுடையது. வேறு யாரும் அந்த வழியில் நுழைந்து மீள்வது சந்தேகம்தான். பூரா குடிப்பழக்கத்திலிருந்து விடுபட்டது எனக்கு மிகவும் மகிழ்ச்சியை அளிக்கிறது. ஒருவேகத்தைக் கொடுக்கிறது. ஆனாலும் அனுபமா இல்லாதது குறையாகத் தோன்றுகிறது. அவள் காணாமலே போய்விட்டாள். நிறுவனம் அவளைத் தேடப் பல முயற்சிகள் எடுத்தது. அனைத்தும் தோல்வியிலேயே முடிந்தன. அவளுடைய தந்தை மிகுந்த வருத்தத்தில் இருக் கிறார் என்ற செய்தி எனக்கு வந்தது. இந்தக் கோஷ் வேலை முடிந்ததும் அவரைப் போய்ப் பார்க்க வேண்டும்.

2

நந்திதா சொன்னபடியே செய்துவிட்டாள். அவளுடைய தூதுவர் சட்டர்ஜி.

'நீங்கள் விளம்பரமே இல்லாமல் வேலைசெய்வதைப் பார்த்தால் ஆச்சரியமாக இருக்கிறது, மிஸ்டர் சந்திரன். நான் அன்று பேசிக்கொண்டே இருந்தேன். நீங்கள் வாயே திறக்கவில்லை. உங்கள் வழி நல்ல வழி. நிச்சயம் வெற்றி தரக்கூடிய வழி. என்னுடைய மருமகள் உங்களைப் புகழாத நாள் இல்லை. கிருஷ்ணன் கூறும் ஸ்திதப் ப்ரக்யன் உங்கள் உருவில் வந்திருப்பதாகச் சொல்கிறாள்.'

அவர் நிறுத்தாமல் பேசி என்னை நெளிய வைத்துக் கொண்டிருக்கிறார். நந்திதா என்னைப் பற்றி என்ன நினைக்

கிறாள் என்பதை என்னால் ஊகிக்க முடியும். 'நான் உங்களுக்கு நன்றி சொல்ல வேண்டும். மிஸஸ் கோஷ் சார்பில் கடத்தல் காரர்களைச் சந்திப்பதற்குச் சம்மதம் தெரிவித்ததற்கு.'

'எனக்கு அதனால் ஒரு கஷ்டமும் இல்லை. நான் அஸ்ஸாமுக்குப் போனதே இல்லை. இது ஒரு வாய்ப்பு. என் மருமகளுக்காக நான் இதைக்கூடச் செய்யக் கூடாதா? அவள் தேவதை, சந்திரன். தேவதை.'

நான் அவசரமாகப் பேச்சை மாற்றுகிறேன்.

'மிஸஸ் கோஷ் கல்கத்தாவிற்கு வந்துவிட்டார்களா?'

'நேற்று வந்தாள். அவளும் என் மனைவியும் கௌஹாத்தி செல்லப்போகிறார்கள். சுதிர் விடுதலையான செய்தி வந்தவுடன் நானும் கௌஹாத்தி போவேன். காமாக்யா அன்னையைத் தரிசிக்க வேண்டும். எப்போது விடுதலை செய்யப்போகிறார்கள்?'

'நாம் என்று பணம் கொடுக்கிறோமோ அதிலிருந்து ஏழு நாட்களுக்குள்.'

நான் இவ்வாறு சொல்கிறேனே தவிர எனக்கும் எப்போது விடுதலை செய்வார்கள் என்பது பற்றிச் சரியான தகவல் இல்லை. எந்தத் தேதியில் அவர் திரும்பி வருவார் என்பதை எங்களிடம் உறுதியாகச் சொல்லப் போராளிகளை வலியுறுத்த லாமா என்று பூராவிடம் ஆலோசனை கேட்டேன். திரும்பி வரும் நாளைப் போராளிகளாலேயே நிச்சயமாகச் சொல்ல முடியாது என்று அவர் பதிலளித்தார்.

'கோஷ் விடுதலையாவது பல காரணிகளைப் பொறுத் திருக்கிறது. அவை போராளிகளின் கட்டுப்பாட்டிற்குள் இல்லை. அஸ்ஸாம் போலீசை ஒதுங்கி இருக்கச் செய்யுமாறு நான் இறைவனிடம் தினமும் வேண்டுகிறேன். அவர்கள் இந்தத் தருணத்தில் தலையிட்டால் கோஷ் உயிரோடு திரும்பி வருவது கடினம்' என்றார் பூரா.

'எனக்கென்னவோ புதைகுழியில் காலைவிடுகிறோமோ எனப் பயம் இருந்துகொண்டே இருக்கிறது' என்று நான் அவரிடம் சொன்னேன்.

'நம்பிக்கையே மனிதனின் முதுகெலும்பை வலுவாக்கு கிறது' என்று பூரா முணுமுணுத்தார். ஆனால் அவரைப் பார்த் தால் அவ்வளவு நம்பிக்கையுடன் இருப்பதாகத் தெரியவில்லை.

பூராவும் சட்டர்ஜியும் பாக்டோக்ராவிற்குக் கல்கத்தா விலிருந்து பறக்கிறார்கள். அங்கிருந்து சிலிகுரிக்கு டாக்ஸி.

சிலிகுரியிலிருந்து கொக்ராஜாருக்குப் பஸ் பிடிப்பார்கள். 'பஸ்ஸில் கூட்டம் அதிகம் இருக்கும். அதனால் போலீஸ் கெடுபிடி அதிகம் இருக்காது. யார் கண்ணிலும் படாமல் கொக்ராஜார் போய்விடலாம் என்பது பூராவின் திட்டம்.

அன்று இரவு மார்வாரி உணவு விடுதி ஒன்றுக்குச் செல்கிறோம். பூரா பரிந்துரைத்த இடம். உணவு சுவையாக, சிறிது காரம் அதிகமாக, நெய் சொட்டச் சொட்ட இருக்கிறது.

'முன்னைப் போல் இப்போது நல்ல மார்வாரிச் சாப்பாடு கிடைப்பதில்லை. கூட்டம் அதிகம் வருவதால் இந்தப் பயல்களுக்குத் திமிர் அதிகரித்துவிட்டது. எதைப் போட்டாலும் ஆஹா ஓஹோ என்று சாப்பிடுபவர்கள் புகழ்வார்கள் என்பது அவர்களுக்கு நிச்சயமாகத் தெரியும்.'

'நீங்கள் சொல்வது சரியல்ல, பூரா. உணவு சுவையாக இருக்கிறது. நீங்கள் என்ன நினைக்கிறீர்கள்?' நான் சட்டர்ஜியிடம் கேட்கிறேன்.

'இவ்வளவு நல்ல வெஜிடேரியன் சாப்பாட்டை நான் சாப்பிட்டதே இல்லை. நானும் இவ்வளவு நாட்கள் கல்கத்தாவில் இருந்திருக்கிறேன். இந்த உணவு விடுதி பற்றி எனக்குத் தெரியாது.'

சட்டர்ஜி நன்றாகச் சாப்பிடுகிறார். இந்த வயதில் இவ்வளவு திடமாக இருக்கிறார் என்ற நினைப்பு மகிழ்ச்சியை அளிக்கிறது.

3

போராளிகளின் தலைவன் என் முகத்தில் பூட்ஸ் காலால் மிதிக்கிறான். எனது இடது கண் வெளியில் வந்து கன்னத்தில் தொங்குகிறது.

'பத்து லட்சம். இது என் மயிருக்குச் சமானம். எங்களது ஒரு நாள் செலவிற்குக்கூடக் காணாது. எங்களை என்னவென்று நினைத்துக்கொண்டிருக்கிறாய். நாங்கள் போராளிகள்.'

என் வாய் முழுவதும் ரத்தம். ஆனாலும் பேசுகிறேன். 'போராளிகளா? நீங்கள் அஸ்ஸாம் காடுகளில் அங்கங்கே தென்படும் யானை லத்தி. மொத்தையாக, புகைந்து கொண்டு, ஒரேயடியாக நாற்றம் அடிக்கும் லத்தி.'

அவன் கையில் திடீரென்று பளபளக்கும் வெட்டுக்கத்தி ஒன்று தோன்றுகிறது. 'உன் தலையை எடுத்து இந்தத் தட்டில் வைக்கப்போகிறேன்.'

‘உஷ்’ என்று ஒரு சத்தம். கத்தி வேகமாக இறங்குகிறது. நான் விழித்துக்கொள்கிறேன். ‘உஷ்’ சப்தம் கேட்கிறது. ஏர்கண்டிஷனரிலிருந்து. சுற்றிப் பார்க்கிறேன். போராளிகளைக் காணோம். எழுந்து சென்று உணவு மேஜையில் இருந்த ஆப்பிள் ஒன்றைக் கடிக்கிறேன். கடிபட்ட ஆப்பிளைப் பார்க்கிறேன். ரத்தத்தின் சுவடு ஏதும் இல்லை. பசிக்கிறது. மார்வாரி உணவு போன இடம் தெரியவில்லை.

தொலைபேசி ஒலிக்கிறது. பூராவாக இருக்க வேண்டும். எடுக்கிறேன். சுகன்யா பேசுகிறாள்.

‘எப்படி இருக்கே? எனக்கு ஒரே கவலை. எப்போ நியூஸ் கிடைக்கும்?’ நான் அவளிடம் செய்திக்காகக் காத்துக் கொண்டிருப்பதாகக் கூறுகிறேன்.

‘பசிக்கறது, சுகன்யா.’

‘ரூம் சர்வீஸ்ல வெஜிடபிள் பிரியாணி வரவழச்சுச் சாப்பிடு. வயறு ரொம்பும். சரி, குட் நைட்.’

நான் வரவழைக்கிறேன்.

கடைசிக் கவளம் வாய்க்குள் நுழையும்போது திரும்பத் தொலைபேசி அழைக்கிறது. பூரா பேசுகிறார். குரல் நடுங்குகிறது.

‘நல்ல செய்தி அல்ல, சார். சிலிகுரியிலிருந்து பேசுகிறேன். சட்டர்ஜியை மருத்துவமனையில் சேர்த்திருக்கிறேன். வாந்தி எடுத்துக்கொண்டிருக்கிறார். சாப்பிட்டதில் ஏதோ கோளாறு என்று டாக்டர்கள் சொல்கிறார்கள்.’

‘எங்கிருந்து பேசுகிறீர்கள்?’

‘மருத்துவமனையிலிருந்து.’

‘ஆட்களுக்குத் தகவல் அனுப்பிவிட்டீர்களா?’

‘அனுப்பிவிட்டேன். நடந்தது என்ன என்பதைச் சொல்லி ஓரிரண்டு நாட்கள் அவகாசம் கேட்டிருக்கிறேன். அவர்கள் நிச்சயம் புரிந்துகொள்வார்கள்.’

‘மருத்துவமனையின் முகவரியையும் தொலைபேசி எண்ணையும் கொடுங்கள். நான் நாளை அங்கு வருகிறேன். டாக்டர் என்ன சொல்கிறார்?’

‘சட்டர்ஜி மிகவும் பலவீனமாக இருப்பதாகச் சொல்கிறார்.’

‘உறவினர்களிடம் சொல்லலாமா?’

பூரா பதில் ஏதும் கூறாமல் இருக்கிறார்.

4

பாக்டோக்ராவுக்குப் போகும் விமானம் மேடுபள்ளம் நிறைந்த சாலையில் செல்லும் அனுபவத்தைக் கொடுக்கிறது. சட்டர்ஜி யின் வயிறு அவரைக் கைவிட்டது புரிந்துகொள்ளக்கூடியதே. நிச்சயம் இந்த உலகைவிட்டு அவ்வளவு சீக்கிரம் செல்ல மாட்டார். நல்ல திடமானவர். சாகக் கூடாது.

நான் மனத்திற்குள் நந்திதாவைத் திட்டித் தீர்க்கிறேன். அவளுக்கு நூற்றுக்கணக்கான சொந்தக்காரர்கள் இருக்க வேண்டும். ஆனால் அவள் சட்டர்ஜியைத் தேர்ந்தெடுத்தாள். இந்த ஆளுக்கு வயதும் அதிகம், வாழ்க்கையில் பிடிப்பேதும் இல்லை என்றும் சொல்லிக்கொள்கிறார். எனது ஒரே நம்பிக்கை வாழ்க்கையில் பிடிப்பேதும் இல்லாதவர்கள் வாழ்க்கையிடமிருந்து எளிதில் விடைபெற்றுக்கொள்ளமாட்டார் கள் என்பதுதான்.

நம்பிக்கை வீண்போகவில்லை. சட்டர்ஜி சிரிக்கிறார். நான் அவர் அறையில் நுழையும்போது பழச்சாறு குடித்துக் கொண்டிருக்கிறார்.

'நான் மிகவும் வருந்துகிறேன், சந்திரன். அந்த மார்வாரிச் சாப்பாடு என்னைப் படாதபாடுபடுத்திவிட்டது. கொஞ்சம் குறைவாகச் சாப்பிட்டிருக்க வேண்டும்.'

'டாக்டர் என்ன சொல்கிறார்?'

'கவலைப்படுவதற்கு ஒன்றும் இல்லை என்கிறார். சில நாட்கள் இங்கேயே தங்கி ஓய்வெடுத்துக்கொள்ள வேண்டும்.'

போராளிகளிடம் சில நாட்கள் இருக்கும் என்று எனக்குத் தோன்றவில்லை.

'என் குடும்பத்தினருக்குத் தகவல் கொடுத்துவிட்டீர்களா?'

'இன்னும் இல்லை. நான் அவர்களைப் பயமுறுத்த விரும்பவில்லை.'

'நல்ல காரியம் செய்தீர்கள். என் மனைவி ஊரைக் கூட்டிக்கொண்டு இங்கே வந்துவிடுவாள்.'

மருத்துவமனையிலிருந்து வெளியில் வந்ததும் நந்திதா விடம் பேசுகிறேன்.

'இது கடத்தல்காரர்களுக்குப் பணம் கொடுக்காமல் இருக்க நீங்கள் போட்டிருக்கும் திட்டம் அல்ல என நம்புகிறேன்.'

கலங்கிய நதி ❈ 277 ❈

‘என்ன சொல்கிறீர்கள்? உங்கள் மாமாவின் வயிறு எனக்குச் சொந்தம் அல்ல. அது நான் ஏவியதை எல்லாம் செய்யாது.’

கொக்ராஜாருக்குப் போகும் பாதை அவ்வளவு சீரானதாக இல்லை. ஆனால் தடங்கல் ஏதும் இன்றிச் சென்றடைகிறோம். தங்கியிருக்கும் ஹோட்டல் சரியில்லை. வரவேற்பறையில் இருந்தவருக்கு ஒற்றைக்கண். பழுப்பு மீசை. பேசவேமாட்டேன் என்கிறார். பேசினால் என்ன சொல்கிறார் என்பது புரிய நேரமாகிறது. ஏன் பேசினார் என்றிருக்கிறது. தலையணைகளில் பாறாங்கற்கள் அடைக்கப்பட்டிருக்கின்றன. படுக்கை அங்கும் இங்கும் புடைத்துக்கொண்டிருக்கிறது. குளியலறைக்குள் நுழையவே பயமாக இருக்கிறது.

‘கொக்ராஜாரின் மிகச் சிறந்த ஹோட்டல் இதுதான் என்று நினைக்கிறேன்.’

நான் கேலிசெய்வது பூராவிற்குத் தெரிகிறது.

‘நீங்கள் இங்குத் தங்க வேண்டும் என்பது அவர்களின் கட்டளை. இங்கு மட்டுமே அவர்களால் செய்தி அனுப்ப முடியும்.’

சட்டர்ஜிக்குப் பதிலாக நான் வருகிறேன் என்று சொன்னதுமே பூரா எனது முடிவு முட்டாள்தனமானது என்பதைப் புரியவைக்க முயன்றார்.

‘கடைசி நேரத்தில் அவர்களுக்கு மற்றொரு வாய்ப்பை ஏன் கொடுக்க வேண்டும்? நீங்கள் வருவதாகத் தெரிந்தால் அவர்கள் வேறு திட்டம் ஏதாவது போடலாம்.’

நான் பிடிவாதமாக இருந்தேன்.

‘எனக்கு அலுத்துப்போய்விட்டது, பூராஜி. சட்டர்ஜிக்குப் பதிலாக இன்னொரு ஆளை எங்கிருந்து தேடுவேன்? வேறு வழியே இல்லை. இந்தக் கொலைகாரர்களுக்கு என்னுடைய விலைமதிப்பைப் பற்றி மிகையான எண்ணம் இருந்தால் என்னால் ஒன்றும் செய்ய முடியாது.’

நான் கஷ்னபீஸுக்கு ஃபோன் செய்து நடந்ததைச் சொன்னேன்.

‘நீ முட்டாள்தனமாக நடந்துகொள்கிறாய். ஆனால் உனக்கு வேறு வழியிருப்பதாக எனக்குத் தெரியவில்லை. சந்திப்பை ரத்துசெய்வது கோஷைத் தூக்கிலேற்றுவதற்குச் சமம். என்னால் பாங்காக்கைத் தொடர்புகொண்டு சந்திப்பைத் தள்ளிப்போடச் சொல்வது இயலாத காரியம்.’

‘நான் ஓரிரு நாட்களில் திரும்ப வரவில்லை என்றால், பத்திரிகைகள் என்னுடைய மறைவைக் கவனிக்கும் என நினைக்கிறேன்.’

‘நான் பார்த்துக்கொள்கிறேன். நிச்சயம் கவனிக்கும். அதுவே தலைப்புச் செய்தியாக இருக்கும். ‘கொள்ளையர்களால் நல்லவர் கடத்தப்பட்டார்.’ சாவின் பள்ளத்தாக்கில் சஞ்சலமே இல்லாமல் நுழைந்த மனிதர். இந்திய அரசின் பிரதிநிதியுடன் ஈரமே இல்லாமல் நடந்துகொண்ட தீவிரவாதிகள். உனக்குப் படிப்பதற்கு விறுவிறுப்பாக இருக்கும்.’

‘பிணத்திற்கு ஏது விறுவிறுப்பு?’

கஷ்னபீஸ் சிரிக்கிறான்.

‘உண்மையைச் சொல்லப்போனால், கோஷை விடுவித்து உன்னை அவனுக்குப் பதிலாகப் பிணைக்கைதியாக வைத்துக் கொள்வது சாத்தியமே அல்ல. ஓர் ஆளைப் பிணைக்கைதியாக வைத்துக்கொள்வதற்குப் பல நாட்கள் வேலைசெய்ய வேண்டும். கிடைத்த ஆட்களையெல்லாம் பிடித்துவைத்துக்கொள்ள முடியாது. ஆனாலும் நீ செல்வது எனக்குக் கவலையைத் தருகிறது. உனக்கு எனது வாழ்த்துகள்.’

கதவு தட்டப்படும் ஓசை கேட்கிறது. பணியாளர் ஒருவர் உள்ளே வருகிறார். கையில் ஒரு சோப்பு வில்லை. தபால்தலை அளவு இருக்கும். தோளில் ஒரு துண்டு. துண்டு என்று நினைக் கிறேன். துடைக்கிற துணியாகவும் இருக்கலாம்.

நான் ஏன் இங்கு இருக்கிறேன்?

‘டின்னருக்குச் சொல்லலாமா, சார்?’

‘வேண்டாம். கீழே போகலாம். இதோ குளித்துவிட்டு வருகிறேன்.’

குளியலறை சுத்தமாக இருக்கிறது. குளிர்ந்த நீர் மனத்தை யும் குளிரவைக்கிறது. தலையைத் துவட்டிக்கொண்டே வெளி யில் வந்தவன் பூரா பத்மாசனத்தில் உட்கார்ந்து தியானத்தில் இருப்பதைப் பார்க்கிறேன். கண்கள் மூடியிருக்கின்றன. முகத்தில் அசாதாரண அமைதி. இவர் எப்படி அமைதி தேடுவதற்கு எளிதாக இடம் பிடித்துவிடுகிறார்? சில நிமிடங் களில் கிடைத்த அமைதியைச் சாவகாசமாக அசைபோடலாம். அவரைப் பார்த்தால் பொறாமையாக இருக்கிறது.

‘என் தந்தை எனக்குச் சொல்லிக்கொடுத்தது. பல கடினமான தருணங்களில் எனக்குக் கைகொடுத்திருக்கிறது.’

எனக்குள்ளேயே சொல்லிக்கொண்டேன்.

'என்னால் ஒரு நிமிடம்கூட ஒரே இடத்தில் அமைதியாக உட்கார முடியாது. தியானத்திற்கும் எனக்கும் இடையே பெரிய இடைவெளி இருக்கிறது. தாண்ட முடியாத இடைவெளி. அங்கும் இங்கும் ஓடித் திரிவது வாழ்க்கை. தியானம் அசைவை வெறுப்பது. மரணத்தின் சாயல் கொண்டது. வாழும்போது மரணத்தின் முகமூடியை ஏன் அணிந்துகொள்ள வேண்டும்?'

சாப்பிட்டுக்கொண்டிருக்கும்போது செய்தி வருகிறது.

காலை ஆறு மணி.

அறைக்கு வந்த உடனேயே தூங்கிவிடுகிறேன். காலையில் தேநீருடன் பணியாளர் கதவைத் தட்டும்போது விழிப்பு வருகிறது.

'மணி என்ன?'

'ஆறு ஆகப்போகிறது, சார்.'

ஆறு ஆகப் பத்து நிமிடங்கள். காலைக் கடன்களை வேகமாக முடித்துக்கொண்டு கீழே இறங்குகிறேன். பூரா காத்துக்கொண்டிருக்கிறார்..

'நேற்று இரவு முழுவதும் தூங்கவில்லை. பெண் வந்திருக்கிறாள். பையனும் ராஜஸ்தானிலிருந்து அவளைப் பார்ப்பதற்காக வந்திருக்கிறான். வீடியோவில் படம் பார்த்தே ஆக வேண்டும் என்று வற்புறுத்தினார்கள்.'

'என்ன படம்?'

'Fanny and Alexander.'

கொக்ராஜாரில் இங்க்மார் பெர்க்மென்!

'உங்களில் யாருக்கு இங்க்மார் பெர்க்மெனைப் பிடிக்கும்?'

'எங்கள் எல்லோருக்கும் பிடிக்கும், சார். எனக்குப் பிடித்தது Autumn Sonata. இன்னொரு பெர்க்மென் – இன்க்ரிட் பெர்க்மென் – நடித்தது. நீங்கள் பார்த்திருப்பீர்கள் என்று நினைக்கிறேன்.'

இந்த ஒப்பந்தக்காரர் வெறும் பணம் உமிழும் இயந்திரம் அல்ல. அவரிடம் இருந்து வெளிப்பட்ட இந்தக் கண்ணைப் பறிக்கும் கலாச்சார மின்னல் என்னை வியப்படையவைக்கிறது. இந்த வியப்பின் வேர் எனது மார்க்சீய அடித்தளத்திலிருந்து எழுவதாக உடனே தோன்றுகிறது. வெட்கமாக இருக்கிறது.

கார் வேகமாக ஹோட்டலின் வாசலில் வந்து நிற்கிறது.

‘நம்முடைய ஆள்’ என்கிறார் பூரா. காருக்குள் உட்காரு கிறோம்.

அஸ்ஸாமில் காலை சீக்கிரம் வந்துவிடுகிறது. கதிரவன் காருக்குள் நுழைந்து அதன் உட்புறங்களை வெளிச்சமிடுகிறான். கார் ஒரு விலைமகளின் அறையைப் போல அலங்கரிக்கப் பட்டிருக்கிறது. பூ வாசம். மலிவான நாற்றநீக்கி வாசம். கருஞ்சிவப்பு சிறு திண்டுகள். காரோட்டியும் எல்லாக் காரோட்டி களையும் போலப் பணிவோடு பேசுகிறார். நான் எங்கே போகிறேன்? போராளிகளைச் சந்திக்கவா? அல்லது காசு கொடுத்தால் கிடைக்கும் இன்பம் தேடியா? பூராவிடம் கேட்க முடியாது. அவர் அயர்ந்து தூங்குகிறார்.

அரை மணிநேரத்தில் கார் நெடுஞ்சாலையை அடைகிறது. காரோட்டி திரும்பிப் பார்த்துப் புன்னகையோடு சொல்கிறார்.

‘தேசீய நெடுஞ்சாலை *31*.’

கார் ஒரு நகரத்தை அடையும்போது பூராவை எழுப்பு கிறேன். பூரா கண்களை விரல்களால் அழுத்தி விழிக்கச் செய்கிறார். வெளியில் பார்க்கிறார். ‘தூப்ரி. தூப்ரி வந்து விட்டோம்.’

‘நாம் சேர வேண்டிய இடம் இதுதானே?’

‘ஆமாம். சர்மா ஸ்வீட் ஹவுஸ்.’

சர்மா ஸ்வீட் ஹவுஸில் வண்டிச்சக்கர அளவில் பூரிகள் கிடைக்கின்றன. கூட வாயை எரிக்கும் உருளைக்கிழங்கு மசாலா. நான் நாலாவது பூரியில் இருக்கும்போது தலைவன் என் முன்னால் இருக்கும் நாற்காலியில் அமர்கிறான். ஒரு பழைய சட்டையில் இருக்கிறான்.

‘ உங்கள் வரவு நல்வரவாகுக. கடைசியில் நீங்களே வந்துவிட்டீர்கள்.’

‘எனக்கு வேறு வழியில்லை.’

‘கோஷ் அவர்களை நீங்கள் ஒன்றுமே கொடுக்காமல் திரும்பப் பெறுகிறீர்கள். இது எங்கள் இழப்பு. உங்கள் வெற்றி.’

‘அப்படியா? நான் இது வெற்றி என்று நினைக்கவில்லை. பத்து லட்சம் பெரிய தொகை, என் அருமை நண்பரே. கோஷின் மதிப்பு பத்து லட்சம் என்று சொல்பவர்கள் அதிகம் இல்லை.’

‘உங்கள் மதிப்பு எவ்வளவு?’

'நான் கடத்தப்பட்டால் தில்லியில் இனிப்பு வழங்கிக் கொண்டாடக்கூடியவர்கள் பலர் இருக்கிறார்கள். எனக்காக வருத்தப்படுபவர்களிடம் பணம் இல்லை. எனது மதிப்பு எவ்வளவு என்பதை நீங்களே தீர்மானித்துக்கொள்ளுங்கள்.'

பூரா தலையிடுகிறார். தலைவனை நோக்கிப் பணம் வைக்கப்பட்டிருந்த உறையைத் தள்ளுகிறார்.

'மிஸ்டர் சந்திரன் சார்பில் நான் மன்னிப்புக் கேட்கிறேன். அவருக்கு ஒரு விருந்தாளியை உயிரோடு இத்தனை மாதங்கள் வைத்துக்கொண்டிருப்பதால் ஆகும் செலவு என்ன என்பது தெரியாது.'

தலைவன் உறையை எடுத்து ஒரு பையில் திணித்துக் கொள்கிறான். பெருமூச்சுவிடுகிறான். என்னைப் பார்த்துச் சிரிக்கிறான். இந்த ஆணழகன் தலைவன் என்பதில் எந்த ஐயமும் இல்லை.

'உங்களுக்கு ப்ரேக்ஃபாஸ்ட் சொல்லவா? காப்பி? டீ?'

'நேரமில்லை. தில்லியில் உங்களைச் சந்திக்கிறேன். என்னை நீங்கள் சாகர் ரெஸ்டாரண்டிற்கு அழைத்துச் செல்ல வேண்டும்.'

பூரா எழுந்திருக்க முயல்கிறார். தலைவன் அவர் தோளைப் பிடித்து அழுத்துகிறான். என் கையைப் பிடித்து அழுத்திக் குலுக்குகிறான். வேகமாக வெளியே செல்கிறான். மறைகிறான்.

'அவ்வளவுதானா?'

'அவ்வளவுதான். வாழ்த்துகள்.'

பசி அடங்கவில்லை. இன்னும் இரண்டு வண்டிச்சக்கரப் பூரிகளை வரவழைக்கிறேன். கூட உருளைக்கிழங்கு. சங்கரரின் உலகே மாயம் என்ற அத்வைதச் சித்தாந்தம் எனக்குப் பிடிக்காது. ஆனால் இன்று அவரைப் பார்த்தால் காலைத் தொட்டு வணங்குவேன். எல்லாமே மாயமாகத் தோன்றுகிறது. உருளைக்கிழங்கு மசாலா மட்டும் சத்தியம். உணவுக் குழாயை எரித்துக்கொண்டு வயிற்றில் இறங்குகிறது.

அன்புள்ள சுகன்யா,

இந்தப் பக்கங்கள் வேகமாகச் செல்வதை ரமேஷின் வெற்றி என்றே சொல்ல வேண்டும். சில வாசகர்களுக்கு முந்தைய பக்கங்களிடம் இருந்த அவசரமும் எதிர் பார்ப்பும் இவற்றில் இல்லாததுபோலத் தோன்றலாம். ஆனால் எல்லோருக்கும் பிடிக்கிற மாதிரி இதுவரை ஒரு நாவலும் எழுதப்படவில்லை.

யார் இந்த ராமன்? உனக்குத் தெரியுமா?

மிக்க அன்புடன்,
சுபிர்.

அன்புள்ள சுகன்யா,

நான் கல்கத்தாவில் பத்து வருடங்கள் இருந்திருக்கிறேன். அதன் உணவு விடுதிகளை எனக்குப் பிடிக்கும். ஆனால் நான் பிரியாணி விரும்பி அல்ல. மீனும் எனக்கு இரண்டாம் பட்சம்! ரமேஷின் கஷனபீஸ் முழுமையாக இருக்கிறார். என்னைவிட. உருவத்திலும் குணத்திலும். எரிச்சல்படவைக்கும் எனது ஆங்கில முரண்பாடுகள் அவரிடம் இல்லை என்பது ஆறுதலாக இருக்கிறது.

கடைசி அத்தியாயங்களுக்காகக் காத்துக்கொண் டிருக்கிறேன்.

அன்புள்ள,
ஹெர்பர்ட்.

அன்புள்ள சுபிர், ஹெர்பர்ட்,

உங்களுக்கு நாவல் படித்தவரையில் பிடித்திருக்கிறது என்பது மகிழ்ச்சியைத் தருகிறது. சுபிர், நீ டெலிஃபோன் செய்தபோது நான் மருத்துவ மனையில் இருந்தேன். ஒரு கைப்பேசி இருந்தால் வசதியாக இருக்கும். ஆனால் அதன் விலை எட்டாத் தொலைவில் இருக்கிறது.

சந்திரனின் உடற்பயிற்சி மருத்துவம் தொடங்கி விட்டது. நான் அவனோடு தினமும் மருத்துவமனைக்குச் செல்கிறேன். உடற்பயிற்சி மருத்துவத்தைப் பற்றிப் பேசும்போது உங்களுக்கு ஒரு கதை சொல்லியாக வேண்டும். சுவாரசியமான கதை.

எனக்குப் பதினாறு வயது இருந்தபோது என்னை ஒரு பையன் சுற்றிச் சுற்றி வந்தான். முகம் முழுவதும் பருக்களுடன் இருந்த அவன் படிப்பில் கில்லாடி. எனக்கும் அவன் என் பின்னால் வருவது முதலில் பெருமையாக இருந்தது. ஆனால் ஒரே வாரத்தில் அவனைப் பிடிக்காமல் போய்விட்டது. அவன் என்னை விடவில்லை. நான் அப்பாவிடம் சொல்லுவேன் என்று பயமுறுத்தியதும் மனம் உடைந்துபோனான். கடைசி முயற்சியாக எனக்குக் கவிதை ஒன்றை அனுப்பினான். அவன் எங்கோ படித்த கவிதை.

'True hearts have ears and eyes, no tongues to speak. They hear and see, and sigh, and then they break.'

(உண்மை உள்ளங்களுக்குக் கண்கள் இருக்கின்றன, காதுகள் இருக்கின்றன. ஆனால் பேச நாக்குகள் இல்லை.

அவை கேட்கின்றன, பார்க்கின்றன, பெருமூச்சு விடுகின்றன. கடைசியில் உடைகின்றன.)

பல வருடங்கள் கழித்து இந்தக் கவிதையை ஒரு தொகுப்பில் பிடித்தேன். எட்வர்ட் டயர் என்பவர் எழுதியது. 16ஆம் நூற்றாண்டுக் கவிஞன். இந்தக் கவிதையில் மற்றொரு அழகான வரி இருக்கிறது – And love is love, in beggars and in kings.

ஏன் இந்தக் கதையைச் சொல்கிறேன் என்றால் இத்தனை வருடங்களுக்குப் பிறகு இந்தக் கவிதையை அனுப்பியவனைப் பார்த்தேன். ரமேஷைக் கவனித்துக் கொள்ளும் உடற்பயிற்சி மருத்துவரின் முகம் தெரிந்த மாதிரி இருந்தது. தலையில் ஒரு முடிகூட இல்லை. ஆள் ஒல்லியாக இருந்தான். ஆனாலும் எனக்கு யாரென்று தெரிந்துவிட்டது. என்னை முதன்முதலில் காதலித்தவன். அவனுக்கு என்னை அடையாளமே தெரியவில்லை. காதலால் உள்ளம் உடைந்தவன் லட்சணம் இதுதான்!

அந்தக் கவிஞன் சொல்வது தவறு என்று இத்தனை வருடங்களுக்குப் பிறகு தெரிகிறது. உள்ளங்களுக்கு

நாக்குகள் இல்லாமல் இருக்கலாம். ஆனால் அவை உடையத் தேவையில்லை. நானும் ரமேஷும் பார்க்கிறோம். கேட்கிறோம். சில சமயங்களில் பெருமூச்சும்விடுகிறோம். நாங்கள் அதிகம் பேசிக்கொள்வதில்லை. ஆனால் இத்தனை நெருக்கமாக எங்கள் இருபது வருடங்களுக்கும் மேலான திருமண வாழ்க்கையில் உணர்ந்தது இல்லை. மௌனம் எங்கள் உள்ளங்களை வலுப்படுத்திவிட்டது. அவை என்றும் உடையாது.

ரமேஷ் மிக வேகமாகத் தேறிவருகிறான். அவனால் இப்போது ஊன்று கோல்களுடன் நடக்க முடிகிறது.

நாவலில் எனக்கு இரண்டு உறுத்தல்கள் இருக்கின்றன. ஒன்று இந்த எரிச்சலூட்டும் ராமன் புராணம். நல்ல வேளையாக இனிமேல் வரமாட்டான். ரமேஷ் ஏன் இந்தப் பாத்திரத்தைப் படைத்தான் என்பதை என்னால் யூகிக்க முடிகிறது. மற்றது அனுபமா முழுவதும் மறைந்து போனது. தூப்ரிக்கு அவளும் ரமேஷுடன் சென்றாள் என்பது எனக்குத் தெரியும். "அவள் வந்ததை ஏன் மறைத்து விட்டாய்" என்று கேட்டேன். "எனக்கு மனத்திடமுள்ள, வலுவான அனுபமாவைத் தெரியும். ஆனால் தூப்ரியில் அவள் மிகுந்த பயத்தோடு இருந்தாள். அவளைப் பற்றி எழுதி நாவலைத் தொய்வடையவைக்க நான் விரும்ப வில்லை" என்றான். அவன் சொல்வது ஏற்கக்கூடிய காரணமாக எனக்குத் தெரியவில்லை. அனுபமா விடுப்பில் இருந்தாள். இவனுக்கு உதவுவதற்காகவே தூப்ரிக்கு வந்தாள். அவளுடைய உதவி இவர்களுக்குத் தேவையாக இருந்தது.

இப்போது அவள் உண்மையாகவே மறைந்துபோய் விட்டாள். தொடர்புகொள்ளப் பலமுறை முயன்றேன். ஆனால் என் முயற்சிகள் அனைத்தும் தோல்வியிலேயே முடிந்தன.

அவளுக்கு என்ன நேர்ந்தது என்பதைப் பற்றிப் பல நடுங்கவைக்கும் கதைகள் பத்திரிகைகளில் வருகின்றன என்று என் அஸ்ஸாம் நண்பர்கள் சொல்கிறார்கள். நான் அவர்களை நம்பத் தயாராக இல்லை.

அவள் நிச்சயம் திரும்ப வருவாள்.

மிக்க அன்புடன்,
சுகன்யா.

‘இங்குப் பறவைகளே இல்லை’ என்று சுகன்யா சிரித்துக் கொண்டே சொன்னாள்.

‘இவை உனக்குப் பறவைகளாகத் தெரியவில்லையா?’ ஒரு மஞ்சள் கொக்கைக் காட்டி அனுபமா கேட்டாள்.

‘அல்ல. என்னுடைய பட்டியலில் இவை பறவைகள் அல்ல. மைனா, காக்கை, குருவி, புறா, கிளி என் பட்டியலில் இல்லை. அவற்றை நான் இந்தியா முழுவதும் பார்க்க முடியும். பெருநாரை எங்கே? சதுப்பு நிலப் ஃப்ராங்கோலின் எங்கே?’ என்றாள் சுகன்யா.

‘உனக்குப் பேராசை, சுகன்யா. என்னைக் கேட்டால் உன் வாழ்க்கை முழுவதும் பார்க்க வேண்டிய பறவைகளை இந்த ஒரு நாளில் பார்த்துவிட்டாய். இன்னும் அலுத்துக் கொள்கிறாய்’ என்றாள் அனுபமா. வானத்தில் பறவைகள் வீடு நோக்கிப் பறந்துகொண்டிருந்தன.

‘நேரமாகிறது. இங்கே சீக்கிரம் இருட்டிவிடும். கெஸ்ட் ஹவுஸுக்குப் போகலாம், வா.’ அனுபமா மிகவும் களைப்பாக இருந்தாள். வேர்வையின் நூல்கள் அவள் கன்னங்களில் இறங்கியிருந்தன. முகத்தில் சிவந்த, அடர்த்தியான பருக்கள். அழகாக இருந்தாள். கர்ப்பமாக இருந்ததாக சுகன்யா நினைத்தாள். தளர்வாக அணிந்துகொண்டிருந்த ஆடைகள் வயிற்றின் மேட்டை மறைக்க முடியவில்லை.

அந்த நாள் கமலாபாரி மடத்தில் தொடங்கியது.

மஜௌலியில் இருக்கும் அந்த மடத்திற்கும் அதன் துறவிகளுக்கும் பெண்களிடம் காணும் நளினம் இருந்தது. துறவிகள் வெள்ளையாடை அணிந்த அழகர்கள். காலையில் குளித்துவிட்டு, வெயிலில் ஈரம் மின்னும் தலை முடியோடு நடமாடிக்கொண்டிருந்தார்கள். ‘இந்தத் தீவின் குளிக்காத மக்களுக்கும் இவர்களுக்கும் எந்தத் தொடர்பும் கிடையாது. இவர்கள் சந்தனம் பூசிக்கொள்பவர்கள். பக்கத்தில் வந்தால் கற்பூர வாசமும்கூட வந்து மணக்கும். வியர்வையும் வெற்றிலை பாக்கும் இங்கு வர முடியாது’ என்று அனுபமா சொன்னாள்.

நாம்கர் – வழிபாட்டு அரங்கம் – வெறிச்சோடி இருந்தது. அதன் ஓரத்தில் பல வண்ணக் கருடன் வீற்றிருந்தார். விஷ்ணு வைச் சுமக்காமல். எங்களைக் கடுமையாகப் பார்க்க முயன்று கொண்டிருந்தார்.

‘பொக்கி, பொக்கி’ என்று சொல்லிக்கொண்டு ஒரு வயதான துறவி வந்தார். என்னைப் பார்த்ததும் பற்களைத் தாங்காத ஈறுகள் தெரியச் சிரித்தார்.

'பொக்கி. பொக்கிராஜா.'

'பக்ஷிராஜா என்று சொல்கிறாரா?'

'ஆமாம்.'

'அது என்னுடைய மாமனாரின் பெயர் அனுபமா. பக்ஷிராஜன். பறவைகளின் தலைவன். என்னுடைய மாமனாரின் வம்சம் ராமானுஜர் காலத்திலிருந்து தொடங்குகிறது. அவர் இங்கு வந்தால் மிகவும் சந்தோஷப்பட்டிருப்பார். ஏதோ கண்ணிற்குத் தெரியாத கயிறு எல்லா இந்துக்களையும் இணைக்கிறது.'

'கயிறாவது, மண்ணாங்கட்டியாவது' என்றாள் அனுபமா. 'மிகவும் கெட்டிக்காரத்தனமாக எழுதப்பட்ட கதை அது. இந்தியா எங்களை ஆளுவதற்குக் கையாளும் பல வழிமுறைகளில் இதுவும் ஒன்று. எல்லா இந்துக்களும் இந்தியர்களாக இருக்க வேண்டும் என்ற கட்டாயமா என்ன?'

'நான் அப்படிச் சொன்னேனா?'

துறவி குறுக்கிட்டார். 'இது அமைதியாகத் தியானம் செய்யும் இடம். வாக்குவாதம் நடத்தும் இடம் அல்ல. உங்கள் சண்டையைச் சாத்ராவிற்கு வெளியில் வைத்துக்கொள்ளுங்கள்.'

அனுபமா சண்டையை மறுபடியும் மிஷிங் வீடு ஒன்றில் தொடங்கினாள். வீடு மூங்கில் தளம் ஒன்றின் மீது கட்டப்பட்டிருந்தது. தளம் தரைக்கு ஆறு அடிக்கு மேல் பெருத்த மூங்கில்தடிகளால் தாங்கப்பட்டிருந்தது. மிஷிங் வீட்டில் அறைகள் கிடையாது. வீடே ஒரு பெரிய அறை. நூறு அடி நீளமாவது இருக்கும். தடுப்பே இல்லாமல்.

'இந்த மிஷிங் மக்களை எடுத்துக்கொள். இவர்கள் இந்துக்களின் எல்லா வழிமுறைகளையும் பின்பற்றுகிறார்கள். நம் கடவுள்களே அவர்கள் கடவுள்கள். இருந்தாலும் நீ சொல்லும் கயிறு இவர்களை இணைப்பதில்லை. இங்குள்ளவர்கள் மிஷிங் மக்களை இந்துக்களாக மதிப்பதில்லை. அறிவே இல்லாத பழங்குடி மக்களாகக் கருதுகிறார்கள்.'

'இந்தியாவின் எல்லா ஒடுக்கப்பட்ட மக்களுக்கும் நீ சொல்வது பொருந்தும், அனுபமா. அதனால் அவர்கள் இந்தியர்கள் அல்லாதவர்களாக ஆகிவிடமாட்டார்கள்.'

'நாங்கள் வித்தியாசமானவர்கள், சுகன்யா. நாங்கள் இந்தியர்கள் அல்ல.'

'ரமேஷுக்கு ஏன் உதவுகிறாய்?'

'என்ன?'

'ரமேஷுக்கு ஏன் உதவுகிறாய் என்று கேட்டேன். அவன் இந்தியன்தானே?'

'எனக்கு அவரைப் பிடித்திருக்கிறது,' சுகன்யாவைப் பார்க்காமல் அனுபமா பேசினாள்.

'ஏன் பிடித்திருக்கிறது?'

'அவருடைய கட்டுக்கு அடங்காத, காரியத்தை முடிப்பதில் இருக்கும் ஆர்வம். பிடிவாதம். அவருடைய முட்டாள்தனம். இங்கிருந்து அவரைக் கூட்டிச் சென்றுவிடு, சுகன்யா. அவரைக் கொன்றுவிடுவார்கள்.'

'இது என்ன எச்சரிக்கையா?'

'இல்லை, சுகன்யா. எச்சரிக்க நான் யார்? அவரைவிடப் பல மடங்கு அபாயத்தில் நான் இருக்கிறேன். அவரை இங்கு வரவிடாதே. இந்த அயோக்கியர்களை நம்ப முடியாது.'

'நான் சொன்னால் அவன் கேட்பான் என்று நினைக்கிறாயா? ஒரு நாளும் கேட்கமாட்டான். இந்தக் கோவேறு கழுதைக் குணத்தால் நான் என் மகளைப் பறிகொடுத்தேன்.' சுகன்யாவுக்குத் தொண்டை அடைத்தது. ஆனால் உடனே சுதாரித்துக்கொண்டாள். 'இல்லை. அவனை மட்டும் குறை சொல்வது தவறு. நானும் அவள் இழப்பிற்கு முக்கியக் காரணம்.'

மறுநாள் சுகன்யாவை வழியனுப்ப அனுபமா வந்திருந்தாள். முகம் வீங்கியிருந்தது. சுகன்யா அவள் தோளைத் தொட்டாள்.

'நீதான் ஜோனா, அனுபமா. உங்கள் இயக்கம் அந்தத் திமிங்கிலம். யோசித்துப் பார். திமிங்கிலத்தின் வயிற்றுக்குள் போக விரும்புகிறாயா? சீக்கிரம் கரைக்கு வந்துவிடு.'

இருபத்தொன்று

1

தூப்ரியிலிருந்து திரும்பி வந்தவுடன் அமைச்சரைச் சந்திக்கிறேன்.

'உங்களைக் காத்திருக்க வைத்ததற்கு மன்னியுங் கள். முதலில் எனது வாழ்த்துகள். மிகுந்த முனைப்போடு உழைத்திருக்கிறீர்கள். உங்கள் ஆள் திரும்பி வந்துவிட் டாரா? இன்னும் இல்லையா? நிச்சயம் வந்துவிடுவார். வந்தவுடன் பெரிய வரவேற்பு விழா நடத்த வேண்டும். உங்களுக்கு அது பாராட்டு விழா. நேரமாகிறது. உடனே விஷயத்திற்கு வந்துவிடுகிறேன். உங்கள் நிறுவனத்தில் ஏதோ பெரிய பிரச்சினை இருப்பதாகக் கேள்விப்படு கிறேன்.

'எந்தப் பிரச்சினை, சார்? பல பிரச்சினைகள் இருக்கின்றன.'

நான் கேட்டதைக் கண்டுகொள்ளாமல் அவர் பேசுகிறார்.

'நேற்று அந்த டவர் கம்பெனி சேர்மன் என்னைப் பார்க்க வந்தார். அவரது அதிகாரிகளை நீங்கள் நடத்தும் விதத்தைப் பற்றிச் சொல்லி வருத்தப்பட்டார். ஏதோ ஆயத் துறைப் பிரச்சினையாம். அதைக் கிளப்பிவிட்டதே இந்தக் கம்பெனியின் போட்டியாளர்களாம். உங்கள் பெயரைச் சொல்லி நீங்கள் மிகவும் திமிராக நடந்து கொள்வதாகக் குறிப்பிட்டார். எனக்கு ஆச்சரியமாக இருந்தது.'

'அந்தக் கம்பெனிக்குப் போட்டியே கிடையாது. அதுதான் முக்கியமான பிரச்சினை. அவர்கள் தாங்கள்

என்ன செய்தாலும் அதைப் பற்றிக் கேள்வியே கேட்கக் கூடாது என்று வலியுறுத்துகிறார்கள். அது மற்றொரு பிரச்சினை. என்ன என்பதை உங்களுக்கு விளக்கச் சில நிமிடங்கள் ஆகும்.'

பதினைந்து நிமிடங்களில் நிகழ்ந்தது, நிகழ்வது என்ன என்பதை விளக்குகிறேன்.

'இது என்ன கேலிக்கூத்து? இன்றுதான் எனக்கும் இந்தப் பிரச்சினையின் எல்லாப் பரிமாணங்களும் விளங்கு கின்றன. குற்றவாளிகள் தண்டிக்கப்பட வேண்டும் என்பதில் எந்தச் சந்தேகமும் கிடையாது. ஆனாலும் அவர்கள் சொல் வதிலும் நியாயம் இருப்பதாக எனக்குத் தோன்றுகிறது.'

என்ன நியாயம் என்பதைக் கேட்கக் காத்திருக்கிறேன்.

'இந்த வழக்கு எப்படி வந்தது என்பதை யோசித்துப் பாருங்கள். இதை எடுத்து நடத்தியது அவர்கள். நடத்தாமல் இருந்தால் பணம் திரும்பக் கிடைத்திருக்காது. அசல் முழுவதையும் கொடுத்துவிட்டார்கள். வட்டி கொடுக்கத் தயங்குகிறார்கள். கொடுக்க வேண்டுமா என்பதை நீதிமன்றம் தீர்மானிக்கட்டும் என்கிறார்கள். உங்கள் நிறுவனத்தின் இயக்குநர்கள் எல்லோரும் நீதிமன்றம் செல்வதற்குத் தயாராக இருக்கிறார்கள் என்று அந்தச் சேர்மன் சொல்கிறார். நீங்கள் ஒருவர் மட்டும் பிடிவாதமாக இருக்கிறீர்களாம். அவரை மிரட்டுகிறீர்களாம்.'

'நான் யார் சார் அவரை மிரட்டுவதற்கு? நான் அவரைப் பார்த்ததுகூடக் கிடையாது. எனக்கும் நிறுவன இயக்குநர் களுக்கும் நடந்த விவாதங்கள் நிறுவனத்தின் நான்கு சுவர் களுக்குள் இருக்க வேண்டியவை. அவை இவர் காதை எப்படிச் சென்றடைந்தன?'

'அது முக்கியமல்ல, சந்திரன். அவர்கள் மிகுந்த கஷ்டத் தில் இருக்கிறார்கள். அவர்கள் ஆடிட்டரும் சேர்மனோடு வந்திருந்தார். அவர்கள் நிதி நிலைமை மிக மோசமாக இருக்கிறதாம். கடும் பணத்தட்டுப்பாடு. இந்த நேரத்தில் நீங்கள் முப்பது கோடி தர வற்புறுத்தினால் அவர்கள் நமக்காகச் செய்துகொண்டிருக்கும் எல்லா வேலைகளையும் நிறுத்த வேண்டி வரும். கம்பெனியையே மூட வேண்டி வரும். அப்படிக் கம்பெனி மூடப்பட்டால் அதன் விளைவுகள் விபரீதமாக இருக்கும். நூற்றுக்கணக்கான சிறு தொழில்கள் அதனால் பாதிக்கப்படும். நாம் மிகக் கவனமாக நடந்துகொள்ள வேண்டும், சந்திரன்.'

இவரது திட்டம் என்ன?

'சார். இவர்கள் பணபலம் மிக்க கம்பெனி எனப் பெயர் எடுத்தவர்கள். பல ஆயிரம் கோடி ரூபாய்களில் புழங்குகிறவர்கள். முப்பது கோடி என்பது இவர்களுக்குக் கொசுக்கடி மாதிரி. வேண்டுமானால் தவணை முறையில் பணத்தைத் திருப்பித் தரச் சொல்லலாம்.'

'நீங்கள் நிதி விவகாரங்களில் நிபுணரா?'

'அல்ல.'

'நானும் அல்ல. நிபுணர்கள் சொல்வதைக் கேட்க வேண்டும். இந்தக் கம்பெனிக்கு முப்பது கோடி என்பது ஒரு கொசுக்கடி என்று நீங்கள் சொல்வது சரி என்றே வைத்துக் கொள்வோம். ஆனால் நம்மால் அவர்களைப் பணம் கேட்டு வற்புறுத்த முடியாது. அவர்களுடைய சக்தி என்ன என்பது பற்றி உங்களுக்கு அடிப்படைப் புரிதல்கூட இல்லை. நீங்கள் சொல்வதெல்லாம் குழந்தைத்தனமாக இருக்கிறது. அவர்கள் நினைத்தால் இந்தச் செலுத்தீட்டுத் தொழிலையே முடிவுக்குக் கொண்டுவர முடியும். அப்படி நடந்தால் உங்கள் நிறுவனம் மட்டும் அல்ல, பல மாநில அரசுகளின் மின்வாரியங்கள் மூடப்பட வேண்டிய கட்டாயம் ஏற்படும். நான் இந்தத் துறையின் அமைச்சர். பேரிழப்பு ஏற்பட நான் அனுமதிக்கமாட்டேன்.'

இந்த ஊழிக்கால வர்ணனை என்னைப் பயமுறுத்து வதற்காக.

'சந்திரன், நீங்கள் மிகத் திறமையான, அனுபவமிக்க அதிகாரி. நான் நினைப்பதைச் சொல்லிவிட்டேன். முடிவு எடுப்பது உங்கள் கையில்.'

நான் யார் முடிவு எடுப்பதற்கு?

மெதுவாகப் பதில் அளிக்கிறேன். 'உங்கள் அறிவுரைக்கு நன்றி, சார்.'

2

தூப்ரி சந்திப்பு நடந்து மூன்று வாரங்கள் ஆகிவிட்டன. கோஷ் பற்றி எந்தத் தகவலும் இல்லை. நிறுவனத்தில் முணுமுணுப்பு கள் தொடங்கிவிட்டன. என் தலைவர் என்னிடம் பேசும்போது மிகுந்த மரியாதையுடன் பேசுகிறார். கோஷ் என்ற பெயர் பேச்சில் வராமல் பார்த்துக்கொள்கிறார். இது எனது மாசில்லாத, மாபெரும் தோல்வி என்று நினைக்கிறார் என்பது எனக்குத் தெரியும். கஷ்னபீஸிடம் பேசுகிறேன். அவன் பெருந்தலைவ

னிடம் பேசுவது முடியாத காரியம் என்கிறான். பெருந்தலைவ னின் அழைப்பிற்குக் காத்திருக்க வேண்டிய கட்டாயம் அவனுக்கு. பூரா ராஜஸ்தானுக்குச் சென்றிருக்கிறார். நிர்மல் பூயானிடம் கேட்கிறேன். அவர் சிலசமயங்களில் மூன்று மாதங்கள்கூட ஆகியிருக்கிறது என்கிறார். என்னிடம் மூன்று மாதங்கள் இல்லை. நந்திதா கல்கத்தாவில் இருக்கிறாள். நல்லவேளையாக அவள் என்னை நச்சரிக்கவில்லை. என்னால் ஆக வேண்டியது இனி ஒன்றும் இல்லை என்று அவள் நினைத்திருக்க வேண்டும்.

ஒருவேளை கோஷைக் கொன்றிருப்பார்களோ? அதற்கும் வாய்ப்பு இருக்கிறது.

கல்கத்தாவிற்குத் திரும்பும்போது சட்டர்ஜியையும் சிலிகுரியிலிருந்து அழைத்துச் சென்றேன். அவர் பிணைத் தொகை கொடுப்பதற்குச் செல்லவில்லை என்பதே நந்திதா விற்குச் சந்தேகத்தைக் கொடுத்தது. என்னிடம் ஏதும் நேரடி யாகச் சொல்லவில்லை. ஆனால் அவளுக்கு நாங்கள் கேட்ட தொகையைக் கொடுத்துவிட்டோம் என்பதிலோ கோஷ் திரும்பி வருவார் என்பதிலோ நம்பிக்கை இருந்த மாதிரி தெரியவில்லை. சட்டர்ஜி மட்டும் கீதையிலிருந்து பல பாடல் களை மேற்கோள்காட்டி நான் கடவுளின் தூதுவன், கோஷை மீட்பதற்காகவே இந்த உலகத்திற்கு அனுப்பப்பட்டவன் என்பதை நிறுவ முயன்றார்.

சுபிருக்கும் கஷ்னபீஸுக்கும் நன்றி சொன்னேன். சுபிர் என்றும்போல் அன்றும் காற்றில் பறந்துகொண்டிருந்தான். ஆனால் கஷ்னபீஸ் ஒரு வெடிகுண்டைப் போட்டான்.

'கொக்ராஜார் அருகில் பெரிய போலீஸ் படை ஒன்று தேடுதல் வேட்டையில் ஈடுபட்டிருப்பதாக இப்போதுதான் செய்தி வந்தது. பல தலைவர்கள் கைதுசெய்யப்பட்டு விட்டார்களாம்.'

எனக்கு மூச்சே நின்றுவிடும்போல இருந்தது. போன முறை அவர்கள் கிராமத்திற்குச் சென்றிருந்தபோது இதேபோல நடந்து கலிதா கொல்லப்பட்டான். ஒருவேளை உள்ளூர் போலீஸ் இந்த வேலையைச் செய்திருப்பார்களோ?

'இதற்கு என்ன அர்த்தம்?'

'கோஷ் திரும்ப வரும்வரை ஒன்றும் சொல்ல முடியாது என்று அர்த்தம். கைதுசெய்யப்பட்டவர்களில் நீ பணம் கொடுத்தவன் இருந்திருக்க முடியாது. அவர்கள் பணம் வாங்கு வதற்காக ஒரு குழுவாக வந்திருக்கமாட்டார்கள் என்று நாம் நம்ப வேண்டிய கட்டாயம்.'

பூயான் நம்பிக்கையோடு இருந்தார்.

'கோஷ் நிச்சயம் திரும்ப வந்துவிடுவார். இது நடந்தது வேறு இடத்தில். உண்மையைச் சொல்லப்போனால் இது பத்திரிகை விளம்பரத்திற்காக நடத்தப்பட்டது. யாரும் பிடிபட வில்லை. நீங்கள் ஏன் போனீர்கள்?'

நான் சட்டர்ஜிக்கு என்ன நடந்தது என்பதைப் பற்றிச் சொன்னேன்.

'நீங்கள் அதிர்ஷ்டம் செய்தவர். பூராவுடன் மிக வயதான மனிதர் வருவார் என்று நான் மிகத் துல்லியமாகத் தகவல் கொடுத்திருந்தேன். நல்ல காலம் உங்களைக் கைதுசெய்ய வில்லை.'

என் வாழ்க்கையில் நடக்காது அது ஒன்றுதான் என்று நினைத்துக்கொண்டேன். அதுவும் நடந்திருந்தால் வாழ்க்கை முழுமையடைந்திருக்கும்.

3

நான் இப்போதெல்லாம் அலுவலகம் செல்வதில்லை. விடுப்பு எடுத்துக்கொண்டு வீட்டில் இருக்கிறேன். அஸ்ஸாமின் தாக்கத்திலிருந்து மீட்சி பெறுவதற்காக. குடம் குடமாகப் பழச் சாறு குடிக்கிறேன். சுகன்யா கல்லூரி செல்கிறாள். சரியாகக் காலை ஒன்பது மணிக்கு. வெளிர் மஞ்சள் அல்லது வெளிர் நீலம் அல்லது வெள்ளையில் ஓரத்தில் தங்க இழையிட்ட புடவையில்.

வீடு மிகச் சுத்தமாக இருக்கிறது. பறவைகளை விரும்பி னாலும் அவை ஏற்படுத்தும் ஒழுங்குக் குலைவை சுகன்யா விரும்பாதவள். அவளுக்கு வைத்தது வைத்த இடத்தில் இருக்க வேண்டும். அவள் இல்லாதபோதும் அவள் படைத்த ஒழுங்கின் நாதம் ஒலித்துக்கொண்டே இருக்கிறது. அதைச் சீர்குலைப்பவன் இதயமில்லாதவனாக இருக்க வேண்டும். நானும் சீராக இயங்குகிறேன். சாப்பாட்டைச் சிந்தாமல் சாப்பிடு கிறேன். படுக்கை விரிப்புகளை ஒழுங்காக மடிக்கிறேன். புத்தக அலமாரியிலிருந்து தடிமனான புத்தகத்தை எடுக்கிறேன். புத்தக வரிசையை ஒழுங்குபடுத்துகிறேன். சாய்வு நாற்காலியில் அமர்ந்து படிக்கத் தொடங்குகிறேன்.

வாழ்க்கையின் சப்தங்கள் ஜன்னலில் போடப்பட்டிருக்கும் திரையைக் கிழித்துக்கொண்டு காதில் விழுகின்றன. இவற்றில் ஒழுங்கு இல்லை. என் பறவை நண்பர்கள் கிரீச்சிடுகிறார்கள்.

பாடுகிறார்கள். தில்லி நகராட்சியின் தண்ணீர் வண்டி ஒன்று அதன் உலோக உடல் அதிர, நீர் ததும்பிச் சிதறத் தெருவில் மெதுவாகச் செல்கிறது. பெண்கள் பேசிக்கொண்டே நடக்கிறார் கள். அவர்கள் அணிந்திருக்கும் காலணிகளின் சப்தம் கேட்கிறது. குழந்தைகள் அழுகின்றன. விற்பவர்கள் அலறுகிறார்கள்.

வாழ்க்கை ஒழுங்கற்றது.

என் தலைக்கு மேல் சுற்றும் விசிறிக்கும் ஒழுங்கு வந்த மாதிரி தெரியவில்லை. அது போடும் சத்தம் காதுக்கு இதமாக இல்லை. சுகன்யா மறந்துவிட்டாளா?

நான்தான் மறந்துவிட்டேன் என்று எனக்கு நானே கூறிக் கொள்கிறேன். எலெக்ட்ரீஷியனை அழைத்து வந்து விசிறியைச் சீர்ப்படுத்துமாறு என்னிடம் பலமுறை சொல்லியிருக்கிறாள். அவரைக் கூப்பிடுவதா வேண்டாமா? கூப்பிட நினைத்தாலும் முடியாது. என்னிடம் அவர் தொலைபேசி எண் இல்லை. அது சுகன்யாவின் சிறிய டெலிஃபோன் புத்தகத்தில் ஒளிந்து கொண்டிருக்கிறது. நான் எண்களை எங்கு வேண்டுமானாலும் எழுதுவேன். சுவரில் எழுதினால் சுகன்யா கோபித்துக் கொள்வாள். சுவரைத் தவிர. பத்திரிகைகளில், புத்தகங்களில், ரசீதுகளில், துண்டுத்தாள்களில் எழுதுவேன். நான் எழுதிய எண்கள் எனக்குத் திரும்பக் கிடைத்ததே இல்லை.

நான் என் வேட்டியை ஒழுங்காக மடித்துப் படுக்கைமீது வைக்கிறேன். உடை மாற்றிக்கொண்டு வெளியில் வருகிறேன். வெயில் கொளுத்துகிறது. திரும்பப் படுக்கையறைக்குத் திரும்ப ஓடிப்போய்விடும் ஆசையை அடக்கிக்கொண்டு மனத்திடத் துடன் நடக்கிறேன். சமையல் வாயுக் கடை தெருக்கோடியில் இருக்கிறது. சிலிண்டரில் கசிவு இருப்பதாகக் காலையில் சுகன்யா சொன்னாள்.

‘எனக்கு நாத்தம் அடிக்கல்லையே?’

‘உனக்கு எப்படி அடிக்கும்? நீதானே காலைல மூக்கடைச் சிருக்குன்னு சொன்னே.’

மூக்கடைப்பு எனக்கு வரப்பிரசாதம். தினமும் காலையில் கீழ்வீட்டிலிருந்து தவறாது வரும் மீன் நாற்றத்திலிருந்து விடுதலை கிடைக்கும். இட்லிச் சூட்டின் வாசனையை நுகர முடியாது என்பதைத் தவிர இந்தக் கொள்கைசாரா மூக்கு எனக்குப் பிடித்திருக்கிறது.

‘நேத்திக்கே சொல்லிட்டேன். ரிப்பேர் செய்யறவர் வந்தார். ரெகுலேட்டரை மாத்தணுமாம். அதுக்குச் சில பேப்பர்கள்ள

கையெழுத்துப் போடணும். நீ காலைல நேரம் கிடைச்சப்போ கேஸ் கடைக்குப் போ. ஒரு நிமிஷ வேலைதான்.'

அங்குக் கூட்டம் அதிகம் இல்லை.

'நமஸ்தே, சார்.'

'நமஸ்தே.' நான் வந்த காரணத்தைச் சொல்கிறேன். கடையில் இருப்பவர் காகிதங்களைப் புரட்டுகிறார்.

'ரேஷன் கார்டு இருக்கா?'

'இல்லை.'

'வாக்காளர் அடையாள அட்டை, சார்?'

'இல்லை.'

'உங்கள் அட்ரஸுக்கு ஏதாவது ஆதாரம் வேண்டும்.'

'அதுக்கும் ரெகுலேட்டருக்கும் என்ன சம்பந்தம்?'

'ரூல்ஸ், சார்.'

'என் அடையாள அட்டை இருக்கிறது.'

அடையாள அட்டையை உருவிக் காட்டுகிறேன். அவர் அதை மிகக் கவனமாகப் பார்த்துவிட்டுத் திரும்பக் கொடுக்கிறார்.

'இது சரி வராது. இதில் உங்கள் விலாசம் இல்லை. இன்னொரு வழி இருக்கிறது.'

'என்ன வழி?'

'ஒரு ஸ்டாம்ப் பேப்பர்ல இதுதான் உங்க அட்ரஸ் என்ற பிரமாணத்தை எழுதி ஒரு நோட்டரி பப்ளிக்கிட்டக் கையெழுத்து வாங்கிக்கொண்டு வாருங்கள்.'

ஒரு ரெகுலேட்டரை மாற்றுவதற்கு இவ்வளவு வேலைகள் செய்ய வேண்டுமா?

'நான் ரெகுலேட்டரை மாற்றாவிட்டால்?'

'நான் என் தலைமை அலுவலகத்திற்குத் தகவல் கொடுப்பேன். முதல்தடவையாக நான் இந்த மாதிரி கேஸைப் பார்க்கிறேன். மாற்றாமல் இருந்தால் உங்கள் உயிருக்கு ஆபத்து. என்னிடம் ஏன் கோபப்படுகிறீர்கள்?'

'உங்கள் டெலிஃபோனில் பேசிக்கொள்ளலாமா?'

சுகன்யா உடனே தீர்வு சொல்கிறாள்.

'நீ ஒரு டம்மி. பாஸ்போர்ட் இல்லையா? அதைக் காமியேன்.'

'என் ப்ரீஃப் கேஸில இருக்கு.'

'ஓடிப்போய் எடுத்துண்டு வா. வேண்டாம். இன்னொரு ஐடியா இருக்கு. கடைக்காரர்ட ஃபோனைக் கொடு.'

சுகன்யா அவனிடம் ஐந்து நிமிடங்கள் பேசுகிறாள்.

'நீங்கள் சுகன்யா மேடத்தின் கணவர் என்று சொல்லவே யில்லையே. ரெகுலேட்டரை எடுத்துக்கொள்ளுங்கள். நான் சுகன்யா மேடத்திடம் பேப்பர்களில் கையெழுத்து வாங்கிக் கொள்கிறேன். உங்களுக்கு மாற்றத் தெரியுமா? ஆள் அனுப்பட்டுமா?'

கோபம் மறுபடியும் வருகிறது. நான் உதவாக்கரை என்பது இவனுக்கு எப்படித் தெரியும்? நானே மாற்றிக்கொள்கிறேன் என்று சொல்லிவிட்டு வெளியில் வருகிறேன்.

தெருவில் இறங்கியதும் என்மீது ஒரு பெண் குழந்தை வேகமாக மோதுகிறது. அதைப் பிடித்து நிறுத்த முயல்கிறேன். ஆனால் திமிறிக்கொண்டு ஓடுகிறது, மண்ணில் விளையாடும் தன் நண்பர்களின் பெயர்களைக் கூப்பிட்டுக்கொண்டு. கிழிந்து, முழங்கால்வரை தொங்கும் சட்டை அணிந்திருக்கிறது. வண்ணத்தை இழந்து பல நாட்கள் ஆன சட்டை. சட்டைக்கு அடியில் ஒன்றும் இல்லை என்பது தெரிகிறது. தலைமயிர் பழுப்பு நிறத்தில் பிரிபிரியாகத் தொங்குகிறது. வயிறு தள்ளி யிருக்கிறது. கால்களில் சொறி. ஆனால் அது மிகவும் மகிழ்ச்சி யில் இருக்கிறது. கைகளை ஆட்டித் தரையில் விளையாடுபவர் களிடம் பேச முயல்கிறது. அவர்கள் இந்தக் குழந்தையைக் கண்டுகொண்டதாகவே தெரியவில்லை. அதற்கு எதையோ கண்டு களிப்பு. அந்தக் களிப்பை மற்றவர்களுடன் பகிர்ந்து கொள்ளும் ஆவல். சற்று நேரத்தில் அதன் அம்மா தேடிக் கொண்டு வந்துவிடுவாள். குழந்தையை அடித்து இழுத்துச் சென்றுவிடுவாள். இந்தக் கணத்தின் இளவரசி அது.

மற்றவர்களின் மகிழ்ச்சியை நான் கவனித்துப் பல ஆண்டுகள் ஆகிவிட்டன. என்னுடைய வட்டம் சுருங்கிக் கொண்டே வந்திருக்கிறது. இன்று அதனுள் சுகன்யாவிற்குக் கூட இடம் இருக்குமா என்பது சந்தேகம்.

பல வருடங்களுக்கு முன்னால் எனக்கு மக்களைத் தெரிந்திருந்தது. சாதாரண, அசாதாரண மக்கள். அவர்கள்

என் வாழ்க்கையை வளப்படுத்தினார்கள். நான் அவர்கள் வாழ்க்கையை வளப்படுத்தினேன். இன்று மக்கள் என்னுடன் போட்டிபோடுபவர்கள் என்று நினைக்கிறேன். அவர்களுடன் தினமும் போர்புரிகிறேன். அவர்களைப் பார்த்தால் பயமாக இருக்கிறது. சில சமயம் வெறுப்பாக இருக்கிறது.

சுகன்யாவின் உலகம் வேறு. அவள் இன்னும் மக்களை நேசிக்கிறாள்.

திடீரென்று காந்தியின் தாயத்து நினைவிற்கு வந்தது. என் தந்தை என்னை மனப்பாடம் செய்யச் சொன்ன சில வரிகளில் இவை அடங்கும்.

> I will give you a talisman. Whenever you are in doubt, or when the self becomes too much with you, apply the following test. Recall the face of the poorest and the weakest man whom you may have seen, and ask yourself, if the step you contemplate is going to be of any use to him. Will he gain anything by it? Will it restore him to a control over his own life and destiny? In other words, will it lead to freedom for the hungry and spiritually starving millions?

(நான் ஒரு தாயத்து தருகிறேன். எப்போது உனக்கு சந்தேகம் எழுந்தாலும், எப்போது அகங்காரம் உன் மூச்சைப் பிடித்தாலும் இந்தச் சோதனையைச் செய். நீ பார்த்ததிலேயே ஏழ்மையான, வலிவற்ற மனிதனை நினைவுகொள். உன்னை நீயே கேட்டுக்கொள். நீ எடுக்க நினைக்கும் முடிவு அவனுக்கு உதவியாக இருக்குமா? அதனால் அவன் பயன் பெறுவானா? அது அவனது வாழ்க்கையையும் எதிர்காலத்தையும் அவனுடைய சொந்தக் கட்டுப்பாட்டிற்குள் கொண்டுவருமா? இன்னொரு விதமாகச் சொல்லப்போனால் அது உணவில்லாமலும் ஆன்மிக வறுமையுடனும் இருக்கும் கோடிக்கணக்கான மக்களுக்கு விடுதலை தருமா?

உனது சந்தேகங்களும் அகங்காரமும் கரைந்து மறைவதை நீ உணர்வாய்.)

காந்தியின் இந்தத் தாயத்து என்னைப் போன்ற சாதாரண மனிதனின் கழுத்தை அழுத்தக்கூடியது. என்னால் எப்படிக் கோடிக்கணக்கான மனிதர்கள் வாழ்க்கையை மாற்றும் முடிவு எடுக்க முடியும்? ஆனாலும் காந்தி சொல்வதில் அர்த்தம் இருக்கிறது. கோடிக்கணக்கான மக்களின் வாழ்க்கையை

நான் ஏன் மாற்ற முயல வேண்டும்? ஓரிரண்டு மனிதர்களின் வாழ்க்கையை ஏன் மாற்றக் கூடாது? இந்தக் குழந்தையின் வாழ்க்கையை? கோஷ் விடுதலையால் அவரது வாழ்க்கையை?

என் அகங்காரம் என்னைவிட்டு ஒழியும் எனத் தோன்ற வில்லை. மார்க்சிய வேதாளம் தோளிலிருந்து இறங்கும் சாத்தியம் இல்லை. ஆனால் என்னால் அகங்காரத்தோடு, சந்தேகங்களோடு இயங்க முடியும். ஒரு சிறு வட்டத்தில் இயங்க முடியும். சிலர் விடுதலைக்காகப் பாடுபட முடியும். மிகச் சிலரின் விடுதலைக்காக. சுகன்யா பக்கத்தில் இருக்க வேண்டும். அவள் இருந்தால் எதுவும் முடியும். முதலில் நான் மனிதர்களை எதிரிகளாக நினைக்கக் கூடாது.

எனக்கு வேர்த்துக் கொட்டுகிறது. மிகவும் சிரமப்படுகிறேன். விரலில் ரத்தத் துளிகள். ஆனாலும் அந்த ரெகுலேட்டர் அதன் இடத்தில் அமர மறுக்கிறது. துள்ளி வெளியில் வருகிறது. கோணலாக அமருகிறது. என்னிடமிருக்கும் கையேட்டைக் கவனமாகப் படிக்கிறேன். அது என்ன செய்யச் சொல்கிறதோ அதைக் கவனமாகச் செய்கிறேன். ரெகுலேட்டர் கீழ்ப்படிய மறுக்கிறது. சமையலறையைவிட்டு வெளியில் வந்து வரவேற் பறையில் அங்கும் இங்கும் பதினைந்து நிமிடங்கள் நடக்கிறேன். திரும்ப அதனிடம் வருகிறேன். இப்போது சொன்னபடி கேட்கிறது. சரியாக அமர்கிறது.

காபி சாப்பிட வேண்டும்போல இருக்கிறது. டிகாக்ஷன் இருக்கிறது. சுடவைக்க வேண்டும். அடுப்பை ஏற்றித் தீக்குச்சி யைப் பற்றவைக்கிறேன். அடுப்பு சீறி என்மீது நெருப்பை வீசுகிறது. இடது கை தீப்பிடித்து எரிகிறது. ஓடிப்போய்க் குளியலறையில் இருக்கும் வாளித் தண்ணீரில் கையை நனைக்கிறேன்.

‘நல்ல காலம். இரண்டாம் டிகிரித் தீக்காயம்.’

‘இரண்டாம் டிகிரியா? மிகவும் வலிக்கிறதே?

‘வலி நல்லது. மூன்றாம் டிகிரி என்றால் வலி அதிகம் இருக்காது. நரம்புகள் எல்லாம் எரிந்திருக்கும். சரியாகக் குணமாவதற்கு இன்னும் மூன்று வாரம் ஆகும்.’

‘நல்ல காலம், காட்டன் ஷர்ட்ல இருந்தேன்’ சுகன்யா விடம் தனியாக இருக்கும்போது சொல்கிறேன். சுகன்யா பதில் பேசாமல் மேலே பார்த்துக்கொண்டிருக்கிறாள். வலது கையால் அவளை அருகே இழுக்கிறேன்.

‘கோபமா?’

‘கோபப்பட்டு என்ன ஆகப்போறது. நீ நினச்சதைச் செய்யறவன்.’

‘நான் அப்படி என்ன செய்தேன், சுகன்யா?’

‘கைல ஏன் தீவச்சுண்ட?’

‘இது என்ன கேள்வி? நானே ஏன் வச்சுக்கணும்? ஆக்சிடெண்ட், சுகன்யா. நம்பு. உயிரைப் போக்கிகணும்னா எத்தனையோ வழி இருக்கு.’

கண்களில் நீர் வழிய அவள் பேசுகிறாள். ‘டீலர் சொன்னான். அவன் ஆள் அனுப்பறேன்னானாம். நீதான் வேண்டான்னு சொல்லிட்டயாம். ஒரு குழந்தைகூட இதைச் செய்ய முடியும்.’

‘நானும் அப்படித்தான் நினச்சேன். ஆனா ரொம்பக் கஷ்டமா இருந்தது. இந்த மாதிரிக் காரியங்கள்ள நான் எந்த மாதிரின்னு உனக்குத் தெரியும். ஒரு சட்டைய ஹேங்கர்ல மாட்டறத்துக்குக்கூடச் சிரமப்படுவேன். இங்க பாரு, சுகன்யா. நான் என்னை எரிச்சுக்கறதுன்னு தீர்மானம் செய்தப்புறம் டீலர்ட்ட ஏன் போகணும்? கையிலயே ஒரு கசியற சிலிண்டர் இருக்கே.’

‘யாருக்குத் தெரியும்? இந்த ஐடியா திடீர்னு வந்திருக்கலாம்.’

நான் சிரிக்கிறேன். சுகன்யாவும் சிரிக்கிறாள். என் தலையைத் தொட்டுச் சொல்கிறாள்.

‘கோஷ் நிச்சயம் திரும்ப வந்துடுவான். கவலைப்படாதே. நிச்சயமா.’

என் வலது கையை நீட்டுகிறேன். சுகன்யா அதில் தன் கன்னத்தை வைத்துக்கொள்கிறாள். மரணம் என்னைச் சில நாட்களாகவே தொடர்ந்துவருகிறது. நானும் ஹெர்பர்டும் கறுப்பு மசூதியில் இருந்தபோது அது என்னைத் தூரத்திலிருந்து பார்த்தது. நான் சுடப்பட்டபோது பக்கத்தில் வந்தது. நான் கடத்தல்காரர்களைச் சந்தித்தபோது என் கன்னத்தைத் தடவியது. விமானத்திற்குப் பைத்தியம் பிடித்தபோது என்னை இறுக்கக் கட்டியணைத்தது. ஆனால் மனம் மாறி ‘சீ! போ’ என்று தள்ளிவிட்டது. அடுப்பிலிருந்து சீறியது நிச்சயமாக மரணத்தின் நெருப்பு. நான் இறக்க விரும்பவில்லை. சுகன்யா உயிரோடு இருக்கும்வரை நானும் வாழ விரும்புகிறேன்.

4

டவர் ஃபேப்ரிகேட்டர்ஸ்காரர்கள் எனக்குத் தூது அனுப்பி இருக்கிறார்கள். தூதுவர் வேறு யாரும் அல்ல. என் அலுவலகத் திற்கு வந்த தலைமை இயக்குநர்தான். சுகன்யாவிடம் தலை குனிந்து மன்னிப்புக் கேட்டுக்கொள்கிறார். 'அழைக்காமல் வந்துவிட்டேன், மிஸஸ் சந்திரன்.' தலையை நிமிர்த்தி ஒரு பெரிய பூங்கொத்தை அவளிடம் நீட்டுகிறார். அவள் இரு கையாலும் அதை வாங்குகிறாள். அதன் எடையால் சிறிது தடுமாறுகிறாள். நான் பூங்கொத்தை அவளது கைகளிலிருந்து வாங்கி மேஜைமீது வைக்கிறேன். அதில் இருந்த ரோஜாக்கள் பருமனானவை. மணம் அற்றவை.

'மிக்க மகிழ்ச்சியாக இருக்கிறது மிஸஸ் சந்திரன். தெரிந்திருந்தால் காளி மாதாவுடைய பிரசாதத்துடன் வந்திருப் பேன். எங்கள் பகுதியில் மிகவும் பிரசித்தமானது. வரப் பிரசாதி. நிச்சயம் ஆண் குழந்தை பிறக்கும். எப்போது எதிர்பார்க்கிறீர்கள்?'

'ஏப்ரல் மத்தியில்.'

அவர் நடமாடும் செய்திப் பத்திரிகை. செய்திகளை உடனுக்குடன் தெரிவிக்கிறார். தெரிவித்தபின் நமது பொறியியல் கல்லூரிகளைப் பற்றிப் பேசுகிறார். அவற்றின் தரம் குறைந்துகொண்டு வருவதைப் பற்றி வருத்தம் தெரிவிக் கிறார். கம்யூனிஸ்டுகளைத் திட்டுகிறார். அவர்கள் கற்காலத்தி லிருந்து புது யுகத்திற்கு வர விரும்பவில்லை என்கிறார். இப்போது இருக்கும் அரசு எல்லாவற்றையும் தாராளமய மாக்கிப் புது யுகம் படைக்கப்போகிறது என்கிறார்.

'தடையில்லாச் சந்தை. நமது நாடு முன்னேறி மற்றைய தொழில்வள மிக்க நாடுகளுடன் சேர்வதற்கு ஒரே வழி. இந்தியா வரலாற்றின் ஒரு திருப்புமுனையில் நின்றுகொண் டிருக்கிறது.'

'எனக்குத் தெரிந்து பத்து வருடங்களாக நின்றுகொண் டிருக்கிறது. இந்தத் தடவை நிச்சயம் திரும்பும் என்றால் உங்களுடையதைப் போன்ற கம்பெனிகளுக்கு நல்ல காலம்.'

அவருக்கு நான் எங்கே செல்ல விரும்புகிறேன் என்பது உடனே புரிந்துவிடுகிறது.

'இல்லவே இல்லை, மிஸ்டர் சந்திரன். எங்களுக்கு யார் வந்தாலும் எப்படி இருந்தாலும் சங்கடம்தான். இந்தத் தொழிலில் செலவுபோக மிஞ்சுவது அதிகம் இல்லை. போட்டி வேறு கடுமையாக இருக்கிறது. இதற்கு மேல் இந்தப் பிரச்சினை. உங்களுக்குத் தெரியாதது அல்ல. நான் என்ன

300 பி.ஏ. கிருஷ்ணன்

பிரச்சினை என்பதைச் சொல்ல வேண்டியதில்லை. நான் இன்று ஒரு வேண்டுகோளோடு வந்திருக்கிறேன். எங்கள் சேர்மன் உங்களைச் சந்திக்க விரும்புகிறார்.'

அவர்களுடைய சேர்மன் இந்தியாவின் மிகப் பெரிய தொழிலதிபர்களில் ஒருவர். அவரைச் சந்திப்பது பில் கேட்ஸையோ அல்லது ஸ்டீவ் ஜாப்ஸையோ சந்திப்பதற்குச் சமம். அல்லது ஹாரிஸன் ஃபோர்டை. சந்திக்கும் நாள் நிச்சயம் வாழ்க்கையில் மறக்க முடியாத நாளாக இருக்கும். வர்த்தக, தொழில் துறைகளில் அவர் செய்திருக்கும் வீர தீரச் செயல்கள் ஹாரிஸன் ஃபோர்ட் அவரது இண்டியானா ஜோன்ஸ் படங்களில் செய்திருப்பவற்றோடு ஒப்பிட வேண்டியவை.

'இதைவிடப் பெரிய கௌரவம் வேறு ஏதும் இருக்க முடியாது. ஆனால் உங்கள் சேர்மனுக்கு நேரம் இருக்காது. நான் அவரைத் தொந்தரவுசெய்ய விரும்பவில்லை.'

'ஒரு பெரிய வாய்ப்பை இழக்கிறீர்கள், சந்திரன். அவர் உங்களுக்காக ஒரு பெரிய திட்டத்தை வைத்திருக்கிறார்.'

'என் சார்பில் அவரிடம் எனது மனமார்ந்த நன்றிகளைச் சொல்லுங்கள். என்னுடைய திட்டங்களை நானே போட விரும்புகிறேன்.'

'உங்கள் பார்வைக்காகச் சில ஆவணங்களைக் கொண்டு வந்திருக்கிறேன்.'

தான் கொண்டு வந்திருக்கும் கைப்பெட்டியைத் திறந்து சில காகிதங்களை எடுத்து என்னிடம் கொடுக்கிறார்.

சான்றுறுதிப் பத்திரம். நோட்டரி பப்ளிக் முன்னால் முத்திரைத்தாளில் பதிவுசெய்யப்பட்டுக் கையெழுத்திடப் பட்டிருக்கிறது. அதில் கையெழுத்திட்டிருப்பவர் செல்வி நளினி. அன்று இரவு எங்கள் விருந்தினர் விடுதியில் நானும் ராமனும் அவளோடு உல்லாசமாக இருந்தோம் என்று உறுதியாகச் சொல்கிறார். மற்றைய காகிதங்களும் முத்திரைத்தாள்கள். அவற்றில் விடுதியின் மேலாளர் சாகரும் அன்று வேலையில் இருந்த பணியாளரும் நானும் ராமனும் நளினியுடன் அந்த அறையில் இருந்ததாக உறுதி அளிக்கிறார்கள்.

'மிக்க நன்றி. இவற்றை நான் வைத்துக்கொள்ளலாமா?'

'இல்லை. உங்களுக்கு இவற்றின் பிரதிகளை அனுப்பு கிறேன்.'

'என்னை நீங்கள் மன்னிக்க வேண்டும். தூக்கம் வருகிறது. இன்று காலையிலிருந்து ஒரே வேலை.'

'நன்றாகத் தூங்குங்கள், மிஸ்டர் சந்திரன்.'

சுகன்யா உண்மையாகத் தூங்கிக்கொண்டிருக்கிறாள். அயர்ந்து.

நான் ஒரு தாளை எடுத்து எழுதுகிறேன்.

அன்புள்ள ஐயா,

நான் போன மாதம் பன்னிரண்டாம் தேதி தங்களுக்கு அனுப்பியிருந்த குறிப்பைத் தயவுசெய்து நம் நிறுவனத்தின் இயக்குநர் குழுமத்திடம் சமர்ப்பியுங்கள். நிறுவனத்தின் சங்கடங்கள் என்ன என்பது எனக்குப் புரிகிறது. ஆனாலும் என்னுடைய குறிப்பில் கூறியவற்றை இயக்குநர் குழுமம் விவாதிக்க வேண்டும் என விரும்புகிறேன்.

உங்கள் உண்மையுள்ள,
ரமேஷ் சந்திரன்.

எழுதியதைத் திரும்பப் படிக்கிறேன். திருத்தங்கள் ஏதும் வேண்டாம் எனத் தோன்றுகிறது.

தொலைபேசி அடிக்கிறது.

'வாழ்த்துகள், சார். கோஷ் எங்களுடன் இருக்கிறார்.'

என்னால் பேச முடியவில்லை.

'சார்? சொன்னது கேட்டதா?'

'நான் அவரிடம் பேச வேண்டும். அருகில் இருக்கிறாரா?'

'இல்லை. குளிக்கிறார். பல நாட்கள் குளிக்கவில்லை என்று நினைக்கிறேன். என்ன பேசுகிறார் என்பது சரியாகப் புரியவில்லை. ஒரே குழப்பமாக இருக்கிறது என்கிறார்.'

'நான் அவருடைய மனைவியின் கல்கத்தா எண்ணைத் தருகிறேன். உடனே பேசச் சொல்லுங்கள். கிடைக்கும் முதல் விமானத்தில் ஏற்றிக் கல்கத்தாவிற்கு அனுப்புங்கள். அஸ்ஸாம் போலீஸுக்குச் செய்தி தெரிய வேண்டாம். பத்திரிகைகளிடம் இருந்து சற்றுத் தள்ளி இருங்கள். அவர் கல்கத்தா சென்ற பிறகு செய்தியைக் கொடுங்கள்.'

இருபத்தியிரண்டு

1

அன்று வெளியில் குளிர் வாட்டி எடுக்கிறது. காற்று வேறு வேகமாக அடிக்கிறது. எனக்குப் படுக்கையிலிருந்து வெளியே வர மனம் இல்லை. ஆனால் சுகன்யா போர்வையை எடுத்து வீசுகிறாள். 'நாள் பூரா இப்படிப் படுத்துண்டே இருப்பயா? உனக்குப் பணிவிடை செய்யறதத் தவிர எனக்கு வேற வேலை இல்லையா?'

'அதெல்லாம் வேண்டாம். பன்னிரண்டு மணிக்குப் போர்ட் மீட்டிங்க் இருக்கு. அந்தக் கம்பெனி விவகாரம்.'

மிக வேகமாக முடிவு எடுக்கப்படுகிறது.

அரசுத் தரப்பு இயக்குநர் ஒருவர் என்னிடம் கடுமையாகப் பேசுகிறார். 'உங்களைப் போலப் பிடிவாதக் காரரை நான் பார்த்ததே இல்லை.'

'முதுகெலும்பு மலிவான விலையில் வருகிறது. வாங்கித் தரவா?'

என் தலைவர் குறுக்கிடுகிறார்.

'நண்பர்களே, நமக்குள் சண்டை சச்சரவு எதற்கு? சந்திரன் கூற விரும்புவதைக் கேட்போம்.'

நான் என் குறிப்பில் கூறியிருப்பதை விளக்கத் தொடங்குகிறேன். இரண்டு நிமிடங்களில் மற்றொரு இயக்குநர் குறுக்கிடுகிறார். 'நான் அந்தக் குறிப்பைப் படித்துவிட்டேன். நீங்கள் சொல்வதில் எனக்கு உடன்பாடு இல்லை. இங்குக் கூடியிருப்பவர்களில் யாருக்காவது இருக்கிறதா?'

ஒருவருக்கும் இல்லை.

'இந்தக் கூட்டத்தின் தீர்மானத்தை உடனே எழுதி விடலாம். என் உதவியாளரைக் கூப்பிடுங்கள்.'

தலைவர் உதவியாளரிடம் தீர்மானம் என்ன என்பதைக் கூறுகிறார். 'இயக்குநர் குழுமம் ஆயத் தொகை திரும்பப் பெற்றதில் கிடைக்க வேண்டிய வட்டி தொடர்பாகத் தலைமைக் கண்காணிப்பு அதிகாரி அனுப்பியிருந்த குறிப்பைக் கவனமாக ஆராய்ந்து இந்த முடிவிற்கு வந்திருக்கிறது. வட்டியைத் திரும்பப் பெறுவதற்குச் சட்டபூர்வமாக எடுக்க வேண்டிய முயற்சியைக் காலதாமதமின்றி எடுக்க நிறுவனத்திற்கு இயக்குநர் குழுமம் ஆணை இடுகிறது.

கூட்டத்தைவிட்டு வெளியில் வரும்போது எனக்கு உறைக் கிறது. கோஷ் விவகாரம் பற்றிக் குழுமம் ஒரு வார்த்தைகூடப் பேசவில்லை.

கோஷ் விடுதலை அடைந்தது என் தலைவருக்கு மிகுந்த மகிழ்ச்சியை அளித்தது. 'உங்களால்தான் இது நடந்தது' என்று என்னிடம் மிகவும் பெருந்தன்மையுடன் சொன்னார். ஆனால் அமைச்சரிடம் வேறு பாட்டுப் பாடினார். 'உங்களால் தான் இது நடந்தது. நீங்கள் வழிகாட்டினீர்கள். நாங்கள் அந்த வழியில் நடந்தோம். கோஷ் திரும்ப வந்துவிட்டார். அவர் தில்லி வந்து சேர்ந்ததும் உங்களிடம் கூட்டிக்கொண்டு வருகிறேன். நீங்கள் ஆசீர்வதிக்க வேண்டும்.'

கோஷ் திரும்பிவந்த மறுநாள் நந்திதாவிடம் பேச முயன்றேன். அவளுடைய எண் பல முயற்சிகளுக்குப் பின் கிடைத்தது. பேச்சில் நன்றியுணர்வின் சுவடுகள்கூட இல்லை.

'வாழ்த்துகள்.'

'நன்றி. நேற்று இரவு பேசினார். இன்று மாலை வருகிறார்.'

'பத்திரிகையாளர்களிடம் பேச வேண்டாம் என்று சொல் லுங்கள்.'

'சொல்கிறேன். மன்னிக்க வேண்டும். கோவிலுக்குச் செல்ல வேண்டும் நேரம் ஆகிக்கொண்டிருக்கிறது. மறுபடியும் பேசுகிறேன்.'

கோஷ் தில்லிக்கு வந்தவுடன் அமைச்சரிடம் அழைத்துச் செல்லப்பட்டார். மறுநாள் பத்திரிகைகளில் வந்த புகைப்படங் களில் கோஷுடன் புன்னகைபுரியும் அமைச்சரும் வாயெல் லாம் பல்லாக இருக்கும் என் தலைவரும் இருந்தார்கள்.

2

அவரைப் பார்த்தால் கடத்தல்காரர்களால் துன்புறுத்தப் பட்டவரைப் போலத் தெரியவில்லை. அவரது கன்னங்கள் மின்னுகின்றன. கண்களில் ஒளி. பல நாட்கள் ஓய்வெடுத்துக் கொண்டு வந்தவரைப் போல இருக்கிறார். வெள்ளையான பற்கள். தலை தரிசாக இருக்கிறது. அவர் இருக்கையில் உட்காரும்போது அவரது வயிறு ஒருமுறை குலுங்கித் தொடைகளில் அமர்கிறது.

பிணைத்தொகை கொடுத்து இரண்டு மாதங்களுக்குப் பிறகே கோஷ் எங்கள் கௌஹாத்தி அலுவலகத்திற்கு வந்தார். அவரைத் தேஜ்பூர்வரை கண்களைக் கட்டி அழைத்து வந்தார் களாம். அதிகாலையில் தேஜ்பூர் சேர்ந்தார். வந்ததும் கையில் ஐநூறு ரூபாய் கொடுத்துப் பஸ்ஸில் ஏறிக் கௌஹாத்திக்குப் போகுமாறு சொல்லியிருக்கிறார்கள். அவருக்குப் பஸ் நிலையத் தைக் கண்டுபிடிக்கச் சற்று நேரமாயிற்று. பஸ்ஸில் ஏறி உறங்கி யவர் கௌஹாத்தியில் நடத்துநர் உசுப்பியபோதுதான் எழுந்தாராம். மக்கள் நெரிசலைப் பார்த்ததும் தலைசுற்றிக் கொண்டுவந்ததாம். இத்தனை ஜனங்களை வெகுநாட்களுக்குப் பிறகு பார்த்ததால் ஏற்பட்டது அது. பசி வேறு வயிற்றைப் பிசைந்திருக்கிறது. முதலில் பார்த்த ஹோட்டலில் நுழைந்து நன்றாகச் சாப்பிட்டிருக்கிறார். வெளியில் வந்ததும் ஒரே வாந்தி. சாப்பிட்டதெல்லாம் வெளியே வந்துவிட்டது. அவர் அலுவலகத்திற்குள் நுழைந்தபோது ஒரே வாந்தி நாற்றத்துடன் இருந்தார் என்று அவரை அன்று பார்த்தவர்கள் சொன்னார்கள்.

தில்லிக்கு வந்து மூன்று நாட்கள் கழித்து என் வீட்டிற்கு வந்திருக்கிறார்.

'மிக்க நன்றி, சார். நான் விடுதலையாவதற்கு நீங்கள் மிகவும் உழைத்ததாகக் கேள்விப்பட்டேன்.'

'உங்களுக்கு நேர்ந்ததைக் கேட்க ஆவலாக இருக்கிறேன்.'

அவர் முதலிலிருந்து ஆரம்பிக்கிறார்.

'அந்த முகமூடி அணிந்த மனிதர்கள் வந்தபோது நான் என் காலை உணவைச் சாப்பிடத் தொடங்கியிருந்தேன். நமது மின்நிலையத்தின் வாசலில் இரண்டு காவலர்கள் இருந்தார்கள். ஆனால் இவர்களைப் பார்த்ததுமே ஓடிப்போய்விட்டார்கள். நான் அவர்களைக் குறைகூறமாட்டேன். AK47 துப்பாக்கிகளை மற்றவர்கள் கரங்களில் பார்க்கும்போது பயமாகத்தான் இருக்கும். நான் கடத்தப்படுகிறேன் என்ற உணர்வே முதலில் எனக்கு இல்லை. அவர்கள் மிகப் பணிவுடன் நடந்துகொண்டார்

கள். தலைவர் என்னைச் சந்திக்க விரும்புகிறார் என்றார்கள். எனக்கு அவரைச் சந்திக்க மிக ஆவலாக இருக்கிறது, இதோ காலை உணவை முடித்துவிட்டு வருகிறேன் என்றேன். பதிலுக்கு அவர்கள் அதற்கு நேரம் இல்லை உடனே வர வேண்டும் என்றார்கள். உடை மாற்றிக்கொள்வதற்குக்கூட நேரம் கொடுக்கவில்லை. மோட்டார் சைக்கிளில் சென்றேன். இரண்டு ஆட்களுக்கு இடையில் உட்கார்ந்துகொண்டு. என் பின்னால் இருந்தவர் என் முதுகில் எதையோ வைத்து அழுத்திக்கொண்டிருந்தார். கைத்துப்பாக்கி என நினைக்கிறேன். உள்ளூர்ப் போலீஸ் நிலையத்தைத் தாண்டித்தான் சென்றோம். சிறிது தூரம் சென்றதும் என்னை ஒரு காருக்கு மாற்றினார்கள். அங்கே என் கண்கள் கட்டப்பட்டன. பல மணிநேரப் பயணம். பசி. சிறுநீர் கழிக்க வேண்டிய அவசரம். "நிறுத்து" என்றாலும் நிறுத்தவில்லை. "வண்டியிலேயே கழித்துவிடுவேன்" என்று பயமுறுத்தியதும் ஒருவன் என் பேண்டைத் தளர்த்தி ஒரு பாட்டிலில் சிறுநீர் கழிக்கவைத்தான்.'

இந்த வேகத்தில் சொன்னால் கதையை முடிக்கப் பல மணிநேரம் ஆகும்.

'எங்கே கொண்டுபோனார்கள்?'

'எனக்குத் தெரியாது. கண்கட்டை அவிழ்த்ததும் நான் ஓர் அறையில் இருந்ததை உணர்ந்தேன். சிறிய அறை. ஒரே கதவு. அதையும் வெளியில் பூட்டியிருந்தார்கள். அறையை ஒட்டிக் கதவில்லாத சிறிய கழிப்பறை. அதற்கு ஜன்னல்கள் இல்லை. அறையின் ஒரே ஜன்னல் ஏழு அடி உயரத்தில் இருந்தது. கட்டில் இல்லை, நாற்காலி, முக்காலி ஏதும் இல்லை. நான் தரையில் உறங்க வேண்டியிருந்தது. படுக்கையும் தலை யணையும் சுத்தமாக இருந்தன. அறையின் மூலையில் ஒரு மரப்பெட்டி இருந்தது. இரண்டு மாதங்கள் அந்த அறையில் இருந்தேன். இருவர் மாற்றி மாற்றிக் காவல்காத்தார்கள். உணவு கொடுத்து உடை அளித்தார்கள். தூங்கிக்கொண்டே காலத்தைக் கழித்தேன். விழித்திருந்தபோது உதவியவை மரப்பெட்டியில் இருந்த புத்தகங்கள். ரீடர்ஸ் டைஜஸ்ட் வெளி யிட்ட சுருக்கப்பட்ட புத்தகங்களின் தொகுப்பு. பல நாவல் களைப் படித்தேன். *By Love Possessed, FBI Story, My Brother's Keeper, The Agony and the Ecstasy* போன்ற நாவல்கள். உடற் பயிற்சியே இல்லாமல் வெகுவாகப் பெருத்துவிட்டேன். அவர்கள் என்னை இடம்மாற்ற வந்தபோது நான் நடக்கக்கூட முடியாத படி பருத்திருந்தேன்.'

'உங்கள் மனைவி, குழந்தைகள் எழுதிய கடிதங்கள் கிடைத்தனவா?'

‘கிடைத்தன. படித்தவுடன் கிழித்து ஃப்ளஷ் செய்து விடுவேன். நான் அவர்களைப் பற்றி நினைக்க விரும்பவில்லை. இப்போது சொல்ல வெட்கமாக இருக்கிறது. ஆனால் இந்தச் சாப்பாடு – தூங்குதல் – கழித்தல் என்ற ஒழுங்கு எனக்கு மிகவும் பிடித்திருந்தது.’

‘வெளியுலகைப் பற்றி ஏதாவது செய்தி கிடைத்துக் கொண்டிருந்ததா?’

‘இல்லை. எனக்கும் அதைப் பற்றி அதிகக் கவலை இல்லை. ஒரு முடிவுறாத சுழற்சியில் இருந்ததாக எனக்குத் தோன்றியது. மரணம் இந்தச் சுழற்சிக்கு அப்பால் இருந்தது. நம்பமாட்டீர்கள். ஆனால் இந்த முதல் மாதங்களில் எனக்கு மரண பயம் வரவேயில்லை.’

‘நீங்கள் தில்லியில் நடந்த ஒரு திருட்டைப் பற்றி உங்கள் கடிதத்தில் குறிப்பிட்டிருந்தீர்கள் என்று உங்கள் மனைவி சொன்னது எனக்கு நினைவு வருகிறது. அது எங்களுக்கு நீங்கள் உயிருடன் இருந்த தகவலைக் கொடுத்தது.’

‘நான் அதைப் பற்றிப் படிக்கவில்லை. என் காவலர்கள் திருட்டைப் பற்றிக் குறிப்பிடுமாறு சொன்னார்கள். குறிப்பிட்டேன். அந்த அறையிலிருந்து எனது மாற்றம் இரவில் நடந்தது. நடக்கவே முடியாமல் தலையைச் சுற்றிக்கொண்டுவந்தது. என் கண்களைக் கட்ட வேண்டிய அவசியமே இல்லாமல் போய்விட்டது. அங்கிருந்து நான் பூடான் அழைத்துச் செல்லப் பட்டேன். என் கடத்தல் கதையின் இரண்டாம் பாகம் பூடான் காடுகளில், நடந்தது.’

‘இவர்களுக்கு அங்கே பல பயிற்சி முகாம்கள் இருப்பதாகக் கேள்விப்பட்டிருக்கிறேன். அது உண்மையா?’

‘உண்மை. நான் ஒரு முகாமில் இருந்தேன். இந்தமுறை நான் அடைத்துவைக்கப்படவில்லை. முகாமிற்குள் சுதந்திர மாகத் திரிய அனுமதி இருந்தது. படிப்பதற்கு ஏதும் இல்லை. அங்கு இருந்த இரண்டு இளைஞர்களுக்கு ஆங்கிலம் சொல்லிக்கொடுப்பதில் நாட்களைக் கழித்தேன். அவர்கள் எனக்கு அஸ்ஸாமிய மொழி கற்றுக்கொடுத்தார்கள். நண்பர்கள் ஆகிவிட்டார்கள். மாலை நேரங்களில் பேட்மிண்டன். எடை மெதுவாகக் குறைந்தது. எனக்கு ஒரு ட்ரான்ஸிஸ்டர் ரேடியோ கொடுத்தார்கள். தினமும் பிபிஸி செய்தி கேட்டேன். உலகைப் பற்றித் தெரிந்தது. இந்தியாவைப் பற்றியோ அஸ்ஸாமைப் பற்றியோ அதிகம் செய்திகள் கிடைக்கவில்லை.’

சுகன்யா ஒரு தட்டில் காப்பி எடுத்துக்கொண்டு வருகிறாள். கூடவே கொறிப்பதற்குச் சில. கோஷ் காப்பியை உறிஞ்சிக் குடிப்பது எனக்குச் சிறிது எரிச்சலை உண்டாக்குகிறது. கொறிப்பவற்றைத் தொடவேயில்லை.

'காப்பி மிக நன்றாக இருக்கிறது. முகாமில் நான் சுறு சுறுப்பாக இயங்கினேன். ஆனால் மகிழ்ச்சியாக இல்லை. கேட்பதற்கு உங்களுக்கு ஆச்சரியமாக இருக்கும், அந்தத் திறந்த வெளி, மாற்றமே இல்லாத உணவு, தினமும் மாறும் வானிலை இவை எல்லாம் சேர்ந்து எனக்கு நான் அடை பட்டிருந்தேன் என்பதை நினைவுபடுத்தின. மனைவியை நினைத்தேன். குழந்தைகளை நினைத்து ஏங்கினேன். என்னை விடுவிப்பதற்காகப் பேச்சுவார்த்தைகள் நடந்து கொண்டிருந்ததாகக் கேள்விப்பட்டேன். விடுதலை அடைந்து விடுவோம் என்று நினைத்துக்கொண்டிருந்தபோது பேச்சு வார்த்தை தோல்வியுற்ற செய்தி வந்தது. முடிவு நிச்சயம் என்ற தெளிவில் இருந்தேன். எனக்கு மரண தண்டனை விதிக்கத் தீர்மானித்து அதை நிறைவேற்றும் நாளையும் குறித்துவிட்டதாக நண்பர்கள் சொன்னார்கள். என்றைக்கு என்பதைச் சொல்லாததால் ஒவ்வொரு நாளும் வாழ்வின் கடைசி நாளாகத் தோன்றியது. ஆனால் சில நாட்களிலேயே நல்ல செய்தி வந்துவிட்டது. மேலிடம் கடும் எதிர்ப்புத் தெரிவித்ததால் தண்டனை நிறைவேற்றப்படாது என்ற செய்தி. இதற்கிடையில் எனக்குக் கடுமையான வைரஸ் காய்ச்சல்வேறு வந்து தொலைத்தது. மிகவும் பலவீனமாகி விட்டேன். ஐந்து மாதங்கள் இந்த முகாமில் கழித்தேன். ஒரே ஒரு ஆறுதல் மரணத்தைப் பழிவாங்கியது. நான் எனது மரணச் செய்தியைப் படித்துக்கொண்டிருக்கும் புகைப்படங் களை இங்குதான் எடுத்தார்கள்.'

கோஷ் நெடிய மூச்சுவிடுகிறார்.

'சிறைவாசத்தின் கடைசி நாட்கள் மற்றொரு அறையில் கழிந்தன. பெரிய காற்றோட்டமான அறை. படிப்பதற்குத் துப்பறியும் நாவல்கள், காதல் கதைகள் பல இருந்தன. நான் எங்கிருந்தேன் என்பது எனக்குத் தெரியாது. தெரிந்துகொள்ள வும் விரும்பவில்லை. விடுதலையாவேன் என்ற எண்ணமே மறைந்துவிட்டது. என் பருமனைக் கண்டு பயந்துபோன காவலர்கள் ஒரு டாக்டரை அழைத்துவந்தார்கள். அவர் சில உடற்பயிற்சி முறைகளைக் கற்றுக்கொடுத்தார். அவற்றால் தான் நான் இப்போது அதிகம் குண்டாகாமல் இருக்கிறேன்.'

'உங்களை விடுதலை செய்யப்போகும் தகவலை முன் கூட்டியே சொன்னார்களா?'

பி.ஏ. கிருஷ்ணன்

‘சொன்னார்கள். ஆனால் நான் அவர்களை நம்பவில்லை. அதற்கு முன்னாலும் ஒருமுறை அவ்வாறு சொன்னார்கள். விடுதலை அடையவில்லை. இந்தத் தடவையும் நடக்காது என்று நினைத்தேன். ஒரு நடு இரவில் வந்து “கிளம்பு” என்றார் கள். “ஓரிரு நாட்களில் உனக்கு விடுதலை” என்றார்கள். “உலகத்தைவிட்டா?” என்று கேட்டேன். “இந்த மாதிரி பேச் செல்லாம் எங்களிடம் வைத்துக்கொள்ளாதே” என்று கடுமை யாகச் சொன்னார்கள். அன்று இரவு முழுவதும் நடந்தேன். மறுநாள் பகல் முழுவதும் நடந்தேன். இரவில் மறுபடியும் நடை. மூன்று இரவுகளுக்குப் பிறகு தேஜ்பூர் வந்தேன். நான் எப்படிக் கௌஹாத்தி சேர்ந்தேன், அலுவலகத்தை அடைந்தேன் என்பது எனக்கே தெரியாது.’

கோஷ் சிரிக்கிறார். நான் அவர் தோளைத் தட்டிச் சொல் கிறேன். ‘உங்கள் மனைவியின் கவலை எல்லாம் இப்போது நீங்கியிருக்கும். அவருக்கு எனது வாழ்த்துகளைத் தெரிவி யுங்கள்.’

கோஷ் கண்களில் நீர் நிறைகிறது. என் கைகளைப் பிடித்துக்கொண்டு சொல்கிறார்.

‘நான் போலித்தனமான நன்றியுரைகளைச் சொல்லி நீங்கள் செய்த உதவியை மலினப்படுத்த விரும்பவில்லை. என் உயிரைத் திருப்பிக்கொடுத்தது நீங்கள். நான் இருக்கும் வரை எனக்கு அது நினைவு இருக்கும். என் மனைவி ஒரு முட்டாள். எல்லோரையும் சந்தேகப்படுபவள். தன் தாய்மீது கூடச் சந்தேகப்படுவாள். உங்கள் பிடிவாதத்தால்தான் நான் திரும்ப வருவதற்கு இத்தனை நாட்கள் ஆயிற்று என்று சொல்கிறாள்.’

‘என்னாலா?’

‘அவளிடம் யாரோ சொல்லியிருக்கிறார்கள். ஒரு கோடி ரூபாய்க்கு என்னை விடுவிக்கத் தயாராக இருந்தார்களாம். நீங்கள்தான் ஒரு சாதாரண சீனியர் மேனேஜரின் பெறுமானம் ஒரு கோடி அல்ல என்று பிடிவாதமாகச் சொல்லிவிட்டீர்களாம்.’

‘நான் ஏன் அப்படிச் சொல்ல வேண்டும்? என் சொத்தா போகிறது?’

சுகன்யா நான் கோபம் அடைவதை உணர்கிறாள். தன்னுடைய இருக்கையிலிருந்து எழ முயல்கிறாள். நான் அவளை உட்காரச் சொல்கிறேன்.

‘ஒரு சமயத்தில், பத்திரிகைகள் ஊளையிட்டுக் கொண்டிருந்தபோது, குடியரசுத் தலைவர் என்ன நடக்கிறது

என்று கேட்டபோது, நமது அமைச்சரகமும் நிறுவனமும் மிகப் பெரிய தொகை ஒன்றைக் கொடுக்கத் தயாராக இருந்தன. இப்போது கொடுத்ததைவிடப் பல மடங்கு பெரிய தொகை. அந்தத் தொகைகூட ஒரு கோடிக்குக் குறைவு. உங்களைக் கடத்தியவர்கள் பேசுவதையே நிறுத்திவிட்டார்கள். பூரா மூலம் நான் நூற்றுக்கணக்கான செய்திகளை அனுப்பி யிருப்பேன். ஆனால் எனக்குப் பதில் கிடைக்கவில்லை. அவர்கள் வரச் சொன்ன இடத்திற்கு நான் வர மறுத்ததால் கோபம் அடைந்திருக்கலாம். முதலில் அவர்கள் வரச் சொன்ன இடத்திற்குப் போனேன். ஆனால் மறுபடியும் செல்ல போலீஸ் அனுமதி அளிக்கவில்லை. அஸ்ஸாமிற்கு வெளியே வரச் சொல் என்றார்கள். ஒருமுறை அது நடந்தது. அப்புறம் நடக்கவில்லை.'

'கடைசியாக அவர்கள் கூப்பிட்ட இடத்திற்குச் சென்றீர்கள்.'

'சென்றேன். நமது நிறுவனமோ அரசோ சொன்னதால் போகவில்லை. ஏன் சென்றேனென்றால் ... அந்தப் பேச்சை விடுங்கள், கோஷ்.'

நான் பேச்சைத் தொடர விரும்பவில்லை.

என்னைச் சமாதானப்படுத்தும் வகையில் 'உங்களுக்கு ஏற்படக்கூடிய ஆபத்தையும் பொருட்படுத்தாமல் நீங்கள் அங்கே சென்றது எனக்கு நன்றாகத் தெரியும்' என்கிறார் கோஷ்.

அவர் முன்னால் கூனிக்குறுகிப்போய்விட்ட மாதிரி எனக்குத் தோன்றுகிறது.

3

அன்று இரவு எனக்குத் தூக்கம் வரவில்லை.

'அந்தக் கூட்டத்தோட தலைவன் பயங்கரவாதியா இருக்கலாம். ஆனா பேசறது நேரா இருந்துது.'

'இந்தச் சனியன் பிடிச்ச கேஸைப் பத்தியே நினைச்சுண்டு இருக்காதே.'

'டாக்டர் என்ன சொல்றார்?'

'எல்லாம் சரியா இருக்குன்னு சொல்றார்.'

எனக்குள்ளேயே சிரித்துக்கொண்டேன்.

'உனக்கு இந்தக் கோஷைப் பாத்தா சிவன் ஞாபகம் வல்லையா?'

'எந்த சிவன்?'

'அந்தக் குண்டு சிவன்?'

சுகன்யா உரத்துச் சிரிக்கிறாள்.

'நீ ஒரு அயோக்கியன், ரமேஷ்.'

அன்று சிவராத்திரி இரவு. சுகன்யா நாள் முழுவதும் பட்டினி இருந்தாள். இரவு கோவில்கள் விஜயம். ஒன்பது சிவன் கோவில்களுக்குச் சென்று வழிபட்ட பிறகே சாப்பிடுவேன் என்ற பிடிவாதம். ஐயங்கார் பெண்ணாக இருந்துகொண்டு சிவன் பின்னால் சுற்றுவது குலத்துரோகம் செய்வதாகிவிடும் என்று சொல்லிப் பார்த்தேன். 'வாயை மூடிண்டு என் பின்னால் வா' என்று ஆணையிட்டாள். குண்டு சிவனை ஒன்பதாவது கோவிலில் பார்த்தோம். அவர் மேடையில் ஓர் ஓரமாக நின்று கொண்டிருந்தார்.

மேடையின் நடுவில் இருந்தவர் பக்தர்களுக்குக் கதை சொல்ல முயன்றுகொண்டிருந்தார். பக்தர்களில் பெரும் பாலோருக்குக் கண்கள் சொருகியிருந்தன. தண்டாய் பானமும் கஞ்சாவும் செய்த வேலை.

'சமுத்திரத்தைக் கடைந்தபோது வந்த விஷத்தின் உக்கிரம் தாங்க முடியாமல் எல்லோரும் சிவனிடம் ஓடினார்கள். ஒரு துளி விஷம் போதும் உலகை அழிப்பதற்கு. ஆனால் சிவன் எல்லா விஷத்தையும் குடித்துவிட்டார். அவர் மனைவி சக்தி அவர் கழுத்தைப் பிடிக்க விஷம் அங்கேயே தங்கிவிட்டது. சிவனுக்கும் நீலகண்டன் என்ற பெயர் வந்தது.'

கூட்டத்திற்குச் சிவனுடைய கதைகள் எல்லாம் தெரிந் திருக்க வேண்டும். 'நீ போடா வெளில. அந்தத் தடியனை ஆடச் சொல்லு' என்று குரலெழுப்பினார்கள். கதை சொல்லிக்கு வேறு வழியில்லை.

குண்டு சிவன் இடுப்பில் புலித்தோல் அணிந்திருந்தார். பிளாஸ்டிக் புலியை உரித்து எடுத்த தோல். தலையில் சடை சடையாகப் பழுப்பு வண்ணத்தில் பொய் முடி. அது அவரது மார்பில் இறங்கி இடுப்புவரை வந்தது. முடியில் அட்டை இளம் பிறை. பக்கத்தில் தாள் கூழால் செய்யப்பட்டிருந்த ஒரு பெண் தலை. கழுத்தில் படம் விரித்த பல வண்ணப் பாம்பு. நெற்றி நடுவில் வரையப்பட்டிருந்த மூன்றாம் கண் வியர்வையால் அழிந்துகொண்டிருந்தது.

அவர் மின்னும் செஞ்சடைக் கடவுளைப் போலவே ஆடினார். குதித்தார். சுழன்றார். முறைத்தார். சிரித்தார். அதிர்ந்தார். அசையாமல் நின்றார். சுற்றிச் சுற்றி வந்தார். தரையில் விழுந்து அடங்கியதுபோல நடித்தார்.

ஒரு சமயம் அவருடைய கண்கள் கருணையின் குளங்களாக இருந்தன. மறுசமயம் அவை உலகத்தை அழித்துவிடும் கோபத்தின் கனல்கள்.

அவ்வளவு வேகம். அவ்வளவு நளினம். அத்தனை பருமனுக்குள்?

கடைசியாக நடனம் ஆடி முடிந்ததும், இடது காலை வலப்புறம் தூக்கிக்கொண்டு நடராஜர்போல அசையாமல் நின்றார். இடக்கரம் அதற்குச் சீராக வலப்புறத்தில் விரல்கள் தரையை நோக்க வடிந்தது. வலது கை அஞ்சேல் என்று அபய முத்திரை அளித்தது. பொய்க்கரங்களில் நெருப்பும் உடுக்கும்.

கூட்டத்தின் ஆரவாரத்தைக் கட்டுப்படுத்தவே முடியவில்லை.

'அவரைப் போய்ப் பார்க்கலாம்' என்றாள் சுகன்யா.

சுற்றிலும் சாராயத்தின் நாற்றம் போர்வையிடக் குண்டு சிவன் போதையில் இருந்தார். சுகன்யாவும் நானும் போர்வையைக் கிழித்துக்கொண்டு அருகில் சென்றோம்.

'மிக நன்றாக ஆடினீர்கள். இந்த மாதிரி நான் பார்த்ததே இல்லை' என்றாள் சுகன்யா.

சிவன் அவளைக் கண்களைக் கொட்டாமல் பார்த்தார். 'ஐம்பது ரூபாய் கொடு' என்றார். இவள் கொடுத்தாள்.

'என் ஆசீர்வாதம். நீ அருமையான தாயாக இருப்பாய். என் மனைவி ஹிமவானின் மகளைப் போல அல்ல. யசோதையைப் போல.'

சுகன்யா தூக்கத்தில் சிரிக்கிறாள். அவளும் குண்டு சிவனை நினைத்துக்கொண்டிருக்க வேண்டும். அவள் கன்னத்தைத் தொடுகிறேன். என்னிடமிருந்து விலகித் திரும்பிப் படுத்துக்கொள்கிறாள். கைகளைத் தொடைகளுக்கு இடையில் வைத்துக்கொண்டு தாயின் வயிற்றில் இருக்கும் குழந்தை போலத் தூங்குகிறாள்.

இருபத்துமூன்று

1

அன்புள்ள சுபிர்,

எங்கள் வாழ்க்கையின் மிகவும் மகிழ்ச்சிகரமான நாட்களை நாங்கள் வாழ்ந்துகொண்டிருக்கிறோம். குழந்தை ஏப்ரலில் பிறக்கும் என்று டாக்டர் சொல்கிறார்.

நான் இன்னும் தற்காலிகப் பணிநீக்கத்தில் இருக்கிறேன். அது நிரந்தரப் பணிநீக்கமாக மாறுவதற்குத் தேவையான எல்லா அறிகுறிகளும் எனக்குத் தெளிவாகத் தெரிகின்றன. அதனால் எனக்கு ஒரு கவலையும் இல்லை. நான் என்ன செய்ய நினைத்துக்கொண்டிருந்தேனோ அதை இப்போது தடையின்றிச் செய்யலாம். சுகன்யாவும் நான் வேலைபார்த்தது போதும் என்கிறாள்.

ஆனால் அரசின் இந்தத் தடித்தனத்தை எதிர்க்காமல், கைகட்டி வாய்பொத்திப் பணிநீக்க ஆணையைப் பெறுவது எனக்கு இயலாத காரியம். என்ன நடந்தது என்பதை நிச்சயம் மக்களுக்குச் சொல்வேன்.

மிக்க அன்புடன்,
ரமேஷ்.

தான் நினைப்பது எந்தத் தடையும் இல்லாமல் நடக்க வேண்டும் என்பதில் அரசு உறுதியாக இருந்தது. நிறுவனத்தின் ஒரு பணியாளர் என் வீட்டுக் கதவைத் தட்டி எனது தற்காலிகப் பணிநீக்க ஆணையைக் கொடுத்துக் கையெழுத்து வாங்கிக்கொண்டார். அவர் சென்ற சில மணிநேரத்தில் பதிவு அஞ்சலிலும் கூரியர் மூலமும் அதே ஆணையின் நகல்கள் வந்தன.

ஆணை சொல்வதைச் சுருக்கமாகச் சொன்னது:

திரு. ரமேஷ் சந்திரன், தலைமைக் கண்காணிப்பு அதிகாரி, மின்செலுத்தீட்டுக் கழகம், அவர்கள்மீது ஒழுங்கு நடவடிக்கை எடுக்கத் தீர்மானித்திருப்பதால், மத்திய அரசுப் பணி (வகைப்பாடு, கட்டுப்பாடு மற்றும் மேல் முறையீடு) விதிகள் 1965, துணை விதி(1) விதி 10 மூலம் தனக்கு அளிக்கப்பட்ட அதிகாரங்களைச் செலுத்திக் குடியரசுத் தலைவர் இந்த ஆணையின் மூலம் திரு. ரமேஷ் சந்திரனை உடனடியாகத் தற்காலிகப் பணிநீக்கம் செய்கிறார்.

சுகன்யாவுக்கு அதிர்ச்சியாக இருந்தது.

'ஏன் இப்படிச் செய்யறா?'

'ஏன்னு இந்த ஆர்டர் சொல்லல்லை. ஆனா எனக்குத் தெரியும். கடவுளைவிட டவர் ஃபேப்ரிகேட்டர்ஸ் சேர்மனுக்குப் பவர் அதிகம். அதை அவர் கவர்மெண்ட் மூலம் உபயோகப் படுத்தறார். எந்தக் கயறைவைச்சு என்னத் தூக்கில போடப் போறான்னும் எனக்குத் தெரியும்.'

'கயறா? எந்தக் கயறு?'

'நம்ம ராமன் செத்துப்போன விவகாரம். நான் கெஸ்ட் ஹவுஸைத் தேவடியாக் குடி ஆக்கிட்டேன்னு சொல்லப் போறாங்க. நானும் அவன்கூட இருந்தேன்னு கேஸ் ஜோடிப் பாங்க. ஒரு அரசு ஊழியன் எப்படி நடந்துக்கணுமோ அப்படி நடந்துக்கல்லைன்னு நிரூபிக்கணும். அப்படி நிரூபிக்கறது ஒண்ணும் கஷ்டம் அல்ல.'

'ஆனா நீ அன்னிக்கு வீட்டிலல்ல இருந்தே? டெலிஃ போன் வந்தப்பறம்தானே அங்க போனே?'

'நீ சொல்றது உண்மை. ஆனா நளினி ஒரு அஃபிடவிட் கொடுத்திருக்கா. அதில நானும் ராமனும் தன்னோட அன்னிக்கு இருந்ததாச் சொல்லிருக்கா. கூடவே கெஸ்டவுஸ் மேனேஜரும் வெயிட்டரும் ஜால்ரா போட்டிருக்காங்க. அவங்க சொல்றது உண்மையில்லைன்னு நிரூபிக்கணும். அது கஷ்டம். அவங்களுக்கு அந்தக் கம்பெனிச் சேர்மன் பக்கபலம் இருக்கு. அரசாங்கம் அவர் சொல்றபடி ஆடும். கடைசில இது ஒண்ணும் இல்லாமப் போகலாம். ஆனா அவர் என்ன செய்யணும்னு நினைச்சாரோ அதை நிச்சயம் சாதிப்பார். அரசாங்க அதிகாரிகள் அவரோட பொம்மைகள்.

ஒரு பொம்மை மட்டும் தானா ஆடினா அது ஆபத்தில்லையா? அந்த ஆபத்தை வேரோட பிடுங்கணும்னு பாக்கறார்.'

'சொல்லப்போனா இது உனக்கு நல்லது. நமக்கு நீ சம்பாதிச்சாத்தான் குடும்பம் நடக்குங்கறது இல்லை. உனக்கும் ரெஸ்ட் வேணும். இன்னும் தீப்புண்ணே ஆறல்ல,' என்று சுகன்யா சொன்னாள். கண்களில் தாரை தாரையாகக் கண்ணீர்.

என் தலைவர் உண்மையாகவே வருந்துகிறார் என்பது அவரது பேச்சில் தெரிந்தது. 'என்னை நீங்கள் நம்ப வேண்டும், சந்திரன். எனக்கும் இதற்கும் எந்தச் சம்பந்தமும் இல்லை. இரவோடு இரவாக அமைச்சரகத்திற்கு அழைக்கப்பட்டு இந்த ஆணையை உன்னிடம் கொடுக்குமாறு பணிக்கப்பட்டேன். அமைச்சரகத்தின் அதிகாரிகளுக்கும் இதில் தொடர்பு இல்லை. அவர்கள் எல்லோரும் உனக்கு உதவ விரும்புகிறார்கள்.'

'மிக்க நன்றி, சார். என்னுடைய சில காகிதங்கள் அலுவலகத்தில் இருக்கின்றன. பெர்ஸனல் செக்ரடரிக்கு அவை எங்கே இருக்கின்றன என்பது தெரியும். நீங்கள் அனுமதித்தால் நான் அவளுடன் பேசி அந்தக் காகிதங்களைப் பெற்றுக் கொள்கிறேன்.'

'அதனால் என்ன, சந்திரன்? அவை இன்றே உங்கள் வீட்டிற்கு வந்து சேரும்.'

ஊர்மிளாவும் பேசினாள்.

'சந்திரன், எனக்கு உன்னைப் பிடிக்காது. நீ திமிர் பிடித்தவன். உன்னைவிட்டால் யாரும் கிடையாது என்ற எண்ணம். பெண் அதிகாரிகளுடன் எப்படிப் பழகுவது என்பதை அறிந்துகொள்ள விரும்பாதவன். ஆனாலும் உனக்கு இது நேர்ந்திருக்கக் கூடாது. நாங்கள் எல்லோரும் கடைசிவரை தடுக்க முயன்றோம். ஆனால் அவர் பிடிவாதமாக இருந்தார்.'

எவர் அந்த 'அவர்' என்பது எனக்குத் தெரியும்.

'உனக்கு எதிராக இருக்கும் ஆதாரங்கள் பலவீனமானவை. ஒரு விலைமகளும் விலைக்குப்போகும் அயோக்கியர்களும் சொல்பவை பொய் என்று எளிதாக நிரூபிக்க முடியும். கவலைப் படாதே. நாங்கள் உன் பக்கம்.'

2

இப்போதெல்லாம் என்னுடைய இரவுகள் முடிவில்லாமல் நீளுகின்றன. பகல் வருவதே எனக்குத் தெரிவதில்லை.

தரைவிரிப்புகளின் பருமனைக் கொண்டிருந்த ஜன்னல் திரைகள் வெளிச்சத்தை முழுவதுமாக உறிஞ்சிவிடுகின்றன. என் விடியல் சுகன்யா கதவை மெதுவாகத் தட்டிக் காப்பியோடு வருவதுடன் நிகழும். இன்று என்னவோ சீக்கிரம் கண் விழிப்பு ஏற்பட்டுவிட்டது. சுகன்யா கதவைத் தட்டுவதற்காகக் காத்திருக் கிறேன்.

நாங்கள் இப்போதெல்லாம் பேசிக்கொள்வதே இல்லை. சுகன்யாவின் வயிற்றில் பிரியா இருந்தபோது அவள் பேச்சை நிறுத்தியதே இல்லை. அவள் அப்போது ஒரு கனவைப் பற்றிச் சொன்னாள்.

'புத்தரோட வாழ்க்கை வரலாற்றைப் படிச்சதன் விளை வுன்னு நினைக்கறேன். ஒரு ஒத்தக் கொம்பு வெள்ளை யானை என்னப் பாத்து மெதுவா வரது. தும்பிக்கையத் தூக்கிப் பிளியறது. எனக்குச் சந்தோஷமா இருக்கு. மாயா தேவி வயத்துக்குள்ள போன மாதிரி என் வயத்துக்குள்ள போகுமா? திடீர்னு தலையைக் குனிஞ்சிண்டு என் வயத்தில குத்தறது. குத்தித் தூக்கி மேலெ எறியறது. வானம் முழுசும் ரத்தம். என் வயித்தோட ரத்தம்.'

'இது ரொம்ப ஈஸி, சுகன்யா. யானை என்னோட ஆண்மையின் வேகம். கொம்பு என்னன்னு உனக்குத் தெரியும். நீ மேலே தூக்கி எறியப்படறது உன் இன்பத்தோட உச்சக் கட்டம். ரத்தம் உனக்குக் குழந்தைகள் நிறையப் பொறக்குங் கறதைக் காட்டறது.'

'ரமேஷ் என்ன பேசற? வாந்தி எடுக்கவர மாதிரி? நான் சொல்றதக் கவனமாக் கேளு. இது நல்ல சகுனம் அல்ல.'

இந்தக் கனவை இத்தனை ஆண்டுகள் கழித்து ஏன் நினைக்கிறேன்?

சுகன்யா ஏன் கதவைத் தட்டிக்கொண்டு வரவில்லை?

நான் படுக்கையிலிருந்து எழுந்து மெதுவாகச் சமைய லறைக்குச் செல்கிறேன். சமையலறையின் விளக்குகள் எரி கின்றன. சுகன்யா இல்லை. அங்கிருந்து சுகன்யாவின் படுக்கை யறையில் நுழைகிறேன். அவள் படுக்கையில் இல்லை. குளியலறை திறந்திருக்கிறது. எட்டிப் பார்க்கிறேன். தரை யெல்லாம் உடைந்த சிறு முட்டைகள். குருவி முட்டைகள். சிறிய சுள்ளிகள். இந்தக் குலைந்த கூட்டின் சிதைவுகளுக்கு நடுவே சுகன்யா சுருண்டுகிடக்கிறாள். தடுக்கி விழுந்தபோது, தலை கழிகலன் விளிம்பில் இடித்திருக்க வேண்டும். ஓடிப் போய் அவளைத் தூக்குகிறேன். என் கைகள் ரத்தத்தால் நனைவதைப் பார்க்கிறேன்.

3

அன்புள்ள சுபிர்,

உன் கடிதம் உனக்குள்ள துக்கத்தின் ஆழத்தைக் காட்டி யது. நான் சுகன்யாவிடம் என்றும் உண்மையாக நடந்து கொள்ளவில்லை. அவள்மீது எனக்கிருந்த அன்பு அளவு கடந்தது. ஆனால் அது என்னை மீறல்களிலிருந்து தடுக்கவில்லை.

எனக்கு எதிராக எடுக்கப்பட்ட நடவடிக்கை வேகமாக வலுவிழந்துவருகிறது. என் CEO மிகச் சிறப்பாக நடந்து கொண்டார். அவர் உதவியால் அன்று எங்கள் விருந்தினர் விடுதியில் தங்கிய பலர் என் சார்பாகச் சாட்சி சொன்னார் கள். நான் ராமனுக்கு மாரடைப்பு நேர்ந்த பிறகே அங்கு வந்தேன் என்று உறுதியாகச் சொன்னார்கள். பூயான் தன் முதலமைச்சர் மூலமாக மத்திய அரசுக்கு ஒரு கடிதம் அனுப்பினார். அந்தக் கடிதத்தில் டவர் ஃபேப்ரி கேட்டர்ஸ் நிறுவனம் எனக்கு எதிராகச் செயல்படு வதற்குக் காரணம் அஸ்ஸாமில் அவர்களுக்கு இருக்கும் ஒப்பந்தங்கள் ஒழுங்காக நிறைவேறுவதற்குப் போராளிகள் உதவி தேவை என்பதால்தான் என்று குறிப்பிட்டிருந் தார். கஷனபீஸ் கோஷ் விவகாரத்தைப் பற்றி ஒரு மணிநேர ஒளிபரப்பு நடத்தப்போவதாக எழுதியிருக்கிறான். நளினி தனது வாக்குமூலத்தை மாற்றப்போவதாக உறுதியளித்துவிட்டதாக ஊர்மிளா சொல்கிறாள். எங்கள் தலைமைக் கண்காணிப்பு ஆணையர் அமைச்சருக்கு என்னுடைய தற்காலிகப் பணிநீக்கத்தைக் கண்டித்து ஒரு கடிதம் அனுப்பியிருக்கிறார்.

இவர்கள் எல்லோரும் எனக்கு உதவுகிறார்கள் என்பதில் எனக்குச் சந்தேகம் இல்லை. ஆனால் இவர்கள் அனைவரும் குறுகிய வட்டத்துக்குள் இயங்குகிறார்கள். அந்த வட்டத்திலிருந்து வெளியே வராமல் அரசை எதிர்ப்பது சாத்தியம் அல்ல. நான் வட்டத்திலிருந்து வெளியே வரப் போகிறேன்.

இந்தக் கடிதத்துடன் இரண்டு கோப்புகளை இணைத்திருக்கிறேன். ஒன்று கோஷ் புராணத்தைப் பற்றிப் பேசுகிறது. மற்றொன்றில் இருப்பதை முழுவது மாகக் கடிதத்தில் விளக்குவது கடினம். டவர் ஃபேப்ரி கேட்டர்ஸ் நிறுவனம் அரசை எவ்வாறு மோசடி செய்தது, அதற்கு அரசு அதிகாரிகளும் எனது நிறுவனத்தில்

இருப்பவர்களும் எவ்வாறு உதவினார்கள் போன்றவற்றை இந்தக் கோப்பில் இருக்கும் காகிதங்கள் நிறுவுகின்றன. என் தலைவர் இதனால் நிச்சயம் பாதிக்கப்படுவார். ஆனால் எனக்கு வேறு வழி தெரியவில்லை. இந்தக் கடிதமும் கோப்புகளும் ஜனவரி முப்பதாம் தேதி உனக்குக் கிடைக்கும். கோப்புகளில் இருப்பவற்றைக் கல்கத்தாப் பத்திரிகைகளில் வெளிவரச் செய்வது உன் பொறுப்பு. என்னுடைய நண்பர்களில் சிலர் இவற்றைத் தில்லிப் பத்திரிகைகளில் வெளிவரச்செய்ய முயற்சி எடுத்துக்கொண்டிருக்கிறார்கள்.

கஷ்னபீஸுக்கும் எழுதியிருக்கிறேன்.

அன்புள்ள,
ரமேஷ்.

அன்புள்ள ஹெர்பர்ட்,

போன ஞாயிற்றுக்கிழமை சுகன்யா என் கரங்களில் இறந்தாள். காரணம் முட்டாள்தனமான விபத்து. எங்களது மரணங்களைப் பற்றி நான் பல கனவுகள் கண்டிருக்கிறேன். அவற்றில் மரணம் விதவிதமாக வரும். ஆனால் குருவிக் கூடு தடுக்கியதால் மரணம் ஏற்படுவது கனவில்கூட நிகழாத ஒன்று. அது சுகன்யாவுக்கு நிகழ்ந்துவிட்டது. அவள் மரணம் இவ்வளவு சாதாரணமாக நிகழ்ந்திருக்கக் கூடாது. அவள் அசாதாரணமான பெண்.

ஒருமுறை நீ எஸ்ரா பவுண்ட் சொன்னதை மேற் கோள்காட்டியது நினைவில் இருக்கிறது. புற்களைக்கூடச் சலனப்படுத்தாமல் வாழ்க்கை வயல் எலியைப் போல ஓடி மறைகிறது என்று அவர் புலம்பியதைச் சொன்னாய். நானும் எவ்வளவு உண்மையான வாக்கு என நினைத் தேன்.

ஒவ்வொரு வாழ்க்கையும் உலகின் புற்களைச் சலனப்படுத்துவதாக இன்று தோன்றுகிறது. ஒரு சில மணித்துளிகளுக்கு. ஆனால் நிச்சயமாக. சிலர் சலனத் தைக் கவனிக்கிறார்கள். சிலர் கவனிப்பதில்லை. அவ்வளவுதான். ஒவ்வொரு வாழ்க்கையும் அசாதாரண மானது. ஒவ்வொரு மரணமும்கூட.

அன்புள்ள,
ரமேஷ்.

அந்த ஜனவரி முப்பதாம் தேதி வானம் தெளிவாக, மேகங்களின்றி, வெளிச்சமாக இருக்கும் என அவன் எதிர்பார்த்தான். ஆனால் அன்று தூறலும் காற்றுமாக இருந்தது. தூறல் கண்ணுக்குத் தெரியாத அளவுக்கு மெல்லியதாக இருந்தது. ஆனால் அதன் முட்கள் கூர்மையாக இருந்தன. அவன் உள்ளங்கைகளைத் தேய்த்துக்கொண்டு வேகமாக நடந்தான். நனைந்த காலுறைகள் காலணிகள் மேல் படிந்திருந்தன. காலணி கள் மழைத்தண்ணீரில் ஊறி ஈரத்தின் நண்பர்கள் ஆகிவிட்டன. ஒவ்வொரு அடி எடுத்துவைத்தபோதும் ஈரத்தின் ஒலியை இரவல் வாங்கி எழுப்பின. அவன் சட்டைக்கு மேல் தொளதொளவென்று பளீர் நீலக் கம்பளி ஸ்வெட்டர் அணிந்திருந்தான். முகத்தில் ஒரு வாரத்திய தாடி. கன்னங்கள் ரத்தமே இல்லாமல் வெளுத்திருந்தன.

அவன் நினைத்தான். 'நாம் தெருவின் இந்த வரிசையில் இவ்வளவு நாட்கள் இருந்து பார்த்து விட்டோம். அந்த வரிசைப் பக்கம் போனதே இல்லை. இன்று போய்ப் பார்க்கலாம்.'

அந்த வரிசையில் சில போலீஸ்காரர்கள் இருந் தார்கள்.

அவர்களில் இருவர் நுழைவாயிலில் நின்று கொண்டிருந்தார்கள். அவர்களது மெல்லிய மழைக் கோட்டுகள் சீருடைகளோடு ஒட்டிக்கொண்டிருந்தன.

'வணக்கம்' என உரத்த குரலில் சொன்னான். அவர்கள் பதில் சொல்லவில்லை. அவனை முறைத்துப் பார்த்தார்கள். அவர்கள் தினமும் பல கிறுக்குகளைச் சந்திப்பவர்கள். அவன் தன் சட்டைப்பையிலிருந்து ஒரு ரோஜாப்பூவை எடுத்தான். அது மழையில் நனைந் திருந்தது. காம்பில் இன்னும் ஒட்டிக்கொண்டிருந்தது. 'இதை நான் மகாத்மா இறந்த இடத்தில் வைக்க வேண்டும்' என்று ஆங்கிலத்தில் சொன்னான். அவர்கள் ஒருவரை ஒருவர் பார்த்துக்கொண்டார்கள்.

அவனுக்குச் சுரீர் என்றது. உள்ளே போகலாம் என்று சொல்லிவிட்டால் என்ன செய்வது?

'மூடியிருக்கிறது. யாரும் போக முடியாது' என்று ஒருவன் ஆங்கிலத்தில் தடுமாறிச் சொன்னான்.

'ஏன்'.

போலீஸ்காரருக்கு எரிச்சல் வந்துவிட்டது. எரிச்சலுக்கு ஆங்கிலம் சரிப்பட்டு வராது. இந்தியில் சொன்னான்.

'உன் தாத்தா திதி, உன் அக்கா சாமான்.'

'எனக்கு இந்தி தெரியாது.'

'பிரசிடெண்ட். ஈவினிங்க். நோ அட்மிஷன். ஸீல்டு. கம் டுமாரோ.'

'நான் சென்னையிலிருந்து வந்திருக்கிறேன்.'

திரும்ப இந்தி வந்தது.

'ஏய் காண்டு. என்மேல மூத்திரம் பெய்யாதே. அதற்கு வேற ஆளைப் பார்' என்றார் ஒருவர்.

'இந்தத் தேவடியா மகனுடன் பேசி நேரத்தை வீணாக் காதே' என்றார் மற்றவர்.

அவன் திடீரென்று குனிந்து காந்தியின் மரணம் நிகழ்ந்த இடத்தை நோக்கி ஓடினான். கையில் ஏதோ இருந்தது. கைத்துப்பாக்கியாக இருக்கலாமோ?

முதலில் குழப்பத்தின் கூச்சல்கள். பிறகு துப்பாக்கிகள் பேச ஆரம்பித்தன.

அவன் கீழே விழுந்தான். சில கணங்கள் துடித்தான். பிறகு அடங்கினான்.

அன்புள்ள சுகன்யா,

ரமேஷ் ஒரு கழுதை. உச்சிக்கு ஒழுங்காக ஏறிக்கொண்டிருந்த நாவல் கடைசி அத்தியாயத்தில் கீழே விழுந்து தற்கொலை செய்துகொள்கிறது. ஒரு கவனக் குறைவு போதும். நல்ல நாவல் குப்பையாகிவிடும். எனக்கு நன்றாகத் தெரியும். நான் பல நாவல்கள் எழுதியவன். கதாபாத்திரங்கள் கொசுக்கள் அல்ல. நினைத்தவுடன் அடித்துத் தேய்ப்பதற்கு.

அன்புடன்,
சுபிர்.

அன்புள்ள சுகன்யா,

நான் சுபிர் எழுதியதைப் படித்தேன். ஏன் இவ்வளவு கடுமையாக எழுதியிருக்கிறான் என்பது எனக்கு விளங்கவில்லை. நாவல் ஆசிரியர்களுக்கு மரணங்கள் எப்போதுமே வசதியானவை. ரமேஷ் அவற்றை அருமையான முடிவு ஒன்றை அடைவதற்குப் பயன்படுத்தியிருக்கிறான். வாழ்க்கையிலும் மனிதர்கள் கொசுக்களைப் போன்றவர்கள். தினமும் அவர்கள் எந்தக் காரணமும் இல்லாமல் அடித்துத் தேய்க்கப்படுகிறார்கள்.

எனக்கு இந்த நாவல் மிகவும் பிடித்திருக்கிறது.

அன்புடன்,
ஹெர்பர்ட்.

அன்புள்ள சுபிர், ஹெர்பர்ட்,

என் இனிய பறவைகளைப் பழிவாங்கும் அவசரத்தில், ரமேஷ் ஒன்றை மறந்துவிட்டான். கூடுகட்டுவது வசந்தத்தில் நடை பெறுவது. தில்லிக் குளிரில் எந்தப் பறவையும் கூடுகட்டாது. கதையின் கடைசி அத்தியாயங்களின் நிகழ்ச்சிகள் நடுங்கும் குளிரில் நடை பெறுகின்றன.

நான் சுபிருடன் ஒத்துப்போகிறேன். கதையின் முடிவு மிகவும் மோசமாக இருக்கிறது. நாவல்கள் வசதிகளைக் கருத்தில் வைத்துக்கொண்டு எழுதப்படுவ தில்லை. ரமேஷுக்கு நாவலை எப்படியாவது முடித்து விட வேண்டும் என்னும் வெறி. அதனால் என்னைக் கொன்று, தன்னையும் கொன்றுகொண்டு எளிதாக முடித்து விட்டான். நீங்கள் எழுதியிருந்ததை அவனுக்குப் படித்துக்காட்டினேன். அவன் பிடிவாதம் உங்களுக்குத் தெரிந்ததுதானே. முடிவை மாற்றப்போவதில்லை என்பதில் உறுதியாக இருக்கிறான். நாவலின் ஒரு வரியைக்கூட மாற்றப்போவதில்லையாம். மாற்றுவதைவிட அழித்து விடுவது நல்லது என்கிறான்.

எனக்கு நடந்தது விபத்து என்பது உண்மை. நான் படிகளில் தடுக்கி விழுந்ததால் அது நடந்தது. என் கல்லூரியில் விழுந்தேன். ரமேஷ் மருத்துவமனைக்கு வருவதற்கு முன்னமே நான் வயிற்றிலிருந்த குழந்தையை இழந்துவிட்டேன். எனக்கு இழப்புகள் பழகிவிட்டன. அவன் சில நாட்கள் பைத்தியம் பிடித்ததுபோல இருந்தான். ஆனால் அவனும் சீக்கிரம் தேறிவிட்டான்.

என்னிடம் ஜனவரி முப்பதாம் தேதி காந்தி நினை விடத்திற்கு முன்னால் ஆர்ப்பாட்டம் நடத்தப்போவ தாகச் சொன்னான். அவனுடன் பத்துப் பேர் சென்றிருந் தார்கள். நானும் போயிருப்பேன். ஆனால் அன்று உடல் நலம் சரியாக இல்லாததால் போக முடியவில்லை. காந்தி நினைவு நாள் அன்று அவரது நினைவிடம் பொதுமக்களுக்காகத் திறந்துவைக்கப்படாத நகைமுரண் குறித்து ரமேஷும் அவனுடைய நண்பர்களும் கோஷங்கள் எழுப்பினார்கள். குளிர்காலம் என்பதால் தொண்டை சீக்கிரம் கட்டிக்கொண்டது. சரி, வீட்டிற்குப் போகலாம் என்று மூட்டையைக் கட்டியபோது போலீஸ் தடியடி நடத்தத் தொடங்கிவிட்டார்கள். ரமேஷைச் சரியாகக் கவனித்துக்கொண்டார்கள். பயில்வான்கள்போல இருந்த இரண்டு போலீஸ்காரர்கள் அவனது வலது காலில் ஏறி மிதித்து மூட்டு சுக்குநூறாகும்படி பார்த்துக்கொண் டார்கள் என்று ரமேஷ் சொல்கிறான். டவர் ஃபேப்ரி கேட்டர்ஸ் நிறுவனம் அவர்களுக்கு நிச்சயம் பணம் கொடுத்திருக்க வேண்டும் என்று சொல்கிறான். இது அவனது பிரமை. நான் அப்படி நினைக்கவில்லை. நம் போலீஸ்காரர்களுக்கு ராட்சதத்தனமாக நடந்து கொள்வதற்கு ஊக்கத்தொகை ஏதும் தேவையில்லை.

கூட்டத்தின் தலைவன்மீது பாய்வதற்கு அவர்களுக்குச் சிறந்த பயிற்சி கொடுக்கப்பட்டிருக்கிறது. ரமேஷ் போலீஸ் தடுப்பையும் மீறிக் காந்தி நினைவிடத்தை நோக்கி ஓட முயன்றிருப்பான் என்று எனக்குச் சந்தேகம். அவன் உயிரோடு இருப்பது என் அதிர்ஷ்டம் என்று சொல்ல வேண்டும்.

இந்த நிகழ்வு ரமேஷுக்கு வரப்பிரசாதமாக அமைந்துவிட்டது. தொலைக்காட்சிக்காரர்கள் அவனை மொய்த்துக் கொண்டார்கள். கோஷ் புராணத்தையும் ஆயத்தொகை விவகாரத்தையும் பற்றி விளக்க அவனுக்கு அது நல்ல வாய்ப்பைக் கொடுத்தது. எந்தக் காரணத்தையும் காட்டாமல் அவனைத் தற்காலிகப் பணிநீக்கம் செய்துவைத்திருப்பதற்காக அரசையும் அவன் ஒரு பிடிபிடித்தான்.

அரசை வெட்கப்படவைப்பது அவ்வளவு எளிதல்ல. ஆனால் ரமேஷ் அதைச் செய்துவிட்டான். நேற்று அரசிடமிருந்து கடிதம் வந்தது. அவனது தற்காலிகப் பணிநீக்க ஆணை முடிவிற்கு வருவதாகவும் அவன்மீது ஒழுங்கு நடவடிக்கை ஏதும் எடுக்கப்போவதில்லை என்றும் அந்தக் கடிதம் அறிவித்தது. ரமேஷுக்கு மகிழ்ச்சி. ஆனால் அவன் திரும்ப வேலையில் சேருவான் என்று எனக்குத் தோன்றவில்லை.

ரமேஷ்மீது சாட்டப்படவிருந்த குற்றச்சாட்டுகள் அவனிடம் சொல்லப்படவில்லை. ஆனால் அவை என்னவாக இருந்திருக்கும் என்பது எனக்குத் தெரியும். அனுபமா பரிந்துரைத்ததால், இரண்டு பேருக்கு விருந்தினர் விடுதியில் அறைகளுக்கு ஏற்பாடு செய்திருந்தான். வந்திருந்தவர்கள் அஸ்ஸாம் போராளிகளாக இருந்திருக்க வேண்டும். போலீஸ் மோப்பம் பிடித்து வருவதற்கு முன்னால் அவர்கள் தப்பித்துச் சென்றுவிட்டார்கள். இந்தச் சம்பவம் அமைச்சருக்கும் சேர்மனுக்கும் ரமேஷைச் சிக்கவைப்பதற்கு ஒரு வாய்ப்பைக் கொடுத்திருக்க வேண்டும்.

இவர்களிடம் இன்னொரு கதையையும் சொல்லலாமா என்று சுகன்யா நினைத்தாள். 'வேண்டாம். சொன்னால் அது ரமேஷின் காதுக்கு வர வாய்ப்பு இருக்கிறது. கடத்தல் நாடகத்தில் தனது பங்கு மிகச் சிறியதுதான் என்பது தெரிந்தால் அவன் உடைந்துபோய்விடுவான்.'

அனுபமாவிற்கு என்ன நேர்ந்தது என்பது இன்னும் மர்மமாகவே இருக்கிறது. நிர்மல் பூயான் அடுத்த வாரம் இங்கு வருகிறார். அவரிடம் கேட்கலாம் என்றிருக்கிறேன். அஸ்ஸாம் முதலமைச்சர் இங்கு மருத்துவமனையில் சேர்க்கப்பட்டிருக்கிறார். மாற்றுச் சிறுநீரகம் செயலிழந்து விட்டதாம்.

மிக்க அன்புள்ள,
சுகன்யா.

நிர்மல் பூயான் தன்னைத் தனியாகப் பார்க்க வேண்டும் எனச் சொன்னது சுகன்யாவுக்கு ஆச்சரியத்தை அளித்தது. 'நான் உங்களிடம் என்ன நடந்தது என்பதை முழுவதும் சொல்வேன் என்று அனுபமாவுக்கு வாக்குறுதி கொடுத்திருக் கிறேன். கோஷ் திரும்ப வரும்வரை காத்திருப்பேன் என்றும் அவளிடம் சொல்லியிருந்தேன்.'

'நான் இதை நம்ப வேண்டுமா?' என்று சுகன்யா கேட்டாள். பூயானுக்கு நரை திடீரென்று அதிகரித்துவிட்டதை அவள் கவனித்தாள். முன்னந்தலையில் விழுந்த நரை நெற்றிச் சுருக்கங்களை மறைத்தது.

அவர் சிரித்தார். 'அது உங்கள் விருப்பம், சுகன்யா. நான் சொன்னது முழுவதும் உண்மை. பாங்காக்கில் ஓய்வெடுத்துக்கொண்டிருக்கும் அந்தப் பெருந்தலை சொன்ன தால் கோஷ் விடுதலை அடையவில்லை. அதற்குக் காரணம் கொஞ்சம் சிக்கலானது. இது போன்ற கடத்தல் கதைகள் எப்போதுமே சிக்கலானவை. குறிப்பாக அஸ்ஸாமில் நடக்கும் கதைகள்.'

ரமேஷுடன் மஜொலியில் சந்தித்த ஓரிரு நாட்களிலேயே எங்களுடைய முன்னாள் குரு பருவா கைதுசெய்யப்பட்டதாகப் பூயான் சொன்னார். அவர் கொல்லப்பட்டுவிட்டதாகப் போராளிகள் முதலில் நினைத்தார்கள். ஆனால் அவர் திப்ருகர் சிறையில் இருந்த செய்தி கிடைத்ததும் அவர்கள் ராஜ்வன்ஷியை அணுகினார்கள். அவரை அரசுடன் பேச்சுவார்த்தை நடத்தச் சொன்னார்கள். பருவா கொலையைப் பற்றிப் பேசுபவர், ஆனால் கொலைகாரர் அல்ல என்பது போலீஸுக்கும் அஸ்ஸாம் அரசுக்கும் தெரிந்திருந்தது. ராஜ்வன்ஷி இந்தச் சந்தர்ப்பத்தைப் பயன்படுத்திக் கோஷை விடுவிக்க முயற்சிகள் எடுக்க நினைத்தார். அனுபமாவிடம் யோசனை கேட்டார். அவள் பூயானிடம் சென்றாள். ராஜ்வன்ஷி முதலமைச்சரிடம் நேரடியாகப் பேசினால் அவர் நினைப்பது நிச்சயம் நடக்கும் என்று பூயான் சொன்னார். கிழவருக்கு முதல்வரிடம் பேச

விருப்பமில்லை. ஆனால் அனுபமா வற்புறுத்தினாள். 'கோஷ் வெளியில் வராவிட்டால் ரமேஷ் சந்திரன் இறந்துவிடுவார்' என்றாள். 'உங்களுக்கு அவரைப் பிடிக்கும். ரமேஷுக்காக இதைச் செய்யுங்கள்.'

'அனுபமா இதைச் சொன்னாளா?'

'ஆமாம், சொன்னாள். எங்கள் முதல்வர் ராஜ்வன்ஷியின் அரசியல் மாணவர் என்பது உங்களுக்குத் தெரியுமா?' என்று நிர்மல் பூயான் கேட்டார்

'தெரியாது.'

'இவர் அரசியல் நடத்தும் முறை கிழவருக்குப் பிடிக்க வில்லை. அதனால் முதல்வருடன் பேசுவதையே நிறுத்தி விட்டார். இருவரும் இடையே ஏழு வருடங்களுக்குப் பிறகு சந்தித்தார்கள். சந்திப்பு இரண்டு நிமிடங்கள் நடந்தது. கைகுலுக்கல்கள் முடிந்த பின்னர் ராஜ்வன்ஷி சொன்னார், 'ஹிரென், அந்த அப்பாவி மதராஸ் பையனுக்கு நாம் உதவ வேண்டும்.' முதல்வர் சொன்னார், 'நீங்கள் சொல்லி நான் செய்யாமல் இருக்க முடியுமா? நிர்மல் அதைப் பார்த்துக் கொள்வான். ஆனால் ஒரு வேண்டுகோள். நடப்பது அந்த மதராஸி நண்பன் காதுகளுக்குப் போய்ச் சேராமல் பார்த்துக் கொள்ள வேண்டும். அவன் நல்லவன், ஆனால் அனுபவம் இல்லாதவன். எதையும் ஒழுங்காகச் செய்யத் தெரியாதவன். இன்னும் விரல் சூப்பிக்கொண்டிருக்கிறான். எனக்கும் அவனைப் பிடித்திருக்கிறது. நானும் ஒருகாலத்தில் அவனைப் போல இருந்தேன் என்பது உங்களுக்கு ஞாபகம் இருக்கும்.' கிழவர் சொன்னார், 'நீ ஒரு நாளும் அவன்போல இருந்ததில்லை. ஹிரென், நீ நீயாகவே இரு. உனக்கு இந்தப் பணிவு ஒத்து வராது.' முதல்வர் சிரித்துக்கொண்டே குனிந்து ராஜ்வன்ஷியின் கால்களைத் தொட்டார்.'

'நிர்மல், நீங்கள் சந்திரனைப் பற்றி என்ன நினைக்கிறீர்கள்?'

'அவர் கடுமையான உழைப்பாளி. உணர்ச்சிகளால் உந்தப்படுபவர். ஆனால் . . .'

'ஆனால்?'

'முதல்வர் சொன்னதுதான். எதையும் ஒழுங்காகச் செய்யத் தெரியாதவர். அவருடைய உணர்ச்சிகள்தான் அவரை எதையும் சீர்தூக்கிப் பார்த்துச் செய்யவிடாமல் தடுப்பதாக நினைக்கிறேன். எந்த முடிவையும் உணர்ச்சிவசப்படாமல் அவரால் எடுக்க முடியாது. ஆனால் ஒன்று. அவர் எங்களைப் போல மரக்கட்டை மனிதராக இருந்திருந்தால், கோஷ் உயிரோடு திரும்பி வந்திருக்க

மாட்டார். இந்தத் துறையில் அனுபவம் உள்ள எவரும் ரமேஷ் எடுத்த முடிவுகளைத் தேர்வுசெய்திருக்கமாட்டார். கோஷும் திரும்ப வந்திருக்கமாட்டார். நான் இங்கு எதற்காக வந்திருக்கிறேன், சுகன்யா? எனக்கு ரமேஷ் எப்படி இருக்கிறாரோ அப்படியே இருந்தால் பிடிக்கும். அவர் மாறக் கூடாது. நீங்களும் மாறக் கூடாது. நீங்கள் நீங்களாக இருப்பதால் பிடிக்கும்.'

பூயான் தொடர்ந்தார்.

'இந்தக் கடத்தலின் முடிச்சு அவிழ்வதற்குச் சிறு வேலைகள் பல செய்ய வேண்டியிருந்தது. இந்த அயோக்கியர்கள் செலவினங் களின் நீண்ட பட்டியலைக் கொடுத்தார்கள். அதைப் பார்வை யிட்டு, ஐந்து லட்சத்திற்குக் கொண்டுவந்தேன். அதற்கு மேல் ஊக்கத்தொகையாக இன்னொரு ஐந்து லட்சம் கொடுக்குமாறு வற்புறுத்தினார்கள். கோஷை உயிருடன் விட்டுவைத்ததற்கும் அவரை நன்றாகப் பார்த்துக்கொண்டதற்கும் அந்த ஊக்கத் தொகை கொக்ராஜார் போராளிகளுக்குக் கொடுக்கப்படும் என்றார்கள். இதே நேரத்தில் ரமேஷ் அந்த வெளிநாட்டுப் பத்திரிகை நிருபரைத் தொந்தரவு செய்துகொண்டிருந்தார். அவர் பெயர் என்ன?'

'ஹெர்பர்ட். ஹெர்பர்ட் மாத்யூஸ்.'

'ஆமாம் மாத்யூஸ். நாங்கள்தான் பாங்காக்கில் இருக்கும் பெருந்தலையிடம் பத்து லட்சம் கேட்குமாறு சொன்னோம். எங்கள் திட்டம் இது: முதலில் ரமேஷ் பணத்தைக் கொடுப்பான். ஒரு வாரத்தில் கோஷ் விடுவிக்கப்படுவார். அவர் கல்கத்தா சென்றடைந்த ஏழு நாட்களுக்குள் பருவா விடுதலை செய்யப் படுவார். இந்தத் திட்டத்தில் குழப்பம் விளைவித்தது பருவா. அவருக்கு அந்தத் தருணத்தில் மூளைக்காய்ச்சல் வந்து தொலைத்தது. உயிரோடு இருப்பாரா என்பதே எங்களுக்குச் சந்தேகமாக இருந்தது. அதனால் எப்போது அவர் விடுதலை செய்யப்படுவார் என்பதை எங்களால் உறுதியாகத் தீவிரவாதி களிடம் சொல்ல முடியவில்லை. நல்லவேளையாக அவர் குணமடைந்தார்.'

'அதுதான் பணம் கொடுத்த பிறகும் கோஷ் பல நாட்கள் திரும்ப வராமல் இருந்ததற்குக் காரணமா?'

'ஆமாம். அந்த நாட்கள் எனக்கு நரகமாயிருந்தன, சுகன்யா. கோஷைக் கொன்றுவிடுவதாக ஒவ்வொரு நாளும் செய்தி வரும். நாங்கள் வாக்குத் தவறிவிட்டோம், பருவாவை ஒரு நாளும் விடுதலை செய்யமாட்டோம் என்று அவர்கள் நினைத்தார்கள். "கோஷின் தலையை இரண்டு நாட்களில்

பெட்டியில் வைத்து அனுப்புகிறோம், பெற்றுக்கொண்டதும் தகவல் அனுப்புங்கள்" என்று ஒருமுறை செய்தி வந்தது! அனுபமாவால் மட்டுமே அவர்களைச் சாந்தப்படுத்த முடிந்தது. அவள் பதற்றமே இல்லாமல் நடந்துகொண்டாள்.'

'இப்போது எங்கு இருக்கிறாள்?'

'எனக்குச் சரியாகத் தெரியவில்லை. மஜோலியில் ஒரு தீவிரவாதியுடன் அவள் சைக்கிளில் சென்றதைப் பார்த்ததாக எங்களுக்குத் தகவல் கிடைத்தது. அதற்குப் பிறகு அவளைப் பற்றிய செய்தியோ தடயமோ கிடைக்கவில்லை. இயக்கத்தின் மேலிடம் சில முக்கியமான விஷயங்களை அவளிடம் பேசி முடிவுசெய்ய அழைத்ததாக அவளுடைய தந்தை சொன்னார். ஆனால் எங்கள் உளவாளிகள் வேறுவிதமாகச் சொல்கிறார்கள். பருவாவிற்குப் பதிலாகக் கோஷ் விடுதலையைக் கேட்கலாம் என்ற எண்ணத்தைக் கிழவர் மனத்தில் விதைத்தது அனுபமா என்பது மேலிடத்திற்குத் தெரிந்துவிட்டது. அதனால் அவர்கள் மிகுந்த கோபம் அடைந்து, அவளுக்குத் தக்க தண்டனை கொடுக்கத் தீர்மானித்துவிட்டார்கள் என்கிறார்கள்.'

'என்ன தண்டனை?'

'அவர்கள் என்ன தண்டனை கொடுப்பார்கள் என்பது நமக்குத் தெரிந்ததுதானே.'

'அவளுக்குக் கைக்குழந்தை இருக்கிறது என்பது தெரிந்திருந்துமா?'

'கைக்குழந்தையா?'

'நான் மஜோலியில் பார்த்தபோது வயிற்றில் குழந்தையைச் சுமந்துகொண்டிருந்தாள். அவள் குழந்தையைப் பறிகொடுக்கும் இனமாக எனக்குத் தோன்றவில்லை.' சுகன்யா கண்களை மூடினாள். கன்னங்களைக் கண்ணீர் நனைத்தது. நிர்மல் பூயான் கண்ணீர் வற்றும்வரை காத்துக்கொண்டிருந்தார்.

'அவர்கள் பிசாசுகள், சுகன்யா. குழந்தை இருக்கிறது என்பதெல்லாம் அவர்களுக்கு ஒரு பொருட்டே கிடையாது.'

'ஆமாம்' அவர் தொடர்ந்தார். 'ஒரு குழந்தை இருக்கிறது. அனுபமாவின் தந்தை பார்த்துக்கொள்கிறார். ஒரு ஆயாவை அமர்த்தியிருக்கிறார்.'

ரமேஷ் சந்திரன் முற்றிலும் குணமடைய மூன்று மாதங்களாயின. அவனால் நடக்க முடிந்தது. அவன் நொண்டுவதை மிகக்

கூர்மையாகப் பார்த்தாலொழியக் கண்டுபிடிக்க முடியாது. சந்திரன் வாசல்வரை வரவேற்கச் சென்றபோது நிர்மல் பூயானால் கண்டுபிடிக்க முடியவில்லை. பூயான் மறுபடியும் தில்லி வந்திருந்தார். அவருடைய முதலமைச்சரின் சிறுநீரகம் வேலைசெய்வதை நிறுத்திவிட்டது.

'மிக அருமையான மனிதர். நான் அவரை மறக்கவே முடியாது' என்றான் சந்திரன்.

'அருமையான மனிதர் என்பதில் என்ன சந்தேகம்? உங்களை அவருக்கு மிகவும் பிடிக்கும், ரமேஷ். உங்களது பிடிவாதத்தையும் பேரார்வத்தையும்.'

சந்திரன் பதில் சொல்லவில்லை. சுகன்யாவுக்காகக் காத்துக்கொண்டிருந்தான்.

'நான் இங்கு மரணத்தின் தூதுவனாக வந்திருக்கிறேன்' என்றார் பூயான். 'இன்னொரு மரணம் நிகழ்ந்திருக்கக்கூடும் என்று எங்களுக்குச் செய்தி வந்திருக்கிறது.' யாருடைய மரணம் என்பது இருவருக்கும் தெரிந்திருந்தது.

'இனிமேல் தேடமாட்டோம். இறந்துவிட்டாள் என்பது கிட்டத்தட்ட உறுதியாகிவிட்டது. ஒரு படகு விபத்தில் நடந்தது என்று சொல்கிறார்கள். நமக்குச் சரியான தகவல் கிடைக்க வாய்ப்பே இல்லை.'

'அவள் குழந்தை எங்கே இருக்கிறது?' என்று ரமேஷ் கேட்டான்.

'குழந்தையா?' சுகன்யா நினைத்தாள். 'அவளுக்குக் குழந்தை இருப்பது இவனுக்கு எப்படித் தெரியும்? பூயான் என்னைச் சந்தித்ததைப் பற்றி நான் இவனிடம் ஒரு வார்த்தைகூடச் சொல்லவில்லை. ஒருவேளை என்னைப் போல அவனும் அவளுக்குக் குழந்தை பிறந்திருக்கலாம் என்று யூகித்திருப் பானோ?'

'குழந்தை பற்றி உங்களுக்குத் தெரிந்திருப்பது எனக்கு ஆறுதலாக இருக்கிறது. குழந்தை அனுபமாவின் தந்தையுடன் இருக்கிறது. அவர் இன்னும் நீண்ட நாட்கள் இருக்கமாட்டார்.'

'நாங்கள் முடிவெடுத்ததும் உங்களுக்குத் தகவல் சொல் கிறோம்' என்றாள் சுகன்யா.

'மிக்க நன்றி. நான் உங்கள் தகவலை எதிர்பார்த்துக் கொண்டிருப்பேன்.'

பூயான் விடைபெற்றுக்கொண்டு பல மணிநேரம் ஆகிவிட்டது. வானத்தில் சாம்பல் மேகம். தூறல் ‘வருவேன்’ என்று சொல்லிக்கொண்டிருந்தது. காந்தி சொன்னதை சுகன்யா சந்திரனுக்குப் படித்துக்காட்டினாள்.

‘When a river is flooded, its water is muddier than at any other time, but when the flood has subsided, it becomes clearer than it was before.’

(‘ஒரு நதியில் வெள்ளம் வரும்போது அது மண்ணடர்ந்து எப்போதையும்விடக் கலங்கலாக இருக்கும். ஆனால் வெள்ளம் வடிந்த பின்னர் அது தெளிவாகிவிடும். முன்னைவிடத் தெளிவாக.’)

‘அவர் சொன்னது எனக்கு அவ்வளவு சரி என்று தோனல, சுகன்யா.’

‘காந்தி என்ன நீரியல் நிபுணரா? அவரது உவமை சரியா தப்பான்னு ஆராயறது நம்ம வேலை அல்ல. அவருடைய நம்பிக்கையை நினைச்சுப் பாரு. இது அவர் சாகறத்துக்கு ஒரு நாள் முன்னால எழுதினது. நாடு கசாப்புக் கடையா இருந்தப்ப. இந்துக்களும் முஸ்லிம்களும் ஒத்தரை ஒத்தர் வெட்டிண்டு செத்துப்போயிண்டுருந்தப்ப.’

‘நாப்பத்து எட்டுல எழுதினார். ஐம்பது வருஷத்துக்கு மேல ஆயிடுத்து. இன்னும் நதி கலங்கலாகத்தான் இருக்கு. எப்போ வெள்ளம் வடியும்? நம்ம காலகட்டத்தில நடக்கும்னு தோனல. நாம கலங்கல் நதியப் பாத்துண்டு இருக்கணும்னு விதி.’

‘அதனால என்ன? உடனடியா மாற்றம் நடந்துடுமா? நாம் முயற்சிசெய்யலாமே. நதியைத் தெளிவா ஆக்கறத்துக்கு. வெள்ளத்த வடியவைக்கறத்துக்கு. நம்மோட மத்தவாளும் சேந்துப்பா. நேரம் ஆகட்டுமே. நாம இங்கேருந்து போறத்துக்கு நேரம் வந்துடுத்து.’

‘நீ என்ன சொல்றேங்கறது எனக்குப் புரியறது. அப்பறம் அந்தக் குழந்தை இருக்கு.’

‘அது உன் குழந்தையா?’ என்று சுகன்யா அவனிடம் கேட்க நினைத்தாள். கேட்கவில்லை. அவனை நேசிக்கும்வரை அந்தக் கேள்வியைக் கேட்க முடியாது என்பது அவளுக்குத் தெரியும்.

அன்புள்ள சுகன்யா,

உன் கடிதம் கிடைத்துப் பல நாட்களாகிவிட்டன. பதில் எழுதியிருக்கலாம். சோம்பேறித்தனம். சோம்பேறித்தனம் மகிழ்ச்சியைத் தரும் ஆனால் வருத்தப்பட வைக்கும் என்று காந்தி ஒருமுறை சொல்லியிருக்கிறார். எனக்கு மகிழ்ச்சியைப் பற்றித் தெரியும். வருத்தத்தைப் பற்றித் தெரியாது.

உங்களிடம் காந்தியைப் பற்றி அதிகம் பேசக் கூடாது. நீங்களே கழுத்தளவு காந்தியில் இருக்கிறீர்கள். வேலை எப்படி இருக்கிறது? அந்த இடம் எப்படி இருக்கிறது? நான் பிரம்மபுத்ரா நதிக்கு வடப்புறம் சென்றது கிடையாது. எனக்குத் தேமாஜி வர ஆசையாக இருக்கிறது. ஆனால் இத்தனை தூரம் பயணம் செய்ய வேண்டும் என்பதை நினைத்தால் ஆயாசமாக இருக்கிறது. நீங்கள் இருந்த தில்லியிலிருந்து தேமாஜி இன்னும் தூரம் என்பது எனக்குத் தெரியும். ஆனால் அந்த இடத்தை நீங்கள் தேர்ந்தெடுத்தீர்கள். நான் தேர்ந்தெடுக்கவில்லை!

நீ சொன்ன மாதிரி ரமேஷின் நாவலை எனக்கு மிகவும் நெருக்கமான இரண்டு நண்பர்களிடம் கொடுத்துப் படிக்கச் சொன்னேன். இருவரும் இலக்கிய உலகில் புகழ்பெற்றவர்கள். புத்தகங்களைப் பதிப்பாளர்களுக்குப் பரிந்துரைப்பவர்கள். இருவரும் அவ்வளவு உற்சாகமூட்டும் அளவுக்கு எதுவும் சொல்லவில்லை. முதல் நண்பர் – அவர் ஆங்கிலேயர் – ரமேஷ் நுண்ணயத்துடன் எழுதுவதாகக் கருத்துத் தெரிவித்திருந்தார். ஆனால் அவருக்கு நாவலைப் பரிந்துரைக்க விருப்பம் இல்லை. அவர் சொல்வது இது: நாவலின் மையம் தொழிலதிபர்களின் தில்லுமுல்லுகளும் அவர்களுக்கு அதிகாரிகள் துணைபோவதும். இந்த மையம் மேற்கத்திய வாசகர்களை ஈர்க்காது.

மற்றொரு நண்பர் இந்தியர். அவர் நினைப்பது இவருக்கு நேர் எதிர். ரமேஷ் இன்னும் உழைத்திருந்தால் அஸ்ஸாமிலும் தில்லியிலும் நடக்கும் ஊழல்களைப் பற்றி அருமையான நாவலைக் கொண்டுவந்திருக்க முடியும் என்கிறார் அவர். ஊழலை மையமாக வைத்துக்கொண்டு நாவலை மாற்றி அமைத்தால் அவர் நிச்சயம் உதவுவார். ரமேஷுக்கு அதைச் செய்ய நேரம் இருக்கும் எனத் தோன்றவில்லை. உண்மையைச் சொல்லப்போனால் வாசகர்களுக்கும் அவன் எழுதியதைப் படிப்பதற்கு நேரம் இருக்கும் எனத் தோன்றவில்லை.

குழந்தை எப்படி இருக்கிறான்? அவனிடம் தமிழில் பேசுகிறீர்களா?

மிக்க அன்புடன்,
சுபிர்.

The Sentinal
ஆகஸ்ட் 17, 2004

குழந்தைகள், பெண்கள் குண்டுவெடிப்பில் மரணம். காந்தியத் தொண்டர்கள் காயம்.

கௌஹாத்தி, ஆகஸ்ட் 16

தேமாஜி கல்லூரியில் நேற்று நடந்த பயங்கரக் குண்டுவெடிப்பில் ஆறு குழந்தைகள் உட்படப் பதின் மூன்று பேர்கள் பலியானார்கள். பொதுமக்கள்மீது தீவிரவாதிகள் நடத்திய மிகப் பெரிய தாக்குதல் இது என்று கூறப்படுகிறது. சுதந்திர தினக் கொண்டாட்டங்கள் தொடங்குவதற்குச் சில நிமிடங்களுக்கு முன் குண்டு வெடிப்பு நடந்தது. தாகுவாகானா, தூப்ரி ஆகிய இடங் களிலும் குண்டுவெடிப்புகள் நடந்திருக்கின்றன. ஆனால் ஆட்சேதம் ஏதும் இல்லை எனத் தெரிகிறது.

அணிவகுப்பு நடந்த மைதானத்தில் குண்டு புதைத்துவைக்கப்பட்டிருந்தது. ரிமோட் கண்ரோல் மூலம் அது வெடிக்கச் செய்யப்பட்டது. காலை 8:55 அளவில் நடந்த இந்த வெடிப்பில் இறந்தவர்களிலும் காயமுற்றவர் களிலும் பெரும்பாலானவர் ஒன்பதிலிருந்து பதிமூன்று வயதுக்குட்பட்ட மாணவர்கள். எல்லோரும் அணி வகுப்பில் கலந்துகொள்வதற்காகத் தலைமை தாங்கி நடத்தியவரின் ஆணையை எதிர்பார்த்துக் காத்துக் கொண்டிருந்தார்கள். காயமுற்றவர்கள் தேமாஜி மருத்துவ மனையில் அனுமதிக்கப்பட்டார்கள். அனுமதிக்கப் பட்டவர்களில் ஆறு பேரின் நிலைமை கவலை அளிக்கக் கூடியதாக இருந்ததால் அவர்கள் ராணுவ ஹெலிகாப்டர் மூலம் திப்ருகர் மருத்துவமனைக்கு எடுத்துச் செல்லப் பட்டார்கள். அவர்களில் இருவர் தேமாஜியின் காந்தியத் தொண்டர்களான சந்திரன் தம்பதியினர். அதிர்ஷ்ட வசமாக, இவர்களுடைய நான்கு வயதுக் குழந்தை காயம் ஏதுமின்றித் தப்பியது.

முற்றும்

பி.ஏ. கிருஷ்ணன்

ஆசிரியரின் பிற நூல்கள்

புலிநகக் கொன்றை

(நாவல்)

ரூ. 375

தென் தமிழ்நாட்டில் வசித்த தென்கலை ஐயங்கார் குடும்பம் ஒன்றின் நான்கு தலை முறைகளின் வாழ்க்கை, இந்த நாவலில் படர்ந்து விரிகிறது. மரணத்தின் மடியிலும் மறதியின் இருளிலும் புதைந்துபோன தமது மூதாதையரின் வாழ்வைத் தோண்டி எடுக்கிறது இந்நாவல்.

பி.ஏ. கிருஷ்ணன் இந்நாவலை முதலில் ஆங்கி லத்தில் The Tiger Claw Tree என்ற பெயரில் எழுதினார். அது பெங்குயின் வெளியீடாக 1998இல் வெளிவந்தது. அதை அவரே இப்போது தமிழில் எழுதியிருக்கிறார். கிருஷ்ணனின் முதல் நாவல் இது.

அக்கிரகாரத்தில் பெரியார்

(கட்டுரைகள்)

ரூ. 275

பி.ஏ. கிருஷ்ணனின் இந்தக் கட்டுரைத் தொகுப்பில், புத்தகங்கள், ஆளுமைகள் பற்றிய கட்டுரை களும் மதிப்புரைகளும் அடங்கியுள்ளன. இவை மார்மக் கதைகள், சமஸ்கிருதக் கவிதை, மேற்கத்தியக் கலை, வாழ்க்கை வரலாறு, மேற் கத்திய நாவல், கிரிக்கெட், மக்கள் அறிவியல், சமூக வியல், தமிழ்ச் சிறுகதைகள், நாவல்கள் எனப் பரந்து விரிந்த தளத்தினை உள்ளடக்கி யுள்ளன.

தமிழ்ச் செவ்வியல் மரபில் ஆசிரியருக்குள்ள பரிச்சயமும் நவீன அறிவுத் துறைகள் சார்ந்த புரிதலும் கட்டுரைகளுக்குப் புதிய பரிமாணத் தைக் கொடுக்கின்றன. தெளிவான, சரளமான நடையில், நேரடியாகப் பேசுவதுபோல் அமைந்துள்ள இக்கட்டுரைகள், வாசகரின் அனுபவத்தை மேலும் விரிவடையச் செய்யும் ஆழமான பார்வை கொண்டவை.

திரும்பிச் சென்ற தருணம்

(கட்டுரைகள்)

ரூ.275

'ஆழமாகவும் அகலமாகவும் பேசக்கூடியவர் கிருஷ்ணன்' என்று சுந்தர ராமசாமி ஒரு முறை குறிப்பிட்டார். அவர் ஆழமாகவும் அகலமாகவும் எழுதக்கூடியவர் என்பதற்கு இந்தத் தொகுப்பு ஒரு சான்று. மொழியின் எளிமை எப்போதுமே சிக்கலான பொருட்களை விளக்கத் தடையாக இருந்துவிடாது என்பதை அவரது கட்டுரைகள் காட்டுகின்றன. பயணம், வாழ்க்கை வரலாறு, மனிதர்கள், திரைப்படங்கள் போன்ற பல தளங்களில் இயங்கும் இந்தக் கட்டுரைகள் வாசகர்களை மதித்து தமிழில் எழுதும் மிகச் சில எழுத்தாளர்களில் ஒருவரான கிருஷ்ணனின் இருத்தல் அனுபவங்களின் ஒரு வடிகால்.

மேற்கத்திய ஓவியங்கள்

குகை ஓவியங்களிலிருந்து பிரெஞ்சுப் புரட்சிக்கு முந்தைய ஆண்டுகள்வரை

(288 வண்ணப் பக்கங்கள்)

ரூ. 850

மேற்கத்திய ஓவியங்களின் பரம்பரை 30,000 ஆண்டுகளுக்கு முன்னால் வரையப்பட்ட குகை ஓவியங்களில் தொடங்கி இன்றுவரை பரந்து விரிகிறது. இதன் உச்சங்களைத் தமிழில் விளக்கி எளிதாகப் புரியும் வண்ணம் எழுதப்பட்டுள்ள முதல் நூல் இது. உலகம் முழுதும் பல்வேறு ஓவியக்கூடங்களில் இருக்கும் பேரோவியங்களையும் அவற்றை வரைந்த ஓவியர்களையும் அறிமுகம் செய்யும் ஆசிரியர், அவற்றின் வரலாற்றுப் பின்னணியையும் விளக்குகிறார். வாசகர்களுக்குத் தெளிவு ஏற்பட வேண்டும் என்ற பேரார்வத்துடன் எழுதப்பட்ட நூல் இது. அதன் பின்புலத்தில் இருக்கும் உழைப்பு அபாரமானது. பற்பல ஓவிய மேதைகள் இந்தப் புத்தகத்தில் பேசப்படுகிறார்கள். குகை ஓவியங்களில் தொடங்கி பிரெஞ்சுப் புரட்சிக்கு முந்தைய ஓவியர்களுடன் முடியும் முதல் பாகம் 160 பல வண்ண ஓவியங்களுடன் மிக அழகான முறையில் இந்நூல் வடிவமைக்கப்பட்டிருக்கிறது.

மேற்கத்திய ஓவியங்கள்

பிரெஞ்சுப் புரட்சி ஆண்டுகளிலிருந்து
இருபத்தொன்றாம் நூற்றாண்டுவரை
(336 வண்ணப் பக்கங்கள்)

ரூ. 975

“ஓவியங்களைப் பற்றிய கட்டுரைகளோ, நூல்களோ தமிழில் அரிதாகவே வருகின்ற பின்புலத்தில் அதிலும் ஐரோப்பிய ஓவியங்களைப் பற்றி யாரும் எழுதாத போது, பி.ஏ. கிருஷ்ணன் இந்த அரிய நூல் மூலம் மேற்கத்திய ஓவியங்களைத் தமிழ் வாசகர்களுக்கும் எளிதாக உள்வாங்கக்கூடிய நடையில் அறிமுகப்படுத்துகிறார்.” தியடோர் பாஸ்கரன், ‘தி இந்து’ நாளிதழில் ‘மேற்கத்திய ஓவியங்கள்’ முதல் நூலுக்குக் கிடைத்த வரவேற்பு இரண்டாம் கட்ட நூலுக்குக் கடுமையாக உழைக்கும் உற்சாகத்தைத் தந்தது. நூற்றிற்கும் மேற்பட்ட ஓவியர்களின் படைப்புகளைப் பற்றியும் அவர்களின் மேதைமையின் வீச்சு, ஓவியங்களின் வரலாற்றுப் பின்னணி என்பவை பற்றியும் சுருக்கமாக, ஆனால் தெளிவாகச் சொல்லுவதில் ஓரளவு வெற்றி அடைந்திருக்கிறேன் என்று நினைக்கிறேன்.

பி.ஏ. கிருஷ்ணன்